மரணத்துக்குப் பின்

குருஜி வாசுதேவ்

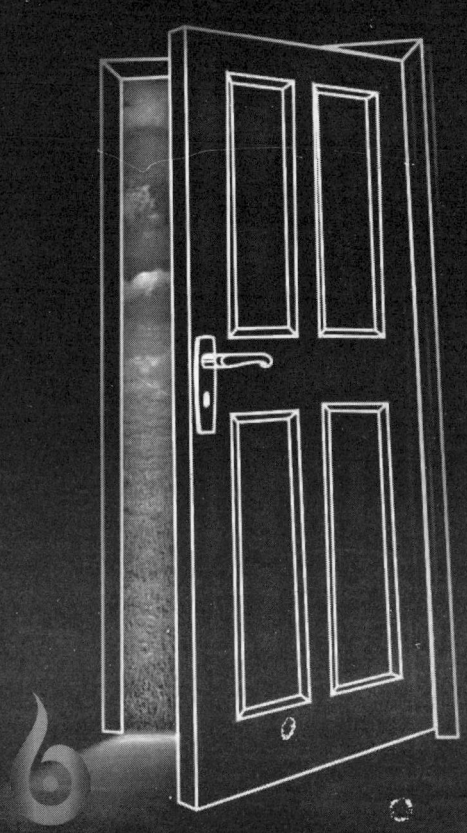

சிக்ஸ்த்சென்ஸ் பப்ளிகேஷன்ஸ்
10/2 (8/2) போலீஸ் குவார்ட்டர்ஸ் சாலை
(தியாகராயநகர் பேருந்து நிலையத்திற்கும் காவல் நிலையத்திற்கும் இடைப்பட்ட சாலை)
தியாகராயநகர், சென்னை - 600 017
Phone: 2434 2771, 2986 0070 Cell: 72000 50073

Sixthsense Publications 6 th sense_karthi
e-mail : sixthsensepub@yahoo.com Website: sixthsensepublications.com

Publisher
K.S. Pugalendi
Editor
R. Muthukumar
Managing Editor
P. Karthikeyan
Layout
P.S. Sukumar

Title:
Maranathukku Pin
Author:
Guruji Vasudev
Address:
Sixthsense Publications
10/2(8/2) Police Quarters Road,
(Between Thiyagaraya Nagar Bus Stop & Police Station)
Thiyagaraya Nagar, Chennai - 17
Phone: 2434 2771, 2986 0070
Cell: **72**000 **5**00**73**

Sixthsense Publications
6 th sense_karthi
e-mail : sixthsensepub@yahoo.com
Website: www.sixthsensepublications.com

First Edition : **June, 2016**
Second Edition : **November, 2017**
Third Edition : **June, 2023**

Pages : 448
Price : Rs. 588

தலைப்பு
மரணத்துக்குப் பின்
நூலாசிரியர் : குருஜி வாசுதேவ்

பக்கங்கள் : 448
விலை : ரூ.588

முதற்பதிப்பு : **ஜூன், 2016**
இரண்டாம் பதிப்பு : **நவம்பர், 2017**
மூன்றாம் பதிப்பு : **ஜூன், 2023**

சிக்ஸ்த்சென்ஸ் பப்ளிகேஷன்ஸ்
10/2 (8/2) போலீஸ் குவார்ட்டர்ஸ் சாலை
(தியாகராயநகர் பேருந்து நிலையத்திற்கும் காவல் நிலையத்திற்கும் இடைப்பட்ட சாலை)
தியாகராயநகர், சென்னை – 600 017
தொலைபேசி : 24342771, 2986 0070
கைபேசி: **72**000 **5**00**73**
மின்னஞ்சல்: *sixthsensepub@yahoo.com*

இந்தப் புத்தகத்திலுள்ள எந்த ஒரு பகுதியையும் பதிப்பாளர் மற்றும் எழுத்தாளர் அனுமதியை எழுத்து மூலம் பெறாமல் பதிப்பிக்கக் கூடாது

நீங்கள் Smart Phone உபயோகிப்பவராக இருந்தால் QR Code Reader Application மூலம் இதை Scan செய்தால் நேரடியாக எமது இணையதளத்திற்கு சென்று மேலும் எங்கள் வெளியீடுகள் பற்றிய விவரங்களைப் பெறலாம்.

ISBN : 978-93-83067-57-2

முன்னுரை

மனித குலத்தைக் காலம் காலமாக அச்சுறுத்திக் கொண்டிருக்கும் மிகக் கொடுமையான பகைவன் யார்? இந்தக் கேள்விக்கு மிக எளிமையானதும் பொருத்தமானதுமான ஒரே பதில்தான் உண்டு. அது, மரணம்.

இந்த உலகில் நீண்ட நெடுங்காலம் உயிர் வாழ்ந்தவர்கள் பலர் உண்டு. அவர்களும் கடைசியில் மாண்டுதான் போனார்கள். கடவுளின் அவதாரங்கள் என்று புராணங்கள் கொண்டாடும் ராமர், கிருஷ்ணர் போன்றவர்களும் இறுதியில் இந்த உலக வாழ்க்கையிலிருந்து தங்களை விடுவித்துக் கொண்டவர்களே. மதக் கோட்பாடுகளை இந்த உலகுக்கு அளித்த மகான்களான ஆதிசங்கரர், கௌதம புத்தர், மகாவீரர் போன்றோரும் ஏதோ ஒரு நாளில் இந்த உலகைவிட்டு மறைந்துதான் போனார்கள். அற்புதங்கள் பலவற்றைச் செய்து காட்டிய ஆழ்வார்கள், நாயன்மார்களுக்கும் இறப்பு என்ற ஒன்று இருக்கத்தான் செய்தது.

அதனாலேயே வேதங்கள், "மறுபிறவியை வென்றவர்கள் வேண்டுமானால் இருக்கலாம். ஆனால் மரணத்தை வென்றவர்கள் என்று எவரும் இந்த உலகத்தில் இல்லை" என்று அடித்துக் கூறுகின்றன. கடவுளே பூமியில் வந்து அவதரித்தாலும், அவராலும்கூடத் தனக்கு ஏற்படும் மரணத்தைத் தவிர்க்க இயலாது என்பது சத்தியம். அகோர தவம் செய்து இறைவனிடம் வரம் கேட்ட அசுரர்கள் பலரும் சாகாவரம் வேண்டும் என்ற வரத்தைத்தான் தவறாமல் கேட்டார்கள். அவர்களிடம் இறைவன், "பிறந்தவர்கள் யாராயினும் அவர்கள் எல்லோருமே ஒருநாள் இறந்துதான் தீர வேண்டும். ஆரம்பம் என்று ஒன்று இருந்தால், முடிவு என்ற ஒன்றும் இருந்தே தீரவேண்டும். வேண்டுமானால்,

நீ விரும்பியபடி ஏதாவது ஒருவகையில் மரணத்தை அமைத்துக்கொள்" என்றுதான் சொல்லியதாகப் புராணக் கதைகள் கூறுகின்றன.

எத்தனையோ அசுரர்கள், எந்தெந்த விதமாகவோவெல்லாம் வரங்களைப் பெற்றிருந்தாலும், அவர்களால்கூட மரணத்தைத் தவிர்க்கவோ, அதைத் தாண்டி வரவோ முடியவில்லை.

விஞ்ஞானத்தின் நோக்கம், எப்படியாவது மரணத்தை வெல்ல வேண்டும் என்பதாகத்தான் இருக்கிறது. அரச போகங்களையும், அனைத்து விதமான பற்றுகளையும் துறந்து காட்டுக்குச் சென்ற முனிவர்களின் நோக்கமும் தங்களுக்கு மரணமற்ற வாழ்வு வேண்டும் என்பதாகத்தான் இருந்தது.

மாயாப் பிறவி மயக்கத்தை ஊடறுத்து
காயாபுரிக்கோட்டை கைக்கொள்வது எக்காலம்?
புல்லாய், விலங்காய், புழுவாய் நரவடிவாய்
எல்லாப் பிறப்பின் இருள் அகல்வது எக்காலம்?
ஒட்டாமல் ஒட்டி நிற்கும் உடலும் உயிரும் பிரிந்தே
எட்டாப் பழம் பதிக்குஇங்கு ஏணி வைப்ப தெக்காலம்?

என்று மனம் கலங்கிப் பாடுகிறார் பத்ரகிரியார்.

மரணமில்லாப் பெருவாழ்வு குறித்து எல்லா மதங்களும் உரத்த குரலில் முழங்குகின்றன. ஒரு மனிதன் அடையும் உச்சகட்டப் பெரும்பேறாக அவை கூறுவதே இந்தநிலையைத்தான். இதிலும்கூட, மேலை நாட்டு மதங்கள் இரண்டாகப் பிரிந்து நிற்கின்றன.

கீழைநாட்டு மதங்களும் யூத, கிறிஸ்தவ, இஸ்லாமிய சமயங்களும் சொர்க்கம் என்பதை வலியுறுத்துகின்றன. யூத வேதமான தால்முட், கிறிஸ்தவ வேதமான பைபிள், இஸ்லாமிய மறைநூலான குர்ஆன் என எல்லாமே இந்த உலகத்தைப் படைத்தவர் கடவுள்தான் என்கின்றன. இடைவிடாத பக்தியை இறைவனிடம் செலுத்துவதன் மூலம் அவரிடம் தங்களுக்குள்ள விசுவாசத்தை வெளிப்படுத்தலாம். அதனால் அவருடைய

அருளுக்குப் பாத்திரமாகலாம். அதன்மூலம், சொர்க்கத்திலும் தங்களுக்குச் சுலபமாக இடம் கிடைத்துவிடும். தங்களால் அழியாப் பெருவாழ்வை அடைந்து விட முடியும்! இதுவே தங்கள் மதம் காட்டும் பாதை என்று இவர்கள் கூறுகின்றனர்.

இந்து மதம், பௌத்த மதம், சமண மதம் என இவை அனைத்தும் கர்ம வினையை வலியுறுத்துகின்றன. ஒவ்வொரு செயலுக்கும் ஓர் எதிர்விளைவு உண்டு. ஒரு வினையைச் செய்தவன் அதற்கான பலனை அனுபவித்தே தீர வேண்டும். கடவுளுக்கும் இதிலிருந்து விலக்கில்லை. ஒருவன் செய்யும் செயல்களின் தன்மையைப் பொறுத்தே அவனது பிறவிகள் அமைகின்றன. எனவே பற்றுகளைத் துறப்பதன் மூலம் ஒருவன் பிறவித் தளையில் இருந்து விடுபட முடியும் என்று இந்த மதங்கள் சொல்கின்றன.

இங்கு மோட்சம் எனப்படும் முக்தி பற்றி வலியுறுத்தப்படுகிறது. மேலைநாட்டு மதங்களில், உச்சகட்டமாக, கடவுளிடம் காட்டும் பக்தியின் காரணமாகவும், வாழ்க்கையில் கடைப்பிடிக்கும் ஒழுக்கத்தின் வாயிலாகவும் ஒருவன் சொர்க்கத்தில் நிச்சயமாக இடம் பிடிக்கலாம் என்று கூறப்பட்டுள்ளது. அதாவது, இறைவனின் அருகில் இருக்கும் நிலையை அவனால் சுலபமாகப் பெற முடியும். கீழை நாட்டு மதங்களில் உள்ள நம்பிக்கையின்படி, ஒருவன் இறுதியாக இறைவனோடு இரண்டறக் கலந்துவிட முடியும். நதிகள் கடைசியாக கடலில் சங்கமிப்பதுபோல், மனித ஜீவன்கள் இறுதியாகப் பரம்பொருளில் ஐக்கியமாகி விடுகின்றன என்பது இந்த மதங்களில் உள்ள நம்பிக்கை. இதை எங்கிருந்து வந்ததோ அங்கேயே சென்று சேர்தல் என்று இவர்கள் சொல்கிறார்கள்.

ஆனாலும்கூட முகதி என்பது மறு பிறவியை வெல்வதுதானே தவிர, அதுவே மரணத்தை வென்றதாகி விடுமா? ஒருவர் மரணமடைவது வரையில்தான் நமது கண்களுக்கு தெரிகிறது. அதன் பின்பு அவர் என்ன ஆனார்? சொர்க்கம், நரகம் என்று ஏதாவது உண்டா? அவற்றில் ஏதாவது ஒன்றில் அவருக்கு இடம் கிடைத்ததா? அல்லது அவர் மறு பிறவி ஏதாவது எடுத்தாரா? அந்தப் பிறவி மனிதப் பிறவியா? அல்லது வேறொரு

ஜீவராசியாக அவர் பிறப்பெடுத்தாரா? அல்லது எந்தப் பிறவியும் எடுக்காமல், நற்கதியும் அடையாமல், ஆவியாக அலைகிறாரா? அல்லது ஆண்டவனோடு ஐக்கியமாகிப் பிறவிக் கடலைக் கடந்து விட்டாரா? என்பது பற்றியெல்லாம் தெரிவதில்லை.

இவை நம் அனைவர் மனத்திலும் ஏற்படும் கேள்விகள். இதற்கெல்லாம் நமக்குப் பதிலே கிடைப்பதில்லை. அப்படியே இவற்றுக்கான பதிலை யாராவது சொன்னாலும் அது வெறும் ஊகங்களின் அடிப்படையில் வரும் பதிலாகத்தான் இருக்கும். அவற்றுக்கு நிரூபணம் கிடையாது. இங்கே அந்த நபர் மரணமடைந்துவிட்டார் என்பது மட்டும்தான் உண்மை.

மரணம் என்றால் என்ன என்பதைப்பற்றி இன்னமும் கண்டறியப்படவில்லை. அவர் மரணமடைந்து விட்டார். அதாவது, அவரது உடலிலிருந்து உயிர் பிரிந்துவிட்டது என்றுதான் அனைவரும் கூறுகிறார்களே தவிர, அதைத் தாண்டி எதைப் பற்றியும், எவராலும் கூற முடிவதில்லை.

உயிர் என்பது என்ன? அது உடலில் எந்த இடத்தில் இருக்கிறது? அதைப் பற்றியும் யாராலும் கூற முடிவதில்லை. சரி. மனம் என்பது என்ன? அது நம் உடலில் எங்கே இருக்கிறது? அதுபற்றியும் எவராலும் கூற முடிந்ததில்லை.

ஒருவனுக்கு மரணம் என்பது எப்படி நேர்கிறது? அவனது உயிர் எந்த வழியாக அவன் உடலிலிருந்து பிரிந்து செல்கிறது? இது பற்றிய உண்மை தெரிந்தால்போதும். மரணம் பற்றி அக்குவேறு, ஆணிவேறாக நம்மால் அலசி ஆராய்ந்து நம் கேள்விகளுக்குப் பதிலளிக்கக்கூடிய பல உண்மைகளை நம்மால் சுலபமாகக் கண்டறிந்துவிட முடியும். அதன் மூலம் மரணத்தைத் தடுக்கும் வழிமுறைகளையும் நாம் கண்டுபிடித்துவிடலாம் என்பது விஞ்ஞானிகளின் கருத்து. ஆயினும், மருத்துவமனைகளில் ஆபத்தான நிலையில் உயிருக்குப் போராடிக் கொண்டிருக்கும் பல நோயாளிகளிடம் தீவிரமான பல ஆய்வுகளை மேற்கொண்டும்கூட எப்படி ஒரு மனிதனுக்கு மரணம் நேர்கிறது என்பது பற்றி யாராலும் கண்டறிய முடியவில்லை.

ஆனால், விஞ்ஞானம் எட்ட முடியாத அந்த எல்லையை மெய்ஞ்ஞானம் என்றோ எட்டி விட்டது. மரணத்தை நெருங்கிக் கொண்டிருக்கும் அந்தக் கடைசி வினாடிகளில் மனிதனுக்கு ஏற்படும் விவரிப்புக்கு அப்பாற்பட்ட உணர்வுகள், மரணத் தின்போது அவனுடைய உடலிலும் மனத்திலும் ஏற்படும் நிகழ்வுகள், மாற்றங்கள் பற்றியும் மரணத்தின்போதும், மரணத்துக் குப் பின்னும் மனிதனின் நிலை என்ன என்பது பற்றியெல்லாம்கூட வேதங்களும் உபநிடதங்களும் பல கோணங்களில் விவரித்துள்ளன. மரணத்துக்குப்பின் மனிதனின் நிலை என்ன? இது குறித்து விஞ்ஞானமும் உலக மதங்களும் என்னதான் சொல்கின்றன? இதுவரை செய்யப்பட்ட ஆராய்ச்சிகளின் முடிவுகள் என்ன?, ஆன்மீக நூல்கள் இதுபற்றி என்ன சொல்கின்றன என்பதைப் பற்றியெல்லாம் இந்நூலில் நாம் சற்று விரிவாகவே காணப் போகிறோம்.

பொருளடக்கம்

1. மனிதனை மிரட்டும் உஷ்ணம் — 9
2. கூடு விட்டுக் கூடு பாய்தல் — 29
3. சொர்க்கம் – நரகம் என்பவை எவை? — 49
4. எங்கும் வெறுமை... வெற்றிடம் மட்டுமே... — 67
5. பிரம்மனின் ஆயுட் காலம் — 85
6. பூமியை மூழ்கடித்த மகா பிரளயம் — 93
7. மரணத்தில் தொடங்கி மறுபிறப்பு வரையில் — 111
8. காலம் என்பது இல்லாத இடம் — 135
9. ஆத்மாவின் விடுதலையே மரணம் — 157
10. எகிப்தியரின் துஜாக் பள்ளத்தாக்கு — 175
11. இறைவனுக்கும் மனிதனுக்கும் இடையே ஒரு சுவர் — 189
12. தூய்மைப்படுத்தும் இரண்டாவது இரவு — 213
13. ஊது கொம்பின் மீது ஒரு பயங்கர வெடியோசை — 229
14. புறப்பட்ட இடத்திற்கே சென்று சேர்தல் — 243
15. என் உடம்புக்கு வெளியே நான்... — 255
16. ஜாலியாக வாக்கிங் போகும் ஆத்மாக்கள்... — 271
17. புத்தர் காட்டிய மரணத்தின் பின் மறுமை நிலை — 285
18. மகாவீரர் கண்ட மகத்தான நிலை — 301
19. நசிகேதனுக்கு எமன் செய்த உபதேசம் — 317
20. ராஜயோகத்தின் எட்டுப் படிகள் — 337
21. எமலோகத்தை நோக்கிப் பிராயாணம் — 361
22. ஜோதிடங்களில் மரணம் — 377
23. ராமருக்கு வசிஷ்டரின் விளக்கம் — 389
24. சித்தர்கள் கண்ட வானம் — 409

1

மனிதனை மிரட்டும் உஷ்ணம்

எப்போதாயினும் கூற்றுவன்
வருவான்;
அப்போதந்தக் கூற்றுவன்
தன்னைப்
போற்றினும் போகான்;
பொருளொடும் போகான்;
நல்லா ரென்னான்;
நல்குரவறியான்;
தீயா ரென்னான்;
செல்வரென்று எண்ணான்;
தரியானொரு கணம்
தறுகணாளன்!
உயிர் கொடு போவான்;
உடல் கொடு போகான்;

—கபிலர்

கபிலர் அகவல் சொல்லும் இந்தக் கவிதையைச் சொல்லாமல் மரணத்தைப் பற்றிச் சொல்ல ஆரம்பிக்கவே முடியாது. மரணம் என்ற ஒன்றைப் பற்றி, அல்லது வாழ்க்கை என்ற ஒன்றைப் பற்றி எழுத முற்படும் எவரும் இந்தக் கவிதையைத்தான் அதற்கு உதாரணம் காட்டுவார்கள். தத்துவ நூல்கள், ஆத்ம விசாரம், துறவு என எதைப்பற்றி எழுதினாலும் ஏதாவது ஓரிடத்தில் இதைக் குறிப்பிட்டே ஆக வேண்டியிருக்கிறது.

உலகத்தின் அத்தனை வகையான குணாம்சங்களையுடைய மனிதர்களை(Character)யும் உள்ளடக்கிய மாபெரும் இதிகாச மான மகாபாரதத்தில் வரும் ஒரு சம்பவம் இது. வெறும் கதைதான் என்றால் வியாச முனிவரின் விசாலமான கற்பனைக்கு ஈடுஇணை இந்த உலகத்தில் இல்லை என்பதை எல்லோரும் ஒப்புக் கொள்ளத்தான் வேண்டும். இது கதை இல்லை. உண்மையாக நடந்த ஒரு சம்பவம்தான் என்ற முடிவுக்கு நாம் வந்தோமென்றால், தர்மபுத்திரனை மிஞ்சிய யதார்த்த ரீதியான விவேகி இந்தப் பூவுலகில் எவருமே இல்லை என்ற முடிவுக்குதான் நாம் வரவேண்டியிருக்கும்.

வனவாசத்தில் இருக்கும்போது தாகத்தால் தவித்த தருமபுத்திரன் அருகில் எங்காவது நீர்நிலை இருக்கிறதா என்று பார்க்கும்படி தன் தம்பிமார்களிடம் கூறுகிறான். மரத்தின் மீது ஏறிப்பார்த்துவிட்டு சற்று தொலைவில் பொய்கை ஒன்று தென்படுவதாக சகாதேவன் கூறுகிறான்.

"நீயும் நீர் அருந்திவிட்டு எனக்கும் தொன்னையில் (இலைகளால் கிண்ணம்போல் வளைத்து செய்யப்பட்டது) தண்ணீர் எடுத்துவா" என்கிறான் தருமன்.

தருமனின் உத்தரவை ஏற்று அங்கு சென்ற சகாதேவன் வெகுநேரமாகியும் திரும்பி வரவில்லை. அவன் என்ன ஆனான் என்று பார்த்துவரும்படி அனுப்பப்பட்ட நகுலனும் திரும்பவில்லை. அடுத்தடுத்து அனுப்பப்பட்ட அர்ஜூனனும் பீமனும்கூட நெடுநேரமாகியும் திரும்பி வரக்காணோம். கடைசியாக தருமபுத்திரனே அவர்களைத் தேடிக்கொண்டு அங்கே வந்து விடுகிறான்.

அங்கே குளக்கரையில் அவனது நான்கு சகோதரர்களும் பிணமாக விழுந்து கிடக்கிறார்கள். அதைப் பார்த்து அதிர்ந்து போகிறான் தருமன். போர் நடந்ததற்கான அடையாளம் எதுவும் அங்கே தென்படவில்லை. நால்வர் உடலிலும் எந்தவிதத் தழும்புகளும் இல்லை. தூங்குவதுபோல் காணப்படுகின்றனர். குளத்துநீரில் விஷம் கலந்திருக்குமோ, அதனால் அவர்களுக்கு இக்கதி நேர்ந்திருக்குமோ என்றும் சந்தேகப்பட முடியவில்லை. அப்படியிருந்திருந்தால் பறவைகளும், விலங்குகளும் அங்கே செத்துக் கிடக்குமே! ஆனால் இந்த இடத்தில் ஏராளமான பறவைகள் பறந்து கொண்டிருக்கின்றன. அவை எந்தவித பயமுமின்றி காணப்படுகின்றனவே!

குழப்பத்துடன் தாகம் தொண்டையை வறட்ட தன் தாகம்தீர்க்க வேண்டி நீரில் தர்மபுத்திரன் கை நனைத்த மறுகணம் குளக்கரை மீது யட்சன் ஒருவன் தோன்றினான்.

தருமனும் தர்மதேவதையும்

"தருமபுத்திரா! இது எனக்கு சொந்தமான பொய்கை. இதில் என் அனுமதியின்றி யாரும் நீர் குடிக்கக்கூடாது. என் கேள்விக்கு சரியான விடை கூறுபவன்தான் இதில் நீர் அருந்தத் தகுதி உள்ளவன். உன் தம்பிகள் என் சொல்லை மீறி இந்தக் குளத்திலிருந்த தண்ணீரைக் குடித்தனர். அதனால் மாண்டு விழுந்தனர். நீ என் கேள்விகளுக்கு விடை அளித்தால் மட்டுமே இதில் உள்ள நீரை அருந்தலாம். அப்படியின்றி என் ஆணையை மீற முற்பட்டால் நீயும் இவர்களைப் போல் மாண்டு போவாய்" என்றான் யட்சன்.

இதையடுத்து யட்சனின் கேள்விகளுக்குப் பதில்தர தருமன் சம்மதிக்கவும் யட்சன் எண்ணற்ற கேள்விகளை அவனைப் பார்த்து வீசுகிறான். எல்லாவற்றுக்கும் தருமபுத்திரன் சரியாகப் பதிலளிக்கிறான். மகிழ்ச்சியடைந்த யட்சன் தன் சுய உருவைக் காட்டுகிறான். அதுவே தர்ம தேவதை என்பதையும் தரும புத்திரனின் தர்மசீலத்தைச் சோதிக்கவே இந்த நச்சுப் பொய்கை உண்டாக்கப்பட்டது என்பதையும் தருமன் அறிந்து கொள்கிறான்.

இதில் முக்கியமாக நாம் கவனிக்க வேண்டியது, தர்ம - யட்ச சம்வாதத்தில் யட்சன் கேட்கும் ஒரு கேள்வி பற்றித்தான். மாயை என்றால் என்ன என்பதைத் தோலுரித்துக் காட்டுவதாக அது அமைந்துள்ளது.

அவர்களிடையே நடந்த உரையாடலின்போது யட்சன் கேட்கிறான்: "தரும புத்திரனே! இந்த உலகத்தின் மிகப்பெரிய அதிசயம் எது?"

அதற்கு தருமன் கூறுகிறான்: "யட்சனே! தன் கண் எதிரிலேயே தினந்தோறும் ஆயிரக்கணக்கானவர்கள் மரணமடைவதைப் பார்த்துக் கொண்டிருக்கும்போதிலும், தான் மட்டும் நெடுங்காலம் இவ்வுலகில் வாழப்போவதாக ஒவ்வொரு மனிதனும் கற்பனை செய்து கொண்டு நிம்மதியாக இருக்கிறானே, அதுதான் உலகில் உள்ள அதிசயங்களிலேயே மிகப்பெரிய அதிசயம்."

ஒவ்வொரு மனிதனுக்கும் நிச்சயமாகத் தெரியும், தானும் ஒருநாள் சாகத்தான் போகிறோம் என்று. அந்த நினைப்பே அவனுக்கு நடுக்கத்தைத் தந்தது. அதேசமயம், மரணத்தை வெற்றி கொள்ள எந்தவிதமான வழிமுறையும் இல்லை என்பதையும் அவன் நன்றாக உணர்ந்திருந்தான். இது இன்னும் அவனது கதி கலக்கத்தை அதிகமாக்கியது. ஒன்று, மரணம் சம்பந்தமான நினைப்பையே தவிர்க்க வேண்டும் அல்லது அது குறித்த எதிர்மறை எண்ணங்களையே நேர்மறை எண்ணங்களாக மாற்றிக்கொள்ள வேண்டும்.

இதில் முதல் வகையினர் தங்களது பயத்துக்குத் தீர்வாகக் கண்டது போதைப் பொருட்களை. இரண்டாம் வகையினர் கண்டுபிடித்தது சமயங்களை. இதனால்தான் அறிஞர்கள் பலரும் மதம் என்பது அபின் என்று கூறினார்கள்.

போதைப் பொருட்களைப் பொறுத்தவரை மனிதன் காட்டு மிராண்டியாக, நாடோடி வர்க்கமாகத் திரிந்த காலத்திலேயே அவனுக்கு அவற்றின் பரிச்சயம் இருந்துள்ளது. கோகோ உள்ளிட்ட சில வகை தாவரங்களின் இலைகளை வாயிலிட்டு மென்றால் உடலில் ஒருவிதப் புத்துணர்ச்சி பரவுவதையும், லேசான மதிமயக்கம் ஏற்பட்டு உடலில் எந்த வலியும்

தெரியாமல் இருப்பதையும், படுத்தால் தன்னை மறந்து அடித்துப் போட்டதுபோல் தூக்கம் வருவதையும் அவன் கண்டறிந் திருந்தான். சாதாரணமாக இருக்கும் நேரங்களில் சிறு சத்தம் கேட்டாலும் ஒரே ஓட்டமாக ஓடி ஒளிபவன் போதைப் பொருளை உட்கொண்ட நிலையில் எவருக்கும் அஞ்சாமல் எதிர்த்து நின்றான். படுகாயமடைந்து ரத்தம் கொட்டிக் கொண்டிருக்கின்ற நிலையிலும், மரணத்தின் வாயிலில் நிற்கும் நிலையிலும், அவனுக்கு வலி தெரிவதில்லை. அவனிடமிருந்து ஒரு சிறு முனகல்கூட வெளிப்படவில்லை.

இதை அறிந்துகொண்ட பின்னரே ஒரு தரப்பு மனிதர்கள் போதையை நாட ஆரம்பித்தனர். (இதில் குறிப்பிடத்தக்க விஷயம், இத்தகைய போதை தரும் தாவரங்களை ஆடுமாடுகள் உட்பட எந்தப் விலங்கும் சீந்துவதே இல்லை என்பதையும் ஆதிமனிதன் கண்டுகொண்டான் என்பதுதான்.) போதை தரும் தழைகளை மெல்லுவதில் தொடங்கி படிப்படியாக அதைக்கொண்டு கஷாயம் வடிப்பது, மது காய்ச்சுவது, கள் இறக்குவது என்று முன்னேறி இப்போது பெதடின், மார்பியா, கொக்கேய்ன் என்று புதிது புதிதாகக் கண்டுபிடித்து பயன்படுத்துவது என்பது வரைக்கும் முன்னேறியுள்ளார்கள்.

மற்றொரு தரப்பினர் தங்கள் மனத்தில் இருக்கும் மரண பயத்தை அகற்ற, மரணத்துக்குப் பின் மற்றொரு வாழ்வு இருப்பதாக, அதாவது, தங்களுக்கு அச்சத்தைக் கொடுத்ததையே தங்கள் ஆளுமை அம்சமாக மாற்றிக்கொண்டனர். இறப்புக்குப் பின்னர் மனிதன் இறைவனின் சந்நிதானத்தில் நிறுத்தப்படுவான் என்றும், அவன் செய்த பாவ புண்ணியங்களுக்கு ஏற்ப அங்கு அவனுக்குத் தண்டனையோ, நற்கூலியோ கிடைக்கும் என்றும் மக்கள் மனத்தில் நம்பிக்கைகள் உருவாக்கப்பட்டன.

மேலை நாட்டு மதங்கள் இறைவன் மீதான விசுவாசத்தைப் பெரிதும் வலியுறுத்தின. இறைவன் மீதும் இறைத் தூதர் மீதும் ஒருவன் காட்டும் விசுவாசமே தண்டனைகளிலிருந்து அவனைத் தப்பிக்க வைக்கும் என்ற கருத்து அப்போது பலமாகப் பரவியிருந்தது. இதனால் பிரார்த்தனைகளும் வேண்டுதல்களும் முக்கியப்படுத்தப்பட்டன.

கீழை நாட்டு மதங்கள் செயல், எதிர்வினை ஆகியவற்றை வலியுறுத்தின. கர்மபலன் என்பதன் அடிப்படையில் ஒருவனது செய்கைகளுக்கு ஏற்ப அவனது மரணத் தறுவாயில்,

சிலுவைப் போர்கள்

நன்மைகளைச் செய்தவன் தேவதூதர்களால் சொர்க்கத்துக்கும், தீமைகளைச் செய்தவன் எம கிங்கரர்களால் நரகத்துக்கும் கொண்டு செல்லப்படுவான் என்று அவை குறிப்பிட்டன.

இரண்டு மார்க்கங்களாலும் பல நன்மைகளும் ஏற்பட்டன. அதன் மறுபக்கமான தீமைகளும் ஏற்பட்டன. அது எதிர்விளைவைத் தருவதாக இருந்தது. மேலைநாட்டு மதங்கள் இறைவன் மீதான பற்றையும் இறைதூதர் மீதான விசுவாசத்தையும் வலியுறுத்தின. இதனால் இறையச்சம், தெய்வபக்தி, ஒழுங்கு, பரோபகாரம் போன்றவை பெரிதும் பரவின. இதன் மறுபக்கமாக தாங்கள் நம்பிய தேவகுமாரன், இறைத்தூதர், அவதாரபுருஷன் ஆகியோரை மட்டுமே உண்மை என்றும், அதை ஏற்காதவர்கள் சாத்தானின் சக்திகள் என்றும் கருதும் மனப்போக்கு வளர்ந்தது. இதனால் தீவிர மதமாற்றங்கள் நடந்தன, அப்படி மதமாற்றத்தை ஏற்காதவர்களை ஒழித்துக்கட்டுவது போன்ற செயல்கள் பெருக ஆரம்பித்தன.

இந்தப் பணியை புனிதப் பணி என்றும் இதில் ஈடுபட்டு உயிரிழந்தவர்களுக்கு சொர்க்கத்தில் முன்னுரிமை வழங்கப்படும்

என்றும் மதகுருமார்கள் வலியுறுத்தி, தீவிரமான மத விசுவாசி களையும் அவர்களிடம் கண்மூடித்தனத்தையும் மேன்மேலும் வளர்த்தனர்.

இடைக்காலத்தில் ஐரோப்பாவையும் ஆசியாவையும் இணைக்கும் தரை மார்க்கம் ஆசியா மைனர் எனப்பட்டது. இங்குள்ள வரலாற்று பிரசித்தி பெற்ற நகரம்தான் பைசாண்டியம் என்னும் பெருநகரம். கிறிஸ்தவம் பரவிய பின்னர் இந்த நகரத்துக்கு கான்ஸ்டாண்டிநோபிள் என்று பெயர் மாறியது.

இஸ்லாம் மதம் இந்தப் பகுதிகளில் பரவிய பின்பு துருக்கியர்கள் கான்ஸ்டாண்டிநோபிளைக் கைப்பற்றி அதற்கு இஸ்தான்புல் என்று பெயரிட்டனர். ஏசு சிலுவையில் அறையப்பட்ட ஜெருசலம் நகரம் அவர்களுடைய கட்டுப்பாட்டின்கீழ் வந்தது. இந்த இரு நகரங்களையும் மீட்க கிறிஸ்தவர்கள் போர் தொடுத்தனர். இரு தரப்பும் மாறி, மாறி படையெடுத்து இந்த நகரங்களைக் கைப்பற்றின.

சிலுவைப் போர்கள் என்றழைக்கப்பட்ட இந்தப் போர்கள் 9 நூற்றாண்டுகள் தொடர்ந்து நடைபெற்றன.

மரணத்திலிருந்து எவரும் தப்ப முடியாது என்ற நிலையில், கடவுளுக்காகத் தன் உயிரைத் தானே முன் வந்து அர்ப்பணித்தல் என்ற இந்த வகையைச் சேர்ந்தவர்களின் செயலை “மனப் பிளவை ஆளுமைப் பிளவாக மாற்றுதல்” என்கின்றனர் உளவியலாளர்கள்.

காடுகளிலும் மலைகளிலும் அலைந்து திரிந்து குகைகளில் வாழவும் நேர்ந்த ஆதிமனிதன் முதன் முதலில் சந்தித்த மரணம் அவனது பெற்றோரின் மரணமாகவே இருந்திருக்கும் என்கின்றனர் சமூகவியல் ஆய்வாளர்கள். கணவன், மனைவி போன்ற உறவுகள் அப்போது தோன்றியிருக்க வழியில்லை. எனவே, ஆதிமனிதன் முதன் முதலில் எதிர்கொண்டது தனது தாயின் மரணமாகத்தான் இருந்திருக்கும் என்றும் ஒரு கருத்து உண்டு. விலங்குகளை அவனே கொன்று தின்று வந்ததால், அவற்றின் இறப்பு அவனை அவ்வளவாகப் பாதித்திருக்க நியாயமில்லை. ஆனால் ஓடி, ஆடி, பதுங்கி, உண்டு, உறங்கி, விழித்து மகிழ்ந்த அவனுக்கு, தனக்கு சகலமும் கற்பித்த தன் தாயின் உடல் அசைவற்று கிடப்பதும், அதன் பின் அது அழுகி துர்நாற்றம் வீசத்துவங்கியதும் பயமுறுத்தியிருக்க வேண்டும்.

இறந்த தாயின் உடல் ஊட்டிய அச்சம், துர்நாற்றம் ஏற்படுத்திய பிரச்னை ஆகியவற்றையெல்லாம் அவன் எப்படி அந்தத்

மரணத்துக்குப் பின் 17

தருனத்தில் எதிர்கொண்டிருப்பான்? ஆரம்பத்தில், அவன் தன் செத்துப்போன முன்னோர்களை அப்படியே விட்டுவிட்டு, அங்கிருந்து வேறிடத்துக்குச் சென்றிருக்கக் கூடும். பின்னர் வேறு மிருகங்கள் வந்து இறந்த அந்த உடலை சேதப்படுத்தாமல் இருக்கவேண்டுமென்பதற்காக ஒரு குகையில் அதைத் தள்ளிப் பெரிய பாறாங்கல்லால் குகையை அவன் மூடியிருப்பான். பின்னர் அதிலிருந்து வெளிப்படும் துர்நாற்றம் வெளியேற, பின்புறம் சிறுதுளைகளை குகையில் ஏற்படுத்தி இருப்பான். அதன் பின்னர் பள்ளம் தோண்டி அதில் உடலைத் தள்ளி, மண்ணால் மூட அவன் கற்றுக் கொண்டிருக்கக்கூடும்.

இதில்கூட ஆரம்பத்தில் அவன் இயற்கை ஏற்படுத்தியிருந்த, ஏதாவது ஒரு குழியில், பெரும்பாலும் மழைநீர், அல்லது ஆற்று நீரால் அரிக்கப்பட்ட பள்ளத்தில் அந்த உடலைப் போட்டு மூடியிருப்பான். இதுதான் அவன் முதன்முதலில் செய்த நாகரிகமான செயலாக இருந்திருக்கக்கூடும். சில நேரம் இறந்த மனிதன் மீண்டும் எழுந்து வரக்கூடும் என்ற நம்பிக்கையுடன் பல நாட்கள் அவன் காத்திருந்திருக்கவும் கூடும்.

"மரணத்துக்குப் பின்பு மனிதனின் நிலை என்ன?" இந்தச் சிந்தனை எல்லாக் காலகட்டங்களிலும் மனித குலத்தை வாட்டி

வந்திருக்கிறது. அறிவியல் முன்னேறிய இந்தக் காலத்திலும் விஞ்ஞானிகளைப் பொறுத்தவரை மரணம் ஒரு புரியாத புதிராகத்தான் இருக்கிறது. அந்த உடலில் இருந்து ஏதோ ஒன்று வெளியேறிவிட்டது. அது என்னவாக இருக்கும்? ஒருவேளை இதே வடிவத்துடன் கூடிய ஓர் உடம்பா? அல்லது உடலை இயக்கிய மின்சாரம் போன்ற ஒரு சக்தியா? அல்லது அதுவரை இயங்கிக் கொண்டிருந்த, சாவி கொடுக்கப்பட்ட ஒரு எந்திரம் தன் இயக்கத்துக்காகக் கொடுக்கப்பட்ட விசை தீர்ந்தவுடன் நின்று விடுவதுபோல், உடல் எனும் எந்திரம் நின்று போவதுதானா? அப்படியானால் அதைச் சாவி கொடுத்து முடுக்குவது யார்? என்று பலப்பல கேள்விகள் கிளைவிட்டுக் கிளம்பின.

இடைக்காலத்தில் விஞ்ஞான முன்னேற்றம் இல்லாவிடினும், மனிதகுலம் நாகரிகத்தை எட்டியிருந்தது. அப்போதும் இறப்புக்குப் பின் என்ன? என்ற கேள்வி மனிதனைப் பெரிதும் அச்சுறுத்தியது. அதன் விளைவாக சொர்க்கங்கள், நரகங்கள், மரணமில்லாப் பெருவாழ்வு, மரணத்துக்குப் பின்னான எதிர்மறை உலகங்கள் என்றெல்லாம் நம்பிக்கைகளும் கற்பனைகளும் கிளைத்தன. அந்தக் கால கட்டங்களில்தான் மன்னனை மீறிய செல்வாக்கை மத குருமார்கள் பெற்றிருந்தனர்.

ஆனால் ஆதியில் மனிதன் அதிகம் சிந்தனை செய்யாதவனாக இருந்தான். அதனால் தொந்தரவுகள் இல்லாதவனாக இருந்தான். அவனது முதல் கவலை தற்காப்பு பற்றிய கவலைதான். தோன்றும் பொருட்கள், தோன்றாப் பொருட்கள் என எல்லாவற்றின் மீதும் அவன் பெரும் அச்சம் கொண்டிருந்தான். அவனது காதுகளும் கண்களும் அசாதாரணக் கூர்மையுடையனவாக இருந்தன. தொலைவில் சிறு அசைவு, சிறு சத்தம் தென்பட்டாலும் ஓட்டம் பிடிக்க அவன் கால்கள் தயாராயிருந்தன. அத்தகைய மனிதன், இரைதேடல், இனவிருத்தி தவிர ஏதும் அறியாதவனாயிருந்தான். கூட்டமாகக் கூடி வாழ ஆரம்பித்த பின்பே மரணம் என்பது பற்றி அவன் உணரத் தொடங்கினான்.

பிணங்கள் அழுகுவதால் அவனுக்கு இரண்டு பிரச்னைகள். ஒன்று, இறந்தவன் என்னவானான்? என்ற கேள்வி அவனிடம் பிறந்தது. மற்றொன்று அந்த உடலை என்ன செய்வது? என்று அவனுடைய மனம் கவலை கொண்டது.

இறந்த இவன் மீண்டும் திரும்பி வருவானா? அப்படி வந்தால் அவனுக்கு இந்த உடல் தேவைப்படுமா? அதுவரை இந்த உடலை

எப்படிக் காப்பாற்றுவது? அல்லது அவனது உடலை "ஏறக்கட்டி விட்டால்", பின்னாளில் திரும்பி வந்து பார்க்கும் அவன், தான் அந்த உடலை என்ன செய்தோம் என்ற விவரம் அறிந்து தன்மீது கோபம் கொள்வானா? தன் கூட்டத்தையே அந்தக் கோபத்தின் காரணமாக அழித்து விடுவானா? என்றெல்லாம் கவலைப்பட ஆரம்பித்தான்.

காட்டுமிராண்டி என்ற நிலையிலிருந்து நதிக்கரை நாகரிகம் என்ற பரிமாணத்தை மனித குலம் எட்டியபோது, நைல் நதிக்கரை நாகரிகம், ஹோயாங் ஹோ என்னும் மஞ்சள் ஆற்று நாகரிகம், மெசபடோமியா என்னும் யூப்ரடீஸ் டைக்ரீஸ் ஆற்று நாகரிகம், சிந்து கங்கை சமவெளி நாகரிகம் உள்ளிட்ட நாகரிகத்தின் தொட்டில்கள் பல படிப்படியாக உலகில் ஏற்பட்டன. இறந்த உடல்களை அப்புறப்படுத்துவதுதான் இவர்களின் தலையாய பிரச்னையாக இருந்தது என்பது தெரியவந்துள்ளது.

இறந்த பின்னும் மனிதன் வாழ்கிறான் என்ற நம்பிக்கை எல்லா நாடுகளிலும் இருந்துள்ளது. அப்போது மனிதன் உடல் கடந்த நிலையை எட்டி விடுவான் என்றே அவர்கள் கருதினார்கள். இறகு முளைக்கும்வரைதான் பறவைக் குஞ்சுகளுக்குக் கூடு தேவை. அது முளைத்த பின்னர் அவற்றுக்கு கூடு தேவைப்படாது. மனிதனுக்கு உடல் என்பது பறவையின் கூடு மாதிரிதான். உரிய அனுபவங்களை அடைந்து, மனம் பக்குவப்பட்டு விட்டால் உயிர் அந்த உடலை உதறிவிட்டுச் சென்றுவிடும்.

ஆனால், பறவை சில நேரங்களில் தனது பழைய கூட்டுக்குத் திரும்பி வரவும்கூடும். அந்த நேரத்தில் அங்கு கூடு இல்லாமல் போனால் அது எப்பேர்ப்பட்ட ஏமாற்றமடையும்? உடலை விட்டுப் போன மனிதனின் ஆவி திடீரென தனது உடலைக் காணத் திரும்பி வந்தால்? உடல் சிதிலமாகி விட்டது தெரியாமல், இங்கேயே தங்கி, அதைத் தேடிக் கொண்டு, அலைந்து திரிந்தால்?

இதனாலேயே இறந்த உடலைப் பாடம் பண்ணும் முறை தோன்றியது. இந்தக் கலையில் எகிப்தியர்கள் மிகச்சிறந்த நிபுணர்களாகத் திகழ்ந்தனர். அதிலும், மன்னர்கள் கடவுளின் அவதாரங்கள் என்ற நம்பிக்கை மேலை நாடுகளில் அப்போது நிலவியது. உலகைக் காப்பவர் கடவுள். நாட்டைக் காப்பவன் அரசன். எனவே, அரசன் என்பவன் கடவுளின் அம்சம் பெற்றவன் என்று மக்கள் நினைத்தார்கள். அந்தக் கொள்கைக்குத் "தெய்வீக உரிமை" என்ற பெயரும் இருந்தது.

எகிப்தின் பாரோ மன்னர்

இறந்த மன்னனின் உடலை ஆயிரம் ஆண்டுகள் ஆனாலும் கெடாதபடி பதப்படுத்தி, அவனுக்குச் சொந்தமான, அவன் பயன்படுத்திய சகல பொருட்களோடும் சமாதி வைத்து, அவற்றின் மீது பெரிய பிரமிடுகளைக் கட்டினார்கள்.

எகிப்தின் பாரோ மன்னர்களுக்கு இதுவேதான் மிகப் பெரிய வேலையாக இருந்தது. "எப்போதோ சாகப் போவதற்காக இப்போதே குழி வெட்டி வைத்துக் கொள்வதா?" என்று நம்மூர் கிராமப் பெரியவர்கள் பழமொழி சொல்வார்கள். அதை இந்த மன்னர்கள் நிஜமாக்கினார்கள். ஒவ்வொரு மன்னனும் கோடிக் கணக்கில் பொன்னையும் பொருளையும் கொட்டி, பல்லாயிரக்கணக்கான அடிமைகளையும் வீரர்களையும் வேலைக்கு அமர்த்தி, தன் ஆயுள் முழுவதையும் செலவிட்டு தங்களுக்கென பெரியப் பெரிய பிரமிடுகளைக் கட்டிக் கொண்டனர். மரணத்துக்குப் பிந்தைய வாழ்வைப் பற்றியே கவலைப்பட்டுக் கெண்டிருந்த அவர்களால் வாழ்வை அனுபவிக்க இயலவில்லை.

இடுகாடு, சுடுகாடு இரண்டையும் பற்றி நாம் நன்கு அறிவோம். இறந்த மனிதர்களை எரிப்பதா? புதைப்பதா? என்ற விவாதம் பல இனங்களில் அவ்வப்போது தோன்றும்.

இந்து மதத்தில் சில பிரிவினரிடையே எரித்தலும் சில பிரிவினரிடையே புதைத்தலும் வழக்கத்தில் இருந்தாலும், பொதுவில் உலகம் முழுவதும் புதைக்கும் பழக்கமே வழக்கத்தில் உள்ளது. இஸ்லாம், கிறிஸ்தவம் இரண்டுமே யூத மதத்திலிருந்து பிரிந்தவைதான். ஆதி மனிதன் ஆதாமும் ஏவாளும் தன் கட்டளையை மீறி நன்மை தீமை அறியும் மரத்தின் கனியைப் புசித்ததால், அவர்களைப் படைத்த கடவுள் கோபம் கொண்டு அவர்களைச் சபித்தார். அப்போது "நீங்கள் மண்ணிலிருந்து படைக்கப்பட்டீர்கள். முடிவில் மண்ணுக்கே திரும்புவீர்கள்" என்றாராம். அதனால் மண்ணில் புதைப்பதையே இம்மூன்று மதங்களும் பின்பற்றுகின்றன.

பிணங்களை எரிக்கும் பழக்கம் பிராமணர் என்னும் வகுப்பினரிடையேதான் அதிகம் உள்ளது. ஆனால் அவர்கள்கூட 10 வயதுக்குட்பட்ட குழந்தைகள் இறந்தால் எரிப்பதில்லை. புதைத்து விடுகின்றனர்.

பாரசீகத்தில் பரவியிருந்த மதம் பார்ஸி எனப்பட்டது. இந்த மதத்தில் அக்னிதான் மூலக் கடவுள். இதை நிறுவியவர் ஜாரதுஷ்டிரா. இவர்களின் வேதம் "அவெஸ்தி" எனப்படும். இறந்துபோன உடலை பூமியில் புதைத்து மக்கவிடுவதோ, நெருப்பில் எரிய விடுவதோ பாவம் என்பது இவர்களின் கொள்கை. மனித உடலின் ஒவ்வொரு அணுவும் மற்ற ஜீவன்களுக்கு ஏதாவதொரு வகையில் பயன்பட வேண்டும் என்பதால் இவர்கள் இறந்த உடல்களை தூக்கிக் கொண்டுபோய் உயரமான இடத்தில் வைத்து விடுவார்கள். காக்கைகள், கழுகுகள் போன்ற ஜீவன்கள் அவற்றை உண்டு பசியாறியபின் வெறும் எலும்புகள்தான் அங்கே மிச்சமிருக்கும். அந்த எலும்புகளை நக்கி, சுத்தப்படுத்திவிட்டால், அந்த ஆத்மா பாவங்கள் நீங்கி புனிதமடைந்து விடும் என்பது இவர்களின் நம்பிக்கை. ஆகவே இப்படிச் செய்வதைத் தங்கள் கொள்கையாகவே இவர்கள் கொண்டுள்ளனர்.

இதற்கென்று தூண் வடிவிலான உயர்ந்த கோபுரங்களும் அவற்றின் மீது நாற்புறமும் கதவுகள் அற்ற வளைவு போன்ற வாசல்களும் உண்டு. இந்த மேடைகள் "டகோமா" (Tower of silence) என்று அழைக்கப்பட்டன. (இப்போதும் மும்பை போன்று பார்ஸிகள் வசிக்கும் பகுதிகளில் இத்தகைய அமைதி கோபுரங்கள் இருக்கின்றன.)

இறந்தவன் உடலில் அவனது விசேஷ அம்சங்கள் அதற்குப் பின்னரும் தங்கியிருக்கும் என்று ஆஸ்திரேலியப் பழங்குடி மக்கள்

Tower of silence

கருதினார்கள். அவற்றைத் தாங்களும் அடைய விரும்பி அவன் உடலைத் தங்களுக்குள் பகிர்ந்து உண்டுவிடுவார்கள்.

ஒரிஸா மாநிலத்தில் மந்திர, தந்திரங்களில் வல்லவர்களாக இருப்பவர்க்கென்றே ஒரு கிராமம் இருந்தது. பூத மந்திர வித்தைகள் போன்றவற்றில் பழகிய இவர்களுக்கு ஒரு பழக்கம் உண்டு. மனிதனின் ஆற்றல்கள் எல்லாம் அவனது மூளையில்தான் அடங்கியுள்ளன என்பது இவர்களின் கருத்து. அதனால் ஒரு மந்திரவாதி இறந்து விட்டால், அவனது வாரிசா யிருப்பவன் அல்லது அவனது தலைமை சீடன், இறந்தவனது காதருகே துளையிட்டு மூளையை மட்டும் வெளியே எடுத்து ஒரு வாழையிலை தொன்னையில் அதை வைத்து சில சடங்குகளைச் செய்துவிட்டுத் தின்றுவிடுவான். அதன்மூலம், அதுவரையில் இறந்தவருக்குக் கட்டுப்பட்டிருந்த பூத, பிரேத, பைசாச சக்திகள், இனிமேல் இவனுக்குக் கட்டுப்படும் என்றும், இறந்த மந்திர வாதியின் ஆற்றல்களும் இவனை வந்து அடையுமென்றும் இவர்களுக்கு ஒரு நம்பிக்கை.

ஆஸ்திரேலியாவில் உள்ள வேறு ஒரு பழங்குடி இனத்தவர், இறந்தவர்களின் உடல்களை மரங்களின் கிளைகளிலும் மரத்தின் உச்சியிலும் கட்டித் தொங்கவிட்டு விடுவார்கள். ட்ரோமிரைண்ட் தீவு மக்கள் தங்கள் உறவினர்களின் இறந்த உடலை சகல

மரியாதைகளுடன் ஓரிடத்தில் புதைப்பார்கள். சில நாட்கள் கழித்துத் திரும்பவும் அதைத் தோண்டி எடுத்து, எஞ்சியிருக்கும் எலும்புகளைக் கொண்டு ஸ்பூன்கள் போன்ற சாப்பிடும் கருவிகளை செய்வார்கள். ஆனால் அவற்றை பயன்படுத்த மாட்டார்கள். கொண்டு போய் கடலை நோக்கி இருக்கும் மலைக்குகைகளில் வைத்துவிட்டு வந்துவிடுவார்கள்.

நாற்றாங்காலிலிருந்து நாற்றைப் பறித்து வேறு இடத்தில் நடுவதுபோல் உடலின் நிரந்தர அம்சங்களை அழிப்பதற்கு இரண்டு தடவையாகத் தீர்வு காணும் நடவடிக்கை இது. முதன் முறை புதைத்ததில் அந்த உடலின் முக்கால்வாசி அம்சங்கள், தசைகளாலான பாகங்கள் அழிந்து விடும். அப்படியும் அழியாது எஞ்சியிருக்கும் அம்சங்கள் இந்த இரண்டாம் முறையின் மூலம் முற்றிலுமாக இயற்கையுடன் கலந்து விடும் என்பது இவர்கள் நம்பிக்கை.

கிரேக்க நாட்டில் ஏதென்ஸ், தீப்ஸ், ஸ்பார்ட்டா, காரிந்த், மெகாரா என்ற ஐந்து அரசுகள் இருந்தன. இதில் தீப்ஸ் நகர மன்னர்கள் முடி சூடியதுமே தங்களுக்கான புதை கோயில்களையும் நிர்மாணிக்கத் தொடங்கிவிடுவார்கள். இவை பிரமிடுகள்போல் இருப்பதில்லை. குடைந்தெடுத்த கருங்கற்களைக் கொண்டு, அவற்றின் ஸ்தூபிகளை நிர்மாணிப்பதற்கான வேலைகள் நடைபெறும். இப்போதும் காணப்படுகின்ற அந்த ஸ்தூபிகளைக் கொண்டு அந்த அரசன் ஆண்ட காலத்தை சுலபமாகக் கணக்கிட முடியும்.

ஆப்ரிக்காவின் லாங்கோ இன மக்களின் ஒரு பிரிவினர் இறந்த உடலைப் புதையூட்டி, அவன் இறந்த இடத்திலேயே வைத்துவிட்டு வந்துவிடுவார்கள். புதையூட்டுவது என்றால் தலை முதல் கால்வரை பாடம் பண்ணி, கெட்டுப்போகாமல் வைப்பது. ஒருவர் ஒரு விசேஷத்தில் கலந்துகொள்வதற்காக, தனது நண்பனின் ஊருக்குச் செல்கிறார். சென்ற இடத்தில் எதிர்பாராமல் அவர் இறந்துவிட்டார் என்றால் அவரது இறந்த உடலைப் புதையூட்டி அவனது நண்பனின் வீட்டு வாசலிலேயே வைத்துவிடுவார்கள்.

ஒரு வீட்டை விட்டு ஒருவன் வெளியேறிவிட்டால், காலியாக இருக்கும் அந்த வீட்டில் அத்துமீறி யாராவது குடியேறிவிடுவது உண்டல்லவா? அதுபோல், ஓர் உடலில் இருந்து ஆவி ஏதோ ஒரு காரணத்தினால் வெளியேறி விட்டது என்று வைத்துக்கொள்வோம். இப்போது அந்த உடல் காலியாக உள்ளது.

ஏதாவது ஒரு கெட்ட ஆவி, ரவுடிகள் துணையுடன் புறம்போக்கு நிலத்தை செல்வாக்குள்ளவர்கள் ஆக்ரமிப்பதுபோல், அந்த உடம்புக்குள் போய் உட்கார்ந்து கொண்டால் என்ன செய்வது? இந்த பயம்தான், இறந்தவர் உடலைத் தீயிலிட்டுச் சாம்பலாக்கும் வழக்கத்தை மனிதர்களிடம் உண்டாக்கியது. உடலை மட்டுமல்லாது இறந்தவன் பயன்படுத்திய உடைகள், படுக்கை போன்றவற்றையும் தீயிட்டு எரிக்கத் தூண்டியது. ஒருவேளை இந்தப் பொருட்களுக்காக, இவற்றை பயன்படுத்துவதற்காக அது மீண்டும் வந்து விட்டால் என்ன செய்வது என்ற பயம்தான் அதற்குக் காரணம்.

புராதன கிரேக்கர்கள், இறந்தவர் உடலுக்குத் தீயிட்டார்கள். அந்த நெருப்பின் சூடும் அப்போது எழும் புகையும் உள்ளே மிச்சம் மீதியிருக்கும் ஆவியின் சக்திகள், வாசனைகள் ஆகியவற்றை வெளியேற்றி விடும் என்று அவர்கள் நம்பினார்கள். ஆனால் அவர்கள்கூட "கடவுளால் தண்டிக்கப்பட்டவர்கள்", அதாவது, இடி, மின்னல் தாக்கி மாண்டவர்கள், தற்கொலை செய்துகொண்டவர்கள், அகால மரணமடைந்த குழந்தைகள் ஆகியோரின் உடல்களை எரியூட்டுவதில்லை.

உலகில் கிறிஸ்தவம் பரவ ஆரம்பித்தபின் பைபிளில் கூறப்பட்டுள்ளவற்றின் மீது மக்களுக்கு ஆழ்ந்த நம்பிக்கை ஏற்பட்டது. அந்த நம்பிக்கைகள் அவர்களது மனத்தில் ஆழமாக வேரூன்றின. நியாயத் தீர்ப்பு நாள் அன்று கல்லறையில் உள்ள பிணங்கள் எல்லாம் உயிர்த்தெழும் என்று பைபிளில் சொல்லப்பட்டதை இவர்களில் பெரும்பாலானோர் நம்பினர். அதன் பின் உலகம் திருப்பி வைக்கப்படும்; அதாவது உலகம் புதிதாகப் படைக்கப்படும். உயிரினங்கள் தோற்றுவிக்கப்படும் என்பதை அவர்கள் ஏற்றுக் கொண்டார்கள்.

17ஆம் நூற்றாண்டில் ரிச்சர்ட் ஹீல் என்றொருவன் இருந்தான். பைபிளில் உயிர்த்தெழுதல் மற்றும் கர்த்தர் எல்லாவற்றையும் திருப்பி வைப்பார் என்று கூறியிருந்ததை அவன் அழுத்தமாக நம்பினான். அவனுக்கு எப்போதும் அவனது குதிரை அவனுடனேயே இருக்க வேண்டும். தெருமுனைக்கு செல்வதாயிருந்தால் கூட குதிரையில்தான் செல்வான். யாருடனாவது பேசுவதென்றால்கூட குதிரைமேல் இருந்தபடியேதான் பேசுவான். பல நேரங்களில் குதிரையின் மீது உட்கார்ந்தபடியே அவன் தூங்கிப்போனதும் உண்டு.

மரணத்துக்குப் பின் 25

உடன்கட்டை ஏறுதல்

தான் இறந்த பின்னர் தனது குதிரை மட்டும் இங்கேயே தங்கிவிட்டால் மறு உலகில்தான் பயணம் செய்வதற்கு குதிரைக்கு எங்கே போவது? தவிர, உயிர்த்தெழும் நாளில் தான் ஒரு இடத்திலும், குதிரை வேறு ஒரு இடத்திலும் வெவ்வேறு நேரத்தில் உயிர்ப்பிக்கப்பட்டால் என்னசெய்வது என்ற கவலை அவனுக்கு ஏற்பட்டது. அதனால் அவன் ஓர் உயில் எழுதினான். அதில், தான் மரணமடைந்த பின்பு தன் உடலை தனது குதிரை மீது உட்கார வைத்து தன்னை குதிரையுடன் தலைகீழாகப் புதைக்கும்படி அதில் எழுதி வைத்தான். மீட்சி நாளில் கர்த்தர் திருப்பி வைக்கும்போது குதிரை மீது அமர்ந்தபடி நேராக எழலாம் அல்லவா! அதனால் இப்படி அவன் எழுதி வைத்தான். அதன்படியே குதிரையின் முதுகில் அவன் உடலை அமர்த்தி, குதிரையின் நான்கு கால்களும் வானத்தை நோக்கி செங்குத்தாக இருக்கும் நிலையில் தலைகீழாக வைத்துப் புதைத்தனர்.

இறந்தவன், மேல் உலகில் கஷ்டப்படக்கூடாது என்பதற்காக அவன் பயன்படுத்திய தட்டுகள், குவளைகள் போன்றவை அவனுடனேயே புதைக்கப்பட்டன. பின்னர் அவனது உடைமைகளில் முக்கிய உடைமையான மனைவியையும் அவனுடன் சேர்த்து புதைக்க ஆரம்பித்தனர். அவள் துணையின்றி அவன் எப்படி மேலுலகில் தனியாக இருப்பான்? அவளைத் தேடி மீண்டும் அவன் இங்கேயே வந்து விட்டால்?

இந்த நம்பிக்கை பலவிதமாக வெளிப்படுத்தப்பட்டது. இந்தியாவில் சதி என்ற பெயரில் உடன்கட்டை ஏறும் வழக்கம்

வெகு காலம் நிலவியது. சில பெண்கள் தாங்களாகவே விரும்பி கணவனுடன் சிதையில் ஏறினார்கள். இவர்கள் வடநாட்டில் சதி மாதா என்றும் தமிழகத்தில் தீப்பாய்ந்த அம்மன் என்றும் கொண்டாடப்பட்டனர். (சென்னையில் சில இடங்களில் இப்போதும் தீபாஞ்ச அம்மன் என்ற பெயரில் பெண் தெய்வத்துக்குக் கோயில்கள் இருப்பதைக் காணலாம்.)

பல சமூகங்களில் முற்காலங்களில் கணவன் இறந்து விட்டால், மனைவியை இடுகாட்டுக்கு அழைத்துச் சென்று, கணவனைப்

புதைத்தபின் மனைவியை அங்கேயே விட்டு விட்டுத் திரும்பி வந்து விடுவார்கள். பெரும்பாலும் அன்றிரவு பயத்திலேயே அவள் உயிர் போய்விடும் அல்லது குளிரால் விறைத்தோ, காட்டு விலங்குகளுக்குப் பலியாகியோ அவள் இறந்து விடுவாள். அதையும் மீறித் திரும்பி வரும் பெண்ணை எந்த வீட்டிலும் சேர்க்க மாட்டார்கள். ஊருக்கு வெளியே விரட்டி அடிப்பார்கள். இப்படிப் பெண்கள் திரும்பிவருவது பெரும் பிரச்னையானதால், கணவனின் புதை குழி அருகிலேயே அவன் மனைவியை கை,கால்களைக் கட்டி ஒரு புதருக்குள் போட்டனர்.

பாலித் தீவில் பல அடுக்கு கோபுரங்களில் வரிசையாகப் பிணங்களை வைத்து அவற்றுக்கு மொத்தமாகத் தீயிடுவார்கள்.

மேற்கு ஆப்பிரிக்காவில் எஸலூபா என்றொரு இனம். இவர்களுக்குப் பிறப்பு என்பது துக்கம் தரும் விஷயம். ஒருவன் பிறக்கும்போது அவன் தேவர் உலகின் சாபத்தினால்தான் பூமிக்கு வந்திருக்கிறான் என்று அவர்கள் நினைப்பார்கள். எனவே அந்த நாளைக் கொண்டாட மாட்டார்கள். ஆனால் சாவு என்பது அவர்களைப் பொறுத்தவரையில் மகிழ்ச்சிக்குரிய விஷயம். தனக்கிடப்பட்ட சாபம் நீங்கி, பூமியிலிருந்து விடுதலை பெற்று ஒரு ஜீவன் கடவுளிடம் செல்கிறது என்று நினைத்து, அவர்கள் சாவு வீட்டில் ஆடிப்பாடி மகிழ்வார்கள்.

அமெரிக்காவில் டச்சு குடியேற்றங்களில் வசிப்பவர்களில் சாக இருப்பவர்கள், தங்கள் மரணத்துக்கு வரும் விருந்தாளிகள் குடிப்பதற்கான மதுவைத் தாமே முன்கூட்டியே சேமித்து வைக்கும் வழக்கம் இருந்தது. இப்படி ஒருவன் தன் சாவுக்காக 126 காலன் மதுவைப் பீப்பாய்களில் சேமித்து வைத்திருந்ததாக ஒரு தகவல் கூறுகிறது.

எகிப்தியர்கள் இறந்த உடல்களைப் பதப்படுத்துவதில்கூட ஒரு தனி வழியைப் பின்பற்றினர். இறந்த உடலில் உள்ள கெடக்கூடிய உள் உறுப்புக்களை அகற்றிவிட்டு, நறுமணமூட்டும் பொருட்களை அந்த இடத்தில் நிரப்பி வைப்பார்கள். பின்பு அந்த உடலை எழுபது நாட்களுக்கு உப்பு நீரில் ஊறப்போடுவார்கள். பின்னர் அந்த உடலைப் பசை தடவிய துணியால் சுற்றி, ஒரு பெட்டியில் வைப்பார்கள். இவ்வாறு “ப்ரிஸர்வ்” (பாதுகாத்து வைக்கப்பட்ட) செய்யப்பட்ட மம்மிகளில் 5000 ஆண்டு பழமையானவைகளும் உண்டு.

இவ்வளவு தூரம் விரிவாக இதுபற்றிக் கூறப்பட்டதன் காரணம், மனித குலத்தை மரணம் என்பது எந்த அளவுக்கு அச்சுறுத்தியது என்பதை விவரிப்பதற்காகத்தான். எப்படியாவது மரணத்தை வென்றுவிட வேண்டும் என்பதுதான் அனைவரின் கனவாக உள்ளது. மரணத்தை வெல்லும் ஓர் அதிமானுடனுக்காகவே மனித குலம் காலம், காலமாகக் காத்திருக்கிறது. சித்தர்களின் உச்சகட்ட கனவாக, கூடு விட்டுக் கூடு பாயும் கலை பற்றிக் கூறப்பட்டுள்ளது.

உண்மையில் மரணம் என்பது என்ன? மரணத்துக்குப் பின்னர் மனிதன் என்ன ஆகிறான்? இது பற்றி மதங்கள் என்ன கூறுகின்றன? இவற்றைப் பற்றி இனி பார்ப்போம்.

2

கூடு விட்டுக் கூடு பாய்தல்

பிறப்பதற்கு முன்னெலாம்
இருக்குமாற தெங்ஙனே?
பிறந்து மண்ணிறந்துபோய்
இருக்குமாற தெங்ஙனே?
குறித்து நீர் சொலாவிடில்
குறிப்பிலாத மாந்தரே,
அறுப்பனே செவி யிரண்டும் அஞ்
செழுத்து வாளினால்.
உடம்பு உயிர் எடுத்ததோ, உயிர்
உடம்பு எடுத்ததோ,
உடம்பு உயிர் எடுத்தபோது
உருவம் ஏது செப்புவீர்?
உடம்பு உயிர் இறந்தபோது உயிர்
இறப்பதில்லையே,
உடம்பு மெய் மறந்து கண்டு
உணர்ந்து ஞானம் ஓதுமே.

—சிவ வாக்கியர்

ஞானசீல முனிவனின் வேண்டுகோளின்படி, சுடுகாட்டில் மரத்தில் தலை கீழாகத் தொங்கிய வேதாளத்தைத் தோளின் மேல் போட்டுக் கொண்டு நடந்து வருவான் விக்கிரமாதித்த மன்னன். அப்போது வேதாளம் அவனிடம், "நான் ஒரு கதை சொல்வேன். அதன் முடிவில் ஒரு புதிர்போடுவேன். அதற்குப் பதில் தெரிந்தும், நீ சொல்லாவிட்டால் உன் தலை சுக்குநூறாக வெடித்து விடும்" என்று கூறி, ஒரு கதை சொல்லும். பின்னர் அந்தக் கதை தொடர்பாக ஒரு கேள்வி கேட்கும். விக்ரமாதித்தன் பதில் சொன்னதுமே சட்டென்று பறந்து போய் மரத்தில் அமர்ந்து கொள்ளும்.

இப்படி 24 கதைகள் சொன்ன வேதாளம் பின்னர் அவனிடம் கூறுகிறது. "ஞானசீலன் கபட சந்நியாசி. இதுவரையில் அவன் 999 பேரைக் காளிக்குப் பலி கொடுத்து விட்டான். நீ ஆயிரமாவது ஆள். உன்னைப் பலியிட்டுவிட்டால், காளி நேரில் வந்து அவனுக்கு வரம் தருவாள். ஆகவே அவன் உன்னைக் கொல்லும் முன்பு நீ எச்சரிக்கையாக நடவடிக்கை எடு."

வேதாளத்துடன் வெற்றிகரமாக மீண்ட விக்ரமாதித்தனை உட்கார வைத்து யாகத்தைத் தொடங்கினான் ஞானசீலன். பிறகு விக்கிரமாதித்தனைக் குளித்து விட்டு வரும்படி சொன்னான். நீராடி விட்டு வந்தவனை "காளிதேவியின் பாதத்தில் தெண்டனிட்டு வணங்கு" என்றான்.

"தெண்டனிடுவதா? அப்படியென்றால்?"

"முழங்கால்களை மடித்துக் கொண்டு காளி சிலையின் பாதத்தில் தலையை வைத்து நமஸ்கரிக்க வேண்டும்"

"புரியவில்லையே" என்றான் விக்ரமாதித்தன்.

"இதோ, இப்படி செய்யவேண்டும்" என்று அவனுக்கு விளக்குவதற்காக ஞானசீலன் காளியின் பாதத்தில் தலைபடும்படி வணங்கினான். மறுகணம் மின்னலென வாளை உருவிய விக்ரமாதித்தன் ஒரே வீச்சில் முனிவன் தலையைத் துண்டித்தான். அத்துடன் 1000 வது பலி கிடைத்து விடவே, மகிழ்ந்த காளிதேவி நேரில் தோன்றினாள். அவளிடம், "ஆயிரம் ஆண்டுகள் சிம்மாசனத்தில் அமர்ந்து புகழுடன் நான் ஆட்சி செய்ய வேண்டும்" என்று விக்ரமாதித்தன் கேட்க, "அப்படியே ஆகட்டும்" என்று வரம் தந்தாள் காளிதேவி.

விக்ரமாதித்தனின் உயிர் நண்பனாக இருந்தவன் மதிமந்திரி பட்டி. காளிதேவியிடம் மன்னன் பெற்ற வரம் குறித்து அறிந்த அவன், அன்றிரவு காளிகோயிலுக்கு வந்தான். அப்போது காளி தனது பரிவாரங்களுடன் வேட்டைக்குச் சென்றிருந்தாள். உள்ளே புகுந்த பட்டி, கதவைத் தாழிட்டுக் கொண்டான்.

திரும்பிவந்த காளி கதவைத் திறக்குமாறு உத்தரவிட்டாள். அச்சுறுத்தினாள். பட்டி எதற்கும் மசியவில்லை. கடைசியாக இறங்கி வந்து, அவன் கேட்கும் வரத்தைத் தர சம்மதித்தாள்.

விக்ரமாதித்தன்

"நான் 2000 ஆண்டுகள் வாழ வேண்டும்" என்று வரம் பெற்ற பின்னரே கதவைத் திறந்தான் பட்டி.

வீரத்தால் விக்ரமாதித்தன் 1000 ஆண்டு வாழும் வரம் வாங்கி வந்தான். பட்டி தன் விவேகத்தால் 2000 ஆண்டுகள் வாழும் வரம் பெற்று விட்டான். இது தெரிந்து மனம் வருந்திய விக்ரமாதித்தன், "பட்டி! நீயோ இரண்டாயிரம் ஆண்டுகள் வாழப் போகிறாய். உனக்கு 1000 வருடங்களுக்கு முன்பே நான் செத்து விடுவேன்" என்றான் சோகமாக.

"வருந்தாதீர்கள் மன்னரே. நீங்கள் என்ன என்னைப்போல் 1000 வருடம் வாழ வேண்டும் என்றா வரம் கேட்டீர்கள்? 1000 வருடம் அரியணையில் இருந்து ஏறி அரசாள வேண்டும் என்றுதானே கேட்டீர்கள்? கவலையை விடுங்கள். ஆறு மாதம் அரியணையில் மன்னனாக அமர்ந்திருங்கள். அடுத்த ஆறு மாதம் முடி துறந்து வனம் சென்று விடுங்கள். இப்படி நாடாறு மாதம், காடாறு மாதம் என்று இருந்தால் 1000 ஆண்டுகள் நீங்கள் அரசாளலாம். அதே சமயம் 2000 ஆண்டுகள் உயிர் வாழவும் செய்யலாம்" என்றான் பட்டி.

விக்ரமாதித்தன் கதை உண்மையானதா, கற்பனையானதா? என்று நமக்குத் தெரியாது. ஆனால் இந்தக் கதை இரண்டு உண்மைகளை வெளிப்படுத்துகிறது. ஒன்று, மனிதன் மரணத்தை வெல்ல ஆசைப்படுகிறான், நீண்ட காலம் வாழவேண்டும் என்று துடிக்கிறான் என்பது. இரண்டு, அறிவை சூட்சுமமாக பயன்படுத்தினால் அது நடக்கும் என்பதில் அவனுக்கிருந்த அழுத்தமான நம்பிக்கையை இது காட்டுகிறது.

மரணத்தை வெல்ல வேண்டும் என்பதுதான் மனிதனின் கனவு என்றாலும் அப்படி வென்ற பின்பு தன் நிலை என்னாகும் என்பது பற்றி அவனுக்கு திகில் கலந்த பல கற்பனைகள் இருந்து கொண்டேயிருக்கின்றன. இப்போது எப்படி மரணத்தைக் கண்டு பயப்படுகிறோமோ, அதுபோல் அப்போது மரணம் வராதா என்று ஏங்கும் நிலை ஏற்பட்டு விடுமோ என்று அவன் மனம் அஞ்சுகிறது.

கிரேக்க புராணத்தில் வரும் ஒரு கதையை இதற்கு உதாரணமாகக் கூறலாம்.

வானுலகின் தேவாதிதேவன் ஜீயஸ். இவரை ரோமானியர்கள் ஜூபிடர் என்றனர். (நம்மைப்போலவே கிரேக்க புராணங்களிலும் பல கடவுள்கள் உண்டு. கடல்களின் அதிபதி நெப்டியூன். போர்க் கடவுள் மார்ஸ். காதல் கடவுள் வீனஸ். பாதாள உலகின் அதிபதி புளூட்டோ. பூமித்தாய் எஸரஸ். மற்றும் தேவ தூதன் மெர்குரி என்னும் குவிக் சில்வர் என்று பல கடவுளரை அவர்கள் வழிபட்டனர்.)

மரணத்துக்குப் பின் 33

வேட்டையின் அதிதேவதையாக ஆர்ட்டிமிஸ் கருதப்பட்டாள். இவளை ரோமானியர்கள் டயானா என்று அழைத்தனர். இதேபோல் விடியற்காலையின் அதிதேவதை அரோரா. இவளை அடோனிஸ் என்ற இளைஞன் காதலித்தான். (அரோரா, ஆர்ட்டிமிஸ் இருவரும் ஒன்று என்றும் கூறப்படுவது உண்டு). ஆரம்பத்தில் அடோனிஸின் காதலை அரோரா கொஞ்சமும் பொருட்படுத்தவில்லை. பின்னர் அவனது தீவிரமான காதலால் மனம் மாறிய அரோரா, அவனை மணந்து கொள்கிறாள்.

இருவரும் சிறிது காலம் சந்தோஷமாக வாழ்கின்றனர். பின்னர் அடோனிஸ் ஓர் உண்மையை உணர்கிறான். அரோரா தேவர் உலகைச் சேர்ந்தவள். அவனோ பூமியில் வசிப்பவன். மனிதப் பிறவியான நமக்கு என்றாவது ஒருநாள் மரணம் நேர்வது உறுதி. ஆனால் இவளுக்கோ மரணமென்பதே கிடையாது.

அரோராவின் வேண்டுதல்

அப்படியிருக்கையில் இவளுக்கு முன்னரே தான் இறந்து விடுவோம் என்று நினைத்த அவன், அந்தப் பிரிவை நினைத்து துக்கத்துடன் உள்ளூரக் குமைந்து கொண்டிருந்தான். அவன் ஏதோ போல் இருப்பது கண்டு துருவித் துருவி விசாரித்த அரோரா, அவனது ஏக்கத்துக்கான காரணத்தைப் புரிந்து கொண்டாள். "கவலைப்பட வேண்டாம். வானுலகின் அதிபதியாக இருப்பவர் ஜீயஸ். அவரிடம் வேண்டி உனக்கும் சிரஞ்சீவத் தன்மை பெற்றுத் தருகிறேன்" என்று அவனுக்கு அவள் ஆறுதல் கூறினாள்.

அமரர் உலகைச் சேர்ந்தவர்களானாலும்கூட, அவர்களால் நினைத்தபோதெல்லாம் ஜீயஸ் என்னும் ஜூபிடரைப் பார்த்துவிட முடியாது. எப்போதாவது ஒரு முறைதான் பார்க்க முடியும்.

மிகவும் முயற்சி செய்து ஜூபிடரைப் போய்ப் பார்த்தாள் அரோரா. அவள் ஒரு மானிடனை மணந்து கொண்டதை அறிந்து கொண்ட ஜூபிடர், அவனுக்கு மரணமே இல்லாத அழிவற்ற தன்மையை அருளிய பின்பு மறைந்தார்.

இனிமேல் தனக்கு மரணமே கிடையாது என்று மகிழ்ந்தான் அடோனிஸ். ஆனால் அவன் ஒரு பெரிய தவறு செய்து விட்டிருந்தான். சாவு அவனை பயமுறுத்தியதால் அது பற்றி மட்டுமே அவன் சிந்தித்தானே தவிர முதுமை என்ற ஒன்றைப் பற்றி அவன் முற்றிலும் மறந்துவிட்டான். மரணம் இல்லாத வரம் அவனுக்குக் கிடைத்திருப்பது உண்மைதான். ஆனால் சிரஞ்சீவித் தன்மை பெற்ற அவனால், முதுமையைத் தவிர்க்க இயலவில்லை. அவன் மனைவி குன்றா இளமையுடன் இருக்கின்ற அதே நேரத்தில் அவனுக்கோ உடல் சரிந்துபோய்விட்டது. தொந்தி விழுந்து அசிங்கமாகத் தோற்றமளித்தான் அவன். அவன் தலைமுடி நரைத்துக் கொண்டே வந்தது. முகத்தில் சுருக்கங்கள் விழுந்து மிகவும் வயோதிகனாகத் தென்பட்டான்.

இப்போதெல்லாம் அழகிய தன் மனைவியைக் காணும் போதெல்லாம் அவன் மனத்தில் ஆற்றாமை, அசூயை, சந்தேகம் ஆகியவை ஏற்பட்டன. அவளைக் கண்டபோதெல்லாம் அவளுடன் கண்டபடி சண்டையிட்டான். அவளைக் குறை கூறித் திட்ட ஆரம்பித்தான். இதனால் அரோரா அவன் எதிரே வரவே மறுத்தாள். அப்படி வராமலிருந்தால் அதற்காகவும் சந்தேகப்பட்டுக் கூச்சலிட ஆரம்பித்தான்.

நாள் முழுவதும் அந்த வீட்டில் அடோனிசின் கூச்சல் கேட்டுக்கொண்டேயிருந்தது. காலம் உருள, உருள அவன் கண்பார்வை மங்க ஆரம்பித்து விட்டது. உடல் தளர்ந்துகொண்டே போனது. இதனால், அவனுக்குப் பணிவிடை செய்ய அரோரா

அவனிடம் அடிக்கடி வரவேண்டியிருந்தது. அவள் காலடிச் சத்தம் கேட்டதுமே கண்டபடி அவன் கத்த ஆரம்பித்தான். காலம் இப்படியாக நகர்ந்தது. இப்போது அவனுக்குக் காது கேட்பதும் மங்கிக் கொண்டே வந்தது. நாக்கு குளறியது. அவள் பணிவிடை செய்ய அவனைத் தீண்டியதுமே அவன் கூவ ஆரம்பித்தான். அப்போது சொற்கள் இல்லாமல் வெறும் சத்தம் மட்டுமே அவனிடமிருந்து வர ஆரம்பித்தது.

மரணம் என்பது இல்லாமல் உடல் மட்டும் நைந்து கொண்டே வரும் இந்த நிலை கண்டு அவன் மனைவி அரோரா வருந்தினாள். உடனடியாக ஜூபிடரை நோக்கி உக்கிரமாக வேண்டினாள். நீண்டகாலப் பிரார்த்தனைக்குப் பின்பு ஜூபிடர் அவள்முன் தோன்றினார். அதற்குள் அடோனிஸ் முற்றிலும் உடல் சத்துகள் வற்றிப்போய், அசையக்கூட இயலாமல், உடல் வற்றிப் போய்விட்டான்.

அரோராவின் வேதனையை உணர்ந்த ஜூபிடர், அடோசின் சிரஞ்சீவித் தன்மையை அப்போதைக்கு மாற்ற இயலாது என்பதால், அவளை ஒரு வெட்டுக்கிளியாக மாற்றி வயலில் விட்டாராம். அதனாலேயே அதிகாலை புலரும்போது அரோராவைப் பார்த்து வயல் வெளிகளில் காணப்படும் வெட்டுக் கிளிகள் டிர்ர்... டிர்ர்... என்று கூச்சலிடுகின்றனவாம்.

இந்தக் கதை மூலம், மரணத்தை வென்றால் மட்டும் போதாது, முதுமையையும் வெல்ல வேண்டும் என்ற மனிதனின் துடிப்பை உணர்ந்து கொள்ளலாம். மனிதன் முதுமையையும் வென்றுவிடுவதாக வைத்து கொண்டால் அதன் பிறகு என்னவாகும்? எத்தனை ஆண்டுகள்தான் வாழ்ந்து கொண்டே இருப்பது? அதன் முடிவுதான் என்ன?

மனித உடலில் உள்ள செல்கள் அன்றாடம் தேய்ந்து அழிந்து கொண்டே இருக்கின்றன. அதே நேரம் புதிய செல்களும் உற்பத்தியாகிக் கொண்டே இருக்கின்றன. செல்களின் உற்பத்தி குறைந்து, செல்கள் தேய்வது மட்டும் நடைபெற்றுக்கொண்டே வந்தால், மனிதன் முதுமை அடைந்து, தளர்ந்து, மரணமடைந்து விடுவான். செல்களின் உற்பத்தி கிடு,கிடுவென அதிகரித்து, தேவைக்குமேல் பெருகினால் அதுதான் கேன்சர் என்ற புற்றுநோய் எனப்படுகிறது.

உலகில் பிறப்பும் இறப்பும் ஏறக்குறைய சம அளவில்தான் உள்ளன. இறப்பு விகிதம் கூடினால் மனித குலம் விரைவில் காணாமல் போய்விடும். இறப்பு குறைந்து, பிறப்பு கூடிக்கொண்டே

போனால் உலகில் நிற்கவும் இடமில்லாதபடி மக்கள் நெருக்கம் அதிகரித்து விடும். உணவுக்கும் நீருக்கும் இருப்பிடத்துக்கும் அவன் போராட வேண்டியிருக்கும்.

அடிப்படைத் தேவைகளான உணவு, உடை, இருப்பிடம் போன்றவை உறுதி செய்யப்பட்டாலும், மரணத்தை வென்று நூற்றுக்கணக்கான ஆண்டுகள் வாழ நேரிட்டால், அதுவே தனக்குக் கொடுக்கப்படும் பெரும் தண்டனையாக மாறிவிடும் என்ற அச்சமும் மனிதனுக்கு இருக்கவே செய்கிறது.

மரணத்தை வெல்ல முடியுமா? இது மனிதனின் மனத்தை அரித்துக் கொண்டேயிருக்கும் ஒரு கேள்வி. முடியும் என்றால் எப்படி? இது மனித மனத்தில் தோன்றும் அடுத்த கேள்வி. சரி. வென்று விட்டோம், அடுத்தது என்ன? இதுதான் மனிதனுக்கு முன்னால் உள்ள மிகப்பெரிய கேள்வி.

இந்துக்கள் புனிதமாகக் கருதுபவை மேருமலை, இமயமலை ஆகியவை. இமயமலை மீதுள்ள கைலாஷ் எனப்படும் கயிலாயமலை. பரமசிவன், பார்வதியின் உறைவிடமாகக் கூறப்படுகிறது. இந்த மலையில் அவர்கள் உறைகின்றனர் என்று ஒரு கருத்தும், இந்த மலையே அவர்களின் சொரூபம்தான் என்று இன்னொரு கருத்தும் நிலவுகிறது.

மேருமலை பற்றிப் புராணங்கள் வர்ணித்தாலும் மேருமலை எங்குள்ளது என்று அவற்றில் எந்தவிதமான குறிப்பும் இல்லை. மேருமலை பூமியிலேயே கிடையாது. அது ஆகாச வெளியில் உள்ளது என்று ஒரு கருத்தும் நிலவுகிறது. மேருமலைதான் இமயமலை என்பது இன்னொரு சாராரின் கருத்து. “மேரு என்பது மலை அல்ல. ஆதிபராசக்தியின் கோட்டையின் அஸ்திவார வரைபடம்தான் ஸ்ரீசக்கரம் எனப்படும் யந்திரம். 51 கோணங்களுடன் அமைந்த அதன் நடுவில் உள்ள பிந்துஸ்தானமே ஆதி சக்தி வீற்றிருக்கும் மகாமேருபீடம்” என்பது சாக்த தந்திர நூல்களின் கூற்று.

எது எப்படியோ மேருமலை இப்போது நம் கண் எதிரே இல்லை. ஆனால் இமயமலை உள்ளது. அதன் மேல் உள்ள கயிலாய மலையை அந்தக் காலத்து ஆதிசங்கரர் முதல் இந்தக் காலத்து மனிதர்கள்வரை பலரும் வழிபட்டுள்ளனர்.

விஞ்ஞானம் வளர்ந்த பின்னர் இமயமலைதான் உலகின் பெரிய மலை என்பதும் இந்த மலை மீதுள்ள எவரெஸ்ட் சிகரம்தான் உலகிலேயே மிக உயரமான சிகரம் என்பதும்

மரணத்துக்குப் பின் 37

கண்டுபிடிக்கப்பட்டது. கடல் மட்டத்திலிருந்து 28000 அடி உயரத்தில் உள்ளது எவரெஸ்ட்.

உலகின் உச்சி எதுவோ அதை அடைந்து காட்ட வேண்டும். உலகின் மிக ஆழம் எதுவோ அதற்கு சென்று காட்ட வேண்டும். இது மனித குலத்தின் லட்சியம். உலகின் மிக ஆழமானது பசிபிக் கடலில் உள்ள மரியானாஸ் என்ற பள்ளம். இது கடலுக்கடியில் இருந்தே 3 மைல் ஆழம் கொண்டது. இவ்வளவு ஆழம் சென்றால் நீரின் பக்கவாட்டு அழுத்தத்தில் மிதவை நசுங்கி சுக்கு நூறாகிவிடும். இவ்வளவு ஆழத்துக்குச் சென்றுவரத் தேவையான உயிர்காக்கும் கருவிகள் இன்னமும் கண்டுபிடிக்கப்படவில்லை.

அதேசமயம், உலகின் உச்சியை எட்டும் முயற்சி வெற்றிகரமாக அரை நூற்றாண்டுக்கு முன்பே சாதிக்கப்பட்டுவிட்டது. இமயத்துப்புலி எனப்பட்ட டென்சிங், ஐரோப்பியரான ஹிலாரி இருவரும்தான் முதலில் இந்தச் சாதனையை நிகழ்த்தினர். அதன் பின் பலரும் எவரெஸ்ட் மீது தங்கள் காலடிச் சுவட்டைப் பதித்துவிட்டனர்.

எவரெஸ்ட் உச்சியில் நின்ற டென்சிங்கின் மனநிலை எப்படி இருந்தது? இதோ அவரே கூறுகிறார்.

"இவ்வளவு உயரம்! ஆனால் இங்கு ஒன்றுமே இல்லை. காற்று இல்லை. வெயில் இல்லை. புல், பூண்டுகூட இல்லை. நான் மனத்தில் ஒரு வெறுமையை உணர்ந்தேன்."

இது இவருக்கு மட்டுமல்ல. சாதனை என்று எதைக் கருதுகிறோமோ அதை அடைந்த பின் திரும்பிப் பார்த்தால் ஒன்றுமே இருக்காது. "இதற்காகவா இவ்வளவு பாடுபட்டோம்?" என்ற ஆயாசம்தான் மிஞ்சும்.

மரணத்தை வென்று விட்டால் அதன் பின்னர் அடைவதற்கு ஒன்றுமே இல்லை என்ற நிலை ஏற்பட்டு, அன்றாட வாழ்வே சலிப்பூட்டும் நரகமாக மாறக்கூடும் என்ற அச்சம் அறிஞர்களிடத்தில் உள்ளது. மரணத்தை வெல்வது எப்படி? என்று போராடும் இதே மனித குலம், அப்போது மரணத்தை அடைவது எப்படி என்று போராடும் நிலை வருமோ என்ற சந்தேகம் பலரிடமும் நிலவுகிறது.

விஞ்ஞான ஆய்வுகள் ஒருபுறம் இருக்கட்டும். தத்துவ ஞானிகள் பலரும் மரணம் குறித்து ஆராய்கின்றனர். எல்லோரிடமும் மரணமடைவது வரைதான் தெளிவான கருத்துகள் உள்ளன. அதன் பின்னர் உள்ளவை எல்லாம் அவரவரின் ஊகங்கள், நம்பிக்கைகள் மட்டுமே. அவற்றுக்கு எவ்வித ஆதாரங்களும் இல்லை.

மரணத்தை வென்று கூடு விட்டு கூடு பாயும் சக்தி பெற்ற மகான்கள் பற்றிப் பல கதைகள் உள்ளன. ஆனால் அவர்கள் இப்போது எங்கே? என்ற கேள்விக்கு எவரிடமும் பதில் இல்லை. அவர்கள் சூட்சும வடிவில் உலவுவதாக மட்டுமே பதில் வருகிறது.

இந்து மத புராணங்கள் ஏழு சிரஞ்சீவிகளைப் பற்றிக் கூறுகின்றன. பரசுராமர், ஜாம்பவான், அனுமன், மார்க்கண்டேயன், அசுவத்தாமன், கிருபர், துருவன் ஆகியோரே இவர்கள். இவர்களுக்கு என்றைக்குமே அழிவற்ற சிரஞ்சீவித் தன்மை உள்ளது.

பரசுராமர் திரேதா யுகத்தில் ராமரிடம் வந்து தன் வில்லை ஒடித்துக் காட்டுமாறு கூறுகிறார். ராமர் அந்த தனுசையும் நாணேற்றிக் காட்டவே, பூமியில் தர்மத்தைப் பரிபாலிக்கும் பொறுப்பை அவரிடம் ஒப்படைத்து விட்டு பரசுராமர் சென்று விடுகிறார். பிறகு துவாபர யுகத்தில் கிருஷ்ணரிடமும் வருகிறார்.

“இதோ உனக்குரியது. இதைப் பெற்றுக்கொண்டு சங்கை ஊதி, உன் வரவை அறிவி” என்று சாந்திபனி முனிவரிடமிருந்து குருகுலவாசம் முடித்து திரும்பிய கிருஷ்ணரிடம் கூறி சக்ராயுதத்தை அளிக்கிறார். அதைப் பெற்றுக்கொண்ட கிருஷ்ணர், பாஞ்ச ஜன்யத்தை ஊத, அண்ட சராசரங்களிலும் ஒரு சிலிர்ப்பு பரவியது. அதன்பின்பு பரசுராமர் பற்றி புராணங்களில் தகவல் இல்லை. பின்னர் அவர் இமயமலைக்குச் சென்று விட்டார். அவ்வளவே!

அனுமன், ஜாம்பவான் இருவரும் திரேதா யுகத்தில் ராமருடன் இருந்தவர்கள். துலாபர யுகத்தில் இமயமலைச் சரிவில் பீமனுக்கு அனுமன் காட்சி தருகிறார். என் பணிகள் சென்ற யுகத்துடன் முடிவடைந்துவிட்டன. இந்த யுகத்தில் நான் யார் முன்பும் வரமாட்டேன். போரில் அர்ஜுனனின் கொடியில் இருப்பேன். நீ சிம்ம கர்ஜனை செய்யும்போது உன் குரலுடன் என் குரலும் சேர்ந்து எதிரிகளை ஊடுருவி நடுங்க வைக்கும் என்கிறார். துலாபர யுக முடிவில் அனுமன் தியானத்தில் ஆழ்ந்து விடுகிறார்.

ஜாம்பவான்

கலியுகம் (இப்போது நாம் வசிக்கும் யுகம்) முடியும்வரை அவர் தியானம் தொடரும். பின்னர் அடுத்த யுகமான சத்திய யுகம் எனப்படும் கிருதயுகத்தில் பிரம்மனின் தொழிலை ஆஞ்சநேயர் ஏற்றுக்கொண்டு, படைப்புத் தொழிலைத் தொடங்குவார் என்கிறது ஆஞ்சநேய புராணம்.

திரேதா யுகத்தில் ராமருடன் ராவணனை எதிர்த்து சண்டையிட்ட ஜாம்பவான் (ஆஞ்சநேயர் குரங்கு வடிவம், ஜாம்பவான் கரடி வடிவம்) பிறகு ஒரு குகைக்குள் சென்று தவத்தில் ஆழ்கிறார். துவாபர யுகத்தில் சியமந்தகமணியைத் தேடி வரும் கிருஷ்ணருடன் ஜாம்பவான் சண்டையிடுகிறார். பிறகு அவரே ராமர் எனக்கண்டு, "சென்ற பிறவியில் நீங்கள் ஏகபத்தினி விரதன். இப்போது அப்படி அல்ல. ஆகவே என் மகளை மணந்து கொள்ளவேண்டும்" என்று வேண்டிக்கொண்டு, தன் மகள் ஜாம்பவதியை மணம் செய்து கொடுக்கிறார். அதன்பின் அவரைப் பற்றிய தகவல் இல்லாததால் அவர் அதே குகையில் தொடர்ந்து தியானத்தில் இருப்பதாகக் கருத வேண்டியதுதான்.

பக்த துருவனின் சரித்திரம் யாவரும் அறிந்ததுதான். மாற்றார் தாயால் அவமானப்பட்ட துருவன், தவம் இயற்றி நாராயணன் அருளால்நிலைத்துநின்றுஒளிவீசும்துருவநட்சத்திரம்ஆனான். மற்ற நட்சத்திரங்கள் இடம்மாறி சுற்றினாலும் துருவ நட்சத்திரம், எப்போதும் தன் இடத்தைவிட்டு மாறாது. திசை காட்டியைக் கண்டுபிடிக்கும் முன்பு, கடலோடிகள் துருவ நட்சத்திரத்தின் மூலமே திசைகளை அறிந்தனர். எனவே நட்சத்திர வடிவமாக துருவன் உள்ளான்.

அஸ்வத்தாமன், கிருபாச்சாரியார் இருவருமே குருக்ஷேத்ரப் போரில் துரியோதனனுக்குத் துணை நின்றவர்கள். கௌரவர்களின் தரப்பில் அந்தப் போரில் உயிருடன் மீண்ட மூவரில் இவர்கள் முக்கியமானவர்கள். பழிக்குப்பழி வாங்க நினைத்து இரவில் போர் தொடுத்து பாண்டவப் படையையே நிர்மூலம் ஆக்குகிறான் அஸ்வத்தாமா. பாண்டவர் தரப்பில் ஏழுபேர் தவிர அனைவருமே அந்தப்போரில் அழிந்தனர். அதனால் அஸ்வத்தாமனைத் தேடி ஆவேசத்துடன் பாண்டவர்கள் வருகின்றனர். அப்போது கிருஷ்ணர், "அஸ்வத்தாமன் சிரஞ்சீவி, அவனைக் கொல்ல முடியாது. அவன் தோல்விக்கு அடையாளமாக அவன் தலையில் (நெற்றியில் என்றும் கூறப்படுகிறது) உள்ள "சிரோன்மணியை" வாங்கிக் கொள்ளுங்கள்" என்றார்.

சிரோன்மணியை தனது வாளால் அறுத்துக் கொடுத்த அஸ்வத்தாமன், அருகிலிருந்த புல்லை எடுத்து பிரம்மாஸ்திர மந்திரத்தை ஜெபித்து, "இது பாண்டவர்களின் வம்சத்தை அழிப்பதாக" என்று கூறிச் செலுத்துகிறான். கோபமடைந்த கிருஷ்ணர், "உன் பிரம்மாஸ்திரம் உத்தரையின் (இவள் அர்ஜுனனின் மகனான அபிமன்யுவின் மனைவி. இவளது கருவில் இருந்த குழந்தை மட்டும்தான், அவர்களுக்கு இருந்த ஒரே வாரிசு) கர்ப்பத்தைத் தாக்காமல் தடுக்க என்னால் முடியும். ஆனால் இவ்வளவு குரோதம் மிகுந்த இழிமகனான நீ, உன் தலையில் ஆறாத புண்ணுடன் எவர் கண்ணிலும் தென்படாமல் காலமெல்லாம் அலைந்து திரிவாயாக" என்று சபிக்கிறார். அதன்படி புண் அழுகி சீழ் நாற்றமெடுக்க அஸ்வத்தாமன் இன்றவும் காடுகளிலும் மலைகளிலும் திரிகிறானாம்.

கிருபாச்சாரியார், மார்க்கண்டேயன் இவர்கள் இருவரைப் பற்றியும் புராணங்களில் தகவல் ஏதும் இல்லை. கிருபர் சிரஞ்சீவி. அவ்வளவுதான். அவர் என்னவானார் என்ற தகவல் இல்லை.

மார்க்கண்டேயன் 16 வயதில் மரணமடைவான் என்பது விதி. அவனுக்கு 16 வயதானபோது எமன் அவனைத் தேடி வர, அவன் ஓடிப்போய் லிங்கத்தை இறுகக் கட்டிப்பிடித்துக் கொள்கிறான். எமன் வீசிய பாசக்கயிறு லிங்கத்தையும் சேர்த்து இழுக்க அதிலிருந்து ஜோதி ரூபமாக வந்த சிவன் எமனை இடது காலால் உதைக்க, எமன் சுருண்டு விழுகிறான். பின்னர் மார்க்கண்டேயனை என்றும் பதினாறு வயதுடன் விளங்குமாறு இறைவன் அருள, அவன் அப்படியே காலங்களைக் கடந்து நிலைக்கிறான்.

சிரஞ்சீவி என்பதால் அவன் இன்றும் உயிருடன்தான் இருக்க வேண்டும். ஆனால் அவனும் என்னவானான் என்பது குறித்த புராண தகவல்கள் ஏதும் இல்லை.

பதினெண் சித்தர்களில் ஒருவராகப் போற்றப்படும் திருமூலர், திருவண்ணாமலையில் வாழ்ந்த அருணகிரிநாதர் போன்றவர்கள் கூடு விட்டுக் கூடு பாயும் சக்தி பெற்ற அநுபூதி சித்தர்கள் என்றே போற்றப்படுகின்றனர்.

அருணகிரிநாதர் செல்வக்குடியில் பிறந்து பெண் பித்தனாகத் திரிந்தவர். சொத்துகளை இழந்து, தீராத தொழுநோயால் பீடிக்கப்பட்டு, அண்ணாமலையார் கோயில் கோபுரத்தின் மீது ஏறி கீழே குதித்து தற்கொலை செய்துகொள்ள முயன்றபோது,

திருமூலர்

அடியவர் ஒருவரால் தடுத்தாட்கொள்ளப்பட்டார். முருகனே அவ்வாறு அடியார் வேடத்தில் வந்தார் என்கிறது தல புராணம்.

"சொல் அற சும்மாயிரு" என்று அவர் கூறியதைக் கேட்ட அருணகிரியார், அப்படியே அன்ன, ஆகாரம் இன்றி அமர்ந்தார். அடைமழைபோல் கவிபாடும் திறனும், பலவித சித்துகளும் பெற்றார். அவரது உடலைப் பற்றியிருந்த நோய் ஓட்டம் பிடித்தது.

அந்தப் பகுதியை ஆண்ட மன்னன் பிரபுடதேவ மகாராஜன் என்பவன் கண்பார்வை பாதிக்கப்பட்டபோது, தேவலோகத் திலிருந்து பாரிஜாத மலர் கொண்டு வந்தால் மன்னனுக்குப் பார்வை திரும்பும் என்றார் மருத்துவர். அனைவரும் அருணகிரிநாதரிடம் வந்து, ஏதாவது செய்யும்படி கேட்டனர்.

அருணகிரிநாதர் மறைவான ஓரிடத்தில் தமது உடலைக் கிடத்திவிட்டு, கூடு விட்டு கூடு பாயும் சக்தி மூலம் கிளியாக மாறிப் பறந்து சென்றார். அவர் மீது பொறாமை கொண்டிருந்த

சம்பந்தாண்டான் என்பவன் இதுதான் சமயம் என்று அவரது உடலைத் தேடிக் கண்டுபிடித்து சிதைத்து விடுகிறான். பாரிஜாத மலருடன் திரும்பிய அருணகிரிநாதர் பின்னர் கிளி வடிவிலேயே கோபுரத்தின் மீது தங்கிவிடுகிறார்.

திருவண்ணாமலை அண்ணாமலையார் ஆலயத்தின் மூலஸ் தானத்துக்கு முன்புறம் உள்ள இந்த கோபுரம் கிளிகோபுரம் என்றே அழைக்கப்படுகிறது. இதில் இப்போதும் அருணகிரிநாதரின் அம்சம் உறைவதாக பக்தர்களின் நம்பிக்கை. அதன் அடையாள மாக இந்த கோபுரத்தின் மீது ஒரு கிளி வடிவ பொம்மை வைக்கப் பட்டிருப்பதைக் காணலாம்.

திருமூலரின் வரலாறு மற்றவற்றைவிட வித்தியாசமானது. ஏனெனில் கூடு விட்டு கூடு பாயும் சக்தி பெற்றதாகக் கருதப்படும் மற்றவர்களைப் பற்றி உலவுவதெல்லாம் வெறும் கதைகள் மட்டும்தான். திருமூலர் வரலாறு அப்படிப்பட்டது அல்ல.

மூலன் என்ற இடையன் பசுக்களை மேய்த்துக் கொண் டிருந்தபோது இறந்து விடுகிறான். பசுக்கள் பலவும் அவனைச் சுற்றி நின்று அவனை முகர்ந்தபடி நிற்கின்றன. அந்த வழியே வந்த சித்தர் ஒருவர் பசுக்களின் வேதனையைக் கண்டு மனமிரங்கி கூடு விட்டு கூடு பாயும் வித்தை மூலம் மூலனின் உடலில் புகுந்து கொள்கிறார்.

மற்றசித்தர்களைப்பற்றிஅதீதமானகதைகள்தான்உலவுகின்றன. திருமூலரோ அஷ்டமாசித்திகள் எனப்படும் எட்டு விதமான வித்தைகள் குறித்தும் பாடல்கள் பாடி வைத்துள்ளார். அவர் பாடிய 3000 பாடல்களும் புரியும்படியான தமிழில் இருந்தாலும் அவர் சொல்லும் யோகமுறைகளைவிளக்கிக்கூறவல்லவர்கள்இப்போது எவரும் கிடையாது என்பதால் ஆதரவாளர்கள், எதிர்ப்பாளர்கள் என இரு தரப்பினருமே இது குறித்து விவாதிக்க முடியாமல் வாயடைத்துப் போய் உள்ளனர்.

'நாபிக்குக் கீழே பன்னிரண் டங்குலம்
தாபிக்கும் மந்திரம் தன்னை அறிகிலர்
தாபிக்கும் மந்திரந் தன்னை அறிந்தபின்
கூவிக் கொண்டு ஈசன் குடியிருந்தானே!'
'எரு விடும் வாசற்கு இருவிரல் மேலே
கரு விடும் வாசற்கு இருவிரல் கீழே
உரு இடும் சோதியை உள்க வல்லார்க்கு?
கரு விடும் சோதி கலந்து நின்றானே!'

இதுபோன்ற பாடல்களால் இவர் தான் அடைந்த ஒரு தனி அனுபவத்தை, பிறரும் அடையும் முறையை விவரிக்கிறார் என்பது புரிகிறது. ஆனால் அது என்ன முறை, அதை எப்படி அடைவது என்பது நமக்குப் புரியவில்லை.

திருமூலர் பாடிய 3000 பாடல்களில் அஷ்டமாசித்திகளான பரகாயப் பிரவேசம் எனப்படும் கூடு விட்டு கூடு பாய்தல் உட்பட அணுவாய்க் குறுகுதல், ஆகாசமாய் விரிதல், நீரில் நடத்தல், காற்றில் பறத்தல் போன்ற அனைத்தையும் பற்றிப் பாடுகிறார். இந்த வித்தைகளுக்கு அணிமா, மகிமா, கரிமா, லகிமா, ஈசத் துவம், வசத்துவம் என்றெல்லாம் பெயரிட்டுள்ளனர்.

'குரவன் அருளிற் குறிவழி மூலன்
பரையின் மனமிகு சக்கட மார்த்து
தெரிதரு சாம்பவி கேசரி சேரப்
பெரிய சிவகதி பேறெட்டாஞ் சித்தியே'

'தானே அணுவும் சகத்துதன் நொய்ம்மையும்
மானாக் கனமும் பரகாயமும் தேகமும்
தானாவ தும் பரகாயஞ்சேர் தன்மையும்
ஆறாத உண்மையும் வியாபியுமாம் எட்டே'

இந்தப் பாடல்கள் பலவற்றின் மூலம் உடலில் இருக்கும் வாயுவான மூச்சின் கதியை மாற்றி மேற்கொள்ளும் பயிற்சி களால் உடம்பின் உள்ளே உருண்டு அடங்கிக் கிடக்கும் ஒரு சக்தியை எழுப்ப முடியும், அதன் மூலம் உடலைப் பஞ்சுபோல் லேசாக்கலாம், பாறைபோல் கனக்கவைக்கலாம். உடலை விட்டு வெளியே உலவலாம். வேறு உடலில் புகலாம் என்பது போன்றவற்றை அவர் விளக்குகிறார்.

திருமூலர் என்ன சொல்கிறார் என்பது ஒருபுறம் இருந்தாலும் கூட, புராணங்கள், இதிகாசங்கள் போன்றவற்றை எதிர்க்கும் நாத்திகர்களால்கூட சித்தர்களின் பாடல்களை ஆணித்தரமாக மறுக்க முடிவதில்லை. இதிகாச, புராணங்களில் காணப்படுவனவற்றில் பல கதைகள் மிகைப்படுத்தப்பட்டவையே. அவற்றில் பலவும் பிற்காலத்தில் கவிவாணர்களால் இடைச் செருகலாகத் திணிக்கப்பட்டவை. அவற்றை அலட்சியமாக மறுத்து ஒதுக்கிவிட முடியும். சித்தர் பாடல்கள் அப்படிப்பட்டவை அல்ல. அவற்றைப் பாமரர்களால் எளிதில் விளங்கிக்கொள்ள இயலாது. அவற்றில் ஏதாவது ஒரு வரியை அல்லது ஒரு பத்தி (பாரா) சேர்க்க வேண்டும்

மரணத்துக்குப் பின் 45

என்றாலோ, ஒரு சில வரிகளைக் குறைக்கவேண்டும் என்றாலோ, அவனும் சித்தர்களின் வழி சென்றிருந்தால் மட்டுமே அது இயலும். அப்படி சித்தர்களின் வழி சென்ற எவரும் இந்தப் பாடல்களைப் படித்து மாற்றுவதில் நாட்டம் கொள்ளமாட்டார்கள்.

இதிகாச, புராணங்களில் பலர் இடைச்செருகலாக சேர்த்து விட்டனர் என்று கூறினோம் அல்லவா, அதற்கு சில உதாரணங்களை இப்போது பார்க்கலாம்.

இந்தியா முழுவதும் பெரும்புகழ் பெற்றவை ராமாயணம், மகாபாரதம் இரண்டும் காலங்களைக் கடந்து நிற்கும் பெருமை கொண்டவை.

ராமாயணத்தில் மாரீசன் தங்க மான் வடிவில் வந்து உலவுகின்றான். சீதைக்காக ராமர் அந்த மானைப் பிடித்துவரப் போகிறார். கொஞ்ச நேரத்தில் சீதா! லட்சுமணா! என்ற ராமரின் ஓலக்குரல் கேட்கிறது. சீதை வற்புறுத்தவே, ராமனைத் தேடி லஷ்மணன் கிளம்புகிறான். அப்போது லஷ்மணன் தனது அம்பினால் நீண்ட கோடு ஒன்றைக் கிழிக்கிறான். "இதைத் தாண்டி வராதீர்கள். வந்தால் ஆபத்து" என்று சீதையிடம் கூறிவிட்டுப் போகிறான். ஆனால் சீதை அதை மீறிச்சென்றதால், ராவணனால் சிறையெடுக்கப்படுகிறாள். இதற்கு "லஷ்மண்ரேகை" என்றே பெயரிட்டுள்ளனர். (அவரவர்க்கும் ஓர் எல்லை உண்டு. வரம்பு மீறக்கூடாது என்பதற்காகவே "லஷ்மண் ரேகையைத் தாண்டக்கூடாது" என்பார்கள்.)

உண்மையில், வால்மிகி ராமாயணத்தின் எந்த ஒரு இடத்திலும் இப்படி ஒரு காட்சியே கிடையாது. பின்னாளில் சேர்க்கப்பட்டதுதான் இது.

மகாபாரதத்தில் கர்ணன் தேர்த்தட்டில் விழுந்து கிடக்கிறான். அர்ஜுனனின் அம்புகள் அவனை நெருங்கவும் முடியாதபடி, கர்ணனின் தான தர்மங்கள் கவசமாக மாறி அவனைக் காத்து நிற்கின்றன. அப்போது கிருஷ்ணர் வயோதிக அந்தணரின் வேடத்தில் வந்து கர்ணனின் புண்ணிய பலன்களையெல்லாம் தானமாகப் பெற்றுச் செல்கிறார். அதன்பின் அர்ஜுனனின் ஒரே அம்பில் கர்ணன் உயிர் பிரிகிறது.

வியாசர் எழுதிய மகாபாரதத்தின் எந்த ஒரு இடத்திலும் இப்படி ஒரு காட்சி கிடையவே கிடையாது. இதுவும் பின்னர் செருகப்பட்டதுதான்.

நந்தனார் சரித்திரம் நாடறிந்தது. தில்லைக்கு சென்று நடராஜரை தரிசிக்க வேண்டும் என்று விடுமுறை கேட்பானாம் நந்தன். அவன் உழுது பயிரிடும் நிலத்தின் சொந்தக்காரரான வேதியர், "மாடு தின்னும் புலையா! உனக்கு மார்கழித் திருநாளா?" என்று திட்டுவாராம். "இன்றில்லாவிட்டாலும் நாளை போவேன்" என்று தனக்குத்தானே சமாதானம் செய்துகொண்டு, தன் வேலையை கவனிப்பாராம் நந்தன். இதனால் "திரு நாளைப்போவார் நாயனார்" என்றே அவருக்குப் பெயர்.

உண்மையில், நாயன்மார் வரலாற்றைக் காவியத்தில் வடித்த சேக்கிழாரின் பெரிய புராணத்தில் திருநாளைப்போவார் கதையின் எந்த ஒரு இடத்திலும் வேதியரிடம் நந்தன் பணி செய்ததாகவோ, அவர் விடுமுறை கேட்டு மறுக்கப்பட்டதாகவோ காட்சியே கிடையாது. காவியச் சுவைக்காகப் பின்னாளில் சேர்க்கப்பட்டவை இவை.

கதைகளிலோ, கவிதைகளிலோ மாற்றம் செய்வதுபோல் சித்தர் பாடல்களில் "எடிட்டிங்" வேலைகள் செய்ய முடியாது. அவற்றைப் படித்து, தாங்களாகவே முயன்று பார்த்து மட்டுமே ஒருவர் உண்மையைக் கண்டறிய முடியும். இன்றைய அவசர உலகத்தில் எவருக்குமே அத்தகைய முயற்சி எடுக்க நேரம் இருப்பதில்லை.

புராண சிரஞ்சீவிகளைப்போல் கூடுவிட்டுக் கூடு பாயும் சக்திபெற்ற இந்தச் சித்தர்கள் என்ன ஆனார்கள்? இப்போதும் அவர்கள் உள்ளார்களா? அவர்கள் சூட்சுமமாக நடமாடுகிறார்கள் என்பதை ஏற்பது கடினம். நாம் அவர்களைக் காண முடியாவிடினும், அவர்கள் நம்மைக் காண முடியுமே! இந்த உலகில் உள்ள ஒருவருக்குக் கூடவா அவர்கள் காட்சி தர மாட்டார்கள்?

ஆகவே, மரணத்துக்குப் பின் மனிதனின் நிலை என்ன என்பது பற்றிக் கேட்கப்படும் கேள்விகளும், பிறப்புக்கு முன் உள்ள நிலை என்ன என்பது பற்றிக் கேட்கப்படும் கேள்விகளும் பதில் சொல்ல முடியாத மகா சிக்கலான கேள்விகள். விஞ்ஞானம் இதற்கு விடை கூறாத நிலையில், ஆன்மீகம்தான் இவற்றுக்குப் பதிலளிக்க முடியும். உலகின் தோற்றம், உயிர்களின் தோற்றம், மரணம், உலகின் முடிவு இவற்றைப் பற்றி சமயங்கள் என்ன கூறுகின்றன என்பது பற்றி இனி பார்ப்போம்.

3

சொர்க்கம் – நரகம் என்பவை எவை?

கருவின் வழி அறிந்து
கருத்தை செலுத்தாமல்
அருவி விழி சொரிய அன்பு
வைப்ப தெக்காலம்?
அமையாமனம் அமையும்
ஆனந்த வீடு கண்டு அங்கு
இமையாமல் நோக்கி
இருப்பது எக்காலம்?
கூண்டு விழும் சீவன் மெல்ல
கொட்டாவி கொண்டாற்போல்
மாண்டு விடும் முன்னே நான்
மாண்டிருப்ப தெக்காலம்?
முப்பாழும் பாழாய்
முதற்பாழும் சூனியமாய்
அப்பாழும் பாழாய் அன்பு
செய்வ தெக்காலம்?

—பத்திரகிரியார்
புலம்பல் இது

எல்லா மதங்களுமே மரணத்தின்மீது மனிதன்கொண்ட அச்சத்தின் விளைவாக உதித்தவைதான். வாழ்வில் வெற்றி பெறத் துடிக்கும் ஒவ்வொரு மனிதனும் எப்படியாவதுதான் எண்ணியதை அடைந்து விட வேண்டும் என்ற துடிப்புடன் சட்டத்துக்கு உட்பட்டும், சட்டத்தை மீறியும், சமயக் கோட்பாடுகளுக்குக் கட்டுப்பட்டும், அவற்றைப் புறக்கணித்தும், தர்ம மார்க்கங்களின்படியும், தர்மத்தைப் புறந்தள்ளி அதர்மமாகவும், எல்லாவற்றுக்கும் மேலாக, தனது மனசாட்சிக்குக் கட்டுப்பட்டு மனசாட்சியின்படியும், சில நேரங்களில் அதற்கு வஞ்சனை செய்தும் எதை எதையோ செய்கிறான்.

வரம்புமீறி அவன் செய்யும் காரியங்கள் தோல்வியைத் தந்தால், பிரச்னை எதுவும் இல்லை. "நாம் சென்றது தவறான பாதை. ஆகவே தோற்றோம்" என்று அவனது ஆழ்மனத்தில் அவனறியாமலேயே ஒரு மெல்லிய திருப்தியும் மனசமாதானமும் ஏற்படும்.

ஆனால் வெற்றி பெற்றவன் பாடுதான் திண்டாட்டம். அப்போதைக்கு அவன் வெற்றிக்களிப்பில் இருப்பான். சிறிது காலம் சென்று வெற்றிப் பெருமித உணர்வுகள் மடிந்தபின் அவனுக்கு மனம் உறுத்த ஆரம்பிக்கும். ஒவ்வோர் விளைவுக்கும் ஓர் எதிர்விளைவு உண்டே! மரணத்துக்குப் பின்னர் இவை சேர்ந்து வந்து தன்னைத் தாக்குமே? அப்போது என்ன செய்வது? என்று பயப்பட ஆரம்பிப்பான்.

இந்த பயம்தான் மனிதனைத் தத்துவங்களை நோக்கி, மதங்களை நோக்கிச் செலுத்துகிறது. அவன் சென்று சேருகிற மதங்களில்

கூறப்படும் தத்துவங்களோ, கோட்பாடுகளோ அவனுடைய எல்லாக் கேள்விகளுக்கும் விடையளிப்பதில்லை. அங்கே அவனுக்குக் கிடைக்கும் ஒவ்வொரு விடையின் முடிவிலும், "அதற்குப் பிறகு என்ன?" என்ற கேள்வி ஒன்றும் எழுகிறது. இப்படி முடிவற்ற சந்தேகங்களும் பயங்களும் எண்ணங்களும் மனிதனின் மனத்தை களைப்படையச் செய்கின்றன. ஒரு கட்டத்தில் எண்ணங்களின் சுமையைத் தாள முடியாமல் மனிதன் சோர்ந்து விடுகிறான்.

இதற்கு மாறாக, நம்பிக்கையை வலியுறுத்தும் மதங்களில் இந்தப் பிரச்னைகள் இல்லை. அவை ஒரு குறிப்பிட்ட மனிதரைப் பின்பற்றும்படி கூறும். அவ்வளவுதான்.

மோசஸ், ஏசுநாதர், முகமதுநபி, கௌதமபுத்தர், மகாவீரர், குருநானக் போன்றோரைப் பின்பற்றும் மதங்கள் எல்லாம், தங்கள் இறைத் தூதரை விசுவாசித்தால்போதும், அவர் எல்லா பாவங்களிலிருந்தும் தங்கள் பக்தர்களை விடுவிப்பார் என்று வலியுறுத்துகின்றன. அங்கே எந்தக் கேள்விக்கும் இடமில்லை.

"அவர் பார்த்துக் கொள்வார்" என்பதுதான் அவர்களுடைய விசுவாசிகளுக்குக் கிடைக்கும் ஒரே பதில். "எப்படி?" என்ற கேள்வியை அங்கு எழுப்ப முடியாது. மீறி எழுப்புகிறவன் அவ நம்பிக்கையாளனாகக் கருதப்படுவான். அவன் முழு விசுவாசி ஆக மாட்டான்.

"இயேசு விடுவிக்கிறார்" என்கிறது கிறிஸ்தவம்.

"சகலத்தையும் விட்டுவிட்டு என்னைச் சரணடைபவனை நான் ஒருபோதும் கைவிடுவதில்லை" என்கிறது கிருஷ்ணரின் கீதை.

இதுபோன்ற நம்பிக்கை தரும் வார்த்தைகள், விசுவாசத்தை வலியுறுத்தும் மக்களின் மனத்தைத் திருப்தி செய்து விடுகின்றன. தங்கள் நம்பிக்கைக்கு உரியவர் சர்வ சக்தி படைத்தவர். அவரால் முடியாததே கிடையாது. ஒரு நொடியில் கோடானு கோடி அண்டங்களைப் படைக்கவும் அவரால் முடியும். ஒரே நொடியில் கணக்கற்ற அண்டங்களை அழிக்கவும் முடியும். அதனால் இறப்புக்குப் பின் என்ன என்பதைப் பற்றி இறக்கும்வரை அவர்கள் கவலைப்பட வேண்டியதே இல்லை.

இத்தகைய அடிப்படை நம்பிக்கைகளை வளர்த்ததால் தான் இந்த மதங்களால் கோடிக்கணக்கான விசுவாசிகளை உருவாக்க முடிந்தது.

பௌத்தம், ஜைனம் பற்றிய இந்து மதத்தின் முக்கால்வாசிப் பிரிவுகள் கர்ம வினையை வலியுறுத்துகின்றன. "கர்மா" என்னும் சொல், செய்த செயலின் விளைவு என்ற பொருளில் இங்கு எடுத்தாளப்படுகிறது. ஒவ்வொரு செயலுக்கும் ஒரு விளைவு உண்டு. விளைவுகளுக்கு எதிர்விளைவுகளும் உண்டு.

ஓர் ஊஞ்சலை இந்தக் கோடிக்கு இழுக்கிறோம். இங்கே இழுத்தல் என்பது ஒரு செயல். ஊஞ்சல் இழுபடுவது என்பது அந்தச் செயலின் விளைவு. அதேசமயம், அந்த ஊஞ்சலை விட்டால் அது தானாகவே மறுகோடி வரை செல்கிறது. இதுதான் எதிர் விளைவு என்பது. இங்கே "கர்மா" ஆரம்பமாகி விடுகிறது. ஒருமுறை இழுபட்ட ஊஞ்சல் மீண்டும் பழைய நிலையை அடைய பலமுறை இப்படியும் அப்படியுமாக அலைகிறது.

சிறிது நேரம் அப்படி அலைந்தபின் மெல்ல, மெல்ல அதன் அலைவு குறைந்து, கடைசியாக மையத்தில் வந்து நின்றுவிடும். அதன்பிறகு அதை எத்தனை முறை திரும்பத் திரும்ப இழுத்து

விடுகிறோமோ அதற்கேற்ப அதன் அலைவுகளின் எண்ணிக்கை அதிகரித்துக் கொண்டே செல்லும். மீண்டும் அது அலையாதிருக்க, அதை இழுத்து விடுவதை நிறுத்த வேண்டும்.

அதுபோல், ஒரு பிறவியில் ஒருவன் செய்யும் நல்வினை, தீவினைகள் அவனுக்குள் பல பிறவிகளை அளிக்கும். அந்தப் பிறவிகளில் அவன் செய்யும் செயல்களுக்கேற்ப பிறவிகள் மேலும் கூடிக் கொண்டே செல்லும். எனவே பிறவித் தளையை ஒருவன் கடக்க விரும்பினால், அவன் தனது செயல்களை நிறுத்திக் கொள்ளவேண்டும். நல்லவை, கெட்டவை என எதையும் செய்யாமல் அப்படியே நிறுத்திவிட்டு, அன்றாடம் உயிர் வாழ்வதற்குத் தேவையானவற்றை மட்டுமே செய்து கொள்ள வேண்டும். அப்போது புதிய கர்ம வினைகள் ஏதும் சேராது. எஞ்சியிருக்கும் பழைய கர்ம வினைகளை மட்டும் அவன் கணக்கிலிருந்து கழித்துவிட்டு, அவன் மறுபிறவியிலிருந்து விடுபட்டு விடலாம்.

இதை இன்னொரு உதாரணம் மூலம் விளக்க முடியும். ஒருவன் கொஞ்சம் முதலீடு செய்து ஒரு வியாபாரம் தொடங்குகிறான். விற்பனையில் வரும் பணத்தை அதிலேயே முதலீடு செய்து, அவன் மேலும் சரக்குகள் வாங்குவான். விற்பனை கூடக்கூட மேலும் சரக்குகள் வாங்குவான். விற்பனை கூடக்கூட மேலும் கூடுதல் சரக்கு, கூடுதல் பணியாளர்கள், கூடுதலான இடம் என்று அவனது எல்லைகள் விரிவடைந்து கொண்டே போகும். இப்போது அவன் தனி மனிதனல்ல. ஒரு ராட்சத நிறுவனத்தின் மையம். அவன் இஷ்டப்பட்டபடி அவனால் எங்கும் செல்ல முடியாது. பலவற்றையும் பராமரிக்கும், பலரது தேவை, எதிர் பார்ப்புகளை நிறைவேற்றும் கடமை அவனுக்கு உண்டு. தினமும் அவன் தன் கடையைத் திறக்க வேண்டும். வெளியூர் செல்வதாயின் யாரையாவது தன் பணிகளைக் கவனிக்க நியமித்துவிட்டுச் செல்ல வேண்டும். சென்ற இடத்தில் இருந்துகொண்டே, அவ்வப்போது நிறுவனத்தைத் தொடர்புகொண்டு நிலைமைகளைக் கேட்டறிய வேண்டும்.

இந்த வியாபாரம் அவன் மனத்துக்குப் பிடிக்கவில்லை என்றால் அவன் என்ன செய்ய வேண்டும்? முதலில் புதிய சரக்குகள் வாங்குவதை நிறுத்தவேண்டும். "கடையில் உள்ள சரக்குகள் விற்பனை செய்யப்படும்" என்று அறிவிக்க வேண்டும். இருக்கும் சரக்குகளை வந்தவிலைக்கு விற்க வேண்டும். வரவேண்டிய

நிலுவைகளைத் தீவிரமாக வசூலிக்க வேண்டும். தரவேண்டிய கடன்களைக் கொடுத்து, கணக்கை நேர் செய்ய வேண்டும். அதன் பின்பே எந்த பிரச்னையும் இன்றி, துண்டை உதறித் தோளில் போட்டுக் கொண்டு அவன் தன் வழியே போகலாம்.

மகான்களின் வழி இதுதான். பல பிறவிகளாக எஞ்சி நிற்கும் கர்மவினைகளை நீக்க முதலில் இப்பிறவியில் தங்கள் செயல்களைக் குறைத்துக்கொண்டே வருவார்கள், பின்னர் படிப்படியாக அவற்றை நிறுத்துவார்கள். எண்ணம், சொல், செயல் என்ற இவை மூன்றில், முதலில் அவர்களது செயல் குறையும். பின்னர் சொல் குறையும். அதன் பின் எண்ணங்கள் குறைந்து தாமே அற்றுப்போகும்.

அருணகிரி நாதரை, அடியார் வடிவில் தோன்றி கோபுரத்தின் மீதிருந்து அவர் குதித்தபோது தடுத்தாட்கொண்ட முருகன் அவரிடம், "சொல் அற சும்மாயிரு" என்றாராம். அதற்குப் பிறகு கண்களை மூடி, எதையும் பார்க்காமல், எதையும் பேசாமல் ஓரிடத்தில் சவம்போல், அசைவற்று நாள் கணக்கில் அமர்ந்திருந்த அருணகிரிநாதர் "உள் ஒளி" பெற்றாராம்.

நம் நாட்டில் இப்போது பெருகியுள்ள போலிச் சாமியார்களைப் பற்றி நாம் ஆராய வேண்டாம். அது சுத்தமான வியாபாரம். எப்படி அரசியல் ஒரு வாணிபமாகி விட்டதோ, அதுபோல் ஆன்மீகமும் வணிகமாகி நெடுங்காலமாகி விட்டது. வழிபாட்டுத் தலங்கள் முதற்கொண்டு எல்லாமும் மக்களை ஈர்க்கவும், பணம் குவிக்கவுமே பயன்படுத்தப்படுகின்றன. எனவே, அதில் ஆராய ஒன்றுமில்லை.

ஆனால் உண்மையாகவே தேடல் கொண்ட மனங்கள் பல உண்டு. நாம் எப்படி இந்த உலகில் வந்து பிறந்தோம்? இந்தப் பிறப்புக்கு முன் நாம் எங்கிருந்தோம்? ஏன் இப்படி ஆனோம்? எப்படி இறப்போம்? எப்போது இறப்போம்? இறப்புக்குப் பின் நமக்கு என்னவாகும்? என்ற கேள்விகள் இவர்களிடம் பிறந்துகொண்டே இருக்கும். இவர்களில் பலர் மரமானந்தா, கிளையானந்தா, மலரானந்தா என்று ஏதாவது "சற்குருநாதர்" நடத்தும் யோகா பள்ளிகளில் சேர்ந்து கண்களை மூடி, மூச்சடக்கி கட்டைபோல உட்கார்ந்து, இவற்றுக்கு விடைகாண முயற்சி செய்வார்கள். பல மாதங்கள் முயன்றும் ஓரங்குலம் கூட முன்னேற முடியாத நிலையில், "சீச்சீ! இந்தப் பழம் புளிக்கும்" என்று தங்கள் முயற்சிகள் அனைத்தையும் விட்டு விடுவார்கள்.

பெரும்பாலும் அரசு ஊழியர்கள், பெருவணிகர்கள், வசதியான நடுத்தர வர்க்கத்தினர்தான் இவற்றில் எளிதில் சிக்குகின்றனர். பின்னர் தங்கள் தோல்வியை மறைக்கக் காலம் முழுதும், "நான்கூடக் கொஞ்ச காலம் யோகா வகுப்புகளுக்குப் போனேன். ரொம்ப அற்புதமான அனுபவம் அது. அப்புறம் வேலைப்பளு. நேரமில்லை. விட்டு விட்டேன்" என்பார்கள் ஜம்பமாக.

கோளாறு எங்கே இருக்கிறது என்றால் இவர்களிடம்தான். சாக்கடை வழிந்து ஓடுகிறது என்றால் முதலில் அது போகும் வழியில் உள்ள அடைப்பை நீக்கி, அது வழிவதை நிறுத்த வேண்டும். அதன் பின்னரே வழிந்திருக்கும் நீரைப் பெருக்கித்தள்ள வேண்டும். வழிவதை நிறுத்தாமல் எடுத்ததும் அங்குள்ள நீரைப் பெருக்கித் தள்ள ஆரம்பித்தால், தொடர்ந்து நீர் வழிந்தபடியேதான் இருக்கும். நாள் முழுவதும் பெருக்கி, பெருக்கி நாம் ஓய்ந்து போக வேண்டியதுதான்.

செயல்களை முதலில் நிறுத்தி, அதன் பின் சொல்லை நிறுத்தி, அதன் பின் எண்ணங்களை நிறுத்த முயல்பவன்தான் ஓரளவாவது ஆன்மீகப் பாதையில் முன்னேற முடியும். இதுவே கடினமானதொரு செயல்தான். ஏனெனில் செயல், சொல் என வெளி ஆரவாரங்கள் நின்றுவிட்ட நிலையில், உள்ளுக்குள் இரைச்சல் ஆரம்பமாகிவிடும். உடல் செயல்பட்டுக்கொண்டும், உடலின் ஓர் உறுப்பான வாய் பேசிக்கொண்டும் இருந்தவரை மனம் இந்தச் செயல்பாடுகளிலேயே கவனம் செலுத்துகிறது.

இரண்டும் நின்று விட்ட நிலையில், உள்ளே ஆங்காரக் கூச்சல் ஆரம்பமாகிவிடுகிறது. மனப் பிளவின் வெகு அருகில் உள்ள நிலை அது. இந்த நிலையில் சரியாக சாதகம் செய்யாவிடில் முயற்சிப்பவன் சிதறிவிடுவான். பலர் பைத்தியமாகிவிடுவது இந்த இடத்தில்தான்.

வசதியான, அடிப்படைத் தேவைகளுக்குத் தட்டுப்பாடு இல்லாத நடுத்தர வர்க்கத்தினர் ஐம்புலன் நுகர்வுகளில் எதையும் குறைத்துக்கொள்ளாமல், செயல், பேச்சு இரண்டையும் நிறுத்தாமல் யோகா பயிற்சி என்ற பெயரில் நேரடியாக எண்ணங்களை அடக்க முற்படுகின்றனர். காற்றில் உப்புக்கல் ஒன்றை உயர வீசி எறிந்து, அதை மிளகுத்தூளால் அடிக்க முயல்வதுபோன்ற முயற்சி இது. இவ்வாறு மாதக்கணக்கில் அல்ல, வருடக்கணக்கில் முயன்றாலும் இவர்களால் ஓர் இம்மியளவு கூட முன்னேற முடியாது.

''கர்மா'' என்னும் வினைப்பயன்களை வலியுறுத்தும் கீழை நாட்டு மதங்களும் சரி, விசுவாசத்தை வலியுறுத்தும் மேலை நாட்டு மதங்களும் சரி, இவையெல்லாமே நியாயத் தீர்ப்பு நாள் என்பதை வலியுறுத்துகின்றன.

இஸ்லாமிய மறையான குர்ஆன் கூறுகிறது:

"பின்னும் நியாயத்தீர்ப்பு நாள் இன்னதென்று நீர் அறிவீரா? அந்நாளில் ஓர் ஆத்மா மற்றோர் ஆத்மாவுக்கு உதவச் சக்தியற்றதாகிவிடும். அப்போது எல்லா அதிகாரமும் இறைவனிடத்தில்தான் இருக்கும்."

கிறிஸ்தவ மதத்தில் சிலுவையில் அறையப்பட்ட ஏசு மூன்றாம் நாள் உயிர்த்தெழுந்தார். பின்னர் சர்வ வல்லமை படைத்த பிதாவின் வலது பாரிசத்தில் வீற்றிருக்கிறார். நியாயத் தீர்ப்பு நாளில் தமது விசுவாசிகளை அவர் பரிந்துரை செய்து காக்கிறார்.

கர்ம வினைகளை வலியுறுத்தும் இந்து மதம், புத்த மதம் போன்றவை மறுபிறவிக் கோட்பாட்டை வலியுறுத்துகின்றன. இந்து மதத்தில் மரணத்தை அளிப்பவன் கால தேவனாகிய எமதர்ம ராஜன். உயிரை எடுப்பவன் என்றாலும் விருப்பு, வெறுப்புகளுக்கு அப்பாற்பட்டவன் எமன். அதனால்தான் அவன் தர்மராஜன் எனப்படுகிறான்.

ஜீவனின் இறுதி நாளில் எமகிங்கரர்கள் வந்து அந்த உடலிலிருந்து ஆன்மாவை விடுவித்து அழைத்துச் (அல்லது இழுத்து) செல்வார்கள். எமலோகத்தில் விசாரணை நடைபெறும். வாழ்ந்த காலத்தில் அந்த நபர் செய்த பாவ, புண்ணியங்கள் பட்டியல்

இடப்படும். அதற்கேற்ப, சொர்க்கத்தையோ, நரகத்தையோ எமன் அவருக்கு வழங்குவான்.

மரணத்துக்குப் பின் மனித உயிர் என்னவாகிறது என்பது பற்றி கருட புராணம் விரிவாகக் கூறுகிறது. அதுபற்றிப் பின்னர் பார்ப்போம்.

மேலை நாட்டு யூத, இஸ்லாமிய, கிறிஸ்தவ சமயங்களாயினும் சரி, கீழை நாட்டு இந்து, ஜைன, பௌத்த சமயங்களாயினும் சரி, இரு வகைகளிலும் சொர்க்கம், நரகம் ஆகியவை பற்றிக் கூறப்படுகின்றன. புண்ணியம் செய்தவர்கள் சொர்க்கத்தில் இன்பங்களை அனுபவிப்பார்கள். பாவம் செய்தவர்கள் நரகத்தில் யமவாதனையை அனுபவிப்பார்கள் என்கிறார்கள் இவர்கள்.

மேலை நாட்டு மதங்கள் அத்துடன் நின்று விடுகின்றன. அங்கு மறுபிறவி பற்றி வலியுறுத்தப்படவில்லை. சொர்க்கத்துக்கு மேலாக அவர்களைப் பொருத்தவரையில் ஏதும் இல்லை. மனிதனுக்கு அளிக்கப்படும் உச்ச கட்ட உயர்வே சொர்க்கத்தில் அவனுக்கு ஓர் இடம் என்பதுதான்.

இதன் மூலம் இறையச்சம், தீய செய்கைக்கு அஞ்சுவது, நல்லது செய்ய ஊக்குவிப்பது என மனிதனை ஒரு கட்டுப்பாட்டில் வைக்க முடிகிறது. இந்து மதத்தில் மரணமடைந்த ஒரு ஜீவன் அதன் பாவ புண்ணியங்களுக்கு ஏற்ப சொர்க்க, நரகங்களை அடையும் என்ற நம்பிக்கை உண்டு.

எப்பேர்ப்பட்ட புண்ணிய சீலனும் அதற்கேற்ப கொஞ்ச காலம் சொர்க்கத்தில் இருப்பான். சொர்க்கவாசம் முடிந்துவிட்டால் மீண்டும் பிறவி எடுப்பான். நல்ல ஆத்மா என்றால் நல்ல இடத்தில் பிறந்து சுக வாழ்வு நடத்தும். அதேபோல் எப்பேர்ப்பட்ட பாவம் செய்தவனும் சிறிது காலம் நரகத்தில் வசிப்பான். நரக வாசம் முடிந்த பின்னர் மீண்டும் பூமியில் அவன் பிறந்தேயாக வேண்டும். ஆக பிறவிச் சக்கரத்திலிருந்து மனிதனுக்கு விடுதலை என்பது இல்லை.

பிறவித்தளையிலிருந்து விடுபட நற்செயல், தீய செயல் இரண்டையும் துறந்து தவம் மேற்கொள்வது என்பது இங்கு வலியுறுத்தப்படுகிறது. மோனத்தவத்தில் மனத்தை ஒரு புள்ளியில் நிலைப்படுத்துபவன் சொர்க்கம், நரகம் இரண்டையும் கடந்து மோட்சத்தை அடைகிறான். மோட்சம் அல்லது முக்தி நிலை என்பது கடலில் நதி கலந்துவிடுவது போன்றது. எல்லா நதிகளும் கடலில் இருந்துதான் வருகின்றன. ஆனால் நதியாக ஓடும்போது சிந்து, கங்கை, பிரம்மபுத்ரா என வெவ்வேறு பெயர்களைப்

பெறுகின்றன. கடலில் மீண்டும் கலந்தபின்பு அந்த நதிக்கென்று தனித்தன்மைகள் ஏதும் கிடையாது. கடலோடு கடலாக அதுவும் சங்கமித்து விடும்.

அதுபோல் எல்லா ஜீவன்களும் பரம்பொருளில் இருந்துதான் வருகின்றன. ஒவ்வொரு ஜீவனுக்கும் தனி வடிவம், குணம், இயல்பு என்று உண்டு. மீண்டும் பரம்பொருளில் கலந்த பின்பு எந்தத் தனித்தன்மையும் அதற்குக் கிடையாது. இதுவே இறுதியான முக்திநிலை.

மோட்சம் என்பது இந்து மதத்தில் மட்டுமே வலியுறுத்தப்படும் ஒன்று.

ஆனால் பிற்காலத்தில் மதங்கள் என்பவை பல்வேறு கிளைகளுடன் கூடிய ஓர் அமைப்பாக மாற்றப்பட்ட பின்பு, இந்தக் கோட்பாடுகள் மிகவும் கொச்சைப்படுத்தப்பட்டன. மேலும் புதுப்புது அம்சங்கள் சேர்க்கப்பட்டு, பல்வேறு கதைகள் சிருஷ்டிக் கப்பட்டன. இதன் மூலம் நாத்திக இயக்கங்களுக்கு ஒரு வலுவான அடித்தளம் கிடைத்தது.

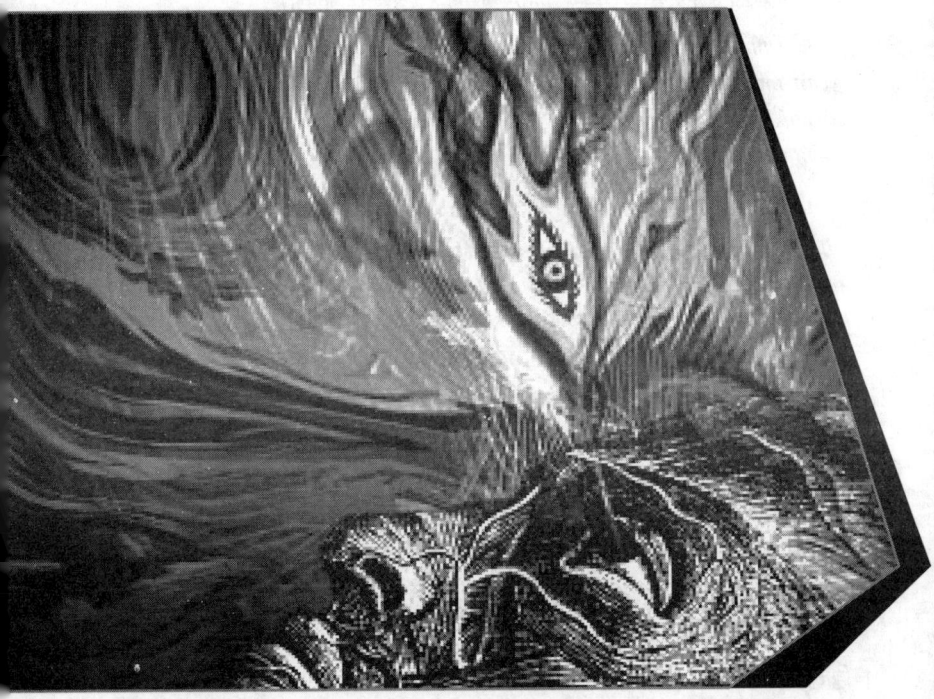

உண்மையில், கோளாறு எங்கே ஆரம்பமானது என்று பார்த்தால், அடிப்படையில் பணம் என்பது உடல் சம்பந்தப்பட்டது. ஆன்மிகம் என்பது முழுக்க, முழுக்க மனம் சம்பந்தமானது. ஆன்மிகத்துக்கும் பணத்துக்கும் எந்தவிதமான தொடர்பும் கிடையாது.

உடலுக்கு வேளாவேளைக்கு உணவு தேவை. மனத்துக்கு எந்த உணவும் தேவையில்லை. உடல் ஒரு நாள் முழுதும் உழைத்தால் அதற்கு போதுமான ஓய்வு கொடுத்தேயாக வேண்டும். உடலுக்கு இரவு உறக்கம்தான் ஓய்வு. ஆனால் மனம் ஒருபோதும் ஓய்வெடுப்பதே இல்லை. நன்கு சாப்பிட, சாப்பிட உடல் வளர்ச்சி அடையும். நோய்வாய்ப்பட்டால் இளைக்கும். மனம் ஓர் இம்மியளவுகூட பருமனாவதும் இல்லை. இளைப்பதும் இல்லை. உடலுக்கு அதைப் பாதுகாக்கவும் அழகுபடுத்தவும் உடை முதல் வீடு வரை எல்லாப் பொருட்களும் தேவை. மனத்துக்கு எந்தப் பொருளும் தேவை இல்லை. உடலுக்கு முதுமை உண்டு. இளமை உண்டு. மனத்துக்கு காலம் சார்ந்த எந்த வளர்ச்சியும் இல்லை. எந்தத் தளர்ச்சியும் இல்லை.

மதவாதிகள் சமயக் கோட்பாடுகளை இயக்கமாக மாற்றி, பணத்துடன் ஆன்மிகத்தைப் பிணைத்ததுதான் எல்லாக் கோளாறுகளுக்கும் மூல காரணமாக அமைந்தது.

சொர்க்கம் என்பது ஒரு நிலை. அலையும் எண்ணங்கள் அடங்கி ஆன்மா சலனமின்றி பேரானந்தத்தில் லயித்திருக்கும் நிலை அது. மோட்சமும் அப்படிப்பட்டதே. நரகம் என்பது அதற்கு நேர் எதிரான அல்லாடல் எனலாம்.

மனம் தொடர்பான, அதையும் தாண்டி ஆன்மா தொடர்பான வற்றை உடலுடன் தொடர்புபடுத்தியதால் புதுப்புது கதைகள் கட்டப்பட்டன. சொர்க்கம் என்பதை அருவி, நதி, வண்ண மலர்கள் என ஏதோ ஒரு வளம் நிரம்பிய தீவு போலும், நரகம் என்பது பிரிட்டிஷ் காலனி நாடுகளில் உள்ள சிறைச்சாலைகளில் இருக்கும் சித்ரவதைக் கூடம் போலும் வர்ணிக்கப்பட்டன.

உண்மையில் மகான்களால் வர்ணிக்கப்பட்ட சொர்க்கம் என்பதே வேறு. அது முழுக்க, முழுக்க நான், நீ என்பதான உணர்வுகள் அற்று, எல்லாம் ஒன்றான ஒரு நிலை. ஆனால் மக்களுக்கு அதுபற்றிக் கூறப்பட்டதோ மாயாஜாலக் கதைகள் போன்ற கருத்துகள்தான்.

மரத்தடியில் முகத்தில் திவ்யமான தேஜஸ் ஒளி வீச அமர்ந்திருந்த புத்தரிடம் ஒருவன் கேட்கிறான், "ஐயா! உங்களுக்குக் கடவுளிடம் இருந்து என்ன கிடைத்தது?" என்று.

அதற்குப் புத்தர் கூறுகிறார், "நான் எதையும் பெறவில்லை. இருப்பவற்றை இழந்தேன். அதன் மூலம் "என்றும் இருத்தல்" என்பதை உணர்ந்தேன்" என்று.

"நான்" என்ற "தன் உணர்வு" "இது என்னுடையது, அது உன்னு டையது" என்று ஒவ்வொன்றையும் பிரிக்கிறது. ஆசை, கோபம், விரக்தி, வெற்றி, களிவெறி, வலி, வேதனை, அனைத்துக்கும் மூலகாரணம் இதுவே என்கின்றன வேதங்கள். இந்த "நான்" என்னும் உணர்வு உள்ளவரையில் மனிதன் மீண்டும் மீண்டும் பிறந்து கொண்டே இருக்க வேண்டியதுதான். இந்த உணர்வு அற்றுப்போவதே முக்திநிலை.

"இழப்பவன் பெறுகிறான்" என்கிறார் ஏசு. "ஆசையே அனைத்துத் துன்பத்துக்கும் மூலகாரணம்" என்கின்றனர் புத்தரும் மகாவீரரும்.

பூமிக்குள் மனிதன் தோண்டி எடுக்கும்போது நிலக்கரி, மாங்கனீஸ், பாக்சைட், அலுமினியம், வெள்ளி, தங்கம், வைரம் எனப்படிப்படியாக பல்வேறு அடுக்குகளில் உள்ள பல்வேறு கனிமங்கள் கிடைக்கும். மேலும், மேலும் பூமியைத் தோண்டிக் கொண்டே சென்றால் பூமியின் நடுவிடத்தில் 12,000 டிகிரி செல்சியஸ் வெப்பத்தில் உருகிய தாதுக்குழம்பு காணப்படும். (இது எரிமலைகளின் வழியே வரும் லாவா அல்ல). இதை பூகர்ப்ப மேக்மா என்கின்றனர். மேக்மா என்னும் இந்த உருகிய குழம்பை புவியியலாளர் "ஆலிவின்பட்டை" என்கின்றனர். இது எதைப் போலும் இருக்காது. ஆனால் இதில் எல்லாமே அடங்கி இருக்கும். அந்தந்த உஷ்ண நிலைகளில் இதிலிருந்து பிளாட்டினம், பாதரசம், தங்கம், வெள்ளி என எல்லாவற்றையும் பிரித்தெடுக்க முடியும்.

அதுபோல் எல்லாமே படைக்கப்படுவதற்கு முன்பு எங்கும் ஒரு வெறுமை இருந்தது. (இது சோதனைக் கூடங்களில் செயற்கையாக உருவாக்கப்படும் வெற்றிடத்தைக் குறிப்பது அல்ல.) அந்த வெறுமை, வெட்டவெளி, யாதுமற்ற நிலை, அல்லது யாதுமாகி நின்ற நிலையை மனம் அடைய வேண்டும். அதுவே இரண்டற்ற அத்வைத நிலை. அப்போது உள்ளும் புறமும் ஒன்றாகி எல்லாமே ஒன்றாக இருக்கும். (எல்லாம் ஒன்றாகக் காணப்படும் என்றால் இங்கே காண்பவன் யார்? என்ற கேள்வி எழும். காண்பவன் பொருளைக் காண்பவன். காணுதல் அங்கே நிகழும் செயல். காணும் பொருள் பார்வைக்கு உட்படும் பொருள் என மூன்றாகப் பிரியும். அதனால்தான் எல்லாம் ஒன்றாக இருக்கும் என்கிறது அத்வைத மார்க்கம்.)

இந்த விவாதங்களையெல்லாம் பின்னர் வைத்துக் கொள்வோம். முதலில் சொர்க்கம் என்ற கருத்து பற்றிப் பார்ப்போம்.

உறக்கம் என்ற நிலையில் நம் உடல் ஓய்வெடுக்கிறது. பக்கத்தில் யாராவது வந்து நமது உடைமைகளை எடுத்தால்கூட அது நமக்குத் தெரிவதில்லை. ஆனால் மனம் மட்டும் அந்த நேரத்தில் விழித்திருக்கிறது. அப்போது நாம் பல உலகங்களில் சஞ்சரித்துக் கொண்டு இருக்கிறோம். அங்கே திடீர், திடீரென நாம்

பயணிக்கும் இடம் மாறுகிறது. அங்குள்ள ஆட்கள் மாறுகின்றனர். ஏன், நாமே பறக்கிறோம், பல வடிவங்களை எடுக்கிறோம். விழித்த பின்பே இவை கனவு என்று நமக்குத் தெரிகிறது.

கனவு என்றால் என்ன? நிஜத்தைவிடக் கனவு காணும் நேரத்தில் அவ்வளவு தத்ரூபமாக எல்லாக் காட்சிகளும் எப்படி ஒரு நொடியில் உண்டாக்கப்பட்டன. விழித்துப் பார்க்கும்போது அதைவிட வேகமாக மறைந்தன?

ஆக, இது மனத்தின் ஆற்றலால் நிகழ்ந்த அற்புதம் என்பது புரிகிறது. அளவிட முடியாத ஆற்றல் மனத்துக்கு உண்டு என்பதும் தெரிகிறது. இத்தகைய சக்திவாய்ந்த மனத்தை வசப்படுத்தியவனே மகான் எனப்படுகிறான். அதாவது, சித்தத்தை வசப்படுத்தியவன் சித்தன் ஆகிறான்.

உடல் ஓய்வெடுப்பதுபோல் இந்த மனம் ஓய்வெடுப்பதில்லை. ஓய்வு என்பது அதற்கு மரணத்தின்போதுதான் கிட்டுகிறது. ஆனால் வாழும்போதே மனத்தை ஓய்வெடுக்கச் செய்ய வேண்டுமானால் புலன்களை வென்ற சித்தர்கள், மகான்கள், ஞானிகளால் மட்டுமே அது முடியும். அப்படி உடல், மனம் இரண்டும் ஓய்வெடுத்துக் கொண்டாலும்கூட, அப்போதும் விழித்திருப்பதுதான் ஆன்மா. அத்தகைய ஆன்மாவின் விழிப்பையே "உயிர்த்தெழுதல்" என்கிறார் இயேசு என்பது ஓஷோ போன்றவர்களின் கருத்து.

இதுதான் புத்தரின் பரி நிர்வாணா. மகாவீரரின் கைவல்யம். ஆதிசங்கரரின் "அத்வித முக்தி". இத்தகைய ஒரு நிலையில் இருந்தபடிதான் "எல்லாம் நானே" என்கிறார் கிருஷ்ணர்.

இந்த நிலை மனத்தால் எட்டப்படும் நிலை. உடலால் அறியக் கூடிய உலகம் அல்ல இது. "உள்ளே இருக்குது பிரம்மாண்டம்" என்கின்றன ஞான நூல்கள். இவற்றை தன்னுள், தான் அமிழ்ந்துதான் ஒருவன் காண முடியுமே தவிர, தொலைநோக்கி மூலம் வானவெளியில் ஆராய்ந்து பார்ப்பதுபோல் ஆராய்ந்து, இதைக் காண முடியாது.

ஆகமங்கள் கூறும் இந்த நிலையை அடைய ஒருவன் ஆகமங்களைப் படிக்க வேண்டிய அவசியம் இல்லை. இன்னும் சொல்லப்போனால், எவ்வளவுக்கெவ்வளவு ஒருவன் படிக்கிறானோ அவ்வளவுக்கவ்வளவு அவன் ஞானநிலையில் பின் தங்கியே இருப்பான். அவன் எண்ணற்ற கருத்துகளை

உள்ளடக்கிய ஒரு நூலகமாக இருப்பானே தவிர, எல்லாம் உணர்ந்த ஞானியாக ஒருபோதும் அவனால் ஆக முடியாது. அவனது மனத்தின் ஆழத்தில் "ஏராளமாக கற்ற மேதை நான்" என்ற பெருமித உணர்வு அழுத்தமாகப் பதிந்திருக்கும். இடுப்பில் பாறாங்கல்லைக் கட்டிக் கொண்டவனால் நீந்த முடியாமல் போவதுபோல் அவனால் இந்தத் தளத்திலிருந்து மனத்தின் அடுத்த தளத்துக்கு நகர இயலாது.

சரி. விஷயத்துக்கு வருவோம். ஆகமங்கள் கூறும் சொர்க்கம் என்பதே பிறவித்தளையிலிருந்து ஒரு மனிதன் மீண்டு, மற்றொரு தளத்தை அடைவதுதான். கடலில் தத்தளித்த ஜீவன் கரையேறுவது போன்ற நிலை இது. பாமரர்களை ஈர்க்க பண்டிதர்களும் கவிவாணர்களும் கட்டி விட்ட கதைகளின் காரணமாக, மனிதன் விமானத்தில் ஏறி லண்டன் சென்றடைவது போல், ஆத்மாவானது புஷ்பக விமானத்தில் ஏறிச் சொர்க்கம் சென்றடையும் என்பது போன்ற கற்பனைகள் பரப்பப்பட்டன. மக்களிடையே நிலை கொண்ட இந்த நம்பிக்கைகள்தான் நாத்திகர்களின் கேலிப் பிரச்சாரங்களுக்குத் தளம் அமைத்துக் கொடுத்தன.

மக்களிடையே பரவியுள்ள கருத்துகளை அடிப்படையாகக் கொண்டு பார்த்தால் எளிதாக ஒரு உண்மையை நாம் கண்டறிய

முடியும். இவர்கள் சொர்க்கம் என்று கூறுவது தங்களது நிறைவேறாத ஆசைகளின் பெருந்தொகுப்பைத்தான். இங்கே இவர்களால் எதை, எதையெல்லாம் அடைய முடியாதோ அவையெல்லாம் அங்கே கொட்டிக்கிடப்பதாக இவர்கள் எண்ணுகின்றனர்.

பருவ வயது இளைஞன் ஒருவன், தனது கற்பனையில் அளவெடுத்தாற்போன்ற அங்கங்கள் அமைந்த அவனது அழகிய காதலியுடன் சஞ்சரிப்பது போல், மனிதர்கள் தாங்கள் இந்த உலகத்தில் அடைய முடியாத சந்தோஷங்கள் தங்களுக்காகச் சொர்க்கத்தில் காத்துக்கொண்டிருப்பதாக எண்ணுகின்றனர்.

இந்தியா ஒரு வெப்ப மண்டலநாடு. எல்லா உடைகளையும் கழற்றி விட்டு இடுப்பில் வெறும் துண்டோடு நின்றாலும் கூட இங்குள்ளவர்களுக்கு வியர்த்துக் கொட்டும். அவ்வளவு உஷ்ணம் இங்கு. எனவே,சொர்க்கமானது இந்தியர்களின் கற்பனையில், குளுகுளு என்று ஊட்டியில் இருப்பதுபோல இருக்கிறது. அவர்களின் நரகமோ கண கணவென்று அனல் வீசக்கூடியதாக இருப்பதில் ஆச்சர்யமொன்றுமில்லை.

அதேநேரம், இமயமலையின் மேல் உள்ள ஊர்களில் உள்ள மக்கள் பின்பற்றும் சமயங்களில் வர்ணிக்கப்படுகின்ற சொர்க்கம் கண, கணவென்று கதகதப்பாக இருக்குமாம். அவர்களின் நரகத்தில் தண்டனை தருவதற்கென்று பனிக்குழிகள் அமைக்கப்பட்டிருக்குமாம். பாவாத்மாக்களை அதில் தள்ளிப் பனிப்பாறையால் மூடி விடுவார்களாம்.

இதன் அடிப்படைத் தத்துவம் மிக எளிமையானது. இமய மலையில் உள்ள மக்கள் 24 மணி நேரமும்... ஆண்டு முழுவதும் குளிரால் வாடுபவர்கள். அவர்களில் பலர் பானைகளில் தணல் கட்டிகளைப் போட்டு வயிற்றில் கட்டியபடி நடமாடுபவர்கள். எனவே அவர்களைப் பொருத்தவரையில் நெருப்புதான் சொர்க்கம். "குளுகுளு" என்று இருப்பதை நினைத்தாலே அது அவர்களுக்கு நரகத்தில் இருப்பதைப் போன்றதொரு உணர்வைத்தான் தரும்.

முஸ்லிம்களைப் பொறுத்தவரை மதுகுடிப்பதை குர்ஆன் தடை செய்கிறது. அவர்களின் சொர்க்கத்தில் மது ஆறாக ஓடுமாம். இங்கே முகமதியர்களால் குடிக்கவே முடியாது.

அவர்களைப் பொருத்தவரை குடிப்பது இங்கே பாவமாகக் கருதப்படுகிறது. ஆனால் அங்கே மதுக்கடலிலேயே அவர்கள் நீந்தி களிக்கலாமாம். மதுவை அள்ளி அள்ளி ஆசை தீரப் பருகலாமாம்.

ஆக, இங்கே எது எதெல்லாம் இல்லையோ, எதையெல்லாம் அடைய வேண்டுமென்று மனிதனின் மனம் ஆசைப்படுகிறதோ, அவையெல்லாம் அங்கே உள்ளன என்று அவர்கள் சுட்டிக் காட்டுவதுதான் சொர்க்கம். இதுவாவது பரவாயில்லை. "இந்துக்களின் சொர்க்கம்" என்று பௌராணிகர்கள் "கதா காலட்சேபம்" செய்யும்போது குறிப்பிடும் சொர்க்கமானது இன்னும் வேடிக்கையானதாக இருக்கும்.

அடிப்படையான ஓர் உண்மை என்னவெனில், நம் நாட்டு மக்கள் இயல்பாகவே மந்தமான செயல்பாடு கொண்டவர்கள். (வெளிப்படையாகச் சொல்வதெனில், சோம்பேறிகள்) அதற்குக் காரணம் நமது மதங்கள்தான். போட்டி, பொறாமை, பேராசை போன்றவை நம்மிடம் இருந்தால் நம் வாழ்க்கையையே அது நரகமாக்கிவிடும். வெறும் பணத்தால் மட்டும் மனிதன் திருப்தி கண்டுவிட முடியாது. (முன்னேறிய அமெரிக்கா உள்ளிட்ட மேற்கு நாடுகளில் காணப்படும் டென், டிப்ரன் போன்றவையே இவற்றிற்கெல்லாம் கண்கூடான காட்சியாக விளங்குகிறது.) இதற்காக இந்த மதங்கள், "எதை எடுத்து வந்தோம்? எதை எடுத்து செல்லப் போகிறோம்? எல்லாம் அவன் செயல்" என்றெல்லாம்

போதிக்கவே, இந்த மக்கள் தாங்கள் செய்ய வேண்டிய அன்றாடக் கடமைகளைக்கூடச் செய்யாமல் மந்தமான "தாமசக் குடுக்கை"களாகி விட்டனர்.

இத்தகைய மக்களின் சொர்க்கம் எப்படியிருக்கும் என்றால், அங்கேகற்பகவிருட்சம்என்றமரம்இருக்குமாம்.நீங்கள்வாய்விட்டு எதையும் அதனிடம் கேட்கக்கூட வேண்டாமாம். மனத்தால் நினைத்தாலே போதுமாம். நீங்கள் நினைத்ததை அது உடனே தருமாம். அதனடியில் நின்று நீங்கள் உடை என்று நினைத்தால் உடனே உடை வரும். உணவு என்று எண்ணினால் உடனே உணவு வரும். அங்கே கின்னரர்கள் யாழ் இசைப்பார்கள். கிம்புருடர்கள் கானம் பாடுவார்கள். அரம்பையர்கள் ஆடுவார்கள். அதன் நடுவே வீற்றிருந்து அமுதம் அருந்தி, மகிழ்ந்து திளைக்கலாம் என்று சொர்க்கத்தைப் பற்றி வர்ணிக்கின்றனர் புராணிகர்கள்.

தெவிட்டாத அமுதமாயினும் அதில் எவ்வளவைத்தான் குடம் குடமாக அருந்த முடியும்? எவ்வளவு நேரம் ஒரே மாதிரியான பாட்டைக் கேட்டுக்கொண்டிருப்பது? எவ்வளவு நேரம் ஒரே மாதிரியான அந்த ஆட்டத்தை ரசித்துக் கொண்டிருப்பது?

பொழுது புலரும் முன்பு வயலுக்கு வேலை செய்யக் கிளம்பும் குடியானவன் பொழுது சாயும்வரை தன் வயலில் பாடுபடுகிறான். (அப்போதெல்லாம் 8 மணி நேர வேலை என்ற தொழிலாளர் சட்டங்கள் கிடையாது.) நாள் முழுவதும் உழைத்து உழைத்து ஓய்ந்து போன தன் மனத்தை நிறைவு செய்ய அவன் உண்டு பண்ணிய கற்பனைதான் இது என்பதை நாம் தெளிவாகப் புரிந்து கொள்ளலாம்.

ஆதிவாசிகள், பழங்குடி மக்கள் இவர்களில் பலரும் தங்களது குல தெய்வத்துக்கு சுருட்டு, சாராயம், கோழிக்கறி இவற்றைப் படைப்பதைக் காணலாம். பிராமணர்கள் சர்க்கரைப் பொங்கல் வைத்து தங்கள் இஷ்ட தெய்வத்துக்குப் படைக்கின்றனர். உண்மை என்னவெனில், இவர்களுக்கு எது தேவையோ அதைக் கடவுளுக்குப் பிரியமானதென்று சொல்லி அவர்மேல் அதைத் திணிக்கின்றனர். பின்னர் எடுத்து சாப்பிட்டுத் தங்கள் ஆசையைத் தீர்த்துக் கொள்கின்றனர்.

இந்து மதத்தைப் போலவே எண்ணற்ற கடவுள்களைக் கொண்டது கிரேக்க மதம். இந்த மதத்தின் தேவதைகளில் 13 தேவதைகள் ஓரினச் சேர்க்கைப் பழக்கம் உள்ளவை.

கடவுள் என்ற சக்தி ஆணா, பெண்ணா என்றே யாருக்கும் தெரியாது. அப்படியிருக்க கடவுளுக்குக்கூட சோடமி, லெஸ்பியன் போன்ற முறை தவறிய ஓரினச்சேர்க்கைகள் உண்டு என்றால், இதன் அடிப்படை என்ன என்பதை சுலபமாக ஊகிக்கலாம். அந்நாளில் கிரீஸ், ரோமாபுரி போன்றவற்றில் ஆணுக்கு ஆண் துணை, பெண்ணுக்குப் பெண் துணை என்ற பாலியல் வக்கிரங்கள் பெரிதும் இருந்தன. செல்வத்தில் கொழித்துக் கொண்டு ராணுவ பலம் பெற்று விளங்குகின்ற வல்லரசுகளில் வாழ்கின்ற மக்கள்கூட இதற்கு விதி விலக்கில்லை. இன்று உலகின் முன்னணி நாடான அமெரிக்காவை ஆட்டிப்படைப்பது போதை பவுடர் உபயோகங்களும் பாலியல் வக்கிரங்கள் சம்பந்தப்பட்ட குற்றங்களும்தான்.

கிரேக்க, ரோமப் பேரரசுகளில் உள்ள பலரும் ஓரினச் சேர்க்கைப் பழக்கம் உள்ளவர்களாக இருந்தனர். (ஜூலியஸ் சீசர், சாக்ரடீஸ் போன்றோரும் இந்தக் கூட்டத்தைச் சேர்ந்தவர்கள்தான்.) இவர்கள்இந்தப்பழக்கத்துக்கு ஆட்பட்டிருந்தாலும், இவர்களுக்கும் மனத்தில் மரண பயம், தெய்வ பக்தி எல்லாமே இருந்தது. ஆனால் கோயில்களுக்குள் நுழைவதற்கு இவர்கள் தயங்கினார்கள். இவர்கள் மனத்தின் ஆழத்தில் ஓர் உறுத்தல் இருந்தது. பார்த்தார்கள், தங்களுக்கென்று தனியாக ஒரு கடவுளையே உண்டாக்கிக் கொண்டார்கள். அந்தக் கடவுளின் முதன்மை குணமாக ஓரினச் சேர்க்கையை மையப்படுத்தினார்கள். நம்நாட்டில் அலிகள் எனப்படும் அரவாணிகள் தங்களுக்கென்று அர்ச்சுனன் மகனான அரவாண் எனப்படும் கூத்தாண்டவரை தெய்வமாக வரித்துக் கொண்டு அவரை வணங்குவதில்லையா? அதுபோன்றதுதான் இதுவும்.

ஆராயப்போனால் பல கடவுள்கள் உருவாக்கப்பட்டதற்கான பின்னணிகள் இப்படிப்பட்டதாகத்தான் இருக்கும். அதனால் அவற்றை விட்டுவிட்டு, முதலில் படைப்பு எப்படித் தோன்றியது? இது குறித்து மதங்கள் என்ன கூறுகின்றன என்று பார்ப்போம்.

4

எங்கும் வெறுமை...
வெற்றிடம் மட்டுமே...

பரம் இலாதது எவ்விடம்?
பரம் இருப்பது எவ்விடம்?
அறம் இலாத பாவிகட்கு
பரம் இலை அது உண்மையே!
கரம் இருந்தும் பொருள் இருந்தும்
அருள் இலாத போதது
பரம் இலாத சூன்யமாம்,
பாழ் நரகம் ஆகுமே.
மாந்தர் வாழ்வு மண்ணிலே
மறந்தபோது விண்ணிலே
சாந்தனான ஆவியை
சரிப்படுத்த வல்லீரேல்
வேந்தன் ஆகி மன்றுள் ஆடும்
விமலன் பாதம் காணலாம்
கூந்தல் அம்மை
கோணல் ஒன்றும்
குறிக்கோணாதி துண்மையே.

–சிவவாக்கியர் பாடல்

"மனிதன் எப்போதும் ஆரம்பத்தில் ஆத்திகனாகத்தான் தன் வாழ்க்கையை ஆரம்பிக்கிறான். படிப்பும், அறிவும் வளர வளர அவனுள் எண்ணற்ற கேள்விகள் எழுகின்றன. அதன் விளைவாக அவன் நாத்திகனாகி விடுகிறான். பின்னர் அதுகுறித்து நிறையப் படிக்கப் படிக்க அவன் மாற்ற முடியாத அளவுக்கு ஆத்திகனாகி விடுகிறான்" என்றார் ஒரு மேல் நாட்டு அறிஞர்.

ஆரம்பத்தில் மனிதன் பக்திமானாக இருப்பதும், பயபக்தியுடன் அவன் பிரார்த்தனைகள் செய்வதும் பிறரால் அவனுக்குக் கற்றுக் கொடுக்கப்பட்டு வந்த பழக்கங்கள். பெற்றோரும் மற்றோரும், ஆசிரியர்களும் மதத் தலைவர்களும் சமுதாயத்தினரும் சொன்னதை, செய்ததை அவன் அப்படியே பின்பற்றுகிறான். பின்னர் அவன் சுயமாகச் சிந்திக்கத் தொடங்கியதுமே தனது நம்பிக்கைகள் எல்லாம் அபத்தமானவை என்பதை அவன் உணர்கிறான். அப்போது உடனடியாக அவன் மனத்தை எதிர்மறை எண்ணங்கள் ஆக்ரமிக்கின்றன. அதுவரை உண்டு, உண்டு என்று கூறி வந்ததை எல்லாம் இப்போது இல்லை, இல்லை என்று ஆணித்தரமாக மறுக்க ஆரம்பிக்கிறான்.

பின்னர் மேலும் மேலும் அவனது அறிவு விசாலமடையும்போது அவனுக்குள்ளிருந்து துளிர்க்கும் நாத்திக வாதம், ஆத்திகர்களால்

சொல்லப்பட்ட கருத்துகளை மறுக்கிறது. ஆனால் தனக்கேற்படும் சந்தேகங்களுக்கு தெளிவான விடை அளிக்க நாத்திகத்தால் இயலவில்லை என்பதை அறிகிறான். தவிர, இயற்கையில் காணப்படும் ஒழுங்கும் நேர்த்தியும் அவனை மலைக்க வைக்கிறது. காரணகர்த்தா ஒருவன் இல்லாமல் இப்படிப்பட்டதொரு நியதி எப்படி வகுக்கப்பட்டிருக்க முடியும் என்ற கேள்வி அவனுக்குள் எழுகிறது. அதன் பின் அவனிடம் நாத்திகம் இருப்பதில்லை.

இன்னதென்று உணர முடியாத ஒரு மகத்தான சக்தியால் இந்தப் பிரபஞ்சம் இயக்கப்படுகிறது என்பதை அவனது ஆழ் மனம் உணர்கிறது.

ஓர் அறிஞர் வேடிக்கையாக இப்படிக் கூறினார்: "அழுத்தம் திருத்தமாகக் கூறுகிறேன், நான் ஒரு நாத்திகன். அப்படி என்னைப் படைத்த இயற்கைக்கு என் நன்றி."

உண்மையான ஆன்மீகம் என்பதே நாத்திகம், ஆத்திகம் இரண்டையும் கடந்ததுதான். நாத்திகன் தூற்றுவதிலும், ஆத்திகன் போற்றுவதிலுமாகத் தங்கள் காலத்தை செலவிடுகின்றனர். சொல்லப் போனால், இருவரும் இறைவனைப் பற்றி சிந்திப்பதைவிட தங்களுடன் எதிர்வாதம் செய்பவரைப் பற்றித்தான் அதிகம் சிந்திக்கின்றனர். நாத்திக வாதங்களுக்குச் சுடச்சுடப் பதிலளிப்பதில் ஆத்திகனும், ஆத்திக நம்பிக்கைகள், கோட்பாடுகளைத் தகர்ப்பதில் நாத்திகனும் சதா சர்வ காலமும் தங்கள் சிந்தனையைச் செலுத்திய வண்ணமிருக்கின்றனர்.

விஞ்ஞானம், மெய்ஞ்ஞானம் இரண்டும் நாத்திக, ஆத்திக வாதங்களுக்கு அப்பாற்பட்டவை. விஞ்ஞானம் என்பது எதையுமே பகுதி, பகுதியாக ஆராயும். மெய்ஞ்ஞானம் என்பது எல்லாம் ஒருங்கிணைந்த முழுமையைக் கவனிக்கும். விஞ்ஞானத்தில் ஒரு மலர் என்பது புல்லிவட்டம், அல்லி வட்டம், மகரந்த கேசரங்கள், சூற்பை என பாகம், பாகமாக அலசப்படும். ஒன்றைப் பகுதி பகுதியாக ஆராய்வது பயனற்றது, அவை அனைத்தும் ஒருங்கிணையும்போதுதான் அங்கே மலர் என்பது தோன்றும் என்று கூறி அதன் முழுமையை ஆராதிக்கிறது மெய்ஞ்ஞானம்.

சிலர், முழுமையான ஒரு வட்டத்தில் அதன் தொடக்கப்புள்ளி எது என்று கண்டறிந்து விட்டால்போதும். அதன் முடிவுப் புள்ளியை எளிதில் கண்டு விடலாம் என்பார்கள். இல்லையில்லை. முடிவை முதலில் கண்டறிந்து விட்டால்போதும், அதன் தொடக்கத்தைச் சுலபமாகக் கண்டுவிடலாம் என்பார்கள் வேறு சிலர். இவை

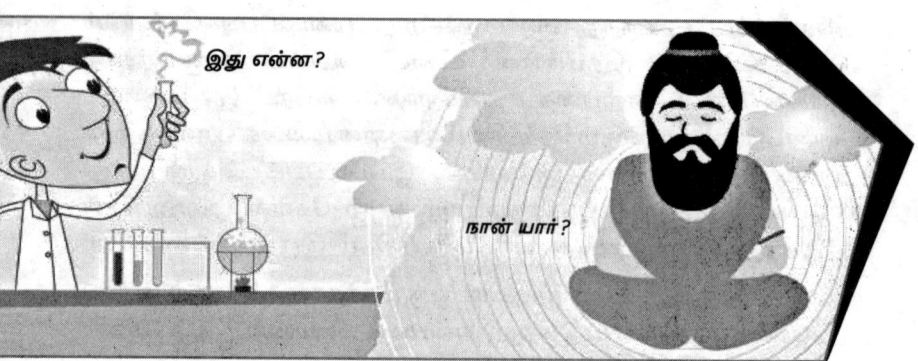

இரண்டுமே உண்மையே. ஏனெனில் ஒரு வட்டத்தைப் பொறுத்தவரை அங்கு தொடக்கப் புள்ளியாக இருப்பது எதுவோ, அதுவே அங்கு முடிவுப் புள்ளியாகவும் இருக்கும். தேர் எங்கிருந்து புறப்படுகிறதோ அங்கேயேதான், எல்லா இடங்களையும் சுற்றி விட்டு வந்து நிலை கொள்கிறது. கடலிலிருந்து ஆவியாகி மேகமான நீர்தான் பிறகு, மழையாகப் பொழிந்து நதியாக ஓடி, மீண்டும் தான் முதலில் இருந்த கடலிலேயே கலக்கிறது.

எனவே, ஒன்றின் தொடக்கத்தைக் கண்டறிந்துவிட்டால் அதன் முடிவையும் எளிதில் கண்டறிந்து விடலாம் என்ற நோக்கத்துடன் பிரபஞ்சம் எப்படித் தோன்றியது என்று விஞ்ஞானம் ஆராய்கிறது. முடிவைக் கண்டறிந்தால் அதன் தொடக்கத்தை எளிதில் கண்டறிந்து விடலாம் என்ற முடிவுடன் மரணத்தைப் பற்றி மெய்ஞ்ஞானம் ஆராய்கிறது.

சூரியனும் பூமியும் கிரகங்களும் நட்சத்திரங்களும் வாயுவும் நீரும் உயிர்களும் எப்படித் தோன்றின? என்ற கேள்விக்கு அறிவியல் என்னென்னவோ பதில்களைச் சொன்னது. எதுவுமே சரிப்பட்டுவரவில்லை. அப்படிக் கூறப்பட்ட ஒவ்வொரு கருத்தும், அடுத்து வருபவர்களால் மறுக்கப்பட்டன. இதில் கொள்கையளவில் ஓரளவுக்கு ஒப்புக்கொள்ளக் கூடியதாக இருப்பது "பெரு வெடிப்பு" (The Big Bang) கொள்கை மட்டுமே. அதிலும்கூட "எப்படி?", "அதற்கு முன்பு என்ன?", "அது எதனால் நிகழ்ந்தது?" என்பன போன்ற கேள்விகளுக்குப் பதில் இல்லை.

வழியே இல்லாத இடத்துக்கு ஒருவன் வழி கண்டுபிடித்து, அப்படி, தான் கண்டுபிடித்த நீண்ட பாதையில் பயணம் செய்தபோது, கடைசியில் அது ஒரு பெரிய பாறையின் முன் போய் முடிந்தால், அவன் அந்தப் பாறைச் சுவரைத் தாண்டவும்

முடியாமல், அங்கிருந்து திரும்பவும் முடியாமல் எப்படி அங்கேயே திணறிக்கொண்டு நிற்பானோ, அதுபோல் விஞ்ஞானமானது "பிக்பாங் தியரி" என்னும் குட்டிச் சுவரில் போய் முட்டிக் கொண்டு, அங்கேயே நின்று விட்டது என்கின்றனர் அறிவியலாளர்கள்.

எல்லாச் சந்தேகங்களையும் விளக்க அதனால் இயலவில்லை. ஆனால் வசீகரமான வாதமாக இருக்கும் அதனை உதறியெறிந்து விடவும் அறிவியலால் இயலவில்லை. அதன் நெற்றிப் பொட்டில் ஓங்கியடிக்கும் ஆணித்தரமான வாதங்களை முன் வைக்க இன்னொரு ஐன்ஸ்டீன் இன்னும் தோன்றவில்லை.

“பெரு வெடிப்புக் கொள்கை” என்பது (The Big theory) பலரும் அறிந்த ஒன்றுதான். இருப்பினும் அதுபற்றி இங்கு நாலு வரிகள் சொல்லலாம் என்று பார்க்கிறேன்.

அறிவியலின்படி ஆதியில் எங்கும் எதுவுமே இல்லை. வெறுமையே இருந்தது. வெறுமை என்ற இந்த வெட்டவெளிக்கு யாரால் எல்லை என்று ஒன்றை வகுக்க முடியும்? பிரம்மாண்டமான ஒரு பொருள் இருந்தால் அதற்கப்பால் வெட்ட வெளிதானே இருக்க முடியும்?

ஆகவே, இந்த வெட்ட வெளிக்கு முடிவு என்பதே இருப்பதற்கு வாய்ப்பில்லை. எத்தனை கோடி, கோடி மைல்கள் பயணித்தாலும் அதற்கப்பால் இருப்பதும் வெட்டவெளியாகத் தான் இருக்கும்.

அதேபோல் இந்த வெட்ட வெளிக்குக் கால எல்லையும் கிடையாது. “பூமி தோன்றி ஐந்தாறு கோடி வருடங்கள் ஆகிறது” என்கிறார் ஆசிரியர். “அதற்கு முன்னால் இங்கு என்ன இருந்தது?” என்று மாணவன் கேட்கிறான். “எதுவுமே கிடையாது. வெறும் வெட்டவெளிதான் இருந்தது” என்கிறார் ஆசிரியர்.

“சூரியன் தோன்றி பத்தாயிரம் கோடி வருடங்கள் ஆகின்றன. நட்சத்திரங்கள் தோன்றி 10 லட்சம் கோடி ஆண்டுகள் ஆகின்றன. இவையெல்லாம் தோன்றுவதற்கு முன்னால் இங்கு என்ன இருந்தது?” என்று விடாமல் கேட்கிறான் மாணவன்.

“எதுவுமே இல்லை. வெறுமைதான் இருந்தது” என்கிறார் ஆசிரியர்.

“சரி. அந்த வெறுமைக்கு முன்னால் என்ன இருந்தது?” என்று கேட்டால் “அதுவே வெறுமை. அதற்கு முன்னால் அங்கு என்ன இருக்க முடியும்? அதுவும் வெறுமைதான்” என்ற பதில் வரும்.

ஆக, வெறுமை என்பது அனாதியானது. வெறுமை என்பது முடிவற்றது. வெறுமை என்பது என்றென்றும் இருப்பது. வெறுமையானது எங்கும் இருப்பது. வெறுமைக்கு எல்லைகள் இல்லை. வெறுமைக்கு கால நிர்ணயம் இல்லை என்பதை உணரலாம்.

யாராலும் விளக்க முடியாத, விஞ்ஞான தர்க்கங்கள் கடைசியில் வந்து சேரும் முடிவான ஒரு முடிவுக்கே மெய்ஞ்ஞானமும் வந்து சேர்கிறது. இந்த வெறுமையை, வெட்ட வெளியையே ஆதி பரம்பொருள் என்றும், ஆகாசத் தத்துவம் என்றும் போற்றுகின்றன மறைநூல்கள்.

சித்தர்கள் கண்ட முடிவும் இதுதான். "உள்ளே இருக்குது ஒரு வெட்ட வெளி" என்று பாடுகிறார் ஒருவர். "உன்னுள் இருக்கும் வெறுமையை உணர்வாய்" என்கிறார் இன்னொருவர்.

புத்தரின் சீடனான சுபூதி தன்னுள் வெறுமையை உணர்ந்தபோது தேவர்கள் பூமாரி பொழிந்ததுடன், அவரிடம் வந்து அப்போது அவர் அடைந்த அனுபவம் பற்றி விளக்கும்படி கேட்டார்களாம். பரம்பொருளான இறைவனைத் தேவர்கள் கூடக் கண்டதில்லை என்று இதன்மூலம் சுட்டிக்காட்டுகின்றனர்.

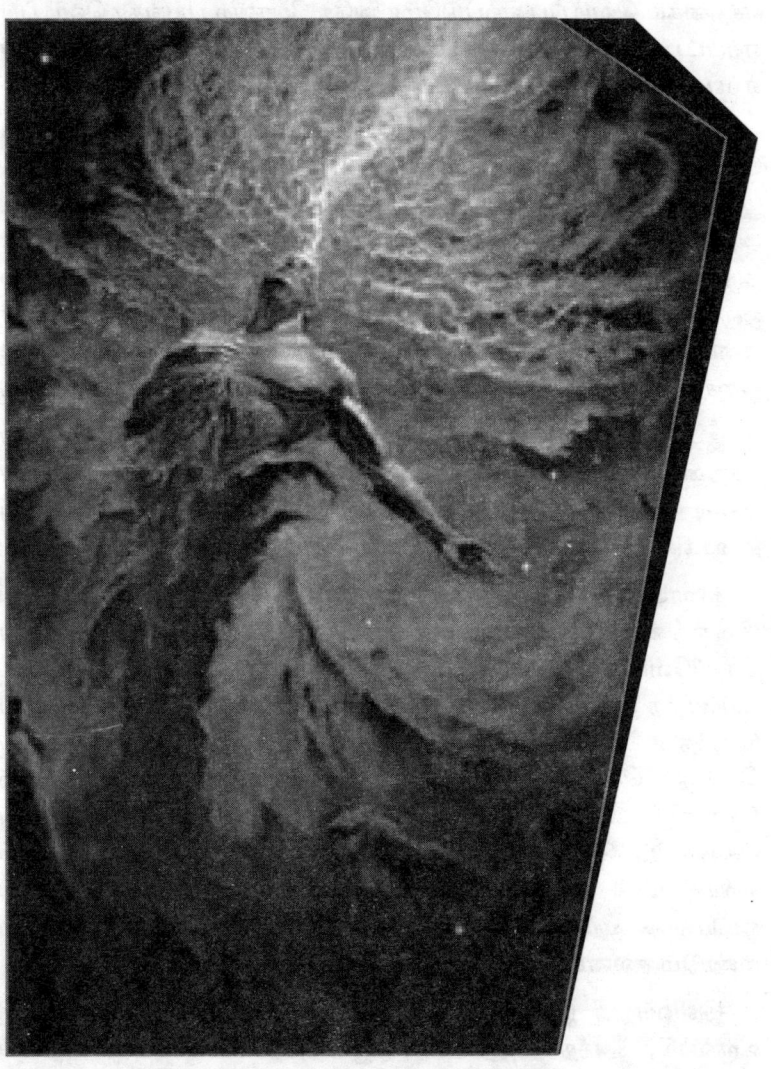

விஞ்ஞானம் கூறுகிறது: “ஆதியில் எங்கும் எதுவுமே இல்லை. எங்கும் பரவியிருந்த வெட்டவெளியில் (இது Vacum எனப்படும் வெற்றிடம் அல்ல. வெற்றிடம் என்பது நீர், நிலம், காற்று போன்ற ஊடகங்களில், இரு ஊடகங்களுக்கு இடையே இருக்கும் காலி இடத்தைக் குறிக்கும் சொல். இது அப்படிப்பட்டதல்ல. எங்கும், எதுவும் அற்ற வெறுமை வெளி) மாபெரும் அழுத்தம் ஏற்பட்டது. நெடுந்தூரத்துக்குப் பரவிய இந்த அழுத்தத்தால் எத்தனையோ கோடி, கோடி, கோடி அணுகுண்டுகள் ஒரே சமயத்தில் வெடித்தால் எத்தகைய வெடிப்பு ஏற்படுமோ அதே போன்ற பயங்கர வெடிப்பு ஏற்பட்டது. அப்படி ஒரு வெடிப்பு அந்த இடத்தில் இதற்கு முன் ஏற்பட்டதுமில்லை. இனிமேலும் ஏற்படப்போவதும் இல்லை.

(இந்த அழுத்தம் ஒரே நாளில் ஏற்படவில்லை. எத்தனையோ கோடி ஆண்டுகள் தொடர்ந்து ஏற்பட்டுக்கொண்டேயிருந்தது. இந்த வெடிப்பும் ஒரே நாளில் நிகழவில்லை. எத்தனையோ கோடி ஆண்டுகள் தொடர்ந்து நிகழ்ந்தது அது என்கின்றனர் விஞ்ஞானிகள். அங்கு நாள் கணக்கு என்பது கிடையாது. ஏனெனில் சூரியன் என்ற ஒரு கோள் அப்போது அங்கு இல்லை. அதேபோல் அங்கு ஓசை என்பதும் கிடையாது. ஏனெனில் காற்று என்பது அங்கு இல்லை. ஓசையை உணரக் கூடிய காதுகளையுடைய ஜீவராசிகளும் இல்லை.)

இந்த வெடிப்பால் பிரம்மாண்டமான தீக்கோளங்கள் எத்தனையோ கோடி மைல்கள் வேகத்தில், எத்தனையோ கோடி மைல்கள் தூரத்துக்கு எல்லாத் திசைகளிலும் (அப்போது திசைகளும் கிடையாது) விசிறியடிக்கப்பட்டன.

தரையில் உருட்டப்படும் பந்து கொஞ்ச தூரம் உருண்டு போய் பிறகு நின்று விடும். காரணம் உராய்வு. ஆனால் அங்கு அப்போது உராய்வோ, ஈர்ப்போ, காற்றோ இல்லாததால் தீக்கோளங்கள் தாம் பயணித்த திசைகளில் புறப்பட்ட அதே வேகத்தில் சென்றபடியே இருந்தன. இப்படி எவ்வளவோ ஆண்டுகள் உருண்டபடியே சென்று கொண்டிருந்த அவை, வீசியெறியப்பட்ட வேகம் (அதாவது, தொடக்க வேகம்) மெல்ல... மெல்ல... குறைந்து கொண்டே போய், ஓர் இடத்தில் நின்றன. அதே சமயம் வீசி எறியப்பட்டு வெட்டவெளியில் குறுக்கிலும், நெடுக்கிலும் ஓடியதால் ஏற்பட்ட சலனம், எதிர்வேகம் ஆகியன இவற்றை மீண்டும் சலனப்பட வைத்தன.

இவ்வாறு, இவற்றிடையே மெல்ல மெல்ல ஒரு சுழற்சி உருவாகி, அந்த சுழற்சியால் இவற்றிற்கிடையே ஓர் ஈர்ப்பு

உருவாகி, அதனால் இவை ஒன்றோடொன்று மோதியும் உடைந்தும் இணைந்தும் பெரிதும் சிறிதுமாக எண்ணற்ற நட்சத்திரக் கூட்டங்கள் உருவாயின காலப்போக்கில் அவை குளிர்ந்து நீர், காற்று, திடப்பொருள் என உருவாகி, இவற்றின் சேர்க்கையால் படிப்படியாக அமீபாக்கள், தாவரங்கள், ஊர்வன, நீர் வாழ்வன, பறப்பன, எனப் படிப்படியாக ஏற்பட்டு உச்சகட்ட பரிணாம வளர்ச்சியின் காரணமாக மனிதன் உண்டானான்."

விஞ்ஞானம் என்னவோ சில வாக்கியங்களில், சில பக்கங்களில் இப்படிக் கூறிவிட்டாலும், இதில் சொல்லப்பட்டுள்ள ஒவ்வொரு செயலும் நடக்கப் பலகோடி, கோடி ஆண்டுகள் எடுத்துக் கொள்ளப்பட்டன என்பதை அது ஒப்புக்கொள்கிறது. அதே சமயம், இந்த ஒரு கோட்பாடு எல்லாவற்றையும் விளக்கிவிடவில்லை என்பதையும் அது சுட்டிக்காட்டுகிறது. ஆனால், இந்தச் செயல்கள் எல்லாமே ஏதோ ஒரு திசையை, இலக்கை நோக்கி செலுத்துவதுபோல் தொடர்ச்சியாக அமைந்துள்ளதை அது ஒப்புக்கொண்டுள்ளது.

"இயற்பியலின் எல்லா ஆராய்ச்சிகளுமே இயற்பியலுக்கு அப்பாற்பட்ட ஒரு பொருளில்தான் முடிவடைகின்றன" என்றார் விஞ்ஞானி ஜேம்ஸ் பிரெல் காட்ஜுல்.

அறிவியல் விவரித்த படைப்பின் ரகசியத்தை ஆன்மீகம் தன் வார்த்தைகளில் எப்படிக் கூறுகிறது?

மேலை நாட்டு மதங்களைப் பொறுத்தவரையில் யூதம், இஸ்லாம், கிறிஸ்தவம் மூன்றும் ஒரே அடிப்படையிலிருந்து உருவானவைதான். ஒன்றிலிருந்து கிளைத்தவைதான் மற்றவை. எகோவா, கர்த்தர், அல்லா என்ற இந்த நாமங்கள் எல்லாமே ஒரே இறைவனைக் குறிப்பவையே. யூத மதம் மோசஸ் என்பதுடன் நின்று விடுகிறது. இறைவனை மலைமேல் நேருக்கு நேர் கண்டவர் அவர். அவர் அளித்த பத்துக் கட்டளைகள்தான் வேதக்கட்டளை.

கிறிஸ்தவர்களைப் பொறுத்தவரை மோசஸ் இறை வழி நின்ற மேஷியா (தீர்க்கதரிசிகளில் ஒருவர்). தேவ குமாரனான ஏசுவே பின்பற்றத்தக்கவர். அவரே எல்லாம்.

இஸ்லாத்தைப் பொறுத்தவரை ஏசுவும் இறை தூதர்களான நபிமார்களில் ஒருவர்தான். அவர்களைப் பொறுத்தவரையில் அவர் பதின்மூன்றாவது நபி. முகம்மது நபியே இறுதி தூதர். அவர் மூலம் வெளிப்பட்ட குர்ஆன்தான் இஸ்லாத்தின் இறுதி வேதம்.

இவ்வாறு இவர்கள் பின்பற்றும் அருளாளர்கள்தான் வேறு. மற்றபடி மூன்றிலும் ஒரே விதமான ஆதி ஆகமக் கதைகள்தான் கூறப்பட்டுள்ளன. மூன்றிலுமே உலகம் படைக்கப்பட்ட விதம் பற்றி... உலகின் முதல் மனிதன், முதல் பெண் இவற்றைப் பற்றி... எல்லாமே ஒரே மாதிரியாகத்தான் கூறப்பட்டுள்ளன.

ஆதியாகமம் இவ்வாறு கூறுகிறது:

"ஆதியில் எங்கும் எதுவும் இல்லை; எங்கும் வெறுமைதான் இருந்தது. ஆழத்தில் இருள் இருந்தது."

பைபிள் பழைய ஏற்பாட்டில் எல்லா இடத்திலும் ஒரு மெல்லிய விழிப்புணர்ச்சி பரவியது என்று உள்ளது. தேவன் கண் விழித்து சுற்றிலும் பார்த்தார். அதனால்தான் இத்தகைய விழிப்புணர்ச்சி ஏற்பட்டது என்கின்றனர் கிறிஸ்தவர்கள். எங்கும் இருந்த வெறுமை, தனிமை உறுத்தலை ஏற்படுத்தியதால், அவர் தன்னிலிருந்தே எல்லாவற்றையும் உண்டு பண்ணினார் என்கிறார்கள் இவர்கள்.

"அவர் விண்மீன்களை உண்டாக்கினார். அது நல்லது என்று கண்டார். சூரியனையும் சந்திரனையும் உண்டாக்கினார். அது நல்லது என்று கண்டார். காற்றையும் நீரையும் உண்டாக்கினார். அவை நல்லவை என்று கண்டார்" என்பதாக கடவுளின் படைப்பைப் பொறுத்தவரையில் அனைத்தும் நல்லவையே என்கிறது பைபிள். ஆறு நாட்களில் பிரபஞ்சத்தில் உள்ள அனைத்தையும் படைத்த அவர், ஏழாம் நாள் ஓய்வெடுத்துக் கொண்டார். அதனாலேயே கிறிஸ்தவர்கள் ஞாயிற்றுக் கிழமையை விடுமுறை நாளாகக் கொள்வது வழக்கமாக உள்ளது.

இந்து மத வேதங்கள் அண்டங்களின் படைப்பு குறித்து பல இடங்களில் விவரிக்கின்றன. ஸ்ரீமத் பாகவதத்தில் அர்ஜுனனின் பேரனும் அபிமன்யுவின் மகனுமான பரீட்சித்து, ஒரு வாரத்தில் மரணமடைவான் என்று முனிவர் ஒருவரால் சபிக்கப்பட்டான். அவனுக்கு, பக்தி, முக்தி, சிருஷ்டி (படைப்பு), அவதாரம் ஆகியவை குறித்து சுகப்பிரும்ம ரிஷி விவரிக்கிறார். அப்போது படைப்பு குறித்து அவர் கூறுகிறார்:

"படைப்புக்கடவுளாகிய பிரம்மனையே பரம்பொருளாகப் பாவித்து இதே கேள்வியை நாரதர் எழுப்பினார். அதற்கு பிரம்மன் மறுப்புத் தெரிவித்து, தானும் மற்றவர்களைப் போலவே பரம்பொருள் (பாகவதம் விஷ்ணுவின் பெருமையைக் கூறுவது என்பதால் பரம்பொருளை பரனான வாசுதேவன் என்கிறது.

சிவபுராணமோ ஆதிசிவன் என்றும், தேவிபாகவதம் ஆதிசக்தி என்றும் கூறும். எனவே பொதுவாகப் பரம்பொருள் எனலாம்) மகிமையால் தன் படைப்புத் தொழிலைச் செய்வதாகச் சொன்னார்.”

“நாரதரே! உலகங்களைப் படைப்பதற்குத் தேவையான நிலம், நீர், நெருப்பு, காற்று, ஆகாயம் யாவுமே பரம்பொருளில் இருந்து தோன்றியவைதான். சிலந்தி தன்னுள் இருந்தே வலையைப் பின்னுவதுபோல் பரம்பொருள் தானே பல்கிப் பெருகிப் பலவாகத் தோன்றுகிறது. தானே பலவாகப் பெருக, இச்சை கொண்ட ஈசன் தன் மாயையால் தன்னுள் ஒடுங்கியிருந்த காலம், செயல், வினைத்தன்மை ஆகியவற்றை விடுவித்தார். காலத்தின் செயலால் ஒன்றுடன் ஒன்று சமமாக இருந்த சத்வம், ராஜசம், தாமசம் ஆகிய முக்குணங்களும் பிரிந்து ஏற்றத்தாழ்வு அடைந்து பலவாயின.”

சத்வம், ரஜஸ் என்னும் இரு குணங்களிலிருந்துதான் “மகத்” என்னும் புத்தி தத்துவம் உண்டானது. இந்த “மகத்” தானது மாறும்போது அகங்காரம் என்னும் தாமச குணம் உண்டானது. அகங்காரத்திலிருந்து பஞ்ச பூதங்கள் உண்டாயின.

ஆகாயம் என்பது சத்தம். இது சூட்சுமத் (கண்ணுக்குப் புலனாகாத) தன்மை உடையது. ஆகாயத்திலிருந்து தோன்றும் ஸ்பரிசம் (தொடுதல்) என்ற தன்மை உடையது காற்று. அதனால் காற்றுக்குத் தொடுதல் தன்மையும் ஆகாயத்தின் ஓசை என்ற தன்மையும் இருக்கும். காற்றிலிருந்து தோன்றும் உருவம் என்ற தன்மை உடையது நெருப்பு. இத்துடன் ஓசை, தொடுதல் என்ற இரண்டு தன்மைகளும் இதனிடம் உண்டு. நெருப்பிலிருந்து தோன்றும் சுவை என்ற தன்மையும் கொண்டது நீர். இதற்கு சுவையுடன் உருவம், சத்தம், தொடுதல் ஆகிய தன்மைகளும் உண்டு. நீரிலிருந்து தோன்றும் வாசனை என்ற தன்மையும் கொண்டது நிலம். நிலத்துக்கு வாசனை, சுவை, உருவம், ஓசை, தொடுதல் என்ற ஐந்து தன்மைகளும் உண்டு.

சத்வ அகங்காரத்தில் நின்று மனஸ் என்பது உண்டானது. மனத்தின் அதிபதி சந்திரன். மெய், வாய், கண், மூக்கு, செவி என ஐம்புலன்களும் (இவை ஞான இந்திரியங்கள் ஆகும்.) வாக்கு, கை, கால், ஆசனம், லிங்கக் குறி (இவை கர்ம இந்திரியங்கள்) ஆகியவையும் ராஜஸ அகங்காரத்தில் உண்டாயின. சிந்திக்கும் புத்தி, செயல் செய்யும் பிராணன் இவை எல்லாமும் ராஜஸமே. இந்த பஞ்ச பூதங்கள், இந்திரியங்கள், மனம், முக்குணங்கள்

ஆகிய இவை தனித்தனியாக இருக்கும்போது உடல் என்ற வீட்டைப் படைக்க இவை தகுதியற்றவையாக இருக்கும். பின் ஈசனின் இச்சையால் காரணம், காரியம் எனப் பலவாறாகச் சேர்ந்து அண்டங்கள் என்ற பேருடலையும் தான் என்ற ஜீவ சரீரத்தையும் படைத்தன. உயிரற்ற பேரண்டத்துக்குப் பரம்பொருள்தான் உயிரளித்தார். அதிலிருந்துதான் விராட் புருஷன் வெளிப்பட்டான். (ஈரேழு பதினான்கு உலகங்களையும் பிரம்மாண்டமான விராட் புருஷனின் உடலாக உருவகம் செய்கிறது வேதம்.) ஒளி வீசி வெளிச்சம் தரும் சூரியன் அதிலிருந்து வேறாக இருப்பதுபோல் பரம்பொருளானவர், தான் படைத்த பஞ்ச பூதங்களுக்கும், இந்திரியங்களுக்கும் கட்டுப்பட்டவர் அல்ல.

முதலும் முடிவுமற்ற பரம் பொருள் இவ்வாறு பிரளயம் தோறும் தன்னுள்ளிருந்து தன்னைத்தானே ஆக்கியும், ஆண்டும், அழித்தும் வருகிறார்.

இவ்வாறு நாரதருக்கு பிரம்மன் கூறியதை சுகர் பரீட்சித்து மன்னனுக்கு சுகபிரும்ம ரிஷி விளக்கினார்.

பாகவதத்தில், கிருஷ்ணரின் மறைவுக்குப் பின்னர் அவர் மறைந்தது குறித்து அறிந்த விதுரர், மைத்ரேயரிடம் படைப்பு, மாயை, மனிதர்கள் சுகங்களை தேடி அலைவது எனப் பலவற்றைக் குறித்தும் கேட்க மைத்ரேயர் பதிலளிக்கிறார்.

நாரதருக்குப் பிரம்மன் கூறிய, மேலே குறிப்பிட்ட விஷயங்களை விவரித்த மைத்ரேயர், மகத்திலிருந்து பஞ்ச பூதங்களும்

ஐம்புலன்களும் உண்டான பின்புதான் பிரம்மனே தோன்றியதாகக் கூறுகிறார். அதன் பின்பே பிரம்மனின் படைப்பு ஆரம்பமாகிறது. தாவரங்கள், விலங்குகள், மனிதர், தேவர், ஏனைய அனைத்தும் பரம்பொருளின் ஆணைக்கு அடங்கி பிரம்மன் செய்யும் சிருஷ்டி ஆகும்.

காலம் என்பதை ஒரு நொடியைப் பல கூறுகளாகப் பிரித்த பின் அதன் ஒரு பகுதியிலிருந்து ஆரம்பித்து மாதங்கள், ஆண்டுகள், தேவ வருடங்கள், யுகங்கள், கல்பங்கள் தாண்டி எல்லாம் ஒடுங்கும் பிரளயம்வரைக் கணக்கிடலாம். ஒரு புழுவின் வாழ்வு சில நொடிகள்தான். பிரம்மனின் கணக்கில் நான்கு யுகங்கள் என்பது அவருக்கு ஒரு பகல்பொழுதுதான். அந்தக் கணக்கின்படி நூறாண்டுகள் வாழ்கிறார் பிரம்மா. எனினும் அந்த பிரம்மாவும் காலத்துக்கு உட்பட்டவர்தான்.

எறும்பின் வாழ்வுடன் ஒப்பிட்டால் மனித வாழ்வு பெரிது. தேவர்களுடன் ஒப்பிட்டால் சிறிது. தேவர்களுக்கும் குறிப்பிட்ட காலம்தான் வாழ்வு உண்டு. பிரம்மனுக்கும் முடிவு உண்டு. கணக்குக்கும் காலத்துக்கும் மீறி நிற்பது பரம்பொருள் ஒன்றே.

இங்கு ஒரு முக்கிய விஷயத்தைக் குறிப்பிட்டாக வேண்டும். தமிழ் மக்களால் பெரிதும் போற்றப்படும் தெய்வம் முருகன். ஆதிசங்கரர் நிறுவிய ஆறு மதங்களில் குமரக்கடவுளை வழிபடும் மதம் கௌமாரம் எனப்படுகிறது. கந்த புராணம் முருகனின் லீலைகளை விவரிக்கிறது. அதில் வரும் கதை இது.

பிரம்மன் ஆழ்ந்த யோசனையுடன் வந்துகொண்டிருக்கிறார். முருகன் அவரைக் கண்டு வணக்கம் தெரிவிக்கிறார். அதைப் பற்றிக் கவலைப்படாமல், அலட்சியமாகப் பார்த்தும் பாராமல் செல்கிறார் பிரம்மா.

அதையடுத்து பிரம்மாவை அழைத்த முருகன், "நீர் யார்?" என்று கேட்கிறார் அதட்டலாக. குழம்பிப்போன பிரம்மா, "நான் நான்முகன்" என்கிறார்.

"உமது தொழில் என்ன"

"ஜீவன்களை சிருஷ்டித்தல்."

"ஜீவன்களை எப்படி சிருஷ்டிக்கிறீர்?"

"நான்கு வேதங்களைக் கொண்டு."

"வதங்களின் உதவியுடன் எப்படி அதைச் செய்கிறீர்?"

"மண் உள்ளிட்ட பஞ்ச பூதங்களின் கலவையுடன் பிரணவத்தை அடிப்படையாகக் கொண்டு சிருஷ்டிப்பேன். பின் அவற்றை இணைத்தும், பிரித்தும் பல்கிப் பெருக வைப்பேன்."

"பிரணவம் என்பது என்ன?"

"பிரணவம் என்பது 'ஓம்' எனும் பீஜாட்சரம். பிரபஞ்சத்தின் அடி நாதம்."

"அந்த 'ஓம்' என்பது என்ன?"

'ஓம் என்பது அகார, உகார, மகாரங்களின் சேர்க்கை. (அ+உ+ம)'

'அதன் உட்பொருள் என்ன?'

இதற்குப் பதில் தெரியாமல் பிரம்மன் விழிக்கவே, "உமது தொழிலைப் பற்றியே உமக்குத் தெரியவில்லை. அப்படியிருக்கும் போது உமது படைப்பு எந்த லட்சணத்தில் இருக்கும்?" என்று கூறி பிரம்மனை சிறையில் இட்ட முருகன், தாமே படைப்புத்தொழிலையும் மேற்கொள்கிறார்.

பிரம்மனை சிறையிலிட்ட முருகனை சிவன் கண்டிக்கிறார். "சிறு பிள்ளையாகிய நீ பெரியவர்களைச் சிறையிடலாமா?" என்கிறார்.

"இங்கு பிரச்னை வயதைப் பற்றியது அல்ல. ஒருவர் தான் எந்தச் செயலைப் புரிகிறாரோ அதுபற்றி அவர் முழுமையாகத் தெரிந்துகொண்டிருக்க வேண்டும். மிகப்பெரிய பொறுப்பு வாய்ந்த படைப்புத் தொழிலை மேற்கொண்டிருப்பவர் அதைப்பற்றிய அடிப்படை அறிவு கூடவா இல்லாமல் இருப்பது?"

"பிரணவத்தின் உட்பொருள் உனக்குத் தெரியுமா?" என்ற சிவனின் கேள்விக்கு "நன்றாகத் தெரியும்" என்கிறார் முருகன்.

"எங்கே சொல் பார்ப்போம்" என்று கேட்கிறார் சிவன்.

"சொல்லிக் கொடுப்பவன் குரு. கேட்பவன் சீடன். நீங்கள் சீடனின் ஸ்தானத்திலிருந்து மண்டியிட்டு கை கட்டி வாய் பொத்தி என் முன்னால் அமருங்கள். நான் உங்கள் காதில் பிரணவத்தின் உட்பொருளைக் கூறுகிறேன்" என்று முருகன் கூறவும், சிவன் மண்டியிட்டு அமர்ந்து முருகனிடம் உபதேசம் பெறுகிறார். அதனாலேயே முருகன் சிவகுருநாதன், தகப்பன் சாமி என்ற பெயர்களால் வழங்கப்படுகிறார்.

இந்தக் கதை மூலம் ஒரு முக்கிய உண்மை உணர்த்தப்படுகிறது. பிரம்மா உலகங்களைப் படைத்தார். உயிர்களை உண்டாக்கினார்.

பிரணவத்தின் உட்பொருள் விளக்கம்

ஆனால் மந்திரங்களை அவர் உண்டாக்கவில்லை. அவருக்கு முன்பே அவை இருந்தன. அதனால்தான் அவை பற்றி அவருக்குத் தெரியவில்லை.

ஒரு பெரிய இயந்திரத்தை நிறுவிய பின்னர், அதை அன்றாடம் இயக்குவதற்கென்று ஒரு மெஷின் ஆபரேட்டர் நியமிக்கப்படுவார். அவருக்கு அந்த இயந்திரத்தை இயக்கி பொருட்களை உற்பத்தி செய்யத் தெரியும். தேவைக்கு ஏற்ப கூடுதலாகவோ, குறைவாகவோ இயக்கிய பின்னர் அதை அவர் நிறுத்துவார். தேவைப்படும்போது திரும்பவும் இயக்கி உற்பத்தியைத் தொடங்குவார். ஆனால் அந்த இயந்திரத்தின் உட்புற அமைப்புகளைப் பற்றி அவர் அறிய மாட்டார். இப்படி ஒரு விளக்கம் இதற்கு முருகனின் அடியார்களால் கூறப்படுகிறது.

பிரம்மா தாவர ஜங்கமங்களைப் படைத்த பின்னர் ஐந்து வகையான மாயை அல்லது அஞ்ஞானத்தை உண்டாக்கினார்.

1. தமஸ் (தாமசம்) என்னும் தன்னைப் பற்றிய அறியாமை.
2. மோகம் என்னும் தன் உடம்பையே 'நான்' என்று எண்ணுதல்.
3. மஹாமோகம் என்னும் உலக இன்பங்களில் ஆசை.
4. தாமிச்ரம் என்னும் சினம்.
5. மிருத்யு பயம் என்ற மரணம்தான் முடிந்த முடிவு என்னும் அச்சம்.

இவ்வாறு ஐந்து விதமான பாபங்களைப் படைத்த பிரம்மன், தான் உண்டாக்கிய பாபங்களுக்காகத் தம்மையே நொந்து கொண்டார். பரம்பொருளை தியானித்து மனதைத் தூய்மைப்படுத்திக் கொண்டு சனர், சனந்தனர், சனாதனர், சனத்குமாரர் ஆகிய முனிவர்களைப் படைத்தார். அவர்களைப் பார்த்து "புதல்வர்களைப் பெறுவீர்களாக" என்று கட்டளையிட்டார். ஆனால் அவர்களோ தங்கள் புலன்களை ஒடுக்கிக் கொண்டு மூச்சடக்கி தியானத்தில் ஆழ்ந்து விட்டனர்.

மைந்தரால் அவமதிக்கப்பட்ட பிரம்மனின் மனத்தில் கடும்கோபம் எழுந்தது. அவர் அதை அடக்கிக் கொண்டார். எனினும் அவருக்குள் மூண்ட சினமானது அவரது புருவங்களின் நடுவில் இருந்து பழுத்த செந்நிறம் மிக்க குமரனாய் வெளிப்பட்டது. அதற்கு ருத்ரன் என்று பெயரிட்ட பிரம்மன், பஞ்ச பூதங்கள், ஐம்புலன்கள், சூரிய சந்திரர்கள், தவம் ஆகியவற்றை வசிக்கும் இடமாக அளித்ததுடன் ருத்ரனுக்கு 11 பத்தினிகளையும் அளித்தார். இவர்கள் மூலம் ருத்ரன் தன்னைப் போலவே கொடும் தோற்றமுடைய பல புதல்வர்களைப் பெற்றார்.

இதனால் கலங்கிய பிரம்மன், "பார்வையால் நாற்புறமும் எரிக்கக்கூடிய சந்ததியை இனிமேல் பெற வேண்டாம். அனைவர்க்கும் நன்மையை அளிக்கும் தவம் செய்வாயாக" என்றார்.

பின்னர் பிரம்மா தாமாகவே பத்து புதல்வர்களை உண்டாக்கினார். அவர்கள் மரீசி, அத்திரி, ஆங்கிரசர், புலஸ்தியர், கிருது, பிருகு, புலஹர், வசிஷ்டர், தட்சன், நாரதன் ஆகியோராவர். பின்னர் நான்கு வேதங்கள், இதிகாச புராணங்கள், கட்டிடக்கலை உள்ளிட்ட கலைகள், வில்வித்தை உள்ளிட்ட வித்தைகள், கவிதை, எழுத்து, பாட்டு, ஸ்வரங்கள், நான்கு நற்குணங்கள் (தூய்மை, தானம், தவம், சத்தியம்) உட்படப் பலவற்றையும் படைத்தார்.

அப்படியும் குலம் பெருகவில்லை. இதை எண்ணி வருந்திய பிரம்மனின் உடல் இரண்டாகப் பிரிந்து ஒன்று ஆணாகவும் மற்றது பெண்ணாகவும் வடிவெடுத்தது. அந்த ஆண்தான் ஆதியில் உலகை ஆண்ட ஸ்வயாம்புவமனு. பெண் சதரூபா. இவர்களுக்குப் பிரிய விரதன், உத்தானபாதன் என இரு ஆண்களும், ஆஹூதி, ப்ரசூதி, தேவஹூதி ஆகிய மூன்று பெண்களும் பிறந்தனர். இந்தப் பெண்களை ருசி, கர்தமர், தட்சன் ஆகியோர் மணந்து கொண்டனர். இந்து மதத்தைப் பொருத்தவரை உலக மக்களின் ஆதிமூதாதையர் இவர்களே.

ஸ்வயாம்புவமனு மூலம் பெருகியதாலேயே இவர்களை மனு குலத்தார் என்கின்றனர். எனினும், படைப்பு என்று வரும்போது முதலில் உண்டானவர்கள் சனத்குமாரர்கள் நால்வரே. சனர், சனர்தனர், சனாதனர், சனத்குமாரர் ஆகிய இந்நால்வரும் சனகாதி முனிவர்கள் எனப்படுகின்றனர். இவர்கள் வழி வந்ததாலேயே இந்து மதத்துக்கு சனாதன தர்மம் என்ற பெயரும் உண்டானது.

ஆயினும், சனத்குமாரர்கள் பிரம்மனால் முதலில் படைக்கப் பட்டாலும், இன்றைய மக்கள் தொகையின் ஆதிமூலம் இவர்கள் அல்ல. சுயாம்புவமனு - சதரூபாதான் குழந்தைகள் பெற்ற முதல் ஜோடிகள்.

யூதம், கிறிஸ்தவம், இஸ்லாம் ஆகிய மதங்களில் கடவுள் ஆதாமையும் ஏவாளையும் படைத்தார் என்று கூறப்படுகிறது. இந்து மதமோ பிரம்மா தானே இரண்டாகப் பிரிந்து ஆணாகவும் பெண்ணாகவும் தோன்றினார் என்கிறது.

மேலே சொன்ன கதை பாகவதத்தில் உள்ளது. பாகவதம் விஷ்ணுவின் புகழைப் பாடுவதாகும். எனவே இதில் ருத்ரன் பிரம்மனிடத்திலிருந்து உண்டானதாகக் கூறப்படுகிறது.

பிரம்மன் உருவாவதற்கு முன்பு இருந்த நிலையையும் ஆகாயத்திலிருந்து காற்று, நெருப்பு, நீர், நிலம் என ஒவ்வொன்றாக உண்டானதையும் இவை ஒவ்வொன்றுக்கும் ஓசை, ஒளி, ஊறு, சுவை, மணம் என ஐங்குணங்கள் இருப்பதையும் பற்றி முன்பே கூறியிருந்தோம்.

இந்த பஞ்சபூதங்களும் சிவனின் சொரூபமே. அவரிடம் இருந்தே இவை உண்டாயின என்கின்றன சைவநூல்கள். நிலத்துக்கு சுவை, ஒளி, ஊறு, மணம், ஓசை என்ற ஐந்து குணங்களும் உண்டு. நீருக்கு மணம் தவிர இதர நான்கும், தீக்கு மணம், சுவை தவிர மற்ற மூன்றும், காற்றுக்கு ஊறு, ஓசை என்ற இரு குணங்களும், ஆகாயத்துக்கு ஓசை என்ற ஒரு குணமும் மட்டும்தான் உண்டு. இதையே மாணிக்க வாசகப் பெருமான்,

"பாரிடை ஐந்தாய் பரந்தாய் போற்றி
நீரிடை நான்காய் நிகழ்ந்தாய் போற்றி
தீயிடை மூன்றாய் திகழ்ந்தாய் போற்றி
வளியிடை இரண்டாய் மகிழ்ந்தாய் போற்றி
வெளியிடை ஒன்றாய் விளைந்தாய் போற்றி"

என்று பாடுகிறார், தமது திருவாசகத்தில்.

5

பிரம்மனின் ஆயுட் காலம்

ஓமென்ற அட்சரந் தானு
முண்டு அதற்குள்
ஊமையெ முத்தும் இருக்குதடி;
நாமிந்தெழுத்தை
யறிந்து கொண்டோம்
நாடிப் பாரடி வாலைப்
பெண்ணே!
அட்டமாவின் வட்டப்
பொட்ட லிலே ரெண்டு
அம்புலி நிக்குது தேர்மேலே
திட்டமாய் வந்து
அடிக்குதில்லை தேகம்
செந்தண லானதே
வாலைப் பெண்ணே!
அஞ்சு பூதத்தை உண்டு
பண்ணிக் கூட்டில்
ஆறு ஆதாரத்தை
உண்டு பண்ணிக்
கொஞ்சு பெண்ணாசை யுண்டு
பண்ணி வாலைக் கூட்டுகிறாள்
காலனை மாட்டுகிறாள்

– கொங்கணச்
சித்தர்

ஸ்ரீமத் பாகவதம் என்பது விஷ்ணுவின் பெருமைகளைக் கூறும் நூல். அந்நூலில் விஷ்ணுவின் தொப்புளிலிருந்து பிரம்மா உருவானதாகவும் பிரம்மாவிடமிருந்து ருத்ரன் உண்டானதாகவும் கூறப்பட்டுள்ளது. அதே நேரம், ஆதியில் எங்கும் பரவியிருந்த சலனமற்ற தன்மையை சிவம் என்கிறது சிவபுராணம். “சக்தி இருந்தால் செய். இல்லையேல் சிவனே என்றிரு” என்பார்கள் கிராமப்புறங்களில்.

சிவம் என்பது உயிர் நீங்கி உடல் அசைவற்றிருக்கும் நிலை. இதைப் படைப்புக்கு முந்தைய நிலை அல்லது பிரளயத்துக்குப் பிந்தைய நிலை எனலாம்.

ஆதியான பரமசிவத்திலிருந்து ஐந்து பேர் உண்டானார்கள். பிரம்மா, விஷ்ணு, ருத்ரன், மகேஸ்வரன், சதாசிவன் என்னும் இந்த ஐந்து பேரும் முறையே படைத்தல், காத்தல், அழித்தல், மறைத்தல், அருளல் ஆகிய ஐந்து தொழில்களைச் செய்பவர்கள்.

படைப்புப் தொழிலில் பிரம்மனுக்கு உதவியாக பதினொரு ருத்ரர்களை பிரம்மாவின் நெற்றியிலிருந்து சிவன் உண்டாக்கினார் என்கின்றன சிவபுராணங்கள்.

லலிதாதேவியின் சிந்தாமணி கிரகத்தை ருத்ரர்கள் காவல் செய்வதாக சாக்த தந்திர நூல்கள் கூறுகின்றன.

ஆக, பிரம்ம புராணம், சிவ புராணம், விஷ்ணு புராணம், தேவி பாகவதம் என அனைத்திலுமே பிரம்மனிடமிருந்து பதினொரு ருத்ரர்கள் உண்டானது குறிப்பிடப்பட்டுள்ளது. இவர்களை "ஏகாதச ருத்ரர்கள்" என்கின்றனர்.

மகாதேவன், ஹரன், ருத்ரன், சங்கரன், நீலலோகிதன், ஈசானன், விஜயன், வீமதேவன், பவோற்பவன், கபாலி, சௌமியன் ஆகியோரே அவர்கள். இவர்களால் வழிபடப்பட்டதால் சிவனுக்கு ருத்ர கோடீஸ்வரர் என்ற பெயர் ஏற்பட்டது.

ஏகாதச ருத்ரர்களுக்கு உருவம் அமைப்பது பொதுவில் வழக்கத்தில் இல்லை. எனினும் காஞ்சிபுரம் கைலாசநாதர் கோயிலில் மூன்று இடங்களில் ஏகாதச ருத்ரர்களுக்கு உருவம் அமைக்கப்பட்டுள்ளது. மதுரை, சிதம்பரம், திருவாரூர், ராமேஸ்வரம், காளஹஸ்தி போன்ற இடங்களில் ஏகாதச ருத்ர லிங்கங்கள் உள்ளன.

மும்மூர்த்திகளில் முதல்வனும் படைப்புக் கடவுளுமான பிரம்மாவுக்கும் ஆயுள் உண்டு. பிரம்மனின் ஆயுள் பற்றி புராணங்கள் என்ன கூறுகின்றன?

சராசரியாக ஒரு மனிதனின் அதிகபட்ச, அதாவது முழு ஆயுள் காலம் என்பது 120 வருடங்கள். வரலாற்றின்படி 120 ஆண்டுகள் வாழ்ந்தவர் வைணவ மகான் ஸ்ரீராமானுஜர் ஒருவர்தான். எண்பது வயதுக்கு மேல் இருப்பதை தீர்க்காயுள் என்று கூறும் சாஸ்திரங்கள், நூறு ஆண்டும் அதற்கு மேற்பட்டும் வாழ்வதைப் பூர்ணாயுள் என்று கூறுகின்றன. ஆனால் உண்மையில் ஒரு மனிதன் 120 ஆண்டுகள் வாழ்ந்தால்தான் அது பூர்ண ஆயுள் எனப்படும்.

ஜாதகம் எழுதுபவர்கள் ஒருவன் பிறந்த நேரத்தை வைத்து, "கர்ப்ப செல்லு போக இந்த தசை, இந்த புத்தியில் இத்தனை மாதம், நாள், நாழிகை, இருப்பு" என்று குறிப்பிடுவதைப் பார்க்கலாம். ஒன்பது கோள்களுக்கும் மகாதசை என்று குறிப்பிட்ட ஆண்டுகள் உண்டு. இதன்படி,

சூரிய மகாதசை	6 ஆண்டுகள்
சந்திர மகாதசை	10 ஆண்டுகள்
செவ்வாய் மகா தசை	7 ஆண்டுகள்
ராகு மகா தசை	18 ஆண்டுகள்
குரு மகா தசை	16 ஆண்டுகள்
சனி மகா தசை	19 ஆண்டுகள்
புதன் மகா தசை	17 ஆண்டுகள்

கேது மகா தசை	7 ஆண்டுகள்
சுக்ர மகா தசை	20 ஆண்டுகள்
மொத்தம்	120 ஆண்டுகள்

ஆக, ஒரு மனிதன் எந்த தசையில் பிறந்திருந்தாலும் அவன் 120 ஆண்டுகள் வாழ்ந்தால் ஒரு முழு வட்டம் பூர்த்தியாகிவிடும்.

மனிதனுக்கு எப்படி 120 ஆண்டுகள் ஆயுட்காலமோ, அதே போல் மனிதனைப் படைத்த பிரம்மனுக்கும் 120 ஆண்டுகள்தான் ஆயுள். ஆனால் அவரது கணக்கு 120 பிரம்ம ஆண்டுகள் எனப்படும். இதை புராணங்கள் மகா கல்பம் என்கின்றன.

வேதங்களின் கணக்குப்படி மனிதனின் காலம் மனுஷ்ய வர்ஷா எனப்படும். தேவர்களின் காலம் தேவவர்ஷா எனப்படும். அணுமுதல் அண்டம் வரை என்பதுபோல் இந்தக் கணக்கானது கண்ணிமைக்கும் நேரம் முதல் கல்ப கோடி ஆண்டுகள் வரை நீள்கிறது.

இரு இலைகளை ஒன்றன் மேல் ஒன்று வைத்து ஒரு ஊசியால் குத்தும்போது ஒரு இலையில் பாய்ந்த ஊசியின் கூர்முனை அதிலிருந்து மற்றொரு இலைக்குப் பாயும் நேரமே அற்ப காலம் எனப்படும்.

30 அற்ப காலம்	1 திருதி
20 திருதி	1 காலம்
30 காலம்	1 காஷ்டம்
4 காஷ்டம்	1 கணிதம்
10 கணிதம்	1 நெடுவிற்பு
6 நெடுவிற்பு	1 விநாழிகை
60 விநாழிகை	1 கடிகம்
60 கடிகம்	1 நாள்
14 நாள்	1 பட்சம்
2 பட்சம்	1 சந்திர மாதம்
12 சந்திர மாதம்	1 ஆண்டு

இதில் மனிதர்களின் 1 சந்திர மாதம் மறைந்த முன்னோர்களான பித்ருக்களுக்கு 1 அகோராத்திரம். அதேபோல் மனிதர்களின்

ஓராண்டு தேவர்களுக்கு ஒரு அகோராத்திரம். தேவர்களின் 300 அகோராத்திரங்கள் கொண்டது ஒரு திவ்யவத் சரம் ஆகும்.

கிருத யுகம், திரேதா யுகம், துவாபர யுகம், கலி யுகம் என்று நான்கு யுகங்கள் கொண்டது ஒரு சதுர் யுகம்.

இதில் கிருத யுகம் என்பது 4800 திவ்யவத்சரங்கள் கொண்டது. திரேதாயுகம் 3600 திவ்யவத்சரங்கள் கொண்டது. துவாபரயுகம் என்பது 2400 திவ்யவத் சரங்கள் கொண்டது. கலியுகம் என்பது 1200 திவ்யவத் சரங்கள் கொண்டது. ஆக, நான்கு யுகங்கள் கொண்ட ஒரு சதுர் யுகம் என்பது 12000 திவ்ய வத்சரங்கள் கொண்டது. (1200 து 300=36 லட்சம் ஆண்டுகள்).

12000 திவ்யவத் சரம்	1 சதுர் யுகம்
71 சதுர்யுகம்	1 மன்வந்தரம்
14 மன்வந்தரம்	1 கல்பம்
1 கல்பம்	பிரம்மனின் 1 பகல்

பிரம்மனின் ஒரு பகல் வேளை 14 மன்வந்தரங்கள் கொண்டது. ஒவ்வொரு பிரிவையும் ஆள்பவன் மனு எனப்படுகிறான். (மனுவால் ஆளப்படுவதாலேயே மன்வந்தரம் என்ற பெயர் ஏற்பட்டது.) ஒரு மன்வந்தரம் 71 சதுர் யுகம் கொண்டது. (71 x 4=284) 284 யுகங்கள் கொண்டது. அத்துடன் மனுவின் காலமும் முடியும். அந்த மனு பிறந்தபோது தோன்றிய தேவர்கள், ரிஷிகள் அனைவரது காலமும் முடியும்.

இப்படி 14 மனுக்கள் முடிவடைந்த பின் 14 மன்வந்தரங்கள் முடிவடையும். அதுதான் பிரம்மனின் ஒரு பகல். பிரம்மனின் ஒரு பகல் முடியும்போது ஒரு கல்பம் முடியும். அத்துடன் ஒரு பெரும் ஊழி தோன்றும். எல்லா உலகங்களின் ஆயுளும் இத்துடன் முடிவடையும். இது பிரம்மனின் இரவு. அதாவது ஓய்வு நேரம். மறுநாள் பிரம்மா மீண்டும் அனைத்தையும் முதலிலிருந்து உண்டாக்குவார்.

இந்த ஒரு பிரம்ம நாள் பிரம்மனின் ஒரு அகோராத்திரம் எனப்படும். (அகோராத்திரம் என்றால் இரவும் பகலும் சம அளவில் கொண்ட ஒரு முழு தினம்.) இவ்வாறு 360 அகோராத்திரங்கள் கொண்டது ஒரு பிரம்ம ஆண்டு. இதை பிரம்ம வர்ஷா என்கின்றனர். இவ்வாறு 120 பிரம்ம ஆண்டுகள்

கொண்டது ஒரு பிரம்மனின் ஆயுள். அதாவது (120 x 360=42200) 42200 கல்பங்கள் கொண்டது ஒரு பிரம்ம காலம். இதை மகா கல்பம் என்பார்கள். இந்த மகா கல்பத்தை அடுத்து வருவதுதான் மகா பிரளயம்.

இந்த மகா பிரளயத்தின்போதுதான் படைத்தவை மட்டும் அல்லாமல் படைத்த பிரம்மனும் மறைவார்.

பின்னர் மற்றொரு பிரம்மா தோன்றுவார். மீண்டும் படைப்புத் தொழில் தொடங்கும். ஒரு பிரம்மனின் மறைவுக்கும், மற்றொரு பிரம்மனின் தோற்றத்துக்கும் இடையே எதுவுமே இருக்காது. எங்கும், எந்த சலனமும் இன்றி எல்லாமே வெறுமையில், அந்தகார இருளில் மூழ்கியிருக்கும்.

கிருத யுகம் என்பது 14,40,000 வருடங்கள் கொண்டது.

திரேதா யுகம் என்பது 10,80,000 வருடங்கள் கொண்டது.

துவாபர யுகம் என்பது 7,20,000 வருடங்கள் கொண்டது.

கலி யுகம் என்பது 3,60,000 வருடங்கள் கொண்டது.

நான்கு யுகங்கொண்ட ஒரு சதுர்யுகம் என்பது 36 லட்சம் வருடங்கள் கொண்டது.

ஒரு மன்வந்தரம் என்பது 25,56,00,000 ஆண்டுகளாகும்.

ஒரு கல்பம் என்பது, 3,57,84,00,000 ஆண்டுகளாகும். (14 மன்வந்தரம்)பிரம்மனின் ஒரு நாள் என்பது 2 கல்பம். அதாவது 7,15,68,00,000 ஆண்டுகள்.

பிரம்மனின் ஒரு ஆண்டு என்பது 25,76,44,80,00,000 ஆண்டுகள்.

பிரம்மனின் ஒரு ஆயுட் காலம் என்பது 30,91,73,76,00,00,000 ஆண்டுகளாகும். அதாவது 3 கோடி, கோடி ஆண்டுகளுக்கு மேல்.

முதல் மன்வந்தரத்தை ஆண்டவன் சுயாம்புவமனு. அடுத்தடுத்து சுவரோசி மனு, உத்தம மனு, தாமச மனு, தைவத மனு, சாக்ர மனு, வைவஸ்வத மனு, சூர்ய சாவர்ணி மனு, ரைப்ய மனு, பிரம்ம சாவர்ணி மனு, தர்ம சாவர்ணி மனு, ருத்ர சாவர்ணி மனு, தேவ சாவர்ணி மனு, இந்திர சாவர்ணி மனு என 14 மனுக்கள் உண்டு.

இதுவரையில் 50 பிரம்மாக்கள் தோன்றியிருப்பதாகப் புராணங்கள் கூறுகின்றன.

தலையை சுற்றும் இந்த பிரம்மாண்டக் கணக்கை அனுமன் புராணம் வெகுவாகக் குறைத்து 4 யுகங்களை மட்டும் கணக்கில் எடுத்துக் கொண்டது. ஒரு சதுர் யுகத்தை மட்டுமே ஒரு பிரம்மனிடம் ஒப்படைத்த அது, இப்போதைய பிரம்மாவின் ஆயுள் இந்த யுகத்துடன் முடிவடைவதாகக் கூறுகிறது.

திரேதாயுகத்தில் ராமருக்குத் துணை நின்ற அனுமான் அதன் பின்பு வந்த துவாபரயுகம், இப்போது நடைபெறும் கலியுகம் இரண்டிலுமே யோக நிஷ்டையில் ஆழ்ந்துள்ளார். கலியுகம் முடிந்த பின்னர் பிரளயத்துக்குப் பின்பு மீண்டும் தொடங்கும் சதுர் யுகத்தில் அனுமன் பிரம்ம பட்டம் ஏற்று படைப்பைத் தொடங்குவார் என்கிறது புராணம்.

ஒரு சதுர்யுகம் முடிந்த பின் அதுவரையிலிருந்த வேதங்கள் மறையும். பின்னர் சப்த ரிஷிகள் வந்து புதிய வேதங்களை இயற்றுவார்கள். ஒவ்வொரு திரேதா யுகத்திலும் தர்ம சாத்திரங்களை இயற்றும் மனு தோன்றுவார் என்பது இவை கூறும் தகவல்.

காலம் மாற மாற சட்டங்களும் மாறும் என்கிறது வேதநியதி. கிருத யுகத்தில் மனு சட்டங்களை வகுத்தார். அது தங்க யுகம் எனப்பட்டது. திரேதா யுகம் வெள்ளி யுகம். அப்போது கௌதமமுனிவர் சட்டங்களை இயற்றினார். துவாபர யுகம் வெண்கல யுகம். அப்போது சாங்கா, லிகிதா ஆகியோர் சட்டங்களை இயற்றினர். இப்போது நடப்பது இரும்பு யுகமான கலியுகம். இப்போதைய சட்டங்கள் பராசரரால் இயற்றப்பட்டவை. கலியுகம் தொடங்கி 656 ஆண்டுகள்வரை பரீட்சித்து, ஜெனமேஜெயன், சதானிகன், பிரகிரிதீர்த்தன், ஜெகனு, சித்ரரதன், திரிசங்கு என 34 மன்னர்கள் புகழுடன் ஆண்டனர். தர்மம் கிருத யுகத்தில் 4 கால்களுடனும், திரேதாயுகத்தில் 3 கால்களிலும், துவாபர யுகத்தில் 2 கால்களிலும், கலியுகத்தில் ஒற்றைக் காலில் நொண்டியபடியும் நிற்கிறது.

6

பூமியை மூழ்கடித்த மகா பிரளயம்

கொள்ளுதற் கிங் கின்னமொரு
குறிப்பைக் கேளு
கோடி யிடி மின் முழங்கும் கண்ணைமூடு
விள்ளுதற்கு மன மடங்கா பூதங் காணும்
விள்ளாதே யுள்ளபடி சிங்கென்றோர் சொல்
விள்ளவுமே உபாயமதாய் நடுவே நில்லு.
வேகமெல்லாம் ஒடுங்குமடா சத்தம் போச்சு
கள்ளரைப் போல்
மயங்காதே மவுனத் தூன்று
கண்ணினையும் திறக்காதே கருதிப்பாரே.
பா ரேது? புனலேது? அனலுமேது?
பாங்கான காலேது? வெளியுமாகும்
நாரேது? பூவேது? வாசமேது?
நல்ல புட்பந்தானேது? வாசனையேது?
ஊரேது? பேரேது? சினமுமேது?
ஓகோகோ அதிசயந்தான்
என்ன சொல்வேன்?
ஆறேது? குளமேது? கோயிலேது?
ஆதிவத்தை யறிவதனால்
அறியலாமே.

–கருவூர்ச் சித்தர்

பிரம்மனால் படைக்கப்பட்ட முதல் மக்கள் சனத்குமாரர் நால்வர் என்கிறது புராணம். ஆனால் மனித இனம் பெருகியது மனு - சதரூபா ஆகியோரால்தான். அதனாலேயே மனுவால் உண்டானவர்கள் என்ற பொருளில் மானுடர், மனுர், மனிதர் என்ற பெயர்கள் உண்டாயின.

இந்து மதத்தில் முதலில் தோன்றியவர்கள் இவர்களே.

யூத, கிறிஸ்தவ, இஸ்லாமிய சமயங்களில் முதலில் தோன்றியவர்கள் ஆதாம், ஏவாள். கர்த்தர் ஆதாமை மண்ணிலிருந்து தன் சாயலாகப் படைத்தார். அவன் விலாவிலிருந்து ஏவாளை உண்டாக்கினார். இருவருக்கும் தம் வாயால் ஊதி மூச்சு உண்டாக்கினார்.

இவர்கள் வாழ்வதற்காக ஈடன் தோட்டத்தைப் படைத்தார். நன்மை தீமை அறியும் மரத்தின் கனியை உண்ண வேண்டாம் என்று அவர்களிடம் கூறியிருந்தார். பாம்பு வடிவில் சாத்தான் வந்து பேசிய வார்த்தைகளை நம்பி, விலக்கப்பட்ட கனியை உண்ட ஏவாள், அதனை ஆதாமுக்கும் தந்தாள்.

இதனால் கோபம் கொண்ட கடவுள் அவர்களை ஈடன் தோட்டத்திலிருந்து விரட்டி விட்டார். அது முதல் அவர்களுக்குப் பருவமடைதல், முதுமை, மரணம் போன்றவை ஏற்பட்டன.

மரணத்துக்குப் பின் 95

அவர்கள் வானில் இருந்து பூமிக்குத் தள்ளப்பட்டனர். உடல் வருந்த உழைத்து வாழ்க்கை நடத்த வேண்டிய நிலை அவர்களுக்கு ஏற்பட்டது.

இதேபோல் உலகம் முழுவதும் உள்ள பல்வேறு மதங்களிலும் பிறப்பு பற்றிப் பலவிதமான கதைகள் உண்டு.

கிரேக்க புராணத்தில் முழு முதற் கடவுள் என்று ஜீயஸைக் கூறுகின்றனர். இவரை ரோமானியர்கள் ஜூபிடர் என்று குறிப்பிட்டனர். ஒலிம்பஸ் மலை தெய்வங்கள் உறையும் மலை. வானுலகின் தேவாதி தேவனான ஜீயஸ் உலகின் முதல் மக்களாக எபீமிதூஸ், பண்டோரா ஆகிய இருவரையும் படைத்தார். அவர்கள் ஆடிப்பாடித் திரிந்தனர். ஜீயஸ் ஒரு பெட்டியை அங்கு வைத்து "இதனை எக்காரணம் கொண்டும் திறக்காதீர்கள்" என்று கூறியிருந்தார்.

எபீமிதூஸ் அதை ஏற்றுக்கொண்டு அந்தப் பக்கமே போகவில்லை. பண்டோராவுக்கு அந்தப் பெட்டியில் என்ன இருக்கிறது என்று

ஜீயஸும் ஜூபிடரும்

கண்டறிய ஆவல். அடிக்கடி அந்தப் பெட்டி அருகே போவாள். பெட்டியைத் தொட்டுப் பார்ப்பாள். பெட்டி மீது காதை வைத்து உள்ளே ஏதாவது ஓசை கேட்கிறதா என்று பார்ப்பாள்.

பலமுறை பெட்டியைத் திறக்கக் கையைக் கொண்டுபோய், பிறகு இழுத்துக் கொண்டாள். கடைசியில் ஒருமுறை பெட்டியை அவள் திறந்தே விட்டாள். மறுகணம் உள்ளே இருந்து ஏராளமான குளவிகளும், வண்டுகளும், “ஙொய்” என்ற சத்தத்துடன் பறந்து வந்தன. அவை எல்லா சிறுவர் சிறுமிகளையும் கொட்டின. மரங்கள், மலர்கள், பறவைகள் எதையும் அவை விடவில்லை.

அவற்றின் கொட்டுதலுக்கு ஆளாகி பண்டோரா துடித்தாள். சட்டென்று பெட்டியை மூடினாள். அதுவும் பழையபடி மூடிக் கொண்டது.

இப்போது உட்புறம் ஏதோ ஓசை கேட்டது பண்டோரா பயந்தாள். பிறகு, “ஆனது ஆகி விட்டது. இனி எது வந்தால் என்ன?” என்று மறுபடியும் மூடியைத் திறந்தாள். உள்ளிருந்து பிரகாசமான ஒளியுடன் கையில் மந்திரக்கோல் ஏந்தி, ஒரு குட்டி தேவதை பறந்து வந்தது. அதன் ஒளி பட்டதுமே பண்டோராவின் வலிகள் காணாமல் போயின.

“நான்தான் நம்பிக்கை. என் உதவியுடன் நீங்கள் இந்த விஷப் பூச்சிகளை வெற்றி கொள்ளலாம். இவை எல்லாவற்றையும்

பழையபடி பிடித்து பெட்டியில் அடைத்து விடலாம். நீங்களும், இந்த உலகும் முன்போலவே ஆகலாம்" என்று கூறிவிட்டு உலகம் முழுவதும் அந்த தேவதை பறந்து திரிந்தது. விஷக் குளவிகளால் கொட்டப்பட்டு மயங்கிய உயிர்கள் அனைத்தும் நம்பிக்கை ஒளிபட்டதும் துள்ளி எழுந்தன.

குளவிகள் தீண்டியதால் மலர்கள் வாடி உதிரவும், மரங்கள் பட்டுப் போகவும், மனிதர்கள் பெரியவர்களாகவும் மாறத் தொடங்கினர். மரணம் என்பது உலகில் அப்போதிலிருந்துதான் ஏற்பட்டது. அது முதல் நம்பிக்கையின் உதவியுடன் மரணத்தை எதிர்த்து மனித குலமானது போராடி வருகிறது.

கிரேக்க புராணத்தில் வரும் இந்தக் கதை அனைவரையும் கவர்ந்தது. அறிவு ஜீவிகள் பலரும் புதிரான, விளங்காத விஷயங்கள் பற்றிக் கூறும்போது "அது ஒரு பண்டோராவின் பேழை (Pandora"s Box)" என்ற சொல்லைப் பயன்படுத்த ஆரம்பித்தனர்.

ஒரு நிறுவனம் என்று எடுத்துக் கொண்டால் அதற்கு சரக்குகள் வெளியிலிருந்து வந்தபடி இருக்கும். மறுபுறம் நிறுவனம் அந்தச் சரக்குகளை விற்பனை செய்தபடி இருக்கும். அதனால் சரக்குகள் வெளியேறியபடி இருக்கும். ஒரு கட்டத்தில் அந்த நிறுவனத்தில் சரக்குகள் வாங்குவது நிறுத்தப்பட்டு விற்பனை மட்டும் நடக்கிறது என்றால் அதுதான் நிறைவு விற்பனை (Closing sales) எனப்படும். இருக்கும் சரக்குகள் தீர்ந்த பின்பு அந்தக் கம்பெனிக்கு மூடு விழா நடக்கும்.

அரசு நிர்வகிக்கும் சில துறைகளில் நிறைய ஆட்கள் வேலை செய்வார்கள். அதில் பணிபுரிந்த பலர் ஓய்வு பெறுவார்கள். அந்த இடங்களுக்கு புதிய பணியாளர்கள் நியமிக்கப்படுவார்கள். இதுதான் நடைமுறை. ஆனால் பல ஆண்டுகளாகப் புதிய நியமனங்கள் நிறுத்தப்பட்டு ஓய்வு பெறுபவர்களின் இடங்கள் நிரப்பப்படாமல் அப்படியே விடப்படுகிறது என்றால், விரைவில் அந்த இலாகாவை அரசு மூடி விடப்போகிறது என்று அர்த்தம்.

மனித உடலிலும் அன்றாடம் இயக்கங்கள் நடந்தபடியே இருக்கும். செயல்படத் தேவையான சத்துகளுக்காக உடல் தினமும் உணவு எடுத்துக்கொள்ளும். உண்ட உணவு ஜீரணமானபின் எஞ்சும் கழிவு வெளியேற்றப்படும். படுத்த படுக்கையாக இருக்கும் ஒருவன் மரணமடையப் போகிறான் என்றால் அதற்கு சில தினங்களுக்கு முன்பே அவன் உடல் உணவு எடுத்துக்கொள்வதை நிறுத்திவிடும். சத்து வரவு நிறுத்தப்பட்டு, சேமிக்கப்பட்ட சத்து

செலவு செய்யப்படுவது மட்டும் அங்கே நடைபெறும். மூச்சு விடுதல் போன்ற இயக்கங்களுக்கான எல்லா சத்துகளும் தீர்ந்த பின்பு அந்த உடலிலிருந்து ஜீவன் விடைபெற்றுக் கொள்ளும்.

அதுபோல், உலகம் என்பதும் ஒரு பெரிய தொழிற் சாலை போன்றதுதான் என்கின்றன ஆகமங்கள். விற்பனை + கொள்முதல்=லாபம். விற்பனையும் கொள்முதலும் சமம் என்றால் அங்கு லாப, நஷ்டம் என்பது இல்லை. (No loss, No gain) கொள்முதலைவிட விற்பனை விலை குறைந்தால் நஷ்டம் ஏற்படும். வரவு செலவு என்பதை, கொஞ்சம் மாற்றி பிறப்பு இறப்பு என்று எடுத்துக்கொண்டு வாழ்நாள் கணக்கைப் போடுகின்றன ஆகமங்கள். வரவு அதிகம், செலவு குறைவு என்றால் லாபம் என்பதுதானே நடைமுறை. அதுபோல, பிறப்பு விகிதம் அதிகரித்து இறப்பு விகிதம் குறைந்தால் உலகம் இன்னும் பல கோடி ஆண்டுகள் இயங்குமாம். பிறப்பும் இறப்பும் சமம் என்றால், உலகம் என்கிற தொழில் லாப, நஷ்டம் இன்றி சராசரியாக ஓடிக் கொண்டிருப்பதாக அர்த்தமாம். பிறப்பு விகிதம் குறைந்து இறப்பு மட்டும் அதிகரித்தபடி இருந்தால் விரைவில்

(விரைவில் என்றாலும் அதற்கும் பல லட்சம் ஆண்டுகள் ஆகும்) உலக வாழ்வு முடிவுக்கு வருமாம்.

(உலக நாடுகளின் இப்போதைய மிகப்பெரிய பிரச்னையே ஜனத்தொகைப் பெருக்கம்தான். எனவே சாஸ்திரங்களின்படி பிறப்பு விகிதம் அதிகம், இறப்பு விகிதம் குறைவு. வரவு அதிகம், செலவு குறைவு. எனவே, உலக வாழ்வு என்ற தொழில் லாபகரமாகவே நடைபெறுகிறது. அதனால், மனித குலம் அழியும் என்ற அச்சம் பல கோடி ஆண்டுகளுக்கு தேவையில்லை.)

"ஒவ்வொரு குழந்தை பிறக்கும்போதும் கடவுள் இன்னும் மனித குலத்தின் மீது முழுமையாகக் கோபம் கொள்ளவில்லை என்ற நல்ல சேதியை ஏந்திக்கொண்டு அது வருகிறது" என்றார் ஓர் அறிஞர்.

எனவே, ஆகமங்களின்படி தனி மனித மரணம் என்பது கணக்கிலேயே வராது. எத்தனையோ ஜீவன்கள் தினமும் இறக்கின்றன. எத்தனையோ ஜீவன்கள் அனுதினமும் பிறக்கின்றன. பிறந்தவை இறப்பதும், இறந்தவை வேறிடத்தில் மீண்டும் பிறப்பதும் இயல்புதான் என்கின்றன ஆகமங்கள்.

சாஸ்திரங்களைப் பொறுத்தவரை ஒட்டு மொத்த மனிதகுல அழிவு என்றால் அது பிரளயத்தால் ஏற்படும் அழிவு மட்டும்தான். அப்போதுதான் உலகம் முழுவதும் முற்றிலுமாக அழிந்துபோகும்.

பிரளய காலத்தில் கடல் பொங்கி, அதனால் உலகம் முழுவதும் அதில் மூழ்கி விடும் என்று உலகின் எல்லாப் புராணங்களுமே கூறுகின்றன. இதுகுறித்து விஞ்ஞானிகள் பலமுறை கேலி செய்துள்ளனர். "உலகின் மொத்தப் பரப்பு எத்தனை பிரம்மாண்டமானது தெரியுமா? இவை அனைத்தையும் நீரால் மூட வேண்டுமானால் அதற்கு எவ்வளவு தண்ணீர் தேவைப்படும் தெரியுமா?" என்றெல்லாம் புள்ளி விவரக் கணக்குகளை அவர்கள் அடுக்கினார்கள்.

ஆனால் கடந்த 2004 டிசம்பர் 26ஆம்தேதி "சுனாமி" என்ற ஆழிப்பேரலைகளின் கோரத்தாண்டவத்தை, அந்த நேரத்தில் 300 அடி உயரத்துக்கு சீறி வந்த ராட்சத அலைகளைக் கண்டு உலகம் நடுநடுங்கிப்போனது. இயற்கையின் சக்திக்கு முன்னால் மனிதன் ஒரு தூசு என்பதையும், எல்லா அறிவியல் வாதங்களையும் தவிடு பொடியாக்க இயற்கையால் முடியும் என்பதையும் அவர்கள் மறுபேச்சுப் பேசாமல் ஒப்புக்கொண்டனர்.

இந்தோனேஷியா அருகே சுமத்ரா தீவில் கடலுக்கு அடியிலே ஏற்பட்ட பூகம்பத்தில் சுருண்டெழுந்த ராட்சத அலைகள் இரண்டே மணி நேரத்தில் மணிக்கு 1500 மைல் வேகத்தில் 3000 கி.மீ. கடந்து வந்து இந்தியக் கடற்கரைகளில் மோதின.

இத்தனைக்கும் சுமத்ரா தீவருகே ஏற்பட்ட பூகம்பம் ரிக்டர் அளவில் 9 புள்ளிகள்தான் இருந்தது. அதற்கே 3 லட்சம் மக்கள் பலியாகி பல நாடுகள் அல்லோலகல்லோலப்பட்டுவிட்டன. 20 ரிக்டர், 30 ரிக்டர் அளவில் பூகம்பம் நேர்ந்தால் உலகில் ஏதுமே மிஞ்சாது என்ற உண்மையை அறிவியல் உலகம் அப்போதுதான் மௌனமாக ஒப்புக்கொண்டது.

புராணங்களில் கூறப்பட்டுள்ள பிரளயம் இதைவிட பயங்கர மானது. தீர ஆராயும்போது உலகின் அனைத்து மதங்களிலும் உலகையே மூழ்கடித்த கடல்கோள் பற்றிய வர்ணனைகள் ஏராளமாகக் காணப்படுகின்றன. பல ஆயிரம் ஆண்டுகளுக்கு முன்னால், தகவல் தொடர்புகளால் உலகம் இணைக்கப்படவில்லை. ஆங்காங்கு இருந்த மக்கள் தாங்கள் இருக்கும் பகுதி மட்டும்தான் இந்த உலகமே என்றெண்ணிக் கொண்டிருந்தனர். அமெரிக்கா, ஐரோப்பா, ஆசியா என அங்கங்கே மனிதகுலம் வாழ்ந்து வந்தது.

பிரம்மாண்டமான கடல்கோள் ஒட்டு மொத்தமாக உலகை அழித்த நிலையில், ஒவ்வொரு பகுதியிலும் இருந்த ஏதோ ஓரிருவர் அதில் தப்பிப்பிழைத்திருப்பார்கள். அவர்கள் ஒவ்வொரு வருமே இந்தப் பேரழிவிலிருந்து தாங்கள் மட்டுமே மீண்டதாக எண்ணியிருப்பார்கள். பின்னர் தலைமுறைகள் வளர்ந்து அவர்கள் வம்சம் ஒரு சமூகமாக வளர்ந்த பின்னர், கடல்கோளுக்குத் தப்பிப்பிழைத்த தங்கள் மூதாதையரை தெய்வ அருள் கொண்டவராகக் கொண்டாட ஆரம்பித்தனர். இப்படித்தான் பிரளயக் கதை இதிகாசமாக வேதத்தில் இடம்பெற ஆரம்பித்தது.

கிறிஸ்தவ மதம் உலகம் முழுவதும் பரவி இருப்பதால், பைபிளில் வரும் பிரளயம் மற்ற பிரளயங்களைவிடப் பெரும்புகழ் பெற்றுவிட்டது.

உலகத்தின் இறுதி நாளான பிரளயம் நடக்கும் நாள் பைபிளில் "ஆர்மகெடான்" எனப்படுகிறது.

"சீயோனில் எக்காளம் ஊதுங்கள். ஏனெனில் கர்த்தருடைய நாள் வருகிறது. அதற்கு முன்பு அப்படியொரு நாள் வந்ததில்லை. அதன் பின்னும் வரப்போவதில்லை."

குர்ஆனிலும் பிரளயம் பற்றிக் கூறப்பட்டுள்ளது.

"யோ மா யூன் ஃபிக் ஃபிசூரி பத தூனா அஃப்வாஜா..." ஒரு நாள் சங்கு ஒலிக்கும். ஆகாயம் திறந்து கொள்ளும். பிணங்கள் யாவும் கும்பல், கும்பலாய் எழுந்து வரும் என்பது இதன் பொருள்.

முன்பு நடைபெற்றதாகக் கூறப்படும் பிரளயம் பற்றிய கதையில், கர்த்தர் உலகின் மீது கடும் கோபம் கொண்டார் என்கிறது பைபிள். மனிதனையும் நான்கு கால் பிராணிகள், பறவைகள் என எல்லாவற்றையும் அழித்து விடுவது என்று அவர் முடிவு செய்தார். அதற்குமுன் நல்லவனும் கடவுளிடம் மிகுந்த

விசுவாசம் கொண்டவனுமான நோவாவை அழைத்து அவர் அதுபற்றி எச்சரித்தாராம். பிறகு அவரது கட்டளைப்படி 150 முழம் உயரமுள்ள பிரம்மாண்டமான பேழை வடிவக் கப்பலை நோவா அமைத்தான். அதில் தன் குடும்பத்தினருடன் ஏறிக் கொண்டான். உலகில் உள்ள தாவரங்கள், புழு, பூச்சிகள், பறவைகள், மிருகங்கள் எல்லாவற்றிலும் வகைக்கு இரண்டு வீதம் அதில் சேகரித்துக் கொண்டான்.

நோவாவின் பேழையைத் தேடுதல் என்றொரு நூல் வெளியாகி சக்கைபோடு போட்டது. ஜார்ஜ் ஹகோபியன் என்ற ஆர்மீனிய நாட்டவர் 1902 மற்றும் 1904 ஆண்டுகளில் அரராத் மலைப் பகுதிகளில் திரிந்தார். இரு சிகரங்களைக் கொண்ட இந்த மலையில் ஒன்று 3914 மீட்டர் உயரமும், மற்றொன்று 5165 மீட்டர் உயரமும் கொண்டது. இரண்டாவது உயரமான சிகரம் எப்போதும் பனியால் மூடப்பட்டிருக்கும். அதனால் இந்தப் பனிப் படிவுகளில் அந்தப் பேழை கெடாமல் இருக்கக் கூடும் என்பது அவர்களின் ஊகம்.

"2133 மீட்டர் நீளமும் 22 மீட்டர் அகலமும் 13 மீட்டர் உயரமும் கொண்ட இந்த "நோவாவின் பேழை" அந்தக் காலத்துக்கு வேண்டுமானால் மிகப் பிரம்மாண்டமானதாக இருந்திருக்கலாம். இந்தக் காலத்தில் கப்பற்படைகளில் இருக்கும் அணுசக்தி கப்பல்களின் பிரம்மாண்டத்துடன் ஒப்பிட்டால் இது ஒரு கொசு" என்கின்றனர் விஞ்ஞானிகள். எல்லா ஜீவராசிகளிலும் வகைக்கு இரு ஜோடிகளை நோவா சேகரித்ததாகக் கூறுவதும் சரியாகாது. ஏனெனில் புழு பூச்சிகளில் மட்டும் 3 லட்சம் வகைகள் உள்ளன. தாவரங்களில் மட்டும் 2 லட்சம் வகைகள் இருக்கின்றன. பறவைகள், விலங்குகள், நீர்வாழ்வன என எத்தனையோ லட்சம் வகை உயிர்கள் உள்ளன. தவிர ஆர்க்டிக், ஆஸ்திரேலியா, ஆப்பிரிக்கா என அந்தந்தப் பகுதிகளில் மட்டும் காணப்படும் தனி வகை உயிரினங்களும் உண்டு. இவை எல்லாவற்றிலிருந்தும் இரண்டிரண்டு உயிரினங்களைச் சேகரிக்கப் பல ஆண்டுகளாகும். தவிர, அவற்றை வைக்க ஒரு நகரமே கொள்ளும் அளவுக்கு பிரம்மாண்டமான கப்பல் தேவைப்படும்.

நோவா தன் குடும்பத்துடன் தப்பிப் பிழைத்தான்; தன்னால் இயன்ற அளவு உயிரினங்களை சேகரித்து வைத்திருந்து காப்பாற்றினான் என்ற அளவுக்கு மட்டுமே அறிவியலாளர் இவற்றை ஏற்கின்றனர். அதற்குமேல் விவரங்களைப் புராணங்களுக்கே உரிய மிகைப்படுத்தல் என்று ஒதுக்கி விடுகின்றனர்.

நோவாவின் பேழையைத் தேடிய ஜார்ஜ் ஹகோபியன், தான் அதைக் கண்டு விட்டதாகவே கூறி உலகை அதிரடித்தார். தனது முதல் பயணத்தில் அந்தப் பேழையின் உச்சி மீது தான் நின்றதாக அவர் கூறினார். "நான் நேரே நிமிர்ந்து நின்று அந்தக் கப்பல் முழுவதின் மீதும் பார்வையைச் செலுத்தினேன். அது நீளமாக இருந்தது. அதன் உயரம் ஏறக்குறைய 12 மீட்டர்" என்றார். தனது இரண்டாம் பயணத்தைப் பற்றிக் கூறுகையில், "அதில் உண்மையான வளைவுகள் எதையும் நான் காணவில்லை. நான் பார்த்திருக்கும் எந்தப் படகின் அமைப்பிலும் அது இல்லை. அது தட்டையான அடிப்பாகத்தைக் கொண்ட ஒரு நீளமான பெட்டி போல் தோன்றியது" என்றார்.

1952 முதல் 1969 வரை நான்கு முறை நோவாவின் பேழையைத் தேடிப் பயணம் மேற்கொண்ட பெர்னன் நவேரா என்பவர் தனது மூன்றாவது பயணத்தில் ஒரு பனிப்பாறையின் அடியிலிருந்த பிளவுக்குள் துணிந்து புகுந்தார். அங்கு அவர் கறுப்பு நிற மரக்கட்டை ஒன்று பனியில் புதைந்திருப்பதைக் கண்டார். "இது வெகு நீளமாக இருந்திருக்க வேண்டும். அந்தக் கப்பலின் கட்டமைப்புக்குரிய மற்ற பாகங்களுடன் ஒருவேளை அது இன்னமும் இணைக்கப்பட்டிருக்கலாம். நான் ஏறக்குறைய 1.5 மீட்டர் அளவான ஒரு துண்டைப் பிளந்தெடுக்கும் வரையில் அந்தக் கட்டையின் நார் அமைப்பு வழியாக மட்டுமே வெட்ட முடிந்தது" என்றார் அவர்.

அந்தக் கட்டையை ஆராய்ந்த வல்லுநர்களில் ஒருவரான பேராசிரியர் ரிச்சர்ட் பிளிஸ், "இந்தக் கட்டை கப்பலின் பக்கவாட்டு கட்டமைப்புக்குரிய நெடுங்கட்டை. நிலக்கீல் பசை ஊடுருவ தோய்விக்கப்பட்டுள்ளது. துளைப் பொருத்த விளிம்பும், பொருத்து துளைகளும் கொண்டுள்ளது. இது திட்டவட்டமாக கையால் வெட்டி உருவாக்கி, சதுரமாக்கப்பட்டது" என்றார்.

என்றாலும்கூட, அறிவியலாளர்கள் இவற்றையெல்லாம் ஏற்க வில்லை. பனிமலையாகவே இருந்தாலும் 5000 ஆண்டுகளுக்கு முற்பட்ட ஒரு மரத்தோணி அப்படியே இருக்க வாய்ப்பில்லை என்பது அவர்கள் கருத்து.

உலகத்தின் எல்லா நாடுகளிலும் பிரளயம் பற்றிய கதைகள் உள்ளன. எல்லாக் கால கட்டங்களிலும், பழங்குடி மக்கள் உட்பட ஒவ்வொரு இனத்திலும் மதத்திலும் பிரளயம் ஏற்பட்டு உலகம்

அடியோடு அழிந்ததாகவும் அவர்களின் இன மூதாதையர் ஒருவர் மட்டும் அதிலிருந்து தப்பிப் பிழைத்ததாகவும் கதைகள் உள்ளன.

படைப்பு பற்றிய கற்பனைக் கதைகள் என்ற நூலில் பிலிப்ஃபுரு யென்ட் 250க்கும் மேற்பட்ட இனங்களின் புராணக் கதைகளில் 500க்கும் மேற்பட்ட பிரளயக் கதைகள் உள்ளன என்கிறார்.

கிறிஸ்தவம் பரவுவதற்கு முன்பே மத்திய மற்றும் தென் அமெரிக்க மக்களிடையே ஜலப் பிரளயக் கதைகள் இருந்து வருகின்றன. எல்லாக் கதைகளிலுமே தெய்வீக மூலத்திலிருந்து வரப்போகும் பிரளயம் பற்றி ஒரு மனிதன் எச்சரிக்கப்பட்டதைப் பொதுவாகக் காண முடிகிறது.

பைபிளில் யெகோவாதேவன் பொல்லாதவர்களையும் வன் நடத்தை கொண்டவர்களையும் அழிக்கப் போவதாக நோவாவை எச்சரிக்கிறார்.

"மாம்சமான யாவரின் முடிவும் எனக்கு முன்பாக வந்தது. அவர்களாலே பூமிக் கொடுமையினால் நிறைந்தது. நான் அவர்களை பூமியோடுங்கூட அழித்துப் போடுவேன்" (ஆதியாகமம் 6:13).

யூப்ரடீஸ், டைக்ரிஸ் நதிகளின் இடைப்பட்ட மெசபடோமியா சமவெளி நாகரிகமான சுமேரியர்களின் நாகரிகம்தான் மிகவும் தொன்மையான நாகரிகம். அவர்களது காலத்திய களிமண் பலகைகள் தொல்பொருள் துறையினரின் அகழ்வாராய்ச்சியில் கிடைத்துள்ளன.

சுமேரிய தெய்வங்களான அனுவும் என்லிலும் மனித சமூகத்தை ஜலப்பிரளயத்தால் அழிக்க முடிவு செய்தன. என்க்கி என்ற தெய்வம் எச்சரித்ததால் ஸியூஸுத்ரா தன் குடும்பத்துடன் தப்பிப் பிழைத்தான்.

ஐரோப்பியர்களைப் பொறுத்தவரை பாபிலோனியர்களின் "கில் காமெஷ்" தான் உலகின் ஆதிகாவியம். ஹோமரின் இலியட், ஒடிஸி காவியங்களைவிட காலத்தால் முற்பட்டது இது.

கில் காமெஷ் தனது மூதாதை "உட்னபிஷ்டிம்" என்பவனைப் போய்ப் பார்த்தான். ஜலப்பிரளயத்தில் தப்பிப் பிழைத்தவன் உட்னபிஷ்டிம். அவன் அப்போது தேவனாக்கப்பட்டு, அழிவற்ற சிரஞ்சீவித் தன்மை பெற்றிருந்தான்.

கடவுளால் எச்சரிக்கப்பட்ட அவன் ஒவ்வொரு பக்கமும் 60 அடி நீளமும், 6 மாடிகள் கொண்டதுமான கன சதுரக் கப்பலைக் கட்டினான். எல்லா ஜீவராசிகளையும் அதில் சேகரித்தான். பின்னர்

பிரளயம் ஏற்பட்டது. ஆறு பகல், ஆறு இரவு இடைவிடாது புயலும், கனமழையும் உலகை வாட்டியது. ஏழாம் நாள் பிரளயம் நின்று கடல் அமைதியடைந்தது. எங்கும் தண்ணீர் வெள்ளமாகக் காட்சியளித்தது. மனித வர்க்கம் முழுதும் அழிந்துபோனது.

கப்பல் இப்போது மலை ஒன்றின் மீது நின்றது. உட்னபிஷ்டிம் ஒரு புறாவை அனுப்பினான். அது எங்கும் நீராக இருந்ததால் கப்பலுக்கே திரும்பியது. பின்னர் தூக்கணாங்குருவி அனுப்பப்பட்டது. அதுவும் திரும்பி வந்தது. அதன் பின்பு காகம் அனுப்பப்பட்டது. அது திரும்பி வரவில்லை. நீர் வடிந்து நிலம் ஏதோ ஓரிடத்தில் தெரிய ஆரம்பித்துவிட்டது என்றறிந்து எல்லா ஜீவ ராசிகளையும் வெளியில் விட்ட உட்னபிஷ்டிம், கடவுளுக்கு நன்றியுடன் ஒரு பலி கொடுத்துவிட்டு மீண்டும் வாழ்வைத் தொடங்கினான்.

கிரேக்க புராணத்தில், பூமி முழுவதும் வெண்கல மனிதர்கள் எனப்படும் கொடியவர்கள் நிரம்பியிருந்தனர். ஜீயஸ் கடவுள் ஒரு பிரளயத்தை அனுப்பி அவர்களை அழிக்கத் தீர்மானித்தார். டி யூகாலியன், அவன் மனைவி பர்ஷா ஆகிய இருவர் மட்டும் ஒரு பெரிய பெட்டி செய்து, கடவுளின் ஆணைப்படி அதற்குள் புகுந்து கொண்டனர். பிரளயம் வந்தபோது பார்னாசஸ் மலை மீது அந்தப் பெட்டி ஒதுங்கியது. நீர் வடிந்த பின்பு அவர்கள் மனித வர்க்கத்தைப் படைப்பதை மீண்டும் தொடங்கினார்கள் என்று ஒரு கதை இருக்கிறது.

சீனாவிலும் பிரளயம் பற்றிய கதை உண்டு. இடி தெய்வம், நூவா மற்றும் பூஸி ஆகிய இருவரிடமும் ஒரு புல்லைக் கொடுத்து நடும்படி கூறுகிறார். (சிலர் இதைப் பல் என்றும் கூறுகின்றனர்.) அதிலிருந்து ஒரு மரம் வளர்ந்து அதிலிருந்து பெரிய சுரைக்காய் விளைகிறது. இடி தெய்வம் அடைமழையைக் கொட்டச் செய்யும்போது, இவர்கள் அந்த சுரைக்காயினுள் புகுந்து கொள்கின்றனர். உலகம் முழுதும் ஜலப்பிரளயத்தில் அழிய, நூவாவும் பூசியும் தப்பிப் பிழைத்து, மீண்டும் மனித குலத்தை உண்டாக்குகின்றனர்.

வட அமெரிக்காவில் வாழ்ந்த அரிக்கரா, ஒரூகடூ மக்களின் புராணத்தின்படி பலம் வாய்ந்த அசுர மக்கள் கடவுள்களை மதிக்காமல் ஏளனம் செய்தனர். கோபம் கொண்ட நெசாரூ கடவுள் பிரளயத்தை உண்டாக்கி உலகம் முழுதும் பரவியிருந்த பலம்மிக்க அசுரர்களை அழித்தார். தமது பக்தர்களை மிருகங்கள் மற்றும் மக்கா சோளத்துடன் ஒரு கெபியில் பாதுகாப்பாக வைத்தார்.

ஹால சூப்பை இனமக்களின் புராணப்படி கடவுள் ஹோக்கோ மாட்டா மனிதகுலத்தின் மீது கடும் கோபம் கொண்டார். பெரும் ஜலப்பிரளயத்தை உண்டாக்கினார். உள் துளையுடன் கூடிய பெரிய மர திம்மையில் டோக்கோப்பா, பூக்கேஹி ஆகியோரைப் பத்திரமாக மூடி வைத்துப் பாதுகாத்தார்.

மத்திய அமெரிக்காவின் மாயன் இனக் கதைகளில் பெரிய மலைப் பாம்பு கடும் விசை மாரியால் உலகத்தை அழித்ததாகக் கூறப்படுகிறது.

மெக்ஸிகோ நாட்டின் பூர்வ குடிகளான சிமால் போபோக்கா இனத்தவரின் புராணக் கதைகளில் டாஸ்காட் லிபோகா என்ற கடவுள் நாட்டா என்ற மனிதனிடம் வரப்போகும் பிரளயம் பற்றிக் கூறினார். அவன் ஒரு மரக்கட்டையை உட்புறம் குடைந்து, தன் மனைவி நேனாவுடன் அதில் புகுந்து கொண்டான். பிரளயம் ஏற்பட்டு உலகமே தண்ணீரில் மூழ்கிய பிறகு, அந்தத் தண்ணீர் வடியும் வரை அதற்குள் பத்திரமாக இருந்தான்.

பெரு நாட்டின் சின்ச்சா இனத்தவரின் கதைப்படி ஐந்து நாட்கள் ஜலப் பிரளயம் ஏற்பட்டு உலகம் மூழ்கியது. ஒருவனை மட்டும் பேசும் லாமா காப்பாற்றி மலைக்குக் கொண்டு சேர்த்தார்.

பொலிவியா நாட்டின் ஐமாரா மக்களின் புராணப்படி டிடி காகா ஏரியிலிருந்து வெளிவந்த கடவுள் வீராகோக்கா, இயல்பு

மீறிய பேருருவம் கொண்ட மனித குலத்தைப் பிரளயத்தின் மூலம் அழித்தார்.

பிரேசில் நாட்டில் டுப் பினம்பா, காடுனாவுவா இனத்தவர்கள், கயானாவின் மக்கூடு, மத்திய அமெரிக்காவின் கரீபுகள், டயேரா டெல் புயூகோ பகுதியில் வசிக்கும் ஓனா, யாக்கென் என எல்லா இனத்து மக்களிடமும் பிரளயத்தில் படகு, பேழை, பீப்பாய் என ஏதோ ஒன்றில் கடவுளுக்கு அஞ்சிய, நல்லவனான ஓர் ஆணும் பெண்ணும் தப்பிப் பிழைத்த கதை உள்ளது.

சமோவா குடிகளின் கதையில் பிரளயத்தின்போது பீலியும், அவன் மனைவியும் மட்டும் தப்பி கற்பாறையில் ஒதுங்கினார்கள் என்று கூறப்பட்டுள்ளது. ஹவாய் தீவு மக்களின் புராணத்தில் மனிதர்கள் மீது கோபம் கொண்ட கேன் கடவுள் பிரளயத்தை ஏவுகிறார். அப்போது நூ மட்டும் ஒரு படகில் ஏறி உயிர் தப்புகிறான். அவன் படகு ஒரு மலை மீது தங்குகிறது.

பிலிப்பைன்ஸ் தீவுக் கூட்டத்தை சேர்ந்த மின்டானாவோ தீவின் பூர்வகுடிகளான ஆட்பா இனத்தவரின் புராணத்தில் பிரளயத்திலிருந்து இரு ஆண்களும், ஒரு பெண்ணும் தப்பினார்கள். இகோரட் மக்களின் கதையில் ஒரு சகோதரனும் சகோதரியும் போக்கீஸ் மலைமீது அடைக்கலம் புகுந்து தப்பினார்கள் என்று கூறப்பட்டுள்ளது.

போர்னியோ தீவு இந்தோனேஷியாவை அடுத்திருப்பது. இங்கு சாரவாக் பகுதியில் வசிக்கும் ஈபான்கள் கதையில் உயரமான குன்று மீது ஏறிக் கொண்டதால் பிரளயத்திலிருந்து சிலர் மட்டும் தப்பிப் பிழைத்தனர் என்று சொல்லப்பட்டுள்ளது.

ரஷ்யாவின் சைபீரியப் பகுதியில் வசிக்கும் சோயாட் மக்களின் கதைப்படி கடலின் நடுவே உள்ள இந்த பூமியை ஒரு ராட்சத தவளை உயரத் தூக்கிப் பிடித்தபடி உள்ளது. அந்தத் தவளை நகர்ந்த காரணத்தால் இந்த உலகம் கடலில் மூழ்கியது. அப்போது முதிர்ந்த வயதான ஒருவன் மட்டும் தன் குடும்பத்தினருடன் ஓடத்தில் ஏறித் தப்பினான். நீர் வற்றியபோது அந்த ஓடம் ஒரு மலை மீது தங்கியது.

எல்லாக் கதைகளிலுமே கடும் புயல், அடைமழை இவற்றினால் உலகம் அழிவது, ஒரு சில குறிப்பிட்டவர்கள் மட்டும் ஏதோ ஒரு மிதவை மூலம் அதிலிருந்து தப்புவது, பின்னர் அந்த மிதவை ஒரு மலை மீது ஒதுங்குவது, அதன் பின்னர் மீண்டும் சமூகம் தழைப்பது ஆகியன பொதுவான அம்சங்களாகச் சொல்லப்பட்டு உள்ளன.

இந்து மதத்தில் இதே கதை வேறுவிதமாகக் கூறப்படுகிறது. மன்னன் சத்திய விரதன் நெறி தவறாத பக்தன். அவன் நீரில் தர்ப்பணம் செய்து கொண்டிருந்தபோது சிறிய மீன் ஒன்று அவனது கைகளில் அடைக்கலம் புகுகிறது. அழகிய அந்த மீனை எடுத்துச்சென்று அரண்மனையிலுள்ள ஒரு குடுவையில் அரசன் விடுகிறான். சிறிது நேரத்திலேயே அந்த மீன் வளர்ந்து விடுவதால் அந்தக் குடுவை அதற்குப் போதாமல் போய்விடுகிறது. உடனே அந்த மீனை எடுத்து ஒரு பெரிய தொட்டியில் விடுகிறான். சற்று நேரத்தில் மீன் இன்னும் பெரிதாக வளர, அந்தத் தொட்டியும் அதற்குப் போதாமல் போகிறது.

அதன் பின் தொட்டி நீரை மீனோடு சேர்த்து அரண்மனைத் தடாகத்தில் கொட்டிவிடுகிறான். கொஞ்ச நேரத்தில் குளத்தையே அடைத்துக் கொள்ளும் அளவுக்கு அந்த மீன் பெரிதாகிறது. கடைசியாகத் திறப்பைத் திறந்து குளத்து நீரை ஆற்றில் விடுகிறான். அங்கு விட்ட சில நொடிகளிலேயே ஆற்றின் அளவுக்குப் பெரிதாக வளர்கிறது அந்த மீன்.

அப்போதுதான் சத்தியவிரதன் அது பரம்பொருளான நாராயணன் என்பதை உணர்கிறான். அவன் கைகூப்பி அந்த மீனை வணங்கவும் மகாவிஷ்ணு தோன்றி பிரளயம் வரப்போவது குறித்து எச்சரித்து ஒரு படகு கட்டுமாறும், அதில் சப்தரிஷிகளை ஏற்றிக்கொள்ளுமாறும், உலகிலிருக்கும் எல்லா ஜீவ ராசிகளின் பீஜங்களை (பீஜங்கள் = விதைகள் அல்லது விந்தணுக்கள்) சேகரிக்குமாறும் உத்தரவிடுகிறார்.

சப்தரிஷிகளை அழைத்துக் கொண்ட சத்திய விரதன் அவர்களின் உதவியுடன் எல்லா ஜீவ ராசிகளின் மூல அணுக்களையும் திரட்டுகிறான். ஆலமரம் பிரம்மாண்டமானதுதான். ஆனால் ஆலம் விதையோ கடுகளவுக்குத்தான் இருக்கும். அதே போல் யானை பிரம்மாண்டமானது. ஆனால் யானையின் விந்தணு ஒரு குண்டூசி முனையின் மிகச் சிறு புள்ளி அளவே இருக்கும். இவ்வாறு விதைகள், முட்டைகள், விந்தணுக்கள் ஆகியவற்றை அவன் சேகரித்தான். உயிர்ம (Genetic Engineering)வித்தை அறிந்த சப்தரிஷிகள் இவற்றைக் கெடாமல், சேர்த்து வைக்கும் ஒரு பேழையை அமைத்தனர்.

பின்னர் மழை பெய்ய ஆரம்பித்து, வெள்ளத்தால் நாடே அதில் மூழ்கியது. நீர்மட்டம் உயர்ந்தபடியே இருந்தது. சத்திய விரதனும், சப்தரிஷிகளும் படகில் ஏறிக்கொண்டனர். எல்லா இடங்களும் நீரால் நிறைய ஆரம்பித்தது. அப்போது மூக்கில் நீண்ட கொம்புடன் கூடிய மகர மீன் ஒன்று அங்கு வந்தது. அதன் மூக்கில் படகின் நுனிக் கயிற்றை மாட்டினார்கள். பிரளயத்தில் இங்கும் அங்குமாக அவர்களை இழுத்தபடி அந்த மீன் நீந்திச் சென்று கொண்டே இருந்தது.

பின்னர் பிரளயம் நின்றதும் அவர்களது படகு ஓரிடத்தில் ஒதுங்கித் தரை தட்டியது. அது இமயமலையின் உச்சியாக இருப்பதை அவர்கள் கண்டார்கள். வெள்ளம் குறையவும் படகிலிருந்து இறங்கி அந்த மலை மீது அவர்கள் அனைவரும் ஏறிக்கொண்டனர். முதல் அவதாரமான மச்சாவதாரம் எடுத்து உயிர்கள் அழியாமல் காத்த மகாவிஷ்ணு அவர்களை ஆசீர்வதித்து மறைந்தார்.

சப்தரிஷிகளும் ஜீவராசிகளின் ஜோடி அணுக்களை இணைத்து, மீண்டும் உயிரினங்களின் உற்பத்தியைத் தொடங்கினர். இந்த சத்திய விரதனே வைவஸ்வதமனு என்ற பெயருடன் உலகை ஆண்டான்.

ஆக, உலகம் முழுவதும் ஒரு மாபெரும் கடல்கோள் ஏற்பட்டதையும், மனித குலம் பேரழிவைச் சந்தித்ததையும் இந்தக் கதைகள் உறுதிப்படுத்துகின்றன.

இந்து மத புராணங்களின்படி, ஒவ்வொரு யுகம் முடியும் போதும் பிரளயம் தோன்றி உலகம் அழியும் என்கிறது ஒரு கதை. ஒவ்வொரு சதுர் யுகம் அதாவது, கிருத யுகம், திரேதா யுகம், துவாபர யுகம், கலி யுகம் என்ற நான்கு யுகங்களும் முடிந்தவுடன் பெரிய பிரளயம் ஏற்படும் என்று ஒரு கதையும், பிரம்மனின் 120 ஆண்டுகள் முடியும்போது ஏற்படும் மகா பிரளயம்தான் உலகம் முழுவதும் அழிந்துபோவதற்கான பிரளயம் என்று ஒரு கதையும் உள்ளது.

பிரளயத்தில் எல்லாமே அழியும். பரம்பொருளைத் தவிர எதுவும் அப்போதைக்கு மிஞ்சாது என்பது எல்லா மதங்களாலும் ஏற்கப்பட்ட கதையாக உள்ளது. இதில் பொருள் இல்லாமல் இல்லை என்கிறது அறிவியல்.

விஞ்ஞானிகளின் கணக்குப்படி இந்தப் பிரபஞ்சம் தோன்றி 50 லட்சம் கோடி ஆண்டுகளாகிறது. சூரியன் தோன்றி 5000 கோடி ஆண்டுகள் ஆகிறது. பூமி தோன்றி 300 கோடி ஆண்டுகளாகிறது. இன்னும் 500 கோடி ஆண்டுகள் பூமியின் ஆயுள் நீடிக்கும். இன்னும் பத்தாயிரம் கோடி வருடங்கள் எரியத் தேவையான ஹைட்ரஜன் அணுக்கள் சூரியனில் உள்ளன. எல்லா அணுக்களும் எரிந்து, தீர்ந்து போனதும் பூமியின் உள்ளே ஓர் அழுத்தம் ஏற்படும். அந்த அழுத்தத்தால் பலூன் போல பூமி உப்பி வெடிக்கும். அதன் காரணமாக அனல் பிழம்புகள் சூரிய மண்டலம் முழுவதும் பரவும். அது அருண மகாதானா எனப்படும். அதை ஊழித்தீ என்றும் வடமுகாக்கனி என்றும் புராணங்கள் கூறுகின்றன. சிவனின் நெற்றிக்கண் திறக்கும் சம்பவம் அது. அத்துடன் இந்த சூரிய மண்டலத்தில் உள்ள எல்லா விண்மீன்களும் கோள்களும் சந்திரன்களும் வால் நட்சத்திரங்களும் எரிந்து சாம்பலாகி விடும். பின்னர் வெறுமையைத் தவிர எதுவுமே அங்கு எஞ்சி இருக்காது.

7

மரணத்தில் தொடங்கி மறுபிறப்பு வரையில்

ஊத்தைக் குழிதனிலே
மண்ணை எடுத்தே
உதிரப் புனலினிலே
உண்டை சேர்த்தே
வாய்த்த குயவனார் அவர்
பண்ணும் பாண்டம்
வரையோட்டுக்கும்
ஆகாதென்று ஆடுபாம்பே!
நீரில் எழும் நீர்க்குமிழி
நிலை கெடல் போல
நில்லாது உடல் நீங்கி
விடும் என்றே
பாரிற் பல உயிர்களைப்
படைத்தவன் தனைப்
பற்றவே நீ பற்றித்
தொடர்ந்தாடு பாம்பே

—பாம்பாட்டிச் சித்தர்

இந்த உலகில் விளங்காத புதிர்கள் என்ற வகையில் பெரும் புதிராக இருப்பது மரணம்தான். இதைப் பற்றி மட்டும் எவ்வளவு பேசினாலும் மக்களுக்குச் சலிப்பதே இல்லை. மரணம் குறித்து கற்பனை, பொய், தத்துவம் என்று என்னென்ன வகையில் யார், யார் எத்தனை விதமான கதைகள், தகவல்களைச் சொன்னாலும், எல்லாவற்றையும் காதுகொடுத்துக் கேட்க மக்கள் தயாராகவே உள்ளனர்.

மரணத்தின் மீது மனித மனமானது ஆழ்ந்த அக்கறை கொண்டுள்ளது. இதற்கான அடிப்படைக் காரணம் ஒன்றுதான். எந்த வினாடியிலும் இந்த வாழ்வு தன்னிடமிருந்து பறிக்கப்படலாம் என்பதை மனிதனின் உள்மனம் தெளிவாக உணர்ந்துள்ளது. நன்றாகக் பேசிக் கொண்டிருந்த ஒருவர், நல்ல உடல் ஆரோக்கியத்துடன் இருப்பவர், திடீரென மார்பைப் பிடித்துக் கொண்டு சாய்கிறார். டாக்டருக்குத் தகவல் பறக்கிறது. வந்து சோதித்துப் பார்த்து விட்டு, "உயிர் போய் விட்டது" என்கிறார். மருத்துவ மொழியில் உயிர் பிரிந்ததற்கு அவர் சொன்ன காரணம் கார்டியாக் அரெஸ்ட், அதாவது மாரடைப்பு.

வைராக்கியத்தை இருவிதமாகக் கூறுகின்றனர். ஒன்று பிரசவ வைராக்கியம். மற்றொன்று மரண வைராக்கியம். ஒரு குழந்தையைப் பிரசவிக்கும்போது பெண் வேதனையால் துடிப்பாள். மரண வேதனைக்கு நிகரான வலி அது. அந்த வேதனையின் உச்சத்தில் பலர், இதற்குக் காரணமான தன் கணவனை மனதில் கண்டபடி

திட்டுவார்கள். மேல் நாட்டில் ஒரு பெண், அவளுக்குப் பிரசவம் பார்த்த டாக்டர்தான் அவள் கணவன், அவள் தனக்கு ஏற்பட்ட பிரசவ வலியின் உச்சத்தில் அவரது கன்னத்தில் ஓங்கி ஒரு அறை விட்டாள். டாக்டரின் கண்ணாடி எகிறிப்போய் விழுந்தது. அவரது கடை வாயில் ரத்தம் கசிந்தது. அவர் அதைத் துடைத்துக் கொண்டு, புன்னகை மாறாமல் சிகிச்சையைத் தொடர்ந்தார்.

பெண்ணுக்குப் பிரசவம் என்பது மரணத்துக்கு சமானமானது. "பெத்துப் பிழைத்தாயோ, செத்துப் பிழைத்தாயோ?" என்பார்கள் கிராமப்புறங்களில். அத்தகைய வேதனையில் "இனி ஆண்மகனைக்

கிட்டே நெருங்க விடுவதில்லை" என்று அவள் மனத்தில் வைராக்கியம் பிறக்கும். ஆனால் எண்ணி சில தினங்களிலேயே பழையபடி கணவருடன் தாம்பத்ய உறவு கொள்ள ஆரம்பித்து விடுவாள். இதைத்தான் பிரசவ வைராக்கியம் என்பார்கள்.

பொதுவாகப் பெண்கள் சுடுகாட்டுக்குச் செல்வதில்லை. ஆண்கள் மட்டுமே ஒரு சடலத்தை எரிப்பதானாலும் புதைப்பதானாலும் இடுகாடுவரை அதை எடுத்துக்கொண்டு செல்கின்றனர். இறந்தவனின் உடல் சிதையில் வைக்கப்படும்போது, அங்கு கூடியிருக்கும் அனைவர் மனத்திலுமே, ஒரு வெறுமை உணர்வு ஏற்படும். என்ன வாழ்க்கை இது? என்று ஒரு பற்றற்ற நிலை தோன்றும். எண்ணி ஒரே வாரத்தில் பழங்கதையாக நினைத்து அதை மறந்துவிட்டு, பழையபடி நான், நீ, எனது, உனது என்று சண்டைகளை ஆரம்பித்து விடுவார்கள். இதையே "மயான வைராக்கியம்" என்கின்றனர்.

ஒட்டு மொத்தமாக தத்துவ நூல்கள் இதனை "நாய் வைராக்கியம்" என்கின்றன. மனம் ஒரு குரங்கு என்று பலர் கூறினாலும் தத்து வங்களைப் பொறுத்தவரை மனம் ஒரு நாய்தான். ஜீவராசிகளில் எந்த விலங்குமே, அதன் உணவு எதுவாக இருந்தாலும் சரி, தான் வேண்டாமென்று துப்பியதை மீண்டும் தின்னாது. நாய் மட்டுமே, தான் வாந்தி எடுத்ததைத் தானே தின்னும். "கக்கலை நக்கும் குக்கல்" என்பார்கள் கவிஞர்கள்.

அதுபோல் மனித மனம் ஒரு நேரம் வேண்டாமென்று எதை உதறுகிறதோ அதையே மறுபடியும் தேடி ஓடும். எதைத் தூற்றுமோ அதையே பின்னர் போற்றும். இதனாலேயே மனம் என்பதை

நாயாக உருவகிக்கின்றனர். சுடுகாட்டில் மனிதனின் உடல் அழியும். ஆனால் மனம் அழியாது. அதனாலேயே சுடலையின் அதிபதியான பைரவரின் வாகனம் நாய் என்று ஆகமங்கள் உருவகிக்கின்றன. மனத்தை அடக்கி அதன் மீது சவாரி செய்பவன் என்பதைக் குறிக்கும் வகையில் நாய் வாகனத்தில் வருபவர் என்னும் குறியீடு காட்டப்பட்டுள்ளது.

நாய் தியானத்தில் இருப்பதுபோல் கால்களை மடக்கி, வாலைச் சுருட்டி, கண்களை மூடி, காதுகளை மடக்கிப் படுத்திருக்கும். அப்போது எங்கோ குப்பை மேட்டில் "பொத்"தென்று இலை விழும் சத்தம் அதற்குக் கேட்கும். மறுகணம் விருட்டென்று நாய் துள்ளி எழுந்து அந்த இடத்தை நோக்கிப் பாய்ந்தோடும். அதுபோல, மனமானது தியானம், யோகம், பிறப்பற்ற நிலை என்பது பற்றியெல்லாம் ஓய்வாயிருக்கும்போது சிந்தித்துக் கொண்டிருக்கும். ஆனால் ஏதேனும் பழைய வாசனைகள் பட்டால், உடனே காம, குரோத, கோப, மாச்சரியங்கள் அதனிடத்தில் படமெடுத்துச் சீற ஆரம்பித்துவிடும்.

தருமபுத்திரன் சுவர்க்கத்தை நோக்கிச் சென்றபோது கடைசிவரை ஒரு நாயும் அவன் கூடவே சென்றது. இந்திரன் புஷ்பக விமானத்தில் வந்து தருமபுத்திரனை அதில் ஏறிக்கொள்ளும்படி கூறி விட்டு, அவனுடன் வந்த நாயை மட்டும் ஏற்றிக்கொள்ள மறுத்தான். சொர்க்கத்தில் நாய்க்கு இடம் கிடையாது என்றான். "என்னுடன் இறுதிவரை வந்த நாய்க்கு இடமில்லை எனில் எனக்கும் அந்த சொர்க்கம் வேண்டாம்" என்றான் தருமன் உறுதியாக.

தருமத்தின் பக்கத்தில் மனம் உறுதியாக நின்றால், மனத்தை சலனங்களில் இருந்து தருமம் மீட்டுவிடும் என்பது இதன் பொருள். அலையும் மனம் சலன சக்தி படைத்தது என்றால், அலைகள் அடங்கின மனம் பிரபஞ்சமனம் எனப்படுகிறது. அதை ஆதிபரம்பொருள் எனலாம். பரமாத்மாவுடன் கலக்கும் ஜீவாத்மா என்றும் சொல்லலாம்.

என்னதான் லட்சியங்களில் உயர உயரப் பறந்தாலும் பசி, தாகம், தூக்கம், உறவு, நட்பு, பகை, காமம், பொறாமை போன்றவை மனிதனை மீண்டும் பூமிக்குத்தான் இழுக்கின்றன. ஆனால் அதே நேரம் என்னதான் உணவு, உடை, மாளிகை, மக்கள் என அனைத்து சௌபாக்யங்களுடன் ஒருவன் மன்னன்போல் வாழ்ந்தாலும், அவனது மனத்தின் ஒரு மூலையில், "இதுவும் ஒரு நாள் அழியும்" என்ற எச்சரிக்கை மணி ஒலித்துக் கொண்டேதான் இருக்கிறது.

ரோமானிய மன்னர்கள் பல்லக்கில் செல்லும்போது முன்னால் ஒருவன் "மெமண்டோ மோரி" என்று உரத்த குரலில் கூவியபடியே செல்வான். அதன் பொருள் "நீயும் ஒருநாள் மரிப்பாய்" என்பதாகும். வரம்பிலா அதிகாரமும், அளவிலாத போகங்களும் கொண்ட இந்தப் பதவியில் மூழ்கி, தன்னையே மறந்து விடாமல் இருக்க அவர்கள் செய்து கொண்ட ஏற்பாடு இது.

மரணம் குறித்த பயம் மிக மிகப் பழமையானது. வேதங்கள், புராணங்கள் இதற்கென்றே பக்கம், பக்கமாக இடம் ஒதுக்கியுள்ளன. உண்டால், மரணமே வராத அமரத் தன்மை தரக்கூடியது அமிர்தம் என்று கூறி, அதைத் தேவர்கள் உண்டதால் அழியாத சிரஞ்சீவித்தன்மை பெற்று விட்டதாக அவை கூறுகின்றன. அதேநேரம், அவர்கள் அப்படியே அழிவற்று நீண்ட காலம் நிலைத்திருப்பதாகக் கூறவும் மனமில்லை அவற்றுக்கு.

இதன் காரணமாக, இந்திரன் மனத்தில் அகந்தை தோன்றியது. அதனால், குரு பிரகஸ்பதியிடம் மரியாதைக் குறைவாக அவன் நடக்கவே, அவரால் சபிக்கப்பட்டு பூமியில் பிறக்க வேண்டிய நிலை அவனுக்கு ஏற்பட்டது. பின்னர் சாப விமோசனம் பெற்று அவன் தேவலோகம் திரும்பினான் என்றும், தேவகன்னிகைகளின் அலட்சியத்தால் வெகுண்ட முனிவர் அவர்களைச் சபிக்கவே அவர்கள் பூமியில் அரசகுமாரிகளாகப் பிறந்தனர் என்றும் பல கதைகள் உருவாயின.

வசிஷ்டரின் சாபம் பெற்ற அஷ்ட வசுக்கள் கங்கையின் மைந்தர்களாகப் பிறந்தனர். அதில் ஒருவனான பிரபாசனே புகழ்பெற்ற பீஷ்மர். மாண்டவ்ய மகரிஷி, எமதர்மனையே சபித்தார். அவன் விதுரனாகப் பிறந்தான். சனகாதி முனிவர்களின் சாபம் பெற்ற வைகுண்டத்தின் துவார பாலகர்கள் இரணியன் இரணியாட்சன் என்றும், இராவணன் கும்பகர்ணன் என்றும் பிறவிகள் எடுத்தனர்.

ஆக, அழிவற்றவர்கள் என்று கருதப்பட்ட தேவர்களையும் ஏதோ ஒரு வகையில் பூமியுடன் தளைப்படுத்துகின்றன புராணங ்கள். மனிதன் கர்மவினை காரணமாக மீண்டும் மீண்டும் பூமியில் பிறக்கிறான். ஆனால் பிறப்பு, இறப்பு இரண்டும் அவன் வசத்தில் இல்லை.

மரணத்தை வென்று அழிவற்ற அமர நிலை பெற்ற தேவர்களும் ஏதாவதுஒருசிலகாரணங்களால்பூமிக்குவரவேண்டியதாகிவிடுகிறது. அவர்களுக்குத் தாங்கள் எங்கு பிறப்பது, அங்கு எவ்வளவு காலம் வாழ்வது என முடிவு செய்யும் (குறைந்த பட்சம் அறிந்துகொள்ளும்)

திறம் உண்டு. எந்தக் காரணத்தால் பிறக்க வேண்டி நேர்ந்ததோ அது நீங்கிய பின், அதாவது சாபம் நிவர்த்தி ஆன பின், அவர்கள் வழியில் எந்த இடை உலகங்களையும் தொடாமல், எங்கும் தங்காமல் நேராக சொர்க்கத்தை அடைவார்கள்.

மனிதர்கள், தேவர்கள் இவர்கள் இரண்டு பேருக்கும் மேலான கடவுளையும் புராணங்கள் விட்டு வைக்கவில்லை. கர்ம வினைகளுக்கெல்லாம் அப்பாற்பட்டவர் அவர். எனவே மனிதனைப் போல் அவருக்குப் பிறவி என்பது கட்டாயமில்லை. தேவர்களைப்போல் எப்போதாவது ஒருமுறை யாரிடமாவது அலட்சியமாகவோ, அசட்டையாகவோ, அகந்தையுடனோ நடந்துகொண்டு, அதனால் சாபம் பெற்றதனாலும் அவர் பிறப்பதில்லை. கடவுளிடம் தவம் செய்து வரம் பெற்ற அசுரர்கள் மனித குலத்தைத் துன்புறுத்த, மக்கள் கடவுளை நோக்கி ஓலமிட, உயிர்களை ரட்சிக்க பகவான் பூமியில் அவதரிக்கிறார். அவதார நோக்கம் முடிந்த பின் இறைவனாகிவிடுகிறார். இதுதான் கடவுள் மனித அவதாரமெடுப்பதற்காகப் புராணங்கள் கண்ட ஒரே வழி.

சூரபத்மனை அழிக்கத் தோன்றியவர் முருகன். மகிஷாசுரனை அழிக்கத் தோன்றியவள் துர்க்கை. ராவணனை அழிக்கத் தோன்றியவர் ராமன். பூமியின் பாரம் குறைக்கவும், அதர்மத்தை அடியோடு அழிக்கவும் தோன்றியவர் கிருஷ்ணர்.

பிறப்பு என்ற சங்கிலியில் இருந்து விடுதலை பெற்றவர் என்று சொல்லி கடவுளைக்கூட விட்டுவிட வேதங்களுக்கு மனமில்லை. தான் கட்டிய வீட்டை ஒருமுறை தன் கண்ணால் பார்க்காமலேயே கூடவா ஒரு வீட்டின் சொந்தக்காரன் இருப்பான்? பதம் பார்ப்பதற்காகவாவது, தான் செய்த சமையலில் ஒரு சொட்டையாவது நாக்கில் விட்டுப் பார்க்காமலா ஒரு சமையல் கலைஞன் இருப்பான்? ஒரு சிற்பியோ, ஓவியனோ, கவிஞனோ இவர்கள் யாராயிருந்தாலும் ஒரே ஒருமுறை கூடவா இவர்கள் தங்களது படைப்பைத் தன் கண்ணால் பார்த்து ரசிக்காமல் இருந்திருப்பார்கள்?

பிரபஞ்சம் என்ற இந்த மாபெரும் படைப்பை உருவாக்கிய ஒப்பற்ற கலைஞனான இறைவன் ஒரு முறை கூடவா இதைத் தன் கண்ணால் ஆசை தீரப் பார்க்காமல் இருப்பார்? படைத்தவன் தன் படைப்பைப் பற்றி முழுமையாக அறிந்து கொள்வதற்கான ஒரே வழி, மிகவும் எளிய வழி, ஒருமுறையாவது பூலோகத்தில் வந்து அவர் பிறப்பதாகத்தானே இருக்க முடியும்?

அப்படி அவர் இங்கு வந்து பிறந்தார் என்றால் கண்டிப்பாக அவரும் ஒருநாள் இறந்துதானே தீர வேண்டும்? இறப்பு என்றால் நம்மைப்போல் மரணமடைந்து, சவமாகி, அழுகி நாற்றமெடுக்க வேண்டும் என்ற அவசியம் அவருக்கில்லை. தன் உடலை அப்படியே காற்றோடு காற்றாக அவர் கரைந்து போகும்படி செய்யலாம். ஜோதியாகி அவர் மறைந்து போகலாம். கடலிலோ, பாறையிலோ, பூமிக்குள்ளோ, ஆகாயத்திலோ ஐக்கியமாகிக் காணாமல் போகலாம். கண்மூடிக் கண் திறக்கும் நேரத்தில் வெட்டவெளியில் நடந்து மறைந்துபோகலாம். ஆனால் கண்டிப்பாக அவருக்கும் மறைவு என்பது உண்டு.

மரணம் என்பது கடவுள் வகுத்த விதி. அப்படியிருக்கையில் அதற்கு அவர் மட்டும் எப்ட்டி விலக்காக முடியும்? என்பது இன்னொரு சாராரின் கேள்வி.

கடவுள் எல்லா நியதிகளுக்கும் அப்பாற்பட்டவர். அசுரர்கள் உலகை வதைத்தனர் என்றால் அவர்களைப் படைத்தது அந்தக் கடவுள்தானே. அவர் நினைத்தால் அவர்களைப் படைக்காமல் இருந்திருக்க முடியாதா? அல்லது நினைத்தால் ஒரு நொடியில் அவர்களை அழிக்கத்தான் முடியாதா? எனவே, பூமியில் பிறந்த எதுவும் கடவுள் அல்ல. இவர்கள் கடவுள் என்ற பிரம்மாண்டக் கடலின் ஒரு துளி அம்சம் அவ்வளவே, என்பது மற்றொரு சாராரின் வாதம்.

காசிக்கு யாத்திரை சென்றவன் ஒரு குடத்தில் கங்கை நீரை எடுத்து வருகிறான். பிறகு ஊரில் உள்ள அனைவரையும் அழைத்து, சம ஆராதனை விழா நடத்தி, வடை பாயசத்துடன் அவர்களுக்கு விருந்தளிக்கிறான்.பூஜையறையில் அந்தக் குடம் வைக்கப்பட்டுள்ளது.

வந்திருப்பவர்களிடம், "இதோ கங்கை" என்கிறான் அவன் பெருமிதமாக. குடத்துக்குள் எட்டிப் பார்த்த ஒரு சிறுவன், "கங்கை என்பது இவ்வளவு தானா?" என்கிறான்.

"அபிஷ்டு! கங்கை காசியில் இருக்கிறது. அது பிரம்மாண்டமானது" என்கிறான் இவன்.

"கங்கை அங்கே இருக்கிறதானால், அப்போது இது என்ன?"

"இதுவும் கங்கைதான். ஆனால் அதுதான் கங்கை. அதே நேரம்..." சொல்ல வந்தவனுக்கு வார்த்தை திணறுகிறது. கேள்வி கேட்ட சிறுவன் எப்பேர்ப்பட்ட சூட்சுமமான கேள்வியை எழுப்பியிருக்கிறான்? என்று ஆடிப்போகிறான்.

அத்வைதத்தில் ஆதிசங்கரர் கூறுகிறார்.

"அது பூரணம். இதுவும் பூரணமே. பூரணத்திலிருந்து பூரணத் தைப் பிரித்த பின் எஞ்சி நிற்பதும் பூரணம்தான்."

(ஓம் பூர்ணமத: பூர்ணமிதம் பூர்ணாத் பூர்ணமுதச்யதே
பூர்ணஸ்ய பூர்ணமாதாய பூர்ண மேவா வசிஷ்யதே.)

எத்தனையோ பௌராணிகர்கள் என்னென்ன விதமாகவோ விளக்கியும் ஆதிசங்கரரின் இந்த வரிகளுக்கான விளக்கத்தை முழுமையாக எவராலும் அளிக்க இயலவில்லை. ஒவ்வொரு முறையும் இதைப் பற்றிய புதிய புதிய கருத்துகள் தோன்றிய வண்ணம் உள்ளன.

"முழுமையை விளக்க முயலும் முதல் வார்த்தை இது" என்கின்றார்கள் வேதாந்திகள்.

இறைவனை உணர்ந்த அல்லது கண்ட மகான்கள் பலரும் கடவுளையும் அவரது படைப்புகளையும் பற்றி வானளாவப்

புகழ்கின்றனரே தவிர அவர்கள் மரணத்தைப் பற்றி எதுவுமே சொல்வது இல்லை.

சங்கரர் ஆகட்டும், ராமானுஜராகட்டும் மத்வர் ஆகட்டும், இன்னும் சிந்து நதிக்கரை முனிவர்கள் ஆகட்டும், எல்லோருமே இரவும் பகலும் பூமியில் மாறி மாறி வருவதுபோல் இறப்பும் பிறப்பும் மாறி மாறி வருவது இயல்பு என்கின்றனர்.

'புனரபி ஜனனம், புனரபி மரணம்
புனரபி ஜனனே ஜடரே சயனம்'

என்பது வேதவாக்கு.

ஆனானப்பட்ட கிருஷ்ணரே கீதையில்,

"நைந்துபோன உடைகளை எறிந்து விட்டு, புதிய உடைகளை உடல் அணிவதுபோல் ஆத்மாவானது நைந்து போன உடல்களை எறிந்து விட்டு, புதிய பிறவிகளை எடுக்கிறது" என்கிறார்.

மரணம் என்பது பூமிக்கும் மறு உலகுக்கும் இடையே ஒரு மிகப்பெரிய சுவராக எழுந்து நிற்கிறது. மனிதன் அந்த சுவரின் கீழே நின்று கொண்டு அண்ணாந்து பார்த்துக் கொண்டிருக்கிறான். ஆனால் ஒரு சிலர் அந்தச் சுவரை அலட்சியமாகத் தாண்டிக் கடக்கின்றனர். ஆனால் அவர்களில் எவருமே சுவருக்கு மறுபுறம் என்ன இருக்கிறது என்பது குறித்து மற்றவர்களிடம் எதுவுமே கூறுவதில்லை.

'கண்டவர் விண்டிலர்; விண்டவர் கண்டிலர்'
என்ற பொன்மொழி இதனாலேயே ஏற்பட்டது.

மரணம் என்ற மாபெரும் சுவரை மனிதன் மலைப்புடன் பார்க்கிறான். ஆனால் மகான்கள் அதை ஒரு தடையாக என்றுமே கருதியதில்லை. இந்து மதத்தில் மறுபிறவி, முன் பிறவி, கர்ம வினை கோட்பாடுகள் விரிவாக விளக்கப்பட்டிருந்தாலும், சத்யவான் சாவித்திரி, நசிகேதன் போன்ற சிலரது கதைகள் தவிர மற்றவற்றில் மரணத்தைப் பற்றி நேரடியாக எந்த விளக்கமும் கொடுக்கப்படவில்லை.

உள்ளீடாக பல இடங்களில் மரணம் பற்றி வலியுறுத்தப்படுகிறது. கீதையில் அர்ஜுனனிடம் கிருஷ்ணர் வெளிப்படையாகவே மரணம் பற்றி விளக்குகிறார். ஆனால் எந்த ஒரு இடத்திலும் இது அழுது புலம்பக்கூடிய ஒரு துக்ககரமான விஷயம் என்றோ, பேரிழப்பை ஏற்படுத்தக்கூடிய படுதோல்வி

என்றோ, இது முடிந்த ஒரு முடிவு என்றோ, அதாவது, அத்துடன் எல்லாமே முடிந்துவிட்டது என்று பொருள்படும்படியாகவோ மரணத்தைப் பற்றி இதில் கூறப்படவில்லை.

மரணத்தைப் பற்றிக் கூறுகையில் திருவள்ளுவர்கூட, "உறங்குவது போலும் சாக்காடு" என்றுதான் கூறுகிறார். பட்டினத்தார் போன்ற யோகிகள்கூட, "செத்த பிணம் கண்டு இனிச்சாம் பிணங்கள் அழுகின்றன" என்று இந்தச் செயலைக் கேலி செய்து கண்டிக்கின்றார்.

இந்து மதம் மரணத்தையும் வாழ்வின் ஓர் அங்கமாகவே ஏற்றுக்கொண்டு, அதை வாழ்வு என்ற நூலின் கடைசி அத்தியாயமாகக் குறிப்பிடுகிறது. அதுதான் உச்சம். அது இன்றி வாழ்க்கை முழுமைபெறாது என்கிறது அது.

மற்ற மதங்கள் மரணத்தை மனிதனின் எதிரியாகவே கருதுகின்றன. "பாவத்தின் சம்பளம் மரணம்" என்கிறது பைபிள்.

மனித வாழ்வு பிறப்பில் தொடங்கி மரணத்தில் முடிகிறது. ஆனால் திபெத்தியர்களின் வாழ்வு மரணத்துக்குப் பின்புதான் தொடங்குகிறது. அவர்களது உண்மையான பயணம் மரணத்துக்குப் பின்னர்தான் நிகழ்கிறது என்பது திபெத்தியர்களின் நம்பிக்கை. பூமியில் நாம் செய்யும் காரியங்கள் எல்லாமே இதற்கான முன்னேற்பாடுகள்தான். மரணத்தில் தொடங்கும் அந்தப் பயணம் மறுபிறவிவரை நீள்கிறது என்கிறார்கள் இவர்கள்.

திபெத்திய நூலான "பார்டோ நோடோல்" மரணத்துக்குப் பின்னர் மனித உயிர்கள் எதிர்கொள்ளும் நிலையைப் பற்றிக் கூறுகிறது. ஒவ்வொருவரும் தமது வாழ்வில் அவசியம் ஒருமுறை சந்தித்தே தீர வேண்டிய நிலை இது. ஏனெனில், வீட்டினுள் இருப்பவன் எப்படியும் வெளியே சென்றுதான் தீரவேண்டும். வாசல்தான் அப்படி அவன் வெளியே செல்வதற்காக இருக்கும்

ஒரே வழி. இங்கு மரணம் என்பதுதான் அந்த ஒரே வாசல். வீட்டை விட்டு ஒருவன் வெளியே வந்த பின்னரே உலகம் மிகப்பெரியது என்பதை உணர்கிறான். வீட்டுக்குள் இருக்கும்வரை நான்கு சுவர்கள் அவனை வெளியுலகத் தொடர்பிலிருந்து விலக்கி வைத்திருக்கின்றன.

மரணம் என்ற வாசல் வழியே உடல் என்ற வீட்டை விட்டு வெளியேறிய ஆத்மா, எல்லையற்ற பிரம்மாண்டத்தை உணர்கிறது. அதன் பின்னர்தான் அது ஒரு நெடிய பயணத்தைத் தொடங்குகிறது.

வீட்டை விட்டு வெளியே வந்த ஒருவன் பக்கத்துத் தெருவுக்குப் போகலாம். அல்லது அடுத்த ஊருக்குப் போகலாம். அல்லது இன்னொரு நாட்டுக்குக்கூடப் போகலாம். சிறிதோ, பெரிதோ

அந்தப் பயணம் முடிந்த பின்னர் வேறொரு இடத்தில் தங்கி அவன் ஓய்வெடுப்பான். அதுபோல், உடல் என்னும் வீட்டை விட்டு வெளியே வந்த ஆத்மா, மீண்டும் மற்றொரு உடலில்தான் போய்த் தங்க முடியும். அதுவரை சிறிய அளவிலோ, பெரிய அளவிலோ அது மேற்கொள்ளும் பயணத்தின் தன்மை பற்றி விவரிக்கிறது பார்டோ நோடோல் என்னும் இந்த நூல்.

பௌத்தத்தின் தாக்கம் திபெத்தியர்களிடம் அதிகம். அவர்களின் கருத்துப்படி வாழ்க்கை என்பது, தான் என்ற உணர்வினால் ஏற்படும் துன்பங்களால், அதன் தொடர்பான விளைவுகளால் ஏற்படும் வரிசைக் கிரமமான தொடர்நிலை. மனித மனம் "நான்" என்ற உணர்வால் நிரம்பியது. அதன் அடிநாதமாக இருப்பவை. ஆசைகள். ஆசை, பற்று இவைதான் மறு பிறப்புக் குக் காரணமாக இருக்கின்றன.

மனிதன் பிறக்கும்போதே ஏராளமான ஆசைகளுடன்தான் பிறக்கிறான். இந்த உலகில் இருக்கும்போதும் எண்ணிலடங்காத ஆசைகளுடனேயேதான் வாழ்கிறான். இறக்கும்போதும் நிறை வேறாத ஆசைகளை மனத்தில் சுமந்தவண்ணமே இறக்கிறான். அந்த ஆசைகளே அவனது தொடர் பிறவிகளுக்கும் காரணமாக அமைகின்றன.

பிறப்பு முதல் மரணம்வரை மனிதனுக்கு என்ன நேர்கிறது என்பதை நம்மால் கண்கூடாகக் காண முடிகிறது. ஆனால் இறப்புக்குப் பின் அவனுக்கு என்ன நேரிடுகிறது? இதை பார்டோ தோடோல் இப்படி விவரிக்கிறது:

மரணம் என்பது ஒரு தொடக்கம். அதற்குப்பிறகு மீண்டும் பிறப்பெடுப்பது என்பது முடிவு. இந்தத் தொடக்கம், முடிவு இவற்றுக்கு இடைப்பட்ட நிலைதான் "அந்தர் பாவா" எனப்படும். இதை "பார்டோ" என்கின்றனர்.

இந்த இடைநிலை மூன்று நிலைகளாகப் பிரிக்கப்பட்டுள்ளது. ஒன்று சிகாய் பார்டோ, அடுத்தது சோனிட் பார்டோ, மூன்றாவதாக சிட்பா பார்டோ. இந்த மூன்று நிலைகள்தான் மரணத்துக்கும், மற்றொரு பிறப்புக்கும் இடைப்பட்ட நிலைகளாக இருக்கின்றன.

முதல்நிலையான சிகாய் பார்டோவின்போது, ஒரு மனிதன் இறக்கும்போது அவனது உயிர் அல்லது ஆத்மா தனது "மனித உருவை" இழக்கிறது. உயிருடன் இருக்கும்போது ஆத்மாவுக்கு செயல், கொள்கை இவற்றில் அதன் தன் உணர்வு அதிகம். அதாவது, பொருட்களை ஒன்றுக்கொன்று வேறுபடுத்திப் பார்த்துப்

பிரித்தறியும் தன் உணர்வு ஒரு மனிதன் இறந்து கொண்டிருக்கும் நிலையில் அவரிடமிருந்து காணாமல் போகிறது. இறந்து கொண்டிருக்கும் அந்த நபர் "தெளிவான வெளிச்சம்" ஒருகண நேரம் தன் முன்னே, தோன்றுவதைக் காண்கிறார்.

திபெத்தியர்கள் மெல்ல இறந்து கொண்டிருக்கும் நபரைச் சுற்றி அமர்ந்து கொண்டு, அவர் அந்த ஒரு கண நேரம் தன் முன்னே தோன்றும் தெளிவான வெளிச்சத்தை உணர்ந்து கொண்டு, தன்னைத்தானே விடுவித்துக்கொள்ள வேண்டும் என்று பிரார்த்தனை செய்கின்றனர். அவ்வாறு அவரே அவரை விடுவித்துக்கொள்ள முன்வந்துவிட்டால், அவர் தனக்கு அளிக்கப்படும் அந்த விடுதலையாகும் நிலைக்குத் தயாராக இருக்கிறார். இதுதான் "தர்ம காயா" எனப்படும். அவ்வாறு அவர் தயாராகவில்லை என்றால் உலகப் பற்றுகள் அவரை விடாமல் இழுக்கின்றன என்று பொருள். அப்போது அவர் முதல் நிலையிலிருந்து இரண்டாம் நிலையை எட்டுவதில்லை.

முதல் நிலையிலேயே மனம் ஓய்வெடுப்பதை இங்கு பார்க்கலாம். இந்த நிலைதான் சிகாய் பார்டோ. சில ஆத்மாக்களுக்கு விரல் சொடுக்கும் நேரமே இது நீடிக்கும். சிலருக்கு அது சில நாட்களுக்கு நீடிக்கும். கண நேரமே தென்படும் "தெளிவான வெளிச்சம்" எது என்பதை வெகு சீக்கிரத்திலேயே கண்டுகொள்ளும் ஆத்மாக்களும் உண்டு. அதிகபட்ச காலம் அது நீடித்தாலும்கூட அதை உணர்ந்து தன்னை விடுவித்துக் கொள்ளாத ஆத்மாக்களும் உண்டு. அந்த நிலையில் சிகாய் பார்டோ நிலை முடிவு பெற்றுவிடுகிறது.

இப்போது சோனிட் பார்டோ என்ற இரண்டாவது நிலை தொடங்குகிறது. இதில் பொருட்களின் இறப்பு உணர்வு மீண்டும் பெறப்படுகிறது. இந்த நேரத்தில் தெளிவான வெளிச்சத்தில் இருந்து ஆத்மா வெளிவந்து கனவு போன்ற ஒரு நிலைக்கு செல்கிறது. இது வடிவங்களுடன் கூடிய உலகம். இதை "மாயிக்" உலகம் என்கின்றனர். இப்போது விடுதலை அடைந்தாலும் அது வடிவத்துடன்தான் இருக்கும். இதை ரூபாவன் என்கின்றனர்.

இந்நிலையில் இறந்தவரின் முன்பு இரு விதமான பாதைகள் காட்டப்படும். இதில் "நிர்வாணா" சார்ந்த வழி ஒளி வீசும் பல வண்ணங்களுடனும், ஒரு குறிப்பிட்ட சின்னத்துடனும் அமைதியானதும் சினமுள்ளதுமான சில தெய்வீகத் தன்மைகள் வெளிப்படுவதுமான வழியாக இருக்கும். மற்றொரு பாதை சம்சார வழி எனப்படும். இது ஆறு உலகங்களைக் கொண்டது.

அந்த உலகங்களுடன் அவற்றுக்குரிய விஷயங்களும் அவற்றில் வசிப்பவர்களின் பாவச் செயல்பாடுகளும் சேர்த்தே தரப்படும்.

நிர்வாணா வழியை ஆத்மா தேர்வு செய்தால் "சம்போக காயா" என்னும் பேரின்ப உடலை அது அடையும். "கருணை மிக்க அன்பு" மூலம் விடுதலையானது இந்த நிலையில் சாத்தியமாகும்.

மற்றொரு வழியானது ஆறு உலகங்களைக் கொண்டது. அவை தேவர் உலகம், அசுரர் உலகம், மனிதர்கள் உலகம், ஆவிகள் உள்ள பிரேத உலகம், விலங்குகள் உலகம், நரகம் ஆகியவை ஆகும்.

இறந்தவரின் ஆன்மா சோனிட் பார்டோ நிலையை எட்டும்போது நிர்வாணா வழியில் செல்லும்படியும், "கருணை மிக்க அன்பு" மூலமாக விடுதலையை நாடும்படியும் பூமியில் உள்ளோர் வேண்டுகின்றனர். இறந்தவரின் மனத்தோற்றத்தில் தொடர்ச்சியாகக் காண்பிக்கப்படும் ஆறு உலகங்களையும் அவர் வெறுத்து "நிர்வாணா"வை அவர் வேண்ட வேண்டும். அப்போதுதான் "கருணை மிக்க அன்பு" மூலம் அது சாத்தியமாகும். ஏனெனில், முதல் நிலையான சிகாய் பார்டோவில் சிறிது நேரம் (அது ஒரு நொடி அல்லது சில நாள்) தெய்வீக ஒளி தென்படுகிறது. அப்போதே அதைப் பற்றிக் கொள்ளும் ஆத்மா எந்தவிதமான சிரமமும் இன்றி நேரடியாக முழு விடுதலை பெற்றுவிடுகிறது. ஆனால் இரண்டாம் நிலையான சோனிக் பார்டோவில் தெய்வீக ஒளியானது அமைதி மற்றும் சினம் கலந்தே வருகிறது. அப்போதும் ஆறாவது மற்றும் ஏழாவது நாட்களில் அமைதியாக தெய்வீகம் நிர்வாணா பாதையில் இருக்கும். எட்டாம் நாள் மற்றும் அதற்கடுத்த நாட்களில் சினம் மிக்க தெய்வீகமே அந்தப் பாதையில் இருக்கும். இதனால் இறந்த நிலையில் சென்று ஆறு உலகங்களில் ஏதேனும் ஒன்றில் புகும். அது அவருக்கு ஏதாவது ஒரு உலகில் பிறப்பைக் கொண்டுவரும்.

இரண்டு நிலைகளும் மரணமடைந்த ஆத்மாவிற்கு விடுதலையைத் தராத நிலையில் மூன்றாவது நிலையான சிட்பா பார்டோவிற்கு வழி ஏற்படுகிறது. இந்நிலை மறுபிறப்புக்கு வழி வகுக்கிறது. ஆத்மா விடுபட்டு, தெய்வீக வெளிச்சத்தில் இருப்பது முதல்நிலையில் எளிதானது. இரண்டாம் நிலையில் ஆத்மா மிகவும் முனைந்துதான் தெய்வீக வெளிச்சத்தை அடைய முடியும். கீழேயிருந்து மேலே எழும்பி ஏறுபவன் மேலிருப்பவனிடம், "ஒரு கை கொடுத்து கொஞ்சம் தூக்கி விடுங்கள்" என்று வேண்டிக் கொள்வதுபோல... அங்குள்ள தெய்வீக வெளிச்சத்தின் துணையுடன் விடுதலையானது இங்கு சாத்தியமாகிறது.

மூன்றாம் நிலையான சிட்பா பார்டோவில், இந்த இருநிலைகளிலும் விடுவிக்கப்படாத ஆத்மாக்கள்தான் செல்லும். அப்போது அவரது கடந்த கால வாழ்க்கை நினைவுகள் பெரிதும் மங்கிவிடும். அவரது ஆத்மா அமைப்பு அவர் எந்த உலகத்தில் விதிக்கப்பட்டிருக்கிறாரோ அதற்கான வண்ணத்தை எடுத்துக்கொள்ளும். இறந்தவரின் கர்ம வினைகள் அவரை நரகத்துக்குக் கொண்டு சென்றால் அவர் அழிக்கவோ, சிதைக்கவோ முடியாத ஒரு நுண்ணிய உடலில் புகுந்துகொண்டுதான் அங்கு செல்வார். ஆனால் அந்த உடலில் அதிபயங்கர வேதனை ஏற்படுவதை மட்டும் யாராலும் தவிர்க்க முடியாது.

அவருடைய கர்ம வினைகள் நல்லதாக இருந்தால் தேவர்கள் உலகம் அல்லது அதுபோன்ற நல் உலகங்களை அவர் அடைவார். அதேநேரம், இறுதியில் எல்லாம் பூமிக்கே திரும்பும். சுவர்க்கமோ, நரகமோ அல்லது வேறு உலகங்களோ ஆத்மாவின் அமைப்புக்கு நிரந்தரமான ஒரு வாழ்விடம் அல்ல. பூமியில் மட்டும்தான் ஒருவர் தமது செயல்களை நிகழ்த்த முடியும். மரணத்துக்குப் பின் அமையும் எதிர்காலத்தை இங்குதான் அவர் செதுக்க முடியும்.

எந்த உலகில், எவ்வளவு காலம் இருந்தபோதிலும் ஓர் "ஆத்மா அமைப்பு" பூமியில் மீண்டும் மனிதனாகப் பிறக்கவேண்டும் என்றிருந்தால் அப்போது எண்ணற்ற இடங்களில் ஆணும் பெண்ணும் காமத்தில் இணை கூடும் தோற்றங்கள் அவருக்குத் தென்படும்.

இவான்ஸ் (நியூயார்க்) எழுதிய "இறந்தவர்களின் திபேத்திய நூல்" என்ற புத்தகம் கூறுகிறது: இறந்தவர் ஓர் ஆணாகப் பிறக்க வேண்டுமெனில், தான் ஆணாக இருக்கிறமாதிரியானதொரு உணர்வுதான் மறுபிறவி எடுக்கப்போவதை அறிபவருக்கு வருகிறது. தந்தை மீது வெறுப்பும், தாயின் மீது ஈர்ப்பும் அவருக்கு அங்கு தோற்றுவிக்கப்படுகிறது. அதேபோல், இறந்தவர் பெண்ணாகப் பிறப்பதாக இருந்தால், அவருக்குத் தாயின் மீது வெறுப்பும், தந்தை மீது ஈர்ப்பும் உண்டாக்கப்படுகிறது. இறுதியாக ஆணா, பெண்ணா? எந்த இடத்தில் பிறப்பது என்பது முடிவான பின், பார்டோ கனவுகளிலிருந்து இறந்தவர் வெளி வந்து சதையும் ரத்தமும் உள்ள கருப்பைக்குள் நுழைகிறார். மீண்டும் பூமியின் அனுபவமும், பிறப்புணர்வும் உள்ள ஒரு விழிப்புற்ற, கனவிலிருந்து மீண்ட நிலைக்குள் அவர் செல்கிறார். இந்த சந்தர்ப்பங்களில் உணர்வின் மீறல்கள் எதுவும் இல்லை. ஆனால் மாற்றத்தின் ஒரு தொடர்ச்சி

உள்ளது. மரணம் என்பது முடிவானதாக இல்லாமல், மற்றொரு சுற்றின் ஆரம்பமாக உள்ளது.

பௌத்த மதத்தின் ஆதிக்கம் திபெத்தில் இருந்தாலும், பண்டைய திபெத்தியர்களின் முறைகள் வித்தியாசமானவை. இப்போதும்கூட புத்த மதத்தினரின் வழிபாடுகளும் திபெத்தியர்களின் வழிபாடுகளும் மிகவும் வித்தியாசமானவை.

லாமா எனப்படும் மதத்தலைவரை அவர்கள் தேர்வு செய்யும் முறை அபாரமானதொரு முறை யாகக் கருதப்படுகிறது. அதேபோல் திபெத்திய மதகுருமார்கள் பலரது ஆழ்மன ஆற்றல்கள் விஞ்ஞானிகளுக்கு இன்றும் ஒரு சவாலாகவே விளங்குகின்றன.

மனிதனின் சராசரி வெப்ப நிலை 98.4 டிகிரி பாரன்ஹீட். அவன் சகாரா பாலைவனத்தில் வசிக்கும் பிக்மிக்கள் இனத்தைச் சேர்ந்தவனாயிருந்தாலும் அண்டார்டிகா பகுதியில் வசிக்கும் எஸ்கிமோக்கள் இனத்தில் பிறந்தவனாயிருந்தாலும் மனிதனுடைய இந்த வெப்பநிலை மாறுபடாது. இந்த வெப்பநிலைக்கு ஒரு டிகிரி கூடினாலும் அனல் ஜுரம் அவனை வாட்டியெடுக்கும். ஒரு டிகிரி குறைந்தாலும் குளிர் ஜுரத்தால் அவன் நடுங்குவான்.

ஒரு திபெத்திய துறவி சப்பணமிட்டு அமர, அவரது உடலுடன் வெப்பநிலையை அளக்கும் "மானிட்டர்" பொருத்தப்பட்டது. விஞ்ஞான பரிசோதனைக்கு அவர் ஒத்துழைத்ததையடுத்து ஐரோப்பியர் பலர் முன்னிலையில் இந்தச் சோதனை நடத்தப்பட்டது.

கருவிகள் துல்லியமாக அவருடைய உடலின் வெப்பநிலை 98.4 பாரன்ஹீட் என்று காட்டின. பின்னர் துறவி கண் மூடி தியானத்தில் ஆழ்ந்தார். படிப்படியாக அவரது உடலின் வெப்பநிலை குறைய ஆரம்பித்தது. 98, 97, 96, 95 என உஷ்ணம் குறையக் குறைய, அவர் உடல் குளிரால் நடுங்கியது. பற்கள் கட, கடவென்று தந்தியடிக்க, அவரது உதடுகள் முனகியபடி துடித்தன.

பின்னர் வெப்பநிலை மீண்டும் உயர ஆரம்பித்து 98.4 பாரன்ஹீட் நிலையில்போய் நின்றது.

அதன் பின் சில நிமிடங்கள் கழித்து அவரது உடலின் வெப்பநிலை உயர ஆரம்பித்தது. 99, 100, 101, 102, 103, 104 என அது உயர்ந்தது. இப்போது விஞ்ஞானிகள் அவரது உடலைத் தொட்டபோது அது அனலாய்க் கொதித்தது. அதன் பின்பு குறையத் தொடங்கிய வெப்பநிலை 98.4 பாரன்ஹீட் நிலையில் வந்து நின்றது.

சில நொடிகளில் அவர் உடலிலிருந்து வெள்ளமாக வியர்வை கொட்டியதால், அவரது மஞ்சளாடை முழுமையாக நனைந்து போனது. ஐந்து நிமிடங்கள் கழித்துக் கண்களைத் திறந்த அந்தத் துறவி மெல்லியதொரு புன்னகையுடன் எழுந்தார். இப்போது அவரைப் பார்த்த விஞ்ஞானிகளின் கண்களில் பிரமிப்பும், பயபக்தியும் தெரிந்தன.

"சந்தேகத்துக்கு இடமில்லாமல் அறிவியலுக்கு அப்பாற்பட்ட ஏதோ ஒரு கூறு அவரிடம் இருக்கிறது" என்றார் அந்த நிகழ்ச்சியில் பங்கேற்ற ஒரு டாக்டர். மனித உடலின் இதயத்துடிப்பு, நாடித் துடிப்பு, வெப்பநிலை இவை நமது கட்டுப்பாட்டுக்கு உட்படாதவை. இவற்றை யாரும் கூட்டவோ, குறைக்கவோ முடியாது என்பதுதான் மருத்துவ விஞ்ஞானம் அவருக்குக் கற்பித்திருந்த பாடம். ஆனால் கண் எதிரே ஒரு துறவி அமைதியாக அமர்ந்தபடி, தமது மனத்தின் ஆற்றலால், உடலின் வெப்பத்தை சில நிமிடங்களில் கூட்டவும் குறைக்கவும் முடியும் என்று நிரூபித்துக் காட்டியபோது, தான் படித்த அத்தனை ஆண்டுகாலப் படிப்பும் அவர் முன்பு தூள் தூளாகி விட்டதாக அவர் உணர்ந்தார்.

தமிழகம் உட்பட பல மாநிலங்களில் உள்ள மக்களுக்கு வறட்சி தான் பெரிய பிரச்னை. அதனால் இங்கு மகான்கள் என்றால் அவர்கள் மந்திரத்தால் மழை பெய்ய வைப்பவர்களாக இருக்க வேண்டும். மகாபாரதத்தில் விராட பர்வம் வாசித்தால் மழை

வரும் என்று கூறப்பட்டுள்ள கோயில்களில் அதிருத்ர மகாயக்ஞும், சத சண்டி ஹோமம் போன்றவற்றை செய்தால் மழை வரும், மேகராகம் இசைத்தால் மழை வரும் என பலவிதமான தொன்று தொட்ட நம்பிக்கைகள் இந்த மாதிரியான இடங்களில் உண்டு. மகான் தியாகராஜர் கீர்த்தனை பாடி மழையை வருவித்தார் என்கிறது வரலாறு.

திபெத்தைப் பொறுத்தவரை இமயமலை உச்சியில் உள்ள நாடு அது. பனிமலைகள் சூழ்ந்த குளிர்ப் பிரதேசம். கடும் கோடையிலும் அங்கு மனிதனை கிடுகிடுக்க வைக்கும் குளிர்தான் நிலவுகிறது. காற்றே பனி கலந்த ஈரக் காற்றாகத்தான் அங்கே வீசும். அங்கு மழை வேறு பெய்தால் நிலைமை அதோகதிதான். அங்குள்ளவர்கள் மகான் என்றால் அவர் மழை பெய்விக்கும் ஆற்றல் பெற்றவர் என்று நினைக்க மாட்டார்கள். பெய்யும் மழையை நிறுத்திக் காட்டுபவர்கள்தான் அந்த இடத்தைப் பொருத்தவரை தெய்வீக ஆற்றல் நிரம்பியவர்கள் எனக் கருதப்படுவார்கள்.

லாமாக்களிடம் அபூர்வமான ஒரு கொம்பு உண்டு. வெள்ளையும் கறுப்பும் கலந்த நிறம் கொண்டது அது. கொம்பின் நடுவே ஓர் ஆமை உருவமும், உடம்பில் ஒரு வட்டமும் காணப்படுகிறது. அந்தக் கொம்பு மேலே மூன்று, நடுவில் மூன்று, கீழே மூன்று என ஒன்பது பகுதிகளாகப் பிரிக்கப்பட்டிருக்கும். பார்ப்பதற்கு அது ஏதோ நவக்கிரக கட்டம் போல் தோன்றும். இதில் மேல் வரிசையில் 492, நடு வரிசையில் 357, கீழ் வரிசையில் 816 என்ற எண்கள் இதில் இருக்கும். (இதை மேலிருந்து கீழ், இடமிருந்து

வலம், குறுக்கு வெட்டில் என எப்படிக் கூட்டினாலும் 15 வருவதைக் காணலாம்.)

ஆமை உருவத்தின் இருபக்கங்களிலும் இரண்டு தேள் உருவங்கள் இருக்கும். தேள்களுக்கும் ஆமைக்கும் இடையில் உள்ள காலி இடத்தில் திபெத்திய கோயில் ஸ்தூபிகள் எழுதப்பட்டிருக்கும். கொம்பின் அகன்ற வாய்ப்புறத்தில் ஒரு பாம்பு கொம்பைச் சுற்றிக் கொண்டிருப்பதுபோல் பொறிக்கப்பட்டிருக்கும். இந்த வாய் ஒரு பித்தளை மூடியால் மூடியே வைக்கப்பட்டிருக்கும். அந்த மூடியிலும் இரண்டு வஜ்ராயுதங்களின் படம் வரையப்பட்டிருக்கும்.

கொம்பின் மற்றொரு முனை சிறியதாக இருக்கும். அதுவும் தக்கையால் மூடப்பட்டிருக்கும். கொம்பினுள் தங்கம், வெள்ளி, இரும்பு என பல உலோகங்களின் பொடி இருக்கும்.

வானம் இருண்டு காணப்படும் போது இன்னும் ஓரிரு நாளில் பேய்மழை ஆரம்பித்து விடும் என்ற நிலையில், லாமா தன்னிடமுள்ள ஒரு மந்திர சாஸ்திரப் புத்தகத்தை எடுத்து வைத்துக்கொண்டு படிக்க ஆரம்பித்து விடுவார். அந்த வினாடி முதல் தண்ணீர்கூடக் குடிக்காமல் கடும் உபவாசம் இருப்பார். இடைவிடாது தியானத்திலிருப்பார். இப்படி ஒன்றரை நாள் இருந்த பின்னர், அந்த மந்திரக் கொம்பை எடுத்து அதன் சிறிய வாய் மீது உள்ள தக்கையை அகற்றிவிட்டு அதன் வழியாக மீண்டும் சாஸ்திரப் புத்தகத்திலுள்ள வரிகளை உச்சரிப்பார். அப்போது அந்தக் கொம்பானது அபூர்வ சக்தி பெறும் என்பது அவர்களது நம்பிக்கை.

பெரியதாக மழைபெய்யத் தொடங்கும்போது லாமா கொம்புடன் வெளியே வந்து மழையில் நின்று கொள்வார். எந்தப் பக்கத்திலிருந்து மழை பொழிகிறதோ அந்தத் திசையைப் பார்த்துக் கொம்பை பிடித்துக் கொண்டு, குழலைப் போன்ற அந்தக் கொம்பின் மறுமுனை வழியே மந்திர உச்சாடனத்தைச் செய்வார். இப்போது பெய்யும் மழை சட்டென நின்று விடும்.

திபெத்தில் இத்தகைய அபார ஆற்றல் பெற்றவர்கள் இப்போதும் உள்ளனர் என்பதுதான் இதில் வியப்புக்குரிய அம்சம்.

மற்றொரு முக்கிய விஷயத்தைப் பற்றியும் இங்கு குறிப்பிட்டாக வேண்டும். "நெற்றிக்கண்" என்று கேள்விப்பட்டிருப்பீர்கள். காமக் கடவுளான மன்மதன் தியானத்திலிருக்கும் சிவன் மீது புஷ்ப பாணம் செலுத்துகிறான். மலர்க்கணை தாக்கியதும் தியானம்

கலைந்த சிவன், தமது நெற்றிக்கண்ணைத் திறக்க, மன்மதன் எரிந்து சாம்பலாகிறான்.

இந்த நெற்றிக்கண் என்பது உருவகமாகக் கூறப்பட்டது என்கிறது தாந்திரீக யோகம். உள்மன ஆற்றலின் முழுத்திறனும் வெளிப்படுத்தப்படும் இடமே நெற்றிதான் என்றும், புத்தர் கண்ட பிரக்ஞை, அல்லது விழிப்புணர்வு என்பதே நெற்றிக் கண் திறத்தல்தான் என்றும் கூறப்படுகிறது.

உணர்ச்சிகள், மாயை ஆகியவற்றின் உருவகமாகக் காமமும், அதன் குறியீடாக மன்மதனும், ஞானம் அல்லது விழிப்பின் அடையாளமாக நெற்றிக்கண்ணும் இங்கே கூறப்பட்டது. ஞானக்கண் திறந்து ஞானமாகிய அக்னி, சுடராக எழும்போது மாயை மற்றும் காம, குரோத உணர்வுகள் எரிந்து சாம்பலாகிவிடும் என்பது இங்கு மறை பொருளாகக் கூறப்பட்டுள்ளது என்கின்றனர் தத்துவவாதிகள்.

உண்மையில், நம் ஒவ்வொருவரிடமும் நெற்றிக்கண் உள்ளது என்கின்றன சமயநூல்கள். சாதாரணமாக மனிதன் எதையாவது மறந்து விட்டால் அதை நினைவுக்குக் கொண்டுவர, கண்களை மூடி நெற்றிப் பொட்டினை விரலால் தேய்த்துக் கொள்வதைக் காணலாம்.

படித்த, பார்த்த, கேட்ட எல்லா சேதிகளும் மூளையின் ஞாபக செல்களில்தான் பதிவாகியுள்ளன. அது மட்டுமல்ல,

நமக்கு இன்னதென விளங்காத முற்பிறவி நினைவுகள் பலவும் ஆழ்மன அடுக்குகளில்தான் பதிவு செய்யப்பட்டுள்ளன. சிலரைப் பார்க்கும்போது காரணமின்றி நமக்கு மனத்தில் கோபமும் எரிச்சலும் ஏற்படும். இன்னும் சிலரிடம் காரணமின்றி நம் மனம் ஒட்டி உறவாடும். இவையெல்லாம் பூர்வஜென்ம நினைவுகளின் தாக்கமே என்கின்றனர் உளவியலாளர்கள்.

ஞானக்கண் திறவாத சராசரி மனிதர்கள் தங்களுக்கு அன்பு ஏற்படும் இடங்களில் வாரி வழங்குவார்கள். கோபம் ஏற்படும் இடங்களில் கடுமையாக நடந்து கொள்வார்கள். ஞானக்கண் திறந்த நபர்கள், ஒருவர் மீது அன்பு ஏற்படும்போது, இது ஏன்? என்று தனக்குள்ளேயே ஆழ்ந்து நோக்கி தன்னுடைய நினைவு அடுக்குகளில் தேடித் துழாவி சென்ற பல பிறவிகளில் ஏதாவதொன்றில் இவரோடு தனக்கிருந்த தொடர்பு பற்றியும், அப்போது நிகழ்ந்த சம்பவங்களைப் பற்றியும் தேடிக் கண்டறிந்து, "ஓ! இதனால்தான் இந்தப் பற்று ஏற்படுகிறதா?" என்று நினைத்துக் கொள்வார். அதை அவர்கள் மனதால் உணர்வார்கள். அதன் மூலம் அந்த உணர்வே அவரை விட்டு விலகிவிடும்.

அதேபோல் ஒருவர் மீது வெறுப்பு ஏற்பட்டால், இது ஏன்? எனத் தன் மனத்துள் ஆழ்ந்து நோக்கி, முந்தைய ஜென்மங்களில் அவருக்கும் தனக்கும் இருந்த தொடர்பு பற்றி, அப்போது தன் வாழ்க்கையில் நிகழ்ந்த சம்பவங்கள் பற்றி உணர்ந்து கொள்வார். "இதுதானா இந்தக் கோபத்துக்கான காரணமா?" என்று கோபத்துக் கான ஆணி வேரைப்பற்றியும் புரிந்து கொள்வார். அத்துடன், அந்த இனம் காண முடியாத கோபமும் விலகும்.

தன்னைத்தானே விலகி நின்று கண்டறியும் முறை இது என்பார்கள். இத்தகைய நிலையில் தன் மனத்தின் எண்ணங்களைத் தானே ஒரு பார்வையாளனாக விலகி நின்று பார்க்கும் நிலை ஞானிகளுக்கு மட்டுமே இருக்கும் ஒரு பக்குவ நிலை ஆகும்.

புத்தர் ஞானம் பெற்றபோது, அடுக்கடுக்காக அவருக்குத் தன்னுடைய முந்தைய பிறவிகள் அனைத்தும் நினைவுக்கு வந்தன. அவர் தான் எடுத்த பிறவிகளில், பிறப்பின் மூலத்தைப் பற்றித் தேடி அலைந்ததும் தெரிந்தது. அந்தப் பிறவியில் அவர் ஞானம் பெற்றவுடன், இதுவே தனது இறுதிப் பிறவி என்பதையும் அவர் புரிந்து கொண்டார்.

எல்லா மனிதர்களையும் சுற்றி ஒருவித அலைகள் வளையம்போல் சூழ்ந்து கொண்டிருக்கின்றன என்றும், அவரவர் குணங்கள்,

தீவிர உணர்ச்சிகளுக்கேற்ப அவை சிவப்பு, மஞ்சள், ஊதா நிறங்களுடன் காணப்படுகின்றன என்றும் கண்டறியப்பட்டுள்ளது. மூளையை ஊடுருவும் நியூட்ரினோ என்னும் கதிர்களே மனிதனின் எண்ணங்களை சுமக்கும் வேலையைச் செய்கின்றன. நமது அலைகளும், எதிரே வருபவரின் அலைகளும் ஒத்த அலைவரிசையுடன் இருந்தால், நாம் அவரை நல்லவர் என்று போற்றுகிறோம். அப்படியில்லாமல் அந்த நேரத்தில் வெளிப்படுவது முரண்பட்ட அலைகள் எனில் அவரை நாம் வெறுக்கிறோம் என்கிறது உளவியல்.

எங்கும் பரவும் இந்த எண்ண அலைகள் முழுமையாகப் பிரபஞ்ச மனத்துடன் தொடர்பு கொண்டுள்ளன. ஆனால் எங்கே உள்ளது இந்தப் பிரபஞ்ச அறிவு என்றுதான் தெரியவில்லை என்கிறது விஞ்ஞானம்.

மேலே சொன்ன அந்த பிரபஞ்ச அறிவுடன் நமது ஞானிகள் தொடர்பு கொள்ளும் ஆற்றல் உள்ளவர்களாக இருந்தனர். "அகக்கண் கொண்டு காண்பதே ஆனந்தம்" என்று திருமந்திரத்தில் திருமூலர் கூறியிருப்பது இதைப்பற்றியே என்கின்றனர் யோக மரபு குறித்த ஆய்வுகளை மேற்கொண்டிருக்கும் ஆய்வாளர்கள்.

நெற்றிப்பொட்டில் இருக்கும் இந்த மூன்றாவது கண்மூலம் பிரபஞ்ச மனத்துடன் தொடர்பு கொள்ளக்கூடிய ஆற்றல் வாய்ந்த லாமாக்கள் பலர் இருந்திருக்கின்றனர். கண், மூக்கு, செவி மூன்றையும் மூடி, பார்த்தல், கேட்டல், பேச்சு எல்லாம் குறைந்து, பின்னர் மனத்தில் அலையும் எண்ணங்களையும் நிறுத்தி ஒரு புள்ளியில் குவிக்கும்போது, இந்த மூன்றாவது கண் மெல்லத் திறக்கும்.

யோக முறை சார்ந்த இதைத் தவிர வேறொரு தாந்திரீக முறையும் லாமாக்களிடம் உண்டு. இவர்கள் சிறு வயதிலேயே ஒருவரை லாமாவாகத் தேர்ந்தெடுத்து விடுகின்றனர். மலை மீதுள்ள தனிமையான குகையில் தங்க வைக்கப்பட்டு சிறு வயது முதல் அவர் பயிற்றுவிக்கப்படுவார். உரிய பயிற்சிகள் முடிவடைந்த பின் அவர் யோக சாதனைகளில் ஈடுபடுவார். ஒரு கட்டத்தில் அவருடைய நெற்றிப் பொட்டில் நெற்றி, மூக்கு, புருவம், மூன்றும் கூடும் இடத்தில் சிறு துளை இடுவார்கள். அதன்பின் உள்ளே கிளர்ந்தெழும் அதீத ஆற்றல்களை யாராலும் கட்டுப்படுத்தவே இயலாது. அதனால் அந்தத் துளை மூலமும் அவரது ஆற்றல்கள் எழுப்பப்படும். ஆனால் இவை அனைத்தும் அவரது கட்டுப்பாட்டுக்குள்ளேயே இருக்கும்.

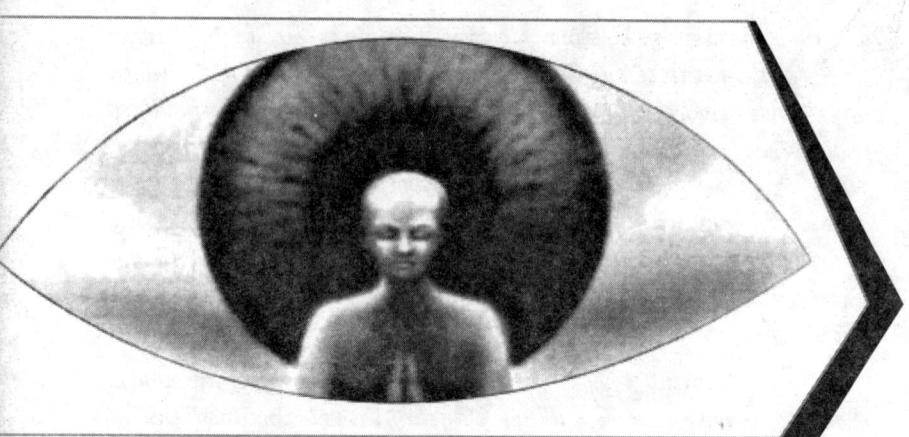

இந்த "நெற்றிக்கண் திறப்பு" என்பது ஒரு சிறப்பு சடங்காகவே லாமாக்களால் நடத்தப்படும். முறையான பயிற்சிகளோ, உரிய தகுதிகளோ பெறாத எவரும் இந்தத் திறனை அடைவது கடினம். சாதாரண நபர்கள் இதுபோன்று, தக்க குருவின் வழிகாட்டலின்றி உளவியல் யோகா முறைகளில் ஈடுபடும்போது அவர்களது சித்தம் பேதலிக்கவும் கூடும்.

ஒரு திபெத்திய லாமா தமது சுயசரிதையில் தமது மூன்றாவது கண் அனுபவத்தைப் பற்றித் தெளிவாக விவரித்துள்ளார். "ஒவ்வொருவருக்கும் இம்மூன்றாவது கண் உண்டு. பயிற்சியின் மூலம் அதைத் தமது பயன்பாட்டில் அவர்களால் கொண்டு வந்துவிட முடியும்" என்று கூறுகிறது அந்த நூல்.

"லோப்சாய் ராம்பா" என்ற திபெத்திய ஞானி தமது ஞான குருமார்கள் மூலம் மூன்றாவது கண் பயிற்சியை தான் பெற்ற பின்னர், புலன்களை அடக்கி தூய தவ வாழ்வு வாழும் அவர்களின் உடல் பொன்னிறமான கதிர்களைப் போலத் தன் கண்ணுக்குத் தோற்றமளித்ததாக எழுதியுள்ளார். மேலும் சினம் மிகுந்த ஒருவனைக் கண்டபோது, அவன் உடல் சிவப்பு நிறக் கதிர்களால் சூழப்பட்டுள்ளதை தான் கண்டதாகவும் அவர் தெரிவித்துள்ளார். அமானுஷ்ய ஆற்றல்கள் பற்றிய நூல்களில் எகிப்திய, திபெத்திய குருமார்கள் எழுதிய நூல்கள்தான் அதிக முக்கியத்துவம் பெற்றவையாக இருக்கின்றன.

8

காலம் என்பது இல்லாத இடம்

காலாகாலங் கடந்திடும் சோதியை
கற்பனை கடந்த அற்புதத்தை
நூலார் பெரியவர் சொன்ன
நுண் பொருளை
நோக்கத்திற் காண்பது கோனாரே!
மெய் வாய் கண் மூக்கு
செவியெனும் ஐந்தாட்டை
வீறுஞ் சுவை ஒளி ஊறு
ஓசையாம் காட்டை
எய்யாமல் ஓட்டினேன்
வாட்டினேன் ஆட்டினேன்
ஏக வெளிக்குள்ளே
யோக வெளிக்குள்ளே

–இடைக்காட்டு சித்தர்

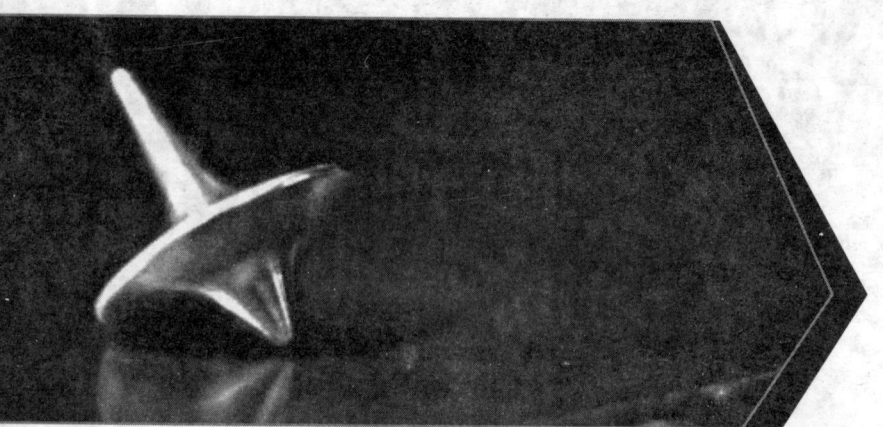

பிறப்பு, மரணம் இரண்டுக்கும் இடையில் இருப்பதுதான் வாழ்க்கை. இதில் வியப்பு என்னவெனில், பிறந்த எவருக்கும் தாம் எப்படிப் பிறக்கிறோம் என்பது தெரிவதில்லை. வளர்ந்து பெரியவனான பின்புதான் தன் பிறப்பு பற்றி அவர் அறிகிறார். அதுவும் கேட்டும் படித்தும் மற்ற குழந்தைகள் பிறப்பதைக் கண்டும், தானும் இப்படித்தான் பிறந்திருக்க வேண்டும் என்று அவரால் உணர முடிகிறதே தவிர, பிறக்கும்போதே நான் இப்போது பிறந்து கொண்டிருக்கிறேன் என எவராலும் உணர முடிவதில்லை.

அதேபோல் இறக்கும் எந்த ஒரு நபருக்கும், "நான் இப்போது இறந்து கொண்டிருக்கிறேன்" என்ற உணர்வு இருப்பதே இல்லை. பல ஆண்டுகள் படுத்த படுக்கையாக இருந்து மரணமடைபவரானாலும், மார்பைப் பிடித்தபடி "பொத்"தென்று விழுந்து நொடியில் மரண மடைபவரானாலும், இருவருக்குமே முழு உணர்வுடன் மரணத்தைச் சந்திக்கும் அல்லது மரணம் என்பதை அனுபவப் பூர்வமாக உணரும் சந்தர்ப்பம் நேரிட்டதே இல்லை.

பல ஆண்டுகள் படுத்த படுக்கையாக இருந்து, உடல் உணர்வுகளைக் கொஞ்சம், கொஞ்சமாக இழந்து வரும் நோயாளிகூட மரணம் பற்றிய திகிலில் இருப்பதைக் காணலாம். இதில் வேடிக்கை என்ன வென்றால், மரணப் பாதையில் அடியெடுத்து வைத்திருப்பவர் அவர். அதில் படிப்படியாக முன்னேறிக் கொண்டிருப்பவர் அவர். நியாயப்படி அவர்தான் மற்றவர்களிடம் தனக்கு என்ன நேரிடுகிறது என்பதைப் பற்றிக் கூற வேண்டும். ஆனால் அவரோ, "எனக்கு என்ன ஆகும் டாக்டர்?" என்று மருத்துவரிடம் பரிதாபமாக வினவுகிறார்.

ஆக பிறப்பவன் தன் பிறப்பை உணர்வதில்லை. ஆனால் அவன் பிறப்பதை மற்றவர்கள் பார்க்கின்றனர். இறப்பவன் தன் இறப்பை உணர்வதில்லை. ஆனால் அவன் இறப்பதை மற்றவர்கள் காண்கின்றனர். பிறப்பின்போதும், அந்தப் பிறந்த ஸ்தூல சரீரம் என்னும் பருவுடலைத்தான் மற்றவர்கள் காண முடியும். இறப்பின்போதும் உடல் அசைவுகள் நின்ற ஒரு ஜில்லிட்டுப்போன சடலத்தைத்தான் பிறர் காண முடியும். உணர்வுடன் இருந்த அம்மனிதன் எப்படி சவமானான்? அவன் உடலிலிருந்து எது வெளியேறியது? அது எப்படி வெளியேறியது? இதையெல்லாம் யாரும் உணர்வதில்லை.

எப்படிப் பூமியானது வெட்ட வெளியில் எந்த ஆதாரமும் இன்றித் தொங்கிக் கொண்டிருக்கிறதோ, அப்படி மனித வாழ்க்கை என்பதும் முதலும் முடிவுமின்றி அந்தரத்தில் தொங்கிக் கொண்டிருக்கிறது. பிறப்புக்கு முன் தன் நிலை என்னவென்று அவனுக்குத் தெரியாது. இறப்புக்குப் பின்பும் தன் நிலை என்னவாகுமென்றும் அவனுக்குத் தெரியாது.

இந்த முடிவில்லாத கேள்விகள் மனத்தில் தொடர்ந்து எழுந்து கொண்டேயிருந்ததன் விளைவாகத்தான் புத்தர்களும் மகாவீரர்களும் முடி துறந்து காட்டுக்குப் போனார்கள். அப்படிப் போனதன் மூலம் அவர்கள் எதைக் கண்டார்களோ அதை அவர்கள் மற்றவர்களுக்கு விளக்க முற்படவில்லை. அவர்களில் ஓரிருவர் சொன்ன ஒரு சில சொற்களுக்கும் எவராலும் பொருள் விளங்கிக்கொள்ள இயலவில்லை. யானையைப் பார்த்த குருடர்கள்

கதையாக, ஆளாளுக்கு மனம் போன போக்கில், தாங்கள் கண்டவற்றைப்பற்றி அவர்கள் விளக்கங்கள் அளிக்கின்றனர். (இதில் மிகப்பெரிய தர்ம சங்கடம் என்னவெனில் மிகப்பெரிய மகான்களின் சொற்களை விளக்க முற்பட்ட மகாபண்டிதர்கள்கூட, தாங்கள் சார்ந்த சமயம் அல்லது தத்துவத்துக்கேற்ப அவற்றைத் திரிக்கவோ, வளைக்கவோ, ஏதேனும் இடைச்செருகல்களைச் சேர்க்கவோ தயங்குவதே இல்லை.)

ஞானம் என்பதே மரணத்தை உணர்ந்த ஒரு நிலைதான் என்கின்றன ஆகமங்கள். இறந்த பின் தனக்கு என்ன நிலை ஏற்படும் என்பதை தான் உயிருடன் இருக்கும்போதே அறிந்து கொள்வதுதான் ஞானம். மரணத்தைப் பற்றி மரணமடைந்த பின் அறிவது என்பது ஓர் அனுபவம். உயிரோடிருக்கும்போதே தன் மரணத்தை அறிந்து கொள்வதுதான் ஞானம் எனப்படும்.

இத்தகைய கருத்துகளே பெரும்பாலும் எல்லோராலும் கூறப்படு கின்றன. அதற்கேற்ப புராணக் கதைகளும் ஆபத்து காலத்தில் பக்தர்கள் கடவுளர்களை நோக்கி ஓலமிட, உடனே அவர்கள் தோன்றி, தீய சக்திகளை அழித்து, பக்தர்களைக் காத்தார்கள் என்கின்றன. அதாவது, அந்த நேரத்தில் சாக இருந்தவன் பக்தன். அவனது பக்தி விசுவாசத்தால் அவனுக்கு ஏற்பட இருந்த மரணம் இடமாற்றம் செய்யப்பட்டு, அவனது பகைவனான தீய சக்தி மீது தள்ளப்பட்டு விட்டது. அதனால் இவனுக்கு பதில் அந்தத் தீய சக்தி மாண்டது.

அல்லது இதுபோன்ற நேரங்களில் இறந்த பக்தன் இறைவன் அருளால் உயிர்த்து எழுவான். அதாவது மரணம் நேர்ந்துவிட்டது. மரணம் என்ற சக்தி பறித்துச் சென்ற உயிர் மீட்கப்பட்டு விட்டது. கொள்ளையர்கள் பிடிபட்டபின் அவர்களிடம் இருந்த நகை, பணம் ஆகியவற்றை கைப்பற்றிய போலீசார், இவற்றை எங்கெங்கிருந்து அவர்கள் திருடினார்கள் என விசாரித்து, அந்தந்த முகவரிகளுக்குச் சென்று அவர்கள் கூறும் உரிய அடையாளங்களைச் சரிபார்த்து, திரும்ப ஒப்படைப்பது போல், மாபெரும் காவல் துறையாகிய இறைவன், தன் பக்தனின் உயிரை மீட்டு அவனுக்குரிய உடலில் சேர்க்கிறார்.

இதுபோன்ற கதைகளால் கண்மூடித்தனமான விசுவாசமும் தீவிரமான நம்பிக்கைகளும் மாற்றுக் கருத்து உடையவர்கள் மீது, அவர்கள் வேண்டியவர்களாயிருந்தாலும் வெறுக்கும் மனோபாவமுமே அதிகப்படுத்தப்படுகின்றன.

நிஜமான ஞானம் என்பது என்ன? இதைப் பற்றி நேரடியாக வேதங்கள் எந்த சொற்களாலும் விளக்கவில்லை. ஏனெனில், ஒவ்வொரு காலகட்டத்திலும் ஒவ்வொரு சொல்லுக்கும் ஒவ்வொரு விதமாகப் பொருள் கொள்ளப்படுகின்றது. எனவே, சொற்களுக்கு அப்பாற்பட்டதை விளக்க சொற்கள் பயனற்றவை ஆகிவிடுகின்றன.

எனினும், மறைபொருளான வேதங்கள் இவை பற்றி துல்லிய மாக விளக்குகின்றன. சுவேதகேது - உத்தாலக ஆருணி, நசிகேதன் - யமதர்மன், கிருஷ்ணர் - அர்ஜுனன் போன்ற பல்வேறு சம்வாதங்களில் இது விளக்கப்படுகிறது. யோகவாசிஷ்டம், மாண்டுக்ய உபநிடதம் போன்றவையும் ஆங்காங்கே இவை பற்றி விளக்குகின்றன.

ஞானம் என்றால் என்ன?

"இருளிலிருந்து ஒளியை நோக்கிப்போவதுதான் ஞானம்" என்கிறது வேதம் ஓரிடத்தில்.

"உடற் கூட்டில் உயிர்ப் பறவை சிறைப்பட்டுக் கிடக்கிறது. அதன் விடுதலைக்கான வழியே ஞானம்" என்கிறது உபநிடதம்.

இதைத் தவறாகப் புரிந்து கொண்ட பலரும் உடலில் சிறைப் பட்டிருக்கும் உயிரை மீட்பதாக எண்ணி பல நாட்கள் பட்டினி கிடந்து விரதம், ஜெபம் ஆகியவற்றில் ஈடுபட்டு உடல் மெலிந்து தங்கள் உயிரைப் போக்கிக் கொண்டுள்ளனர். இந்த மரணங்களைப் புனிதமானதாகக் கருதி மற்றவர்கள் கொண்டாட, நிஜமாகவே வேத ஞானமும், கல்வியறிவும் நிரம்பிய பலரும் இந்த மார்க்கத்தையே புனித மார்க்கமாக எண்ணி அதையே தேர்ந்தெடுக்க ஆரம்பித்தனர்.

சமண முனிவர்கள் "சல்லேகனை" என்று தங்கள் மார்க்கத்துக்குப் பெயரிட்டனர். புற்களைப் பரப்பி அவற்றின் மீதமர்ந்து உணவும் நீரும் தவிர்த்து இவர்கள் உயிர் துறந்தனர். பண்டைத் தமிழர்கள் பலரும் "வடக்கிருத்தல்" என்ற பெயரில் வடக்குநோக்கி அமர்ந்து உண்ணா நோம்பிருந்து உயிர் நீத்துள்ளனர். ரிஷிகள் பலரும் "பிராயோபவேசம்" என்ற பெயரில் பத்மாசனத்தில் அமர்ந்து, தங்கள் இடக் கையை மார்பின் குறுக்கே மடித்து, இடது உள்ளங்கையில் வலதுகை முட்டியைத் தாங்கிப் பிடித்து, வலக்கை விரல்களால் வாயையும் மூக்கையும் இறுக மூடி, மூச்சையும் உள்ளே இழுத்த பின் வெளியே விடாது "கும்பகம்" செய்து, கண்களையும் இறுக மூடி, இஷ்ட தெய்வத்தை நினைத்து ராமஜெபம் செய்து சில நிமிடங்களில் உயிர் துறப்பர். (உலகிலேயே மகா கடினமானது இதுதான். தன் கையாலேயே தன் மூக்கை அழுத்தி, தான் விடும் மூச்சை நிறுத்த எவராலும் இயலாது.)

மறை பொருளாக வேதங்கள் கூறும் ஞானம் என்பது எது? "அகம் பிரம்மாஸ்மி", "தத்வமஸி சுவேதகேது", "சர்வம் பிரம்ம மயம் ஜெகத்", "உன்னையே நீ அறிவாய்", "ஈஸாவாஸ்யம் இதம் சர்வம்" இப்படி ஆங்காங்கே துண்டு துண்டு வரிகளாக கோடி காட்டப்படுபவற்றை முழுமையாகப் புரிந்து கொள்ள முனைந்தால் பின்வரும் உண்மை தெரியவரும்.

மனிதன் ஞானம் தேடி அலைகிறான். ஞானத்தை அடைய அவன் விரும்புகிறான். ஆனால் ஞானம் என்பது என்ன? அது ஒரு பொருளா? கைப்பற்றுவதற்கு. அது ஒரு இடமா? சென்று சேர்வதற்கு. அல்லது அவனுக்குள்ளேயே அது இருக்கிறதா?

வேதங்களில் விரவியிருக்கும் உட்கருத்து, "விழிப்புணர்வு". அதனை "பிரம்மத்தை அறிதல்" என்கிறார் ஆதிசங்கரர். "பிரக்ஞா" என்கிறார் புத்தர். "கர்த்தரின் ராஜ்யம்" என்கிறார் ஏசு. "மனிதனையும் அல்லாவையும் 70 ஆயிரம் திரைகள் மறைக்கின்றன. ஒவ்வொன்றாக அவற்றை விலக்கி, மனிதன் அவரைத் தரிசிக்க வேண்டும்" என்கிறார் முகம்மது நபி.

ஒரு மனிதன் உறங்குகிறான். அல்லது மயங்கிக் கிடக்கிறான். அப்போது அவன் அருகே ஒரு நச்சுப்பாம்பு வந்தாலும் அவனுக்குத் தெரியாது. அதேபோல் அவன் தலை மாட்டில் கோஹினூர் வைரம் இருந்தாலும் அது அவனுக்குத் தெரியாது. அது முழுமையானதோர் உணர்வற்றநிலை.

விழித்த பின்பும் அவன் இந்த உலகைக் கண்களால் மட்டும்தான் பார்க்க முடியும். கண் என்பது இல்லையேல் அவனால் எதையும் காண முடியாது. காதினால் மட்டுமே கேட்க முடியும். காது இல்லையேல் எந்த சத்தத்தையும் அவனால் உணர முடியாது. வாயினால் மட்டும்தான் பேச முடியும். வாய் இல்லையேல் ஒரு சிறுமுனகல் ஒலிகூட அவனிடமிருந்து வெளிப்படாது.

ஆக, இந்த உடல் என்னும் கூட்டுக்குள் உயிர் என்பது அடைபட்டுக் கிடக்கிறது. சிறைச்சாலையின் ஜன்னல்கள் மூடப்பட்டால் எப்படி வெளி உலகத் தொடர்பே அங்குள்ளவர்களுக்கு அற்றுப்போய் விடுமோ, அதுபோல், இந்த ஜீவன் ஐம்புலன்களின் உதவியால் மட்டுமே உலகை உணர்கிறது. இந்தப் புலன்கள் அடைபட்டால் ஜீவனது எல்லா உலகத் தொடர்புகளும் அறுபட்டு விடும்.

உறக்கத்தின்போது என்ன நடக்கிறதென்றே நமக்குத் தெரிவதில்லை. ஒரு கனாந்தகாரம் நம்மை சூழ்ந்திருக்கிறது. நாம் ஓர் இருளில் ஆழ்ந்திருக்கிறோம், தாற்காலிகமாக. விழித்த பின்புதான் அவ்வளவு நேரம் உறங்கிக் கொண்டிருந்தோம் என்பதையே நாம் உணர்கிறோம். ஆனால் உறங்கும் எவரும் தான் ஆழ்ந்து தூங்குவதை உணர்வதில்லை.

உறக்க நிலையில் ஒரு பேரிருளில் நாம் ஆழ்ந்து போகிறோம். அதுபோல் மரணம் என்பதும் ஒரு நிரந்தரமான பேரிருள்தான். நகரம் முழுவதிலும் ஒட்டு மொத்தமாக மின்தடை ஏற்பட்டால் என்ன நடக்குமோ, அதேபோல் உடலின் அனைத்து உறுப்புகளும் ஒரே நேரத்தில் அப்போது செயலற்றுப் போகின்றன. உறங்குபவனை விழிக்கச் செய்ய, அவனை எழுப்ப, உடலில் அலாரம் போன்ற ஒரு அமைப்பு இருந்தது. விழித்ததும் சுற்றிலும் பார்க்க அவனுக்குக் கண் இருந்தது. ஓசைகளை உணரக் காது இருந்தது. குரல் கொடுக்க வாய் இருந்தது. எழுந்து சோம்பல் முறிக்க கைகள், நடக்கக் கால்கள், செயல்பட உடல், சிந்தனை, ஞாபகம், திட்டமிடலுக்கென்று மூளை என இவையெல்லாம் அவனுக்கு இருந்தன.

இங்கு இவை எதுவுமே கிடையாது. சூதாடி, உடுத்திய உடை முதல், நாடு, நகரம், மனைவி, மக்கள் அனைத்தையும் இழந்த தருமபுத்திரனுடைய நிலையில் இருக்கிறது உயிர். அது மறுபடியும் வேறு ஒரு உடலில்தான் போய் விழிக்க முடியும். அதுவரை அதற்கு எல்லாமே இருள்தான்.

இங்குதான் ஞானம் என்பது கை கொடுக்கிறது. அரசாங்கத்தின் நிதி உதவி பெற்ற ஒரு புத்திசாலி இளைஞன் சுயமாகத் தொழில் தொடங்கி, அதைத் திறம்பட நடத்தி, அரசு அளித்த கடனையும் செலுத்தி, சொந்தக்காலில் நிற்பதுபோல், இயற்கை கொடுத்த இந்த உடலைத் திறம்படப் பயன்படுத்தி, கண்களால் மட்டுமே காணும் இந்த உலகை, கண்களை மூடிய நிலையிலும் காணவும், காதுகளால் மட்டுமே கேட்க முடியும் என்ற நிலையை மாற்றி காதுகள் இல்லாமலே கேட்கவும், வாயினால் மட்டுமே பேச முடியும் என்ற நிலையைத் தாண்டி உள்ளுணர்வாலேயே பிறரிடம் பேசவும் முடியும் என்ற நிலையை எட்ட வேண்டும்.

அந்த நிலையில் அவருக்கு உடலின் தேவை என்பது அவசியமில்லாதுபோய் விடும். மரணம் என்பதே இந்த நிலையில் அவருக்குத் தேவையில்லை. அவரே தன் உடலை அலட்சியமாக உதறத் தயாராக இருப்பார். உறங்கும்போது ஓர் அந்தகாரத்தில் ஆழ்ந்து விடாமல், அந்த நிலையில்கூட நம்மைச் சுற்றி என்ன நடக்கிறது என்பது பற்றிய பிரக்ஞை நம்மிடம் இருந்தால் நிலைமை எப்படியிருக்குமோ, அதுபோல் ஞானியானவர் சதா விழிப்புடன் இருப்பார். உறக்கத்தின்போது ஏற்படும் இருள் தாற்காலிகமானது. மரணத்தால் ஏற்படும் இருள் நிரந்தரமானது. நம்மைப் போன்றவர்கள் மரணமடைந்தால் அதற்குப் பிறகு இந்த உலகில் நடப்பவை எதுவும் நம் கண்களுக்குத் தென்படாது. எல்லாம் அத்துடன் முடிந்துவிடுகிறது.

ஆனால் உடலின் தேவை அகன்ற ஞானி, மரணத்தின்போதும் விழிப்புடன் இருப்பார். அவரது ஜீவன் உடலுக்குள் இருக்கும்போதே விழிப்புணர்ச்சி பெற்று விடுவதால், கண் இன்றி அவரால் எல்லாவற்றையும் காண முடியும். கண் என்பது ஒரு பொறி. குறிப்பிட்ட தூரம் வரை உள்ள பொருட்களைத்தான் அதனால் காண முடியும். உள்முகமாக மனக்கண் விழித்தால், புறக்கண்கள் இன்றி பார்க்கும் திறனை அது பெற்றால், அவரால் கண்ணின் பார்வைக்கு அப்பாற்பட்டு இருப்பவற்றையும் பார்க்க முடியும். காதுகளால் மட்டும் கேட்க முடிந்த நாம் குறிப்பிட்ட அளவு தூரத்திலிருந்து எழும்புகின்ற சத்தத்தைத்தான் கேட்க முடியும். ஜீவனின் காது விழிப்படைந்தால், பிரபஞ்சத்தில் உள்ள எல்லா ஓசைகளையும் அறிய முடியும். வாய் மூலம் நம்மால் அருகில் உள்ளவருடன் மட்டுமே பேச முடியும். அக விழிப்பு கண்டவர் தமது மனத்தின் மூலம் எங்கு இருப்பவருடன் வேண்டுமானாலும் பேச முடியும்.

உடல் உறுப்புகளான கண், காது, செவி ஆகியவற்றை நம்பி, அவற்றின் உதவியுடன்தான் நாம் வாழ்க்கை நடத்துகிறோம். உடலின் துணையுடன் உயிர் இயங்குவது என்ற நிலை மாறி, உடலின் செயல் திறன்களையெல்லாம் உயிரானது பெற்றுவிட்டால் எப்படி இருக்கும்? உடலுக்குத் தாகம் உண்டு, பசி உண்டு, காலைக்கடன்களை முடிக்கவேண்டும் என்ற கட்டாயம் உண்டு. ஓய்வு உண்டு. உள்ளே இருக்கும் உயிருக்கு இவை எதுவும் கிடையாது. ஆனால் உடலை நம்பி அது உயிர் வாழ்வதால் அந்த உடலைப் பராமரிக்க வேண்டிய தேவை அதற்குள்ளது. உடலின் சூட்டைத் தணிக்கக் குளித்தாக வேண்டும். உடலை அழகுபடுத்த அதற்கு உடை அணிவிக்க வேண்டும். உடலுக்கு உணவு, குடிநீர் இவையெல்லாம் தேவை. உடல் ஓய்வெடுக்கப் படுக்கை, உடல் பாதிக்கப்பட்டால் மருந்துகள் என எல்லாமே அதற்குத் தேவைப்படுகிறது.

உடலின் திறன்களை உயிரானது அடைந்து விட்டால் இது எதுவுமே அதற்குத் தேவைப்படாது. அந்தத் திறனை எப்படி அடைவது? அதே உடலைக் கொண்டுதான் என்பதுதான் இதற்கான பதில்.

இருளில் எதையும் நம்மால் காண முடியாது. ஆனால் வெளிச்சத்தில் உள்ள எல்லாவற்றையும் நம்மால் காண முடியும். எந்த வெளிச்சம் தரும் விளக்கையும் வெளிச்சத்தில்தான் காண

முடியும். அதுபோல் உடல் இன்றி வாழும் "விழிப்பை"யும்கூட உடலால்தான் அடைய முடியும்.

உடலின்றி வாழும் திறனை உயிர் அடையும்வரைக்கும், உடலின் துணை அதற்கு அவசியம். குழந்தைகள் வளர்ந்து பெரியவர்கள் ஆகும்வரை மற்றவர் தயவு அவர்களுக்குத் தேவை. வளர்ந்து ஆளாகிவிட்டால் மற்றவர்கள் தயவு அவர்களுக்குத் தேவை இல்லை. விதை முளைவிட்டு செடியாகும்போது மழையாலோ, வெயிலாலோ, விலங்குகளாலோ அவை பாதிக்கப்படாமல் காக்கப்பட வேண்டும். வளர்ந்து மரமாகிவிட்டால், அதற்கு எந்த உதவியும் தேவைப்படாது. அதுபோல், உடலின் தேவை இன்றி உயிர் இருக்க முடியும் என்ற நிலை வரும்வரை உடலின் உதவி அதற்கு அவசியம் தேவை.

பதினெண் சித்தர்களில் சிறப்பிடம் பெற்ற திருமூலர் தமது திருமந்திரம் நூலில்,

'உடம்பார் அழியின் உயிரார் அழிவர்;
திடம்பட மெய்ஞ்ஞானம் சேரவும்மாட்டா...'

என்று பாடுகிறார்.

இனி ஞானம் பெற்றவர்களின் செய்கைகளைப் பார்ப்போம். துவாரகையில் கிருஷ்ணர் சத்யபாமாவுடன் சதுரங்கம் (இதை சொக்கட்டான் என்றும் கூறுகின்றனர்) ஆடிக்கொண்டிருக்கிறார். அவரது காதில் "கிருஷ்ணா" என்ற திரௌபதியின் ஓலக்குரல் கேட்கிறது. சட்டென்று பாதியில் ஆட்டத்திலிருந்து கிருஷ்ணர் எழவும், சத்தியபாமா, "என்ன? என்ன? ஏன் எழுந்து விட்டீர்கள்?" என்று பரபரப்பாகக் கேட்கிறாள்.

ஹஸ்தினாபுரத்தில் அவைக்கு நடுவே திரௌபதியின் துகிலை துச்சாதனன் இழுக்கிறான். திரௌபதி "கிருஷ்ணா" என்று அலறவும், மறுகணம் சேலையை துச்சாதனன் இழுக்க, அது வளர்ந்து கொண்டே இருக்கிறது.

எங்கோ எழும்பிய ஓர் ஓலக்குரலை எங்கோ இருந்த கிருஷ்ணர் செவி மடுக்கிறார். அவருடைய காதுகள் உடல் என்ற நிலை கடந்த ஆத்ம விழிப்புணர்வு கொண்ட காதுகள். அதனால்தான் அவரால் இருந்த இடத்திலிருந்தே செயல்பட முடிந்தது.

மற்றொரு சம்பவத்தைப் பார்ப்போம்.

புத்தரைக்காணஏராளமானவர்கள்ஓரிடத்தில்கூடியிருக்கிறார்கள். கையில் ஒரு தாமரை மலருடன் அந்த இடத்துக்கு வருகிறார் புத்தர். கூட்டம் ஆர்வமாக அவரையே உற்றுப் பார்த்துக்கொண்டிருக்கிறது. ஓரிடத்தில் அமர்ந்து கொண்ட புத்தர் கூட்டத்தையே பார்த்துக் கொண்டிருக்கிறார்.

நெடுநேரம் இப்படியே சென்றது. அதனால் பலர் சங்கடத்துடன் நெளிந்தனர். ஒருவன் துணிந்து, "ஏன் எதுவும் பேசாமல் இருக்கிறீர்கள்? எங்களுக்கு ஏதாவது உபதேசம் செய்யுங்கள்" என்றான்.

கூட்டத்தினருடன் அமர்ந்திருந்த புத்தரின் சீடர்களில் ஒருவரான மகாகாஷ்யபன் இதைக் கேட்டு "பக்"கென்று சிரித்து விட்டான்.

புத்தர் புன்னகையுடன், "நான் இவ்வளவு நேரம் உபதேசித் துக்கொண்டுதானே இருந்தேன்" என்று கூறி விட்டு, ஒரு தாமரை மலரை காஷ்யபனிடம் நீட்டினார்.

ஞானம் பெற்ற புத்தர் பல ஆண்டு காலமாக உபதேசித்துக் கொண்டுதான் இருந்தார். எனினும், தமது நல்லுரைகளைக் கேட்டு ஆத்மாவின்பாதையில்எவராவது பயணம்மேற்கொண்டனரா என்று கண்டறிவதற்காக, அன்று மட்டும் வாயைத் திறக்காமல் மனத்தின் மூலமாகப் பேசினார். அவர் அப்போது ஆற்றிய உரைகளை

காஷ்யபன் ஒருவன் மட்டும்தான் கேட்டுக்கொண்டிருந்தான். அவன் ஆத்மாவை உணரும் யோக சாதனைகள் செய்து, மனத்தால் பேசுவதை மனத்தால் கேட்கும் பக்குவம் பெற்றவன். அதனால் அவனுக்கு அவருடைய அருளுரைகள் கேட்டன.

புத்தரின் அருளுரையைப் பரவசத்துடன் அப்படி அவன் கேட்டுக் கொண்டிருந்தபோது ஒருவன் அப்பாவியாக, "ஏன் ஒன்றுமே பேசமாட்டேன் என்கிறீர்கள்?" என்று புத்தரைப் பார்த்துக் கேட்கவும், தன்னையறியாமலே காஷ்யபன் சிரித்து விட்டான். அந்த சிரிப்பே அவனை அந்தக் கூட்டத்திலிருந்து வேறுபடுத்திக் காட்டிவிட்டது. மனத்தால் பார்க்கவும், மனத்தால் கேட்கவும், மனத்தால் பேசவும் முடிந்தவன் அவன் என்பதை அந்தச் செயல் உணர்த்தியது. அவனிடம் தாமரை மலரை நீட்டினார் புத்தர். புத்தர் மறைந்த பின் பௌத்த மகா சங்கம் கூடி காஷ்யபனை முதல் தலைவராகத் தேர்ந்தெடுக்க இந்தச் சம்பவமே காரணமானது.

இதேபோன்ற ஒரு சம்பவம் ஏசுநாதரின் வாழ்விலும் நடந்தது. தீண்டத்தகாதவன் ஒருவன் கூட்டத்துக்குள் வர அஞ்சி, ஏசுவைக் காணும் ஆவலுடன் ஒரு மரத்தில் ஏறி கிளைகளின் நடுவே ஒளிந்தபடி அமர்ந்திருக்கிறான். அந்த மரத்தின் அருகில் வந்த ஏசு

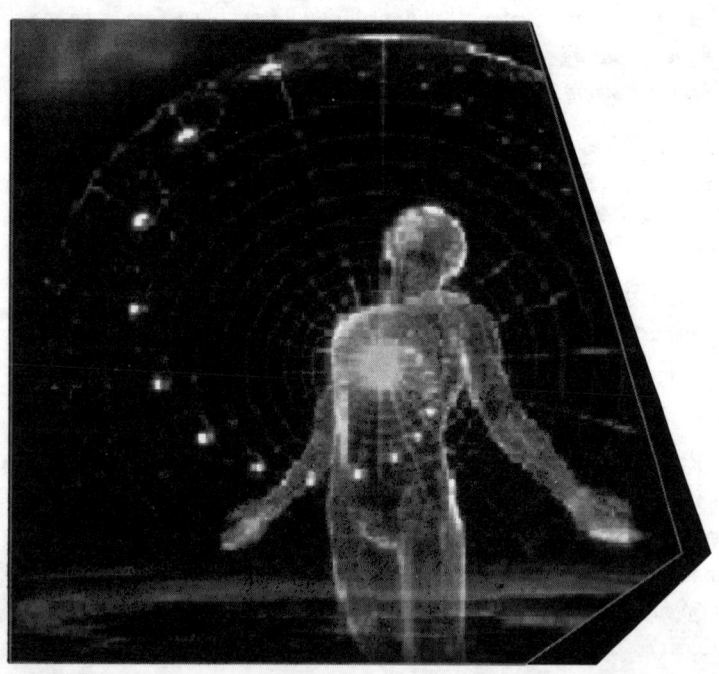

சட்டென்று நிமிர்ந்து பார்த்து, "நான் உனக்காகத்தான் இங்கே வந்திருக்கிறேன். அப்படியிருக்கையில் ஏன் அங்கே மறைந்திருக்கிறாய்? இறங்கி வா" என்கிறார்.

எங்கோ இருப்பவனின் மனம் தன்னை எண்ணி ஏங்குவதை தமது உள்ளுணர்வாலேயே அறிந்து அவனை அழைக்கிறார் ஏசு. இங்கே அவரது மனக்கண் அவனது உருவத்தைத் துல்லியமாகக் காண்கிறது.

முழுமையான ஞானம் பெறுதல் என்பதை ஏறக்குறைய இறை நிலையை எட்டும் நிலை எனலாம். கடலில் கலந்த நதி தானும் கடல் ஆகிவிடுவதுபோல் உடலின் பற்றுகள், உள்ளத்தின் ஆசைகள், ஐம்புலன்களின் இச்சைகள் ஆகியவற்றை வென்றவன், தான் யார் என்பதை அறிகிறான். அத்தகைய நிலை காலங்களைக் கடந்த ஒரு நிலை. அந்த மனிதன் "காலாதீதநிலை" என்னும் நிலையை எட்டுகிறான்.

"காலம் இல்லாத நிலை" என்ற ஒன்று கிடையவே கிடையாது என்று விஞ்ஞானம் 19ஆம் நூற்றாண்டுவரை நம்பி வந்தது. ஆல்பர்ட் ஐன்ஸ்டைன் என்பவர் வந்து சார்பியல் கொள்கை (Theory of Relativity) யை விளக்கிய பின்பு, காலம், வேகம் என்ற இரண்டும் எதிர் விகிதப் பொருத்தமுடையவை என்றும் வேகம் கூடக்கூடக் காலம் குறையும் என்பதையும், கற்பனைக்கு எட்டாத பிரம்மாண்ட வேகங்களை மனிதன் எட்டும்போது காலம் சுருங்கிக் கொண்டே வரும் என்பதையும் நிரூபித்த பின்பு, வெவ்வேறு இடங்களில் வெவ்வேறு கால அளவுகள் சாத்தியமே என்பதையும் விஞ்ஞானிகள் ஒப்புக்கொண்டனர்.

மிகப் பிரம்மாண்டமான வேகத்தில் ஒருவன் சென்றால், அல்லது நட்சத்திரங்களை நோக்கிப் பயணம் செய்தால், அங்கு ஒரு ஆண்டு கழியும்போது இங்கு பல்லாயிரம் ஆண்டுகள் கழிந்து விட்டிருக்கும்.

அதேபோல் காலம் என்பதே இல்லாத நிலை உண்டு என்பது கருந்துளைகள் (The Black Holes) கண்டு பிடிக்கப்பட்டதும் நிரூபணமாயிற்று.

இன்று விஞ்ஞானம் கண்டறிந்ததை பாரதத்தின் பண்டைய ஞானிகள் அன்றே உணர்ந்து இருந்தனர். அவற்றை வேதங்களிலும் சொல்லி வைத்தனர்.

அமரர் உலகம் என்று ஆகமங்கள் கூறுவது, காலம் நின்றுபோன இடத்தைத்தான். அங்குள்ளோர் அழிவற்றவர்கள். மாறாத இளமை, உணர்ச்சிகள் அற்ற தன்மை படைத்தவர்கள். அதன் குறியீடாகவே தேவலோகத்தில் உள்ள மலர்கள் வாடாது என்று குறிப்பிட்டனர்.

ஏசு தன்னைச் சுற்றிச் சூழ்ந்திருந்த கூட்டத்தைப் பார்த்துக் கூறுகிறார், "உங்கள் எல்லோரையும் நான் ஆண்டவரின் ராஜ்யத்துக்கு அழைத்துச் செல்வேன்" என்று.

கூட்டத்திலிருந்து ஒருவன் கேட்கிறான். "உங்கள் ஆண்டவரின் ராஜ்யம் எப்படி இருக்கும்?"

அதற்கு ஏசு சொல்கிறார், "அங்கு காலம் என்பதே கிடையாது" என்று.

ஞானம் அடைந்தவன் அத்தகைய காலம் அற்ற நிலையை உள்ளூர அடைகிறான்.

காலப்பரிமாண நிலை, காலம் அற்ற நிலை, இந்த இரண்டையும் எப்படி விளக்குவது?

கடும் புயல் வீசுகிறது. பல நாட்கள் இடைவிடாமல் மழை கொட்டுகிறது. ஊர் முழுவதும் வெள்ளக் காடாகக் காட்சியளிக்கிறது. குடிசைகளின் கூரைகளில் மக்கள் அமர்ந்து கொண்டிருக்கின்றனர். நடுவே ஒரே ஒரு பாறையாலான உயரமான குன்று ஒன்று தென்படுகிறது. அதன் மீது ஒருவன் படாத பாடுபட்டு ஏறுகிறான். மேலே உச்சத்தில் போய் அமர்ந்து கொண்ட அவனுக்கு நான்கு திசைகளிலும் நெடும் தூரம் வரை உள்ளவையெல்லாம் கண்ணுக்குத் தெரிகின்றன.

"அதோ ஒரு படகு வருகிறது" என்கிறான் அவன்.

கீழே இருப்பவர்கள், "எங்கே அதைக் காணவில்லையே" என்கின்றனர். "உங்களுக்குத் தெரியாது. அது உங்களுக்குத் தெரிய இன்னும் ஒரு மணி நேரம் ஆகும்" என்கிறான் அவன்.

ஒரு மணி நேரம் கழித்து ஒரு படகு வருவது அவர்களுக்குத் தெரிகிறது. அது அவர்களை நெருங்கி வருகிறது. அதன் கொள்ளளவுக்கு ஏற்ப சிலரை ஏற்றிக் கொள்கிறது. பிறகு புறப்பட்டுச் செல்கிறது. சிறிது நேரத்தில் கீழே இருப்பவர்களின் பார்வையில் இருந்து அது மறைந்து விடுகிறது.

சிறிது நேரம் கழித்துக் கீழே இருப்பவர்கள், "படகு இந்நேரம் போய்க் கரையைச் சேர்ந்துவிட்டிருக்கும்" என்கின்றனர்.

மரணத்துக்குப் பின் 149

"இல்லை இல்லை. இன்னும் அது தண்ணீரில்தான் சென்று கொண்டிருக்கிறது" என்கிறான் மேலே இருப்பவன்.

"அப்போதே அது போய் விட்டதே? எங்கள் கண்களுக்கு அது தென்படவில்லையே?" என்கின்றனர் கீழே இருப்பவர்கள்.

"உங்களுக்குத் தெரியாது. ஆனால் என் கண்ணுக்கு இன்னும் அது தென்பட்டுக் கொண்டுதான் உள்ளது" என்கிறான் மேலே இருப்பவன்.

கீழே இருப்பவர்களுக்கு முதலில் தூரத்திலிருந்த படகு தென்படவில்லை. பிறகு அது அவர்கள் எதிரே வந்தது. பின்னர் அது அவர்கள் பார்வையிலிருந்து மறைந்து வெகு தூரத்துக்குச் சென்று மறைந்து விட்டது.

மேலே இருப்பவனுக்கு அது இவர்களிடம் வரும் முன்பும் தெரிந்தது. இவர்களிடம் வந்தபோதும் தெரிந்தது. இவர்களை விட்டுச் சென்ற பின்பும் தெரிந்தது. முதலில் படகு தென்படவில்லை. இது எதிர்காலம். பின்னர் அது நேரில் வந்தது. இது நிகழ்காலம். பின்னர் சென்று மறைந்து விட்டது. இப்போது அது இறந்த காலமாகிவிட்டது.

கண்ணுக்குத் தென்படவில்லை. கண் எதிரே தென்பட்டது. கண் பார்வையிலிருந்து மறைந்தது.

கீழே இருப்பவர்களுக்குத்தான் இந்த மூன்று நிலைகளும். மேலே இருப்பவனுக்கு ஒரே நிலைதான். கீழே இருப்பவர்களுக்கு ஒரு கட்டத்தில் தெரிந்து பின்னர் மறைந்துபோகிற இந்த மூன்று

நிலைகளுமே அவனது பார்வையில் எப்போதும் மறையாமல் தென்பட்டபடிதான் உள்ளது.

இவர்களிடமிருந்து வித்தியாசப்பட்டு அவன் செய்தது ஒன்றே ஒன்றுதான். இவர்கள் அடிவாரத்திலேயே தங்கி விட்டனர். அவன் ஓர் உயரத்தை எட்டிக் காட்டினான்.

ஊர் என்பது இடம் சார்ந்தது. இங்கே இடத்துக்குப் பதில் காலம் என்று கொள்வோமேயானால், மனத்தளவில் இம்மியளவுகூட உயராமல் ஆழத்திலேயே அல்லது அடிவாரத்திலேயே இருக்கும் மக்களுக்கு நாளை என்ன நடக்கும் என்பதைப்பற்றிக் கூடச் சிந்திக்க இயலாது. இன்னும் ஒரு மணி நேரம் கழித்து என்ன நடக்கும் என்று அவர்களுக்குக் கூறத் தெரியாது. அவர்கள் எதிர்காலத்தையும் உணர்வதில்லை. நிகழ்காலத்துடன் ஒன்றுவதுமில்லை. கடந்த கால சம்பவங்களிலேயே அவர்களது மனம் உழன்று கொண்டிருக்கும்.

மனத்தால் உயரத்தில் ஏறியவர்கள் "நேற்று" என்னும் நிகழ்ந்த சம்பவங்களையும் காரண, காரியங்களுடன் தங்கள் மனத்தால் காண்கின்றனர். "நாளை" என்னும் நிகழப்போகும் சம்பவங்களையும் தங்கள் மனத்தால் உணர்கின்றனர். "இன்று" என்னும் நிகழ்ந்து கொண்டிருக்கும் சம்பவங்களையும் மனக்கண்ணால் காண்கின்றனர்.

அவர்கள் மனம் இவற்றிலெல்லாம் ஒட்டாமல் விலகியிருப்பதால் அவர்கள் இன்று நிகழும் சம்பவங்களிலும் ஒரு பார்வையாளனாகத்தான் இருக்கிறார்களே தவிர மனத்தால் தாமும் கீழே இறங்கி வந்து அதில் மூழ்கி விடுவதில்லை.

எப்படி ஒரு விதையில் வருங்காலத்தில் அது மரமாக உருவாவதற்கு உரிய அனைத்தும், சுருங்கக் கூறினால் மரத்தின் சிறு மாதிரி வடிவமானது பொதிந்துள்ளதோ, அதுபோல் ஒவ்வொரு சம்பவமும் இந்த உலகில் முன்னதாகவே பொதிந்துள்ளது. அந்தந்தத் தருணங்களுக்கு ஏற்ப அவை அவை உயிர்த்தெழுகின்றன.

மனத்தால் மிகப்பெரிய உயரத்துக்குச் சென்றவர்களால் இதைத் தெளிவாக உணர முடியும்.

ஏசுநாதர் தன் சீடர்களுடன் இருக்கும்போது யூதாஸைப் பார்த்தபடி, "உங்களில் ஒருவன் என்னைக் காட்டிக் கொடுப்பான்" என்கிறார். மற்றொரு சீடனான பீட்டரைப் பார்த்து, "கோழி

கூவுவதற்கு முன்பாக நீ என்னை மும்முறை மறுதலிப்பாய்'' என்கிறார்.

அதன்படியே யூதாஸ் ஏசுவைக் காட்டிக் கொடுத்தான். ஏசுவைக் கைது செய்து வீரர்கள் கூட்டிக் கொண்டுபோனபோது கூட்டத்திலிருந்து ஒதுங்கி, மறைந்து மறைந்து பின்னாலேயே பீட்டரும் சென்றான். அப்போது ஒரு வீரன், "நீயும் அவருடன் இருந்தவன்தானே?'' என்று கேட்க, பீட்டர், "அது நான் இல்லை'' என்றான்.

பின்னர் அதேபோல் வேறொருவனும் கேட்க, பீட்டர் மறுத்தான். இன்னொரு இடத்தில் பீட்டரை உற்றுப் பார்த்த ஒருவன் அவனருகே வந்து இதே கேள்வியை வீச, பீட்டர் மூன்றாவது முறையாக, "அது நான் இல்லை'' என்றான்.

அப்போது கோழி கூவியது. வீரர்களால் சூழப்பட்டிருந்த ஏசு சட்டென்று திரும்பி இவனைக் கூர்ந்து பார்த்தார். இதனால் மனம் நொந்து போன பீட்டர் தனி இடத்துக்குச் சென்று துயரத்தை அடக்க மாட்டாது அழுதான்.

கிருஷ்ணருடைய கதையில் பல இடங்களில் இதுபோன்ற சம்பவங்கள் இடம்பெற்றிருப்பதைக் காணலாம். குருகுலத்தில் வசித்து வந்த சிறுவர்களான கிருஷ்ணரும் குசேலரும் விறகு சேகரிக்கக் காட்டுக்குள் செல்கின்றனர். அவர்களது குரு சாந்தி பனி முனிவரின் மனைவி, பசித்தால் சாப்பிடுவதற்காக அவர்களுக்கு அவல் பொட்டலம் ஒன்றைக் கொடுத்தனுப்புகிறாள். அந்த நேரம்

பார்த்துக் காட்டில் மழை பிடித்துக் கொள்ளவே, இருவரும் ஆளுக்கொரு மரத்தின் மீது ஏறி அமர்ந்து கொள்கின்றனர்.

அன்று இரவு முழுவதும் மழை விடவில்லை. பசி எடுக்கவும் குசேலன் தன் கையிலிருந்த அவல் பொட்டலத்தைப் பிரித்துச் சாப்பிட ஆரம்பித்தான். முதலில் தன் பங்கை சாப்பிட்டு முடித்தவன் பிறகு கொஞ்சம், கொஞ்சமாகக் கிருஷ்ணனின் பங்கு அவலையும் சேர்த்துச் சாப்பிட்டு விடுகிறான்.

மறுநாள் ஆசிரமம் திரும்பியதும் சாந்திபனி முனிவரிடம் சுதாமன் என்னும் குசேலன் இரவு நடந்தவற்றைக் கூறுகிறான். முனிவர் திடுக்கிடுகிறார். "எப்பேர்ப்பட்ட தவறு செய்து விட்டாய் சுதாமா? மனிதன் தனக்குக் கிடைக்கும் உணவை, அது அளவில் சிறியதாயிருந்தாலும் அந்த உணவிலிருந்து ஒரு சிறு பகுதியைக் கடவுளுக்குப் படைத்துவிட்டுத்தான் சாப்பிடுகிறான். நீயோ கடவுளின் பங்கையும் சேர்த்துச் சாப்பிட்டு விட்டாய். இதன் மூலம் உன்னை நோக்கி வந்த அதிர்ஷ்டத்தை, கதவை மூடித் தடுத்து விட்டாய்" என்றார் வருத்தத்துடன். சுதாமனுக்கு அவர் சொன்னதன் அர்த்தம் ஒன்றும் அப்போதைக்குப் புரியவில்லை.

குருகுலவாசம் முடிந்து விடைபெறும்போது கிருஷ்ணர் குசேலரிடம் சிரித்தபடி, "சுதாமா! அன்றொரு நாள் குருமாதா கொடுத்த அவலிலிருந்து என் பங்கையும் சேர்த்து நீ எடுத்துக்கொண்டுவிட்டாய். இதனால் நீ எனக்குக் கடன்பட்டவன். என்றைக்காவது ஒருநாள் நீ எனக்கு ஒரு பிடி அவல் தந்தேயாக வேண்டும்" என்றார்.

பின்னாளில் 27 குழந்தைகளைப் பெற்று வறுமையில் வாடிய குசேலர் கிருஷ்ணரைக் காண ஒரு பிடி அவலுடன் சென்றது நாடறிந்த கதை.

குருக்ஷேத்திரப் போருக்கு முன்பு கௌரவர்களின் மந்திராலோசனை சபையில் பீஷ்மர் பேசுகிறார்: "உங்களுக்கெல்லாம் மிகவும் பிரியமானவனான அங்க நாட்டு மன்னன் கர்ணனை நான் அதிரதனாக ஏற்க மாட்டேன். இவன் தன் பிறவி சம்பத்தான கவச குண்டலங்களை இழந்து விடுவான். முக்கியமானதொரு தருணத்தில் பரசுராமரின் சாபத்தால் தன் நினைவை இழந்து பரிதவிப்பான். அர்ஜுனனோடு செய்யப் போகும் யுத்தத்தில் இவன் உயிரோடு மீளமாட்டான்."

போரின்போது பீஷ்மர் சொன்னவை வரிக்கு வரி அப்படியே நடந்தது.

ஞானம் பெற்ற பலரும் இவ்வாறு நடக்கப்போகும் சம்பவங்களை முன்கூட்டி அறிந்தவர்களாக இருந்திருப்பதைக் காணலாம். அதேநேரம், நடக்கப் போகின்றவற்றை மாற்ற வேண்டும். தடுத்து நிறுத்த வேண்டும் என்ற உத்தேசமும் அவர்களுக்கு இருந்ததில்லை. தான் என்ற உணர்வோ, உடல், வாழ்க்கை அல்லது உலகப் பொருட்களின் மீதான பற்று என்று எதுவுமே அவர்களுக்கு இருப்பதில்லை. நிகழப் போகும் விளைவுகளுக்கு ஒத்துழைக்கும் விதத்தில்தான் அவர்களின் செயல்பாடுகள் இருக்குமே தவிர, அதற்கு இடையூறாகவோ, ஏறுமாறாகவோ இருப்பதில்லை.

"அவரது சித்தம் பரமண்டலங்களில் செய்யப்படுவதுபோல் பூமியிலேயும் செய்யப்படுவதாக" என்கிறார் இயேசு.

"அவர் கொடுப்பதை எவரும் தடுக்க இயலாது. அவர் தடுப்பதை எவரும் கொடுக்க இயலாது" என்கிறார் முகம்மது நபி.

"எது நடந்ததோ அது நல்லதாகவே நடந்தது. எது நடக்கிறதோ அது நல்லதாகவே நடக்கிறது. எது நடக்குமோ அது நல்லதாகவே நடக்கும்" என்கிறார் கிருஷ்ணர்.

ஞானம் பெற்றவர்களிலேயே சிறப்பிடம் பெற்றவர் நாரதர். பக்தி என்று வரும்போதும் அளப்பரிய பக்தி அவரிடம் உண்டு.

ஞானம் என்று வரும்போது நிகழ்ந்தவை, நிகழ்கிறவை, நிகழப் போகிறவை என முக்காலத்தையும் உணரும் ஞானம் அவரிடம் இருந்தது. செயல் என்று வரும்போது மூன்று உலகங்களிலும் சஞ்சரித்து, தேவர்களுக்கும் முனிவர்களுக்கும், ஏன், அசுரர்களுக்கும்கூட செய்திகளை உடனுக்குடன் தெரிவிக்கும் சிறந்த ஊடகமாகச் செயல்படுபவராக அவர் இருக்கிறார்.

பகைவர்களை முறியடிப்பதற்கும் சூட்சுமத்தாலேயே பெரும் படைகளைத் தகர்த்தெறிவதற்கும் எடுத்த காரியத்தைக் குறையின்றி முடிப்பதற்கும் கிருஷ்ணர் கையாண்ட தந்திரங்களுக்கு எந்த வகையிலும் குறைவுபடாததாக நாரதரின் செயல்பாடுகள் இருந்தன. பாயசத்தின் சுவையை ஏலக்காயும் குங்குமப்பூவும் மேலும் கூட்டுவதுபோல், நடைபெறப்போகும் செயல்கள் இன்னும் சிறப்பாக நடைபெற உதவும் வகையில் அவர் செய்யும் சில எதிர்மறையான செய்கைகள் அமைந்திருக்கும். "நாரதன் கலகம் நன்மையில் முடியும்" என்ற பழமொழி இதனால் ஏற்பட்டதுதான். அந்த நாரதரின் செயல்பாடுகள் அடிப்படையிலேயே இயற்கையின் நிகழ்வுகளுடன் ஒத்துப்போகும் செயல்பாடுகளாக இருக்கும். அதனால் விருப்பு, வெறுப்பின்றிக் கடமை புரிவதன் மூலம், கிருஷ்ணர் கீதையை உபதேசிக்கும் முன்பாகவே கீதையின் பாதையில் இயங்கி வருபவர் நாரதர் எனலாம்.

மரணத்தைப் பற்றி அறிவதுதான் ஞானம் என்ற ஒரு கருத்து நிலவுகிறது. மரணத்துக்குப் பின் மனிதனின் நிலை என்ன என்றறிவதுதான் ஞானம் என்பது சிலருடைய கருத்து. மரணத்துக்குப் பின் ஏற்படும் நிலையை வாழும்போதே அறிந்துகொள்வதுதான் ஞானம் என்கிறது யோக சாஸ்திரம். இதற்கு "நிர்விகல்ப சமாதி நிலை" என்று பெயரிட்டுள்ளனர் யோகிகள்.

அலையும் மனத்தை அடக்குவது ஞானமா? அல்லது நமது கட்டுப்பாட்டுக்கு உட்படாத ஆன்மாவை தமது ஆளுமையின் கீழ் கொண்டுவந்து, கூடுவிட்டுக் கூடு பாய்தல் உள்ளிட்ட அஷ்டமா சித்திகளை அடைவது ஞானமா? என்பது பற்றி பலமான விவாதங்கள் காலம் காலமாக நடைபெற்று வருகின்றன.

இவை எதுவுமே ஞானத்தில் சேராது என்கிறது ஒரு தரப்பு. பெரும்பாலான மனிதர்கள் தங்களுக்கு உயிர் என்ற ஒன்று இருப்பது பற்றியெல்லாம் உணர்வதில்லை. ஆன்மா என்ற ஒன்று இருப்பது பற்றியும் இவர்கள் அறிந்திருப்பதில்லை. இந்த

மரணத்துக்குப் பின் 155

உடல்தான் எல்லாமே. அதுதான் தங்களை இயக்குகிறது என்று நம்பியிருப்பவர்கள்.

உடலின் தேவைகளான உணவு, குடிநீர், ஓய்வு, உறக்கம், காமம் ஆகியவற்றை நிறைவேற்றி வைக்க இவர்கள் படாதபாடுபடுகின்றனர். கோபம், தாபம், பயம், வெறுப்பு போன்றவற்றை வெளிப்படுத்தாமல் இவர்களால் இருக்க முடிவதில்லை. அதுவே உண்மையான வாழ்க்கை என்று நம்பி அந்த நம்பிக்கையுடனேயே வாழ்ந்து மடிந்தும் போகின்றனர். உடலைத் தாண்டி அதை வெற்றி கொண்டபின் பசி, தாகம், தூக்கம் ஆகியவற்றையும் வெற்றி கொண்டால், அடுத்து இரண்டாவது தளத்தில் இருப்பது மனம்.

உணர்வுகளைக் கட்டுப்படுத்துவதன் மூலம் உடலைக் கட்டுப்படுத்தலாம். இவ்வாறு உடலை வெற்றி கொண்ட நிலையைக் கடந்தபின் இரண்டாவது தளத்தில் நிற்கிறான் மனிதன். அந்த இரண்டாவது தளத்தில் இருக்கிற மனம்

என்ற ஒன்று குறுக்கிடுகிறது. மனமானது எண்ணங்களால் நம்மைப் பாடாய்ப்படுத்தும். உடல் அவஸ்தைகள் இல்லாத நிலையில், அதை வெற்றிகொண்டுவிட்ட இந்த நிலையில்,

இந்த இரண்டாவது தளத்தில் மனமானது பிரம்மாண்டமாக எழுந்திருக்கும். அது செயல்படும் வேகத்தில் பலரும் சித்தப் பிரமைக்கு ஆளாகிவிடுவார்கள். ஒரு எண்ணம் தோன்றும்போதே அதற்கு எதிரான மற்றொரு எண்ணமும் மனத்தில் தோன்றும். இதை எதிர்த்து அடுத்து ஒரு எண்ணம் தோன்றும். இப்படி மாறி மாறி ஏற்படும் எண்ணங்கள் ஏற்படுத்தும் மன உளைச்சல்களைச் சமாளிக்க முடியாமல், அந்த எண்ணங்களில் எது சரியென்று தேர்ந்தெடுத்துப் பின்பற்ற முடியாமல், பலரும் பைத்திய நிலைக்குச் சென்றுவிடுகிறார்கள்.

கண்களை மூடி, நிதானமாக மூச்சை இழுத்து விடும் யோகமுறைகள் மூலம் மெல்ல, மெல்ல ஒருவன் தன் மனத்தை வெற்றி கொண்டால், அப்போதுதான் அவனால் மூன்றாவது நிலைக்கு நகர முடியும். அந்த மூன்றாவது தளம்தான் அவனது ஜீவன் அல்லது ஆத்மா.

உடல், உள்ளம், ஆன்மா என்ற இந்த மூன்று நிலைகளையும் கடந்தவன்தான் ஞான நிலையை எட்டியவன் என்கின்றனர் இந்தக் கடைசித் தரப்பினர். இவர்கள் கருத்துப்படி உடல், உள்ளம், ஆன்மா என்ற மூன்றும் மூவகைப் பரிமாணங்களைக் கொண்டது. அதிலிருந்து நான்காவது பரிமாணத்தை எட்டினால் அதுதான் ஞானநிலை. அந்த நிலையை எட்டியவன் பிறப்பு என்னும் கடலைக் கடந்தவன் மட்டுமல்ல, கடந்த காலம், எதிர்காலம் என்ற காலப் பரிமாணங்களினூடேயும் சஞ்சரிக்கும் திறன் பெற்றவன் என்பது இந்தச் சாராரின் கருத்து.

9

ஆத்மாவின் விடுதலையே மரணம்

பிறவி தீர வென்றால்
 அகப் பேய்
பேதகம் பண்ணாதே
துறவியானவர்கள் அகப்பேய்
சும்மா இருப்பார்கள்.
தூராதி தூரமடி அகப்பேய்
 தூரமும் இல்லையடி.
பாராமற் பாடியோ அகப்பேய்
 பாழ்வினை தீரவென்றால்
பாழாக வேணுமென்றால் அகப்பேய்
 பார்த்ததை நம்பாதே.
கேளாமற் சொன்னேனே அகப்பேய்
 கேள்வியும் இல்லையடி.

— அகப்பேய்ச் சித்தர்

உலகம் முழுவதும் மனிதன் நாகரிகமற்றவனாய், காட்டு மிராண்டியாகச் சுற்றித் திரிந்த காலத்தில் எகிப்து, கிரீஸ், இந்தியா, சீனா போன்ற நாடுகள் நாகரிகத்தின் உச்சத்தை எட்டி இருந்தன.

எகிப்தில் மோசஸுக்கு முற்பட்ட பாரோ மன்னர்கள் காலத்திய மதம், சீனாவில் லாவோட்ஸு காலத்திய "டாவோ"யிஸம் போன்றவை இந்திய மதங்களுக்கு இணையானவை. சீனாவின் தத்துவக் கோட்பாடுகள் ஆதிசங்கரரின் அத்வைதத்துக்கு இணை யானவை என்றால், எகிப்திய குருமார்களின் சடங்குகள் கீழை நாடுகளின் தாந்திரீக கோட்பாடுகளைப் போலவே பெரும் புதிரானவையாக இருந்தன.

எகிப்து, சீனா, சுமேரியா ஆகியவற்றைவிட அனைத்துத் துறை களிலும் அப்போது கிரீஸ் மேலோங்கி இருந்தது. இந்தியாவில் குப்தர்களின் பொற்காலத்துக்கு இணையாக கல்வி, செல்வம், வீரம், நளின கலைகள், தத்துவம் என அனைத்திலும் உயர்ந்திருந்த கலாச்சாரம் அவர்களுடையது.

குப்தர்களின் காலத்தில் வைத்தியத்துக்கு தன்வந்திரி, ஜோதிடத்துக்கு வராகமிகிரர், கணிதத்துக்கு அமரசிம்மர், வானசாஸ்திரத்துக்கு ஆரியபட்டர், பாஸ்கராச்சாரியார், கவிதை இலக்கியத்துக்குக் காளிதாசன், தண்டி என சகலகலா வல்லவர்களின் கூட்டமே இருந்ததுபோல், கிரேக்கத்திலும் அரசியலுக்கு டெமஸ்தனிஸ், டெமாக்ரட்டீஸ், விஞ்ஞானத்துக்கு ஆர்க்கிமிடீஸ், கணிதத்துக்கு யூக்லிட், வானியலுக்கு அரிஸ்டாடில், தத்துவத்துக்கு பிளேட்டோ, கவிதைக்கு யஹரடோடஸ், தூஸிடிடீஸ், நாடகங்களுக்கு ஈகிலஸ், சோபாக்ளீஸ், யூரிபிடீஸ், நகைச்சுவை

நாடகங்களுக்கு அரிஸ்டோ பேனஸ் என்ற ஒரு மிகப்பெரிய அறிஞர் பட்டாளமே அணிவகுத்து நின்றது அப்போது.

இந்திய ஆன்மீகவியலில் எப்படி சங்கரர், ராமானுஜர், மத்வர் போன்றோர் மகத்தான திருப்பங்களை உண்டாக்கியவர்களாகக் கருதப்பட்டார்களோ, அதுபோல் கிரேக்கத் தத்துவஇயல், ஏன் ஐரோப்பிய தத்துவ சாஸ்திரம் என்றாலே, அதன் ஆதிமூலமாக விளங்கியவர் சாக்ரடீஸ். எப்படி ஆதிசங்கரரை ஒதுக்கிவிட்டு இந்தியத் தத்துவவியலை எழுத முடியாதோ, அதுபோல் சாக்ரடீஸை விலக்கிவிட்டு கிரேக்கத் தத்துவ இயலைப் பற்றி விவரிக்க இயலாது.

எதையும் ஆராய்ந்து பார்த்து, அது சரியென்று தெரிந்த பின்தான் ஏற்றுக்கொள்ளவேண்டும் என்ற சாக்ரடீசின் கருத்துதான் இன்றைய அறிவியல் சோதனைகளுக்கு எல்லாம் அடிப்படையே. "பகுத்தறிவுக் கருத்துகளைக் கூறுவதை ஒதுக்கி வைத்துவிட்டு கடவுள் பற்றிய சில தத்துவங்களைக் கூறியிருந்திருந்தால், சீடர் பட்டாளமும், வலிமையான கிளை அமைப்புக்களும் இருந்திருந்தால் புத்தர், மகாவீரர், ஏசு, நபிமாதிரி இவரும் ஒரு தெய்வப் பிறவியாகக் கருதப்பட்டிருப்பார். அவர் பெயரால் ஒரு மதம் இந்நேரம் உலகின் பல நாடுகளை ஆண்டு கொண்டிருந்திருக்கும்" என்று அறிஞர்கள் பலரும் கருத்துத் தெரிவித்துள்ளனர்.

சாக்ரடீசும் ஏசு, நபி, புத்தர் ஆகியோரைப் போன்று சமூகத்தைத் திருத்த முயன்றவர்தான். அப்படி சமூகத்தைத் திருத்த முயன்றதற்காக ஏசு சிலுவையில் அறையப்பட்டார். சாக்ரடீஸ் விஷம் கொடுத்துக் கொல்லப்பட்டார்.

உண்மையில், சாக்ரடீசின் சீடர்களுள் ஒருவரான பிளேட்டோ (இவர்தான் புகழ்பெற்ற அரிஸ்டாடிலின் குரு. அரிஸ்டாடில் உலகையே வென்ற மாவீரன் அலெக்சாண்டரின் குரு) மட்டும் சாக்ரடீசைப் பற்றி எழுதி வைத்திராவிட்டால், நமக்கு அவரைப் பற்றி ஒன்றுமே தெரிந்திராது. ஏனெனில் சாக்ரடீஸ் எதையும் எழுதி வைக்கவில்லை.

பிளேட்டோ ஏதென்சின் புறநகரில் ஒலிவ மரங்கள் நிரம்பிய தோப்பில், சாக்ரடீசின் கோட்பாடுகளைப் போதிப்பதற்காகவே ஒரு தத்துவப் பள்ளியை நடத்தினார். அகாடமி என்னும் அந்த அமைப்பு நிறைய அறிஞர்கள் உருவாக வகை செய்தது.

விளைவுகளைப் பற்றிய கவலைகளின்றி, "உண்மையைத் தேடுதல்" என்னும் முயற்சியில் இறங்கியதால் சாக்ரடீஸ் பலருக்கும் விரோதமானார். தனது எழுபது வயதில் மிலிட்டஸ்,

அனைட்டஸ், லைகான் ஆகிய மூவர் அவர்மீது கடவுளுக்கு விரோதமானவர், இளைய சமுதாயத்தைக் கெடுப்பவர் என்று குற்றம் சாட்டினர்.

கி.மு.399ல் நீதிமன்றம் அவரை விசாரித்தது. அங்கு நீதிபதிகள், ஜூரர் குழு என ஏதும் இல்லை. குலுக்கல் முறையில் தேர்ந்தெடுக்கப்பட்ட 6000 பேர் கொண்ட மன்றத்தின் ஒரு பிரிவு அது. அதில் 501 உறுப்பினர்கள். பெரும்பான்மையான உறுப்பினர்களின் முடிவுப்படிதான் தீர்ப்பு வழங்கப்படும். சாக்ரடீஸ் தம்மீதான குற்றச்சாட்டுக்கு தாமே பதிலளித்து வாதிட்டார். குற்றம் சாட்டிய மிலிட்டஸ் அவருக்கு மரண தண்டனை விதிக்கும்படி கூறினான். சாக்ரடீஸ் குற்றவாளி என்று கூறிய நீதிமன்றம், "உங்களுக்கு என்ன தண்டனை விதிக்கலாம் என நீங்களே கூறுங்கள்" என்று கேட்டது.

வாதி கொடுக்கச் சொன்ன தண்டனைக்கும் பிரதிவாதியின் வேண்டுகோளுக்கும் நடுவான ஏதோ ஒரு தீர்ப்பை வழங்கும் உரிமை நீதிமன்றத்துக்கு இருந்தது.

சாக்ரடீஸ் ஏதும் சொல்லவில்லை. தம்மீது எந்தத் தவறும் இல்லை என அவர் அழுத்தமாக நம்பினார். அதனால் அவர் தம்மை விடுவிக்கும்படிகூடக் கோரவில்லை.

தண்டனை தருவதற்குப் பதில் நாடு கடத்தப்படுவது என்ற முடிவுக்கு நீதிமன்றம் வரும் என்றால் இந்த முதிய வயதில் அதை ஒப்புக்கொள்ள தனக்குச் சாத்தியப்படாது என்றார். தண்டனையாக பணம் செலுத்த வேண்டும் என்று தீர்ப்பு கூறப்பட்டால் பணம் செலுத்தும் அளவுக்கும் அவரிடம் வசதி இல்லை.

ஒரு தரப்பில் மரண தண்டனை விதிக்கப்பட்டு, மறுதரப்பில் அதற்கான பதில் ஏதும் கூறப்படாததால் மரண தண்டனை மீது வாக்கெடுப்பு நடைபெற்றது. 220 பேர் எதிர்த்து வாக்களித்தனர். ஆதரவாக 281 ஓட்டுகள் விழுந்தன. ஒரு 30 ஓட்டுக்கள் மாறியிருந்தால் தீர்ப்பின் திசையே மாறியிருக்கும்.

ஆனால் சாக்ரடீஸ் தமக்கு ஆதரவாக 220 வாக்குகள் விழுந்ததற்கே பெரிதும் வியப்படைந்தார். மற்றபடி தண்டனைக்காக அவர் வருந்தவில்லை. தண்டனை விதித்தவர்கள் மீதும் வருத்தப்படவில்லை.

"மரணத்தில் இருந்து தப்புவது அப்படி ஒன்றும் சிரமமான காரியமல்ல. தீய தன்மைகளிலிருந்து தப்புவதுதான் கடினமான காரியம். மரண தண்டனை விதிப்பதன் மூலம் தவறுகளைக்

கண்டிப்பவர்களைத் தடுத்து நிறுத்தி விடலாம் என்று கருதுவீர் களேயானால், நீங்கள் மிகப்பெரியதொரு தவறைச் செய்கிறீர்கள். எனக்காக என்றால், நான் எப்போதுமே இறக்கத்தயாராக இருந்தவன். எனக்கு முன்னால் பலர் அங்கு சென்றுள்ளனர். அங்குள்ள யுலிசிஸ், ஹோமர் போன்றவர்களை சந்திக்கும்போது எனக்கு எவ்வளவு மகிழ்ச்சி ஏற்படும் தெரியுமா? அங்கே யாரும் கேள்வி கேட்பதற்காக மரண தண்டனை விதிக்கமாட்டார்கள். இப்போது போகிற நேரம் வந்துவிட்டது எனக்கு. நான் இறப்பதற்கும், நீங்கள் வாழ்வதற்குமாக ஆசீர்வதிக்கப்பட்டிருக்கிறீர்கள். ஆனால் யார் நல்ல இடத்துக்கு செல்கிறார்கள் என்கிற விஷயம் கடவுளைத் தவிர எவராலும் அறியப்பட முடியாமல் இருக்கிறது."

சாக்ரடீசின் இந்த "நியாயஸ்தல விவாதம்" வரலாற்றில் நிலைத்து விட்டது. சிறையிலிருந்து அவரை ரகசியமாகத் தப்புவிக்க அவரது நண்பர்கள் ஏற்பாடு செய்தனர். ஆனால் அதை அவர் ஏற்க மறுத்து விட்டார்.

அவரது மரண தண்டனை நாளன்று நண்பர்களிடம் அவர் உண்மை பற்றியும் ஆத்மாவின் இயற்கையான இயல்புகள் பற்றியும் மாலை வரை விரிவுரை நிகழ்த்தினார். கிரைட்டன், சிமியாஸ், சீபஸ், அப்போலோ திராஸ், எகக்ரேட்ஸ், பிதான் உட்பட பலரும் அப்போது அவரைச் சூழ்ந்திருந்தனர்.

மாலையில் சிறை அதிகாரி அங்கு வந்து அவருக்கான தண்டனைக்கான நேரம் நெருங்குவதை நினைவூட்டினார். அவர் சென்ற பின் சாக்ரடீஸ், "இவர் எவ்வளவு நல்லவர் பாருங்கள். எனக்காக அவர் கண்ணீர் விடுகிறார். நாம் அவர் பேச்சைக் கேட்போம்" என்று கூறித் தனக்கு அளிக்கப்படவிருந்த விஷம் நிறைந்த கோப்பையைக் கொண்டு வருமாறு காவலாளியிடம் கூறினார்.

நண்பர்கள், "இன்னும் மாலை மயங்கவில்லை. சூரியன் அஸ்தமிக்க இன்னும் நேரம் இருக்கிறது. அவசரப்பட வேண்டாம்" என்றனர்.

சாக்ரடீஸ் அதை ஏற்கவில்லை. "கொஞ்ச நேரம் கழித்து விஷத்தைக் குடிப்பதால் பெரிய மாறுதல் ஒன்றும் ஏற்பட்டு விடாது. வாழ்க்கையை இன்னும் பிடித்துக்கொண்டு தொங்கிக் கொண்டிருந்தால், நான் என்னையே முட்டாளென்று நினைக்கக்கூடிய நிலை ஏற்பட்டு விடும்" என்றார்.

நஞ்சு நிரம்பிய கோப்பை கொண்டு வரப்பட்டவுடன் பயமோ, பதற்றமோ இல்லாமல் அவர் அதைக் குடித்தார். கடவுளுக்குப் படையலாக அந்த பானத்தின் ஒரு பகுதியை அளிக்க முடியாததற்காக அவர் வருந்தினார். இந்த இடத்திலிருந்து அங்கு இடம் மாறுவதில் ஒரு நல்ல அதிர்ஷ்டம் கிடைப்பதற்காகப் பிரார்த்தனை செய்வதாக அவர் கூறினார்.

நண்பர்கள் அழுதபோது, "என்ன ஒரு காட்சி இது. நீங்கள் என்னை வியப்படைய வைக்கிறீர்கள். இப்படி ஒரு காட்சியை காண்பதற்கு விருப்பப்படாததாலேயே, என் வீட்டுப் பெண்களை என்னுடன் இருக்க விடாமல் அப்பொழுதே அனுப்பி விட்டேன். ஒருவருடைய இறுதி யாத்திரையை மதிக்கத்தக்க ஒரு அமைதியில் நிகழ்த்த வேண்டும். ஆகவே நண்பர்களே நீங்கள் உங்கள் மனத்தை சாந்தப்படுத்திக்கொண்டு, இயல்பாக இருங்கள்" என்றார்.

இப்படிச் சொல்லி விட்டுக் குறுக்கும் நெடுக்குமாக நடந்த சாக்ரடீஸ் விஷம் வேலை செய்யத் தொடங்கியதும் படுத்துக்கொண்டார். சிறிது நேரத்தில் அவரது உடல் குளிர்ந்து விறைக்கத் தொடங்கியது. அப்போது தனது முகத்தின் மேலிருந்த துணியை எறிந்து விட்டு, "அயஸல்பியஸுக்கு (இவரை அக்னிபீஸ் என்றும் சிலர் குறிப்பிட்டுள்ளனர்) நாம் ஒரு சேவலைக் கொடுக்க வேண்டும். அதைத் தவறாமல் கொடுத்து விடுங்கள்" என்று கிரைட்டனிடம் கூறினார் சாக்ரடீஸ். அவருடைய கடைசி வார்த்தை இதுதான்.

பகுத்தறிவுவாதிகள், அக்னிபீஸ் என்ற கிரேக்கப் பிரமுகருக்கு சாக்ரடீஸ் ஒரு சேவல் தர வேண்டியிருந்தது. (ஏற்கனவே அவரிடம் அதைக் கடனாகப் பெற்றிருந்தாரா, தருவதாக வாக்குறுதி அளித்தாரா தெரியாது) நிலுவையுடன், வாழ்க்கையில் மிச்சம் வைத்து விட்டு, உலகிலிருந்து விடைபெற அவர் விரும்பவில்லை. எனவே அதைக் கொடுத்துவிடும்படி கூறினார் என்கின்றனர். இறை பக்தியுடையவர்கள் தரப்பில் உள்ளவர்களோ, அஸ்யஸல்பியஸ் (என்ற கடவுளுக்கு அல்லது அந்த இடத்திலிருந்த) கடவுளுக்கு ஒரு சேவலைப் பலியிடுமாறு சாக்ரடீஸ் கூறினார். அவர் வேண்டிக்கொண்ட அந்த நேர்த்திக்கடன் நிறைவேற்றப்படாமல் மிச்சமிருந்திருக்கலாம். ஒரு வேண்டுதலை நிறைவேற்றாமல் பாக்கி வைத்து விட்டு விடை பெற அவர் விரும்பவில்லை அதனால்தான் அப்படிக் கூறினார் என்கின்றனர்.

சாக்ரடீஸ் மரணப் படுக்கையில்

நாத்திக, ஆத்திகரிடையே நடைபெறும் இத்தகைய போராட்டத்தின்போது ஏற்படும் வாதங்களைப் பின்னுக்குத் தள்ளிவிட்டு, உயிர், பிறப்பு, மரணம், வாழ்வின் தத்துவம் இவையெல்லாம் பற்றி சாக்ரடீஸ் என்ன சொல்ல வருகிறார் என்பதைப் பார்ப்போம்.

மரண தண்டனை விதிக்கப்பட்டு சிறையிலிருந்த சாக்ரடீஸை அவரது நண்பர்களும் சீடர்களும் அங்கு சென்று சந்திக்கின்றனர். அவர்களில் முக்கியமாக சிமியாஸ் என்கிற தேபன், சீபஸ் ஆகியோரிடம் மரணத்துக்குப்பின் இருக்கும் வாழ்வு பற்றிப் பேசுகிறார் சாக்ரடீஸ். அங்கு அப்போது அவருடன் பெய்டன், அப்போலோ திராஸ், கிரைட்டன், யஹர்மோஜெனீஸ், எபிஜினஸ், ஈஸ்கினஸ், ஆன்டிஸ்தினஸ், கிரெசிப்போஸ் என்னும் பைனியன், மெனெக்ஸனோஸ், பைடோண்டோஸ், யூக்லிட்ஸ், மெகாராவிலிருந்து வந்த டெர்ப்ஸன் ஆகியோரும் இருந்தனர்.

மகாபாரதத்தில் கீதையில் ஒரு முக்கியமான கட்டம். கொஞ்ச நேரத்தில் மாபெரும் போர்மூளப் போகிறது. அது எப்போது முடியும், அதில் யார் யார் மீதம் இருப்பார்கள், அவர்கள் என்ன நிலையில் இருப்பார்கள் என எதுவும் தெரியாத நிலை. அப்படிப்பட்ட ரணகள சூழலில் கிருஷ்ணர் உபதேசித்த வாழ்வியல் தத்துவம் அது.

குருக்ஷேத்திரப் போரில் அர்ஜுனனால் பாணப்படுக்கையில் வீழ்த்தப்பட இருக்கும் பீஷ்மர், போர் முடிந்து சக்ரவர்த்தியாக முடிசூட்டப்பட இருக்கிற தர்மபுத்திரனுக்குத் தன்னுடைய

164 மரணத்துக்குப் பின்

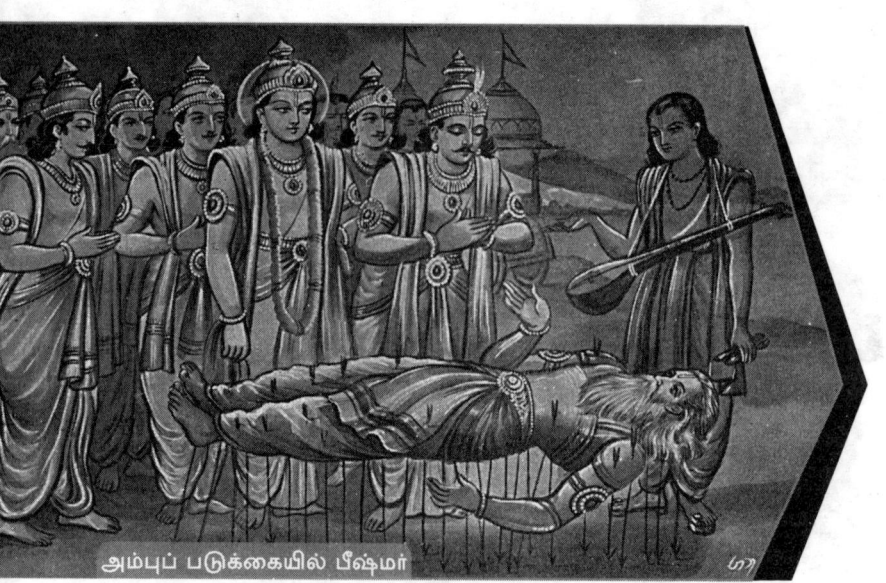

அம்புப் படுக்கையில் பீஷ்மர்

மரணத்துக்கு முன்பு வாழ்வியல் நெறிகளைப் போதிக்கிறார். சாந்திபர்வம் என்ற பெயரில் அது புகழ் பெற்று விளங்குகிறது.

அந்த வகையில், மரணத்துக்கு முன்பு சாக்ரடீஸ் தனது நண்பர்களுடன் வாழ்வியல் பற்றிப் பேசுகிறார்.

இதில் நாம் கவனிக்கவேண்டிய முக்கியமான விஷயம், சாக்ரடீஸ் கிருஷ்ணரைப்போல் கடவுளின் அவதாரம் அல்ல. பீஷ்மரைப்போல் ஒரு வலிமையான புராண கதாபாத்திரமும் அல்ல. நம்மைப்போன்ற ஒரு சராசரி மனிதர் அவர். வியாசரின் கற்பனையில் உதித்த ஒரு கதாபாத்திரம்தான் பீஷ்மர் என்று கூறுபவர்களும் உண்டு. வரலாற்று ஏடுகள் சாக்ரடீஸ் ஏதென்ஸ் நகரில் வசித்த ஒரு கல்வேலை செய்யும் தச்சர் என்று குறிப்பிடுகின்றன. கல் செதுக்கும் தொழில் புரிந்து, அதில் வரும் வருவாயில் அன்றாட வாழ்க்கையை நடத்திக்கொண்டு, மனத்தால் வாழ்வியல் உண்மைகளை அலசியவர் அவர். எந்தவிதமான அமானுஷ்ய ஆற்றல்களோ, மிகைப்பட்ட சக்திகளோ இல்லாத ஒரு சாதாரணமான முதியவர்.

இந்த இடத்தில் அவருக்கு இருக்கும் ஒரு கூடுதல் சிறப்பு என்னவெனில், குரு குலம் ஒன்றை நடத்தி, அதில் தன் மாணவர்களுக்கு போதிக்கும் ஆசான்கள் வகையைச் சார்ந்தவர் அல்ல சாக்ரடீஸ். குருகுலம் என்பது சமுதாய அங்கீகாரத்துடன் கூடிய, பாதுகாப்புமிக்க மதிப்பானதொரு உலகம். அந்த வாய்ப்பை பெற்றவராக சாக்ரடீஸ் அந்த நேரத்தில் இருக்கவில்லை.

இந்த இடத்தில் சாக்ரடீஸ் மரண தண்டனையை எதிர்நோக்கி சிறையில் இருக்கும் ஒரு கைதி. அவ்வளவுதான் அவருடைய நிலை. பெரும்பாலும் இப்படிப்பட்டவர்கள் ஒருவித உன்மத்த நிலையில்தான் காணப்படுவார்கள். தங்களிடம் கேட்கப்படும் எந்தக் கேள்விகளுக்கான பதிலும் அவர்களிடம் இருக்காது. அல்லது எதைக் கேட்டாலும் அதற்குப் பதில் சொல்லாமல் வெறுமனே அழுது புலம்பி அரற்றுவார்கள்.

இங்கு சாக்ரடீசைப் பார்க்க வந்தவர்கள் அழுதனர். ஆனால் அவரிடம் அழுகையோ, விரக்தியோ எதுவுமே காணப்படவில்லை. இன்னும் சில மணி நேரங்களில் தாம் இந்த உலகத்தை விட்டு நிரந்தரமாகப் போகப்போகிறோம் என்பது தெரிந்து அவர் சொன்ன கருத்துகள் இவை.

(இது பற்றி "பிளேட்டோவின் மிகச் சிறந்த உரையாடல்கள்" என்ற டபிள்யு.ஹெச்.டி.ரூஸ் எழுதி 1956ஆம் ஆண்டில் வெளியான நூலில் அறுபது பக்கங்களில் விவரிக்கப்பட்டுள்ளது.)

சாக்ரடீஸ் கூறுகிறார்:

"தத்துவத்தை சரியானபடி கையாள்கிறவர்கள் இறப்பு, மரணம் பற்றியே எப்போதும் சிந்தித்துக் கொண்டிருப்பார்கள். அது பற்றியே பயிற்சி செய்துகொண்டிருப்பார்கள். ஆனால் இவர்களில் எவருமே அதைப் பார்த்தது கிடையாது."

இந்த இடத்தில் சாக்ரடீஸ் என்ன சொல்ல வருகிறார் என்றால், பெண் சுகம் என்றால் என்ன என்பதையே அறியாத ஒரு கல்லூரி மாணவன், அது பற்றியே அதிகம் கற்பனை செய்து கொண்டிருப்பான். நண்பர்களிடம் அதுபற்றியே நிறையப் பேசுவான். நிஜமாகவே ஒரு பெண்ணுடன் கூடி, அந்தத் தாம்பத்திய உறவை அனுபவித்த பின்னர், தான் அதுவரை மனத்தில் கொண்டிருந்த கற்பனை பிம்பங்களுக்கும் நிஜத்துக்கும் நிறைய வேறுபாடு இருப்பதை அவன் உணருவான்.

அதுபோல், மரணம் பற்றி சமயவாதிகளும் தத்துவவாதிகளும் ஆளாளுக்கு ஏதேதோ கூறிக் கொண்டிருந்தாலும், உண்மையில் எவரும் அதைக் கண்டதில்லை. அதுபற்றி அறிய முற்படுவதும் இல்லை. உண்மையை அறியும் முயற்சிகளைவிட, அதுபற்றிக் கற்பனைகள் செய்வதும் தத்துவச் சொல்லாடல்களில் ஈடுபடுவதுமே அவர்களுக்குத் திருப்தி தருவதாக உள்ளன.

மரணத்தைப் பற்றி சாக்ரடீஸ் கூறுகிறார்:

"உடலில் இருந்து ஆத்மா பிரிவதுதான் மரணம் எனப்படுகிறது. மரணத்துக்குப் பின் ஆத்மாவிலிருந்து உடல் வேறாகப் பிரிகிறது. அப்போது உடலில் இருந்து பிரிந்த ஆத்மா, உடலை விட்டுத் தனியாக இருக்கிறது. இப்போதுதான் அது முழுக்க முழுக்கத் தானாகவே இருக்கிறது. அது இப்போது எதைச் சார்ந்தும் இல்லை. ஒரு உண்மையான தத்துவஞானி உடலைப்பற்றி அக்கறை கொள்ளக்கூடாது. உடல் என்பது ஒரு சிறைச்சாலை. அதிலும் நேர்மையோ, ஒழுங்கு முறைகளோ இல்லாத ஒரு சிறைச்சாலை அது. எனவே அவர் அந்த உடலிலிருந்து ஆத்மா விடுதலை பெறுவது குறித்துதான் அக்கறை கொள்ள வேண்டும்.

நிரந்தர உண்மையைத் தேடிச் செல்லும் தத்துவஞானிக்கு, உடல் ஓர் இடையூறாக, அவருக்கு ஒத்துழைப்புத்தராத ஒரு எதிர்மறையான நண்பனாக உள்ளது. இயன்றவரை உடலிலிருந்து விலகியிருக்கும் முயற்சிகளில்தான் உண்மையைத் தேடுபவன் ஈடுபட வேண்டும். ஆத்மா என்பது உணர்வுகள், பார்த்தல், கேட்டல் முதலிய புலன் நுகர்ச்சிகள், இன்ப, துன்பங்கள் ஆகியவற்றின் பாதிப்புகள் இல்லாதபோதுதான், அறிவுடன் மிக நன்றாக விவாதிக்கிறது."

சாக்ரடீசின் கொள்கை இங்கு தெளிவாக உள்ளது. உடலுடன் இணைந்திருக்கும் நிலையில் ஆன்மா பரிசுத்தமானதாக இருந்திருக்கிறதென்று நினைக்க முடியாது. உடல் அடையும் இன்பம், துன்பம், ஐம்புலன்களின் நுகர்வுகள் ஆகியவை ஆன்மாவைத் தளைப்படுத்துகின்றன. அந்த வகையில் ஆன்மா அதிலுள்ள இடையூறுகளை மட்டுமே உணர்கிறது. உடல் சுகபோகங்களை நாடுகிறது. சுகத்தின் பின்விளைவான துக்கங்களால் அது தத்தளிக்கிறது.

இரு நாட்டுப் படைகள் போரில் ஈடுபடும்போது அதனால் பாதிக்கப்படுவது அங்குள்ள மக்கள்தான். அதுபோல் உடல் போகங்களில் நாட்டம்கொண்டு அதில் ஈடுபடுவதால், அது அவற்றில் நாட்டமில்லாத, அதில் சம்பந்தமேபடாத ஆன்மாவின் விழிப்பை, விடுதலையைத் தடை செய்கிறது. உண்மையைத் தேடும் அறிவாளிக்கு, உடல் என்பது ஒரு இடைஞ்சல்தான். அக்கறையில்லாத தோழன்தான். பார்த்தல், கேட்டல், நுகர்தல் போன்ற செய்கைகளில் ஈடுபடாதபோது ஆன்மாவுடன் அறிவு விவாதிக்கிறது. உடலுடன் எந்தவிதமான விவகாரங்களும் இல்லாமல் இருக்கும்போதுதான் ஆத்மா அறிவுடன்

செயல்படுகிறது.

இந்த வகையில், முக்கியமாக இச்சைகளை விலக்குவதில் சாக்ரடீசின் கருத்துகள் உபநிடதங்களின் கருத்துகளுடன் உடன்படுவதைக் காணலாம். உடலானது அதன் விருப்பங்கள், நம்பிக்கைகள், அச்சங்கள் ஆகியவற்றால் ஆயிரக்கணக்கான திசை திருப்புதல்களுக்கு உள்ளாகிறது. மெய்யறிவை ஆத்மா அடைய முடியாதபடி இவை குறுக்கே நிற்கின்றன. உடலைத் தொலைத்து ஒழிப்பதன் மூலம்தான் மனிதன் "பரிசுத்தமாக" எதையும் காண முடியும்.

ஆத்மா உடலுடன் இணைந்து இருக்கும்வரை "பரிசுத்தம்" என்பது அதற்கு எட்டாக்கனிதான். அதை அடைவது மட்டுமல்ல, காணவும் இயலாது. உடல் அல்லது பரிசுத்தம் இரண்டில் ஏதாவது ஒன்றுதான் ஓரிடத்தில் இருக்க முடியும். "அறிவு" என்பது இங்கு சாத்தியமில்லாததாகிறது. இந்த நிலையில் அல்லது மரணத்துக்குப் பின்பு மட்டுமே அறிவு என்பது சாத்தியமானதாகிறது. ஏனெனில், அப்போதுதான் உடலுடன் சேராமல் ஆத்மா தனித்து, முழுச் சுதந்திரமான நிலையில் உள்ளது.

ஓர் உரையாடலில் சாக்ரடீஸ் கூறுகிறார்:

ஒரு தத்துவஞானி உயிருடன் இருந்தால், அவர் உடலுடன் எந்தவிதமான வியாபாரமோ, தொடர்போ கொள்ளாமல் இருந்தால், அவரால் உண்மையை அறிதலின் அருகில் இயன்றவரை நெருங்க முடியும்.

(பசி, தாகம், தூக்கம், வியர்த்தல், இயற்கை உபாதைகள், காம, குரோதங்களான உணர்வுகள் போன்ற உடல் தேவைகள் ஆன்மாவைப் பற்றி அறிவதற்கு இடையூறாக உள்ளன என்று சொன்ன சாக்ரடீஸ், இந்து மத வேதாந்திகளைப்போல் ஐம்புலன்களையும் ஒடுக்குதல், அன்ன, ஆகாரமின்றி, நீர்கூட அருந்தாது விரதம் இருத்தல், பிரம்மச்சரியம் காத்தல் போன்ற உடலுடன் போரிட்டு வெல்லும் முயற்சிகளைப் பற்றி ஒன்றுமே சொல்லாதது அறிஞர்களைப் பெரிதும் வியக்க வைக்கிறது. விரதம், புலனடக்கம் போன்றவற்றில் அவருக்கு நம்பிக்கை இல்லையா? அல்லது அவை எதிர்மறையான விளைவுகளைத் தரும் என்று அவர் கருதினாரா? என்பது இன்னமும் விவாதத்துக்கு உரியவையாக உள்ளன.)

உடல் மீது கொண்ட வெறுப்புதான் சாக்ரடீசுக்கு மரணம் பற்றிய அச்சமின்மையைத் தந்தது. உடலின் அடிமைத் தனத்திலிருந்து விடுதலை பெறும் வாய்ப்பு என்றே மரணத்தை அவர் கருதினார்.

'அறிவுத்திறனை நேசிப்பவர்கள்'' "மரணத்துக்காகப் பயிற்சி செய்பவர்கள்'' என்றார் சாக்ரடீஸ். மரணத்தைப் பற்றி அஞ்சுபவன் தத்துவஞானி அல்ல. அவன் "அறிவுத் திறன்'' என்பதை விரும் பாமல், உடலை நேசிப்பவனாக இருக்கிறான் என்பது அவர் கருத்து.

இறந்தவர்களின் ஆத்மா ஹேடஸ் என்ற பாதாள உலகுக்குச் செல்கிறது என்கிறது கிரேக்க புராணம்.

சாக்ரடீஸைப் பொறுத்தவரை ஒரு சக்கரம் சுற்றிக்கொண்டே இருக்கிறது. இங்கிருந்து மரணமடைந்தவர்கள் ஹேடஸ் என்ற உலகுக்குச் சென்றுகொண்டே இருக்கின்றனர். அதேநேரம், அங்கிருந்து, முன்பே இங்கிருந்து அங்கு போயிருந்த ஆத்மாக்கள் பூமிக்குத் திரும்பி வந்துகொண்டே இருக்கின்றன.

அதாவது, பூமியில் நாம், நமக்குப்பின் நமது பிள்ளைகள், பேரர்கள், கொள்ளுப் பேரர்கள் உண்டாகின்றனர். நமது மூதாதைகள்தான் இப்போது நமது வாரிசுகளாக வந்திருக்கின்றனர். தாத்தாவே பேரனாகவோ, கொள்ளுப் பேரனாகவோ பிறக்கிறார் என்பது பொதுவான நம்பிக்கை.

வாழ்கிறவர்களிடமிருந்து இறந்தவர்கள் பிறக்கிறார்கள் என்று சாக்ரடீஸ் கருதவில்லை. இறந்தவர்களிடமிருந்து வாழ்கிறவர்கள் பிறக்கிறார்கள் என்று இதுவரை கருதினார். இறந்தவர்களின்

ஆத்மாக்கள் அவசியத்துக்காக எங்காவது ஓரிடத்தில் இதுவரை இருந்திருக்க வேண்டும். அங்கிருந்து அவர்கள் மீண்டும் பிறப்பிக்கப்பட்டிருக்க வேண்டும் என்றே அவர் கருதினார்.

ஒரு மனிதன் கற்று உணர்வது என்பது அவன் புதிதாகக் கற்பதைக் குறிப்பது அல்ல. அது வெறுமனே ஞாபகப்படுத்திக் கொள்வதுதான். முந்தைய ஏதோ ஒரு பிறவியில் அவன் அறிந்து வைத்திருந்தது இந்தப் பிறவியில் அவனால் நினைவுக்குக் கொண்டு வரப்பட்டுள்ளது. அவ்வளவுதான்.

இறந்தவுடன் உடலானது சவம் ஆகி, அழுகி, கரைந்து, மறைந்து போகிறது. ஆனால் ஆத்மா, மனிதனின், "காணப்படாத பகுதி"யாக அதுவரை இருக்கிறது. அதற்குப் பிறகும், அதைப்போலவே பார்க்கப்படாத, தூய்மையும் உயர்பண்பும் உடைய மற்றொரு இடத்துக்குச் செல்கிறது.

தூய்மையற்று, மாசடைந்து இருந்தாலும், நிறைவேறாத இச்சைகள், திருப்தி அடையாத போகங்களால் திருப்தியற்று இருக்கும் நிலையில் உடல் கிடக்கும் நிலையில், ஆத்மாவானது அந்த உடலிலிருந்து வெளியேறினால் உடலானது தவிர்க்க முடியாத அந்த நிலையில் அழுத்தத்துக்குள்ளாகும். ஆத்மாவானது அதே வகையிலான அழுத்தத்துடன் கல்லறைகளுக்கும் புதைகுழிகளுக்குமிடையே ஓய்வின்றி அலைந்து திரியும். இந்நிலையில் அதற்கு இருக்கும் ஒரே வழி மீண்டும் பிறப்பதுதான். மறுபடியும் ஓர் உடலை அடைந்து, நடந்து முடிந்த வாழ்வில் அடையாதுவிட்ட ஆசைகளையும் இன்பங்களையும் நாடி அதை அடைய வேண்டி, அதன் வேட்டை தொடர்கிறது. அவ்வாறு ஓர் உடலை அடையும் வரையில் அது அலைகிறது. பெருந்தீனியில் நாட்டம் கொண்டவர்கள், குடிபோதையில் இருப்பவர்கள், இதுபோன்ற வழிகளில் ஈடுபட்டும் அதுபற்றிக் கொஞ்சமும் கவலைப்படாதவர்கள் ஆகியோர் கழுதைகள், எருமைகள் போன்ற விலங்குகளின் கருவில் உருக்கொண்டனர். அநீதி, கொடுமை, குரூர செயல்களுக்கு அஞ்சாதவர்கள் ஓநாய்கள், பருந்துகள் போன்ற விலங்குகளின் உடலை அடைந்தனர்.

"அல்லது வேறு எங்கு அவர்கள் போவார்கள் என்று நாம் கூறுவோம்?" என்று கேட்கிறார் சாக்ரடீஸ். "உண்மையாகவும் நிலையாகவும் அறிவுத்திறனை நாடும் ஆண்கள், உடல் சார்ந்த விருப்பங்களிலிருந்து விலகி இருக்க வேண்டும். அவற்றிடம் தன்னைக் கொடுத்து விடக்கூடாது" என்கிறார் அவர் உறுதியாக.

உடல் ஒதுக்கித் தள்ளப்பட வேண்டிய ஓர் எதிரி என்பதைத் தெளிவாக வலியுறுத்தும் சாக்ரடீஸ், அதற்காக அவர் தற்கொலையை வலியுறுத்தவில்லை. உடலில் சிறைப்பட்டிருப்பதால் ஆத்மாவின் எல்லைகள் கட்டுப்படுத்தப்பட்டுள்ளன. மரணம் விடுதலை மார்க்கம் என்பதால் சாதகன் அதற்குத் தயாராக இருக்க வேண்டும் என்கிறார் அவர்.

மரணம்கூட உலக வாழ்விலிருந்தான ஒரு விடுதலையே தவிர, அது மறுபிறப்பிலிருந்து அந்த உயிரை விடுவித்துவிடாது. அதற்கு அவன் தன் உணர்வுகளைக் கட்டுப்படுத்தி, உலக இச்சை களிலிருந்து விடுதலை பெற வேண்டும்.

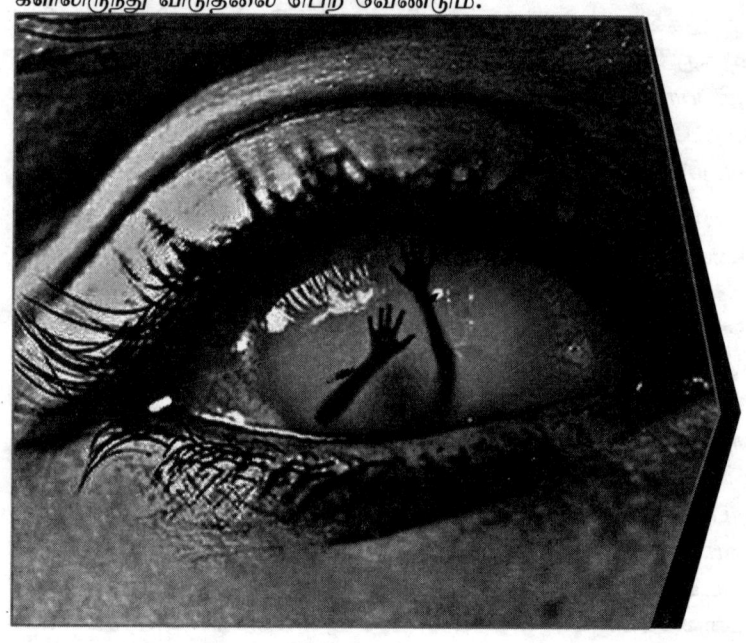

"உடல், ஆத்மா, மறுபிறவி ஆகியவற்றின் இடையிலான உறவுகளைக் காண்பதில் வேதகால ஞானிகளின் பார்வை சாக்ரடீசி டமும் உள்ளது. எனினும் புத்தரைப்போல் உலகப்பற்றுகளில் இருந்து விடுபடும்முறை எதையும் அவர் கூறவில்லை. சுருங்கக் கூறினால், நோய் எது என்பதை சரிவர நிர்ணயிக்க அவரால் முடிந்தது. எனினும் அதற்குரிய மருந்து எதையும் அவர் கூறவில்லை" என்கின்றனர் தத்துவவியலாளர்கள்.

ஒரு வகையில் ஆத்மாவைப் பற்றிய சாக்ரடீசின் பார்வை அதுவரை இருந்த அனைவரது கருத்துகளுக்கும் எதிராக இருந்தது.

"ஆத்மாவானது உடலுடன் சேர்ந்து சிறைப்படுத்தப்பட்டு

அதனுடன் பிணைக்கப்பட்டுள்ளது. உடலின் வழியாகவே அது ஒவ்வொன்றையும் கண்டது. ஒவ்வொரு இன்ப, துன்ப அனுபவமும் ஒவ்வொரு ஆணியாக மாறி, உடலுடன் ஆன்மாவை சேர்த்து இறுக அறைந்தது. உடல் உயிர் வாழப் பயன்படுத்தும் வழிகளையே தானும் பயன்படுத்தி, அது உட்கொள்ளும் உணவின் உதவியாலேயே தானும் வளரவேண்டிய நிர்ப்பந்தம் அதற்கு ஏற்பட்டது. அதனுடைய மட்டமான உள்பகுதியுடன் அது அடிக்கடி சம்பந்தப்படுத்தப்பட்டது. இதனாலேயே தெய்வீக நிலையுடனான தொடர்பு கொள்ளும் சந்தர்ப்பத்தை அது இழக்கிறது."

உண்மையான தத்துவஞானி "விடுதலை"யை எதிர்க்கக்கூடாது. ஆசைகள், துயரங்கள், போகங்கள் ஆகியவற்றிலிருந்து இயன்றவரை விலகியிருக்க வேண்டும் என்று சாக்ரடீஸ் திரும்பத் திரும்ப வலியுறுத்தினார். அந்த வழிதான் கடவுளர்களின் தோழமைக்கு ஒருவரை இட்டுச் செல்லும். ஆத்மா அழிவற்றது. எனவே வாழும்போது மட்டுமல்லாது, எல்லா நேரத்திலும் அதற்கு மேற்பார்வையும் கவனிப்பும் அவசியம். ஆத்மாவிடம் மனிதனுக்குக் கடமைகள், பொறுப்புகள் உண்டு. அதற்கு மரணம் தடை அல்ல. எல்லாவற்றிலிருந்தும் ஒரு நிச்சயமான விடுதலையை மரணம் தந்ததால் சரியாக செயல்படும் ஒரு மனிதன் தன் உடலுடன் சேர்த்து, தனது தீய குணங்களையும் ஒழித்துவிடலாம். அந்த வகையில் மரணம் ஓர் ஆசீர்வாதமே.

ஆனால் தீய செயல்களை அவ்வாறு ஒழிக்க இயலாது. ஆத்மா எங்கு சென்றாலும் அதுவும் உடன் சென்றது. ஹேடஸ் உலகுக்குச் செல்லும்போதும், அதுவும் உடன் இருந்தது. அதன் தூய்மைத் தன்மையின் அளவுக்கு ஏற்ப மகிழ்வும் துயரமும் அதற்கு ஏற்படுகின்றன.

கிரேக்க மதம் என்ன சொல்கிறதோ அதற்கேற்ற கருத்துகள் சாக்ரடீசிடம் இருந்தன. எனினும் ஒவ்வொருவரும் மரணத்தைப் பற்றி தாங்கள் பார்த்த, படித்த, கேட்ட அளவில் தங்களுக்கு என சில சொந்தக் கருத்துகளை வைத்திருப்பார்கள். அவை சிறப்பானதாக இருக்கலாம். அபத்தமானதாகக்கூட இருக்கலாம். ஆனால் மரணத்தைப் பற்றிய ஒவ்வொருவரின் கருத்துகளும் வெவ்வேறானவையே.

சாக்ரடீசின் பார்வையில் மரணம் என்பது ஒரு விடுதலை

என்று முன்பே கண்டோம். இது தவிர மரணம் பற்றிய வேறு சில கருத்துகளும் அவரிடம் இருந்தன.

“ஒவ்வொரு மனிதனுக்குள்ளும் இருக்கும் ஆன்மாவுக்கும் ஒரு பாதுகாவலர் உண்டு. மரணமானது உடலிலிருந்து ஆன்மாவை விடுவிக்கிறது. அதற்குப்பிறகு அந்தப் பாதுகாக்கும் சக்தி ஆன்மாவை தனது கண்காணிப்புக்குள் கொண்டுவந்து, ஓரிடத்துக்கு அதை அழைத்துச் செல்கிறது. அங்கு குடியிருப்பவர்களிடம் முதலில் அவர்களது வழக்கு விசாரணை நடைபெறுகிறது. அதைக் கடந்த பின்பு ஹேடஸ் நோக்கிய ஆன்மாவின் பயணம் ஆரம்பமாகிறது.

ஹேடஸ் உலகம் செல்லும் வழி எண்ணற்ற இடையூறுகள், தடைகள் கொண்டது. (பல மதங்களிலும் வழியில் ஒரு கொதிக்கும் ஆறு அல்லது நெருப்பு நதி இருப்பதாகக் கூறப்படுகிறது.) ஆன்மாவைப் பாதுகாக்கும் சக்தியின் வழி காட்டல் இதற்கு முக்கியம். எனினும்கூட, அறிவும் தேடலும் கூடிய, புலன் நுகர்ச்சிகளை ஒதுக்கிய “மேன்மையான ஆத்மாக்கள்” கஷ்டமின்றி ஹேடஸ் பயணத்தைத் தொடர முடிந்தது. அதுமட்டுமல்லாது, தன்னைப் போன்ற ஆத்மாக்களின் தோழமையும் அவற்றுக்கு அங்கு கிடைக்கிறது. ஆனால் போகங்களில் ஆழ்ந்த, தூய்மையற்ற ஆத்மாக்கள் அந்தப் பயணத்தை விருப்பமின்றி, பெரும் இடையூறுகளுடன் வேதனையான நிலையில் கடக்க வேண்டியிருந்தது.”

தன் நண்பர்களுடனான கடைசி உரையாடலின் இறுதியில் ஆத்மாவின் “ஹேடஸ் பயணம்” பற்றி ஒரு உயர்வான வரைபடத்தையே சாக்ரடீஸ் விவரிக்கிறார்.

இந்தப் பயணத்தின்போது இறந்தவர்களின் ஆத்மா பல இடங்களைக் கடக்க வேண்டியுள்ளது. துன்பத்தின் நதியான “ஆக்ரான்”, அக்னி ஆறாகிய ஜுவாலை வீசும் “பைரிப்ளைக்தான்”, வெறுப்பு நதியான “ஸ்டைஜியன்”, அழுகிற நதியான “கோசைடோஸ்” ஆகியவற்றை அது தாண்டியாக வேண்டும்.

அந்தப் பாதையில் ஏரிகளும் உண்டு. “அக்கரூடுயன்” ஏரிக்கு இறந்தவர்களின் ஆத்மாக்கள் வந்து, அவற்றுக்கு விதிக்கப்பட்ட காலங்கள்வரை தங்கியிருக்கும். வன்மையான குற்றங்களைச்

செய்த ஆத்மாக்கள் "டார்டரோஸ்" என்ற அகண்ட ஆழமான பிளவுக்குள் எறியப்படுகின்றன.

இந்த விளக்கங்களை அளித்த சாக்ரடீஸ் கூடவே, "இந்த மாதிரி விஷயங்கள் இல்லாமலும் இருக்கலாம். அல்லது இது மாதிரி ஏதோ ஒன்று நேரிடலாம்" என்றும் நண்பர்களிடம் கூறுகிறார். எல்லா மேதைகளுமே இயல்பாகவே "எதுவுமே நிலையற்றது. எல்லாமே மாறக்கூடியது" என்று தெளிவாகப் புரிந்து கொண்டிருப்பதால், தங்கள் கருத்தே முடிந்த முடிவு என்று ஒருபோதும் சாதிக்கமாட்டார்கள். அதிலும் ஒரு வழிப்பாதை

எனப்படும் மரணத்தைப் பற்றி எவர் "இதுதான் உண்மை" என அடித்துக் கூற இயலும்? ஆனால் அறிவியல் வளர்ச்சியோ, நாகரிக முதிர்ச்சியோ அற்ற 2500 ஆண்டுகளுக்கு முற்பட்ட காலகட்டத்தில், மரணத்தைப் பற்றியும் அதற்கு அடுத்த நிலை பற்றியும் இவ்வளவு தூரம் சிந்தித்தவர் என்ற வகையில் சாக்ரடீஸ் போற்றுதலுக்கு உரியவரே. தனது கருத்துகளை எல்லோரும் ஒப்புக்கொள்ள வேண்டும் என்று வற்புறுத்தக்கூட அவர் முன் வராதது அவரது மேதைமைக்கு மேலும் சிறப்பைத் தருவதாக உள்ளது.

10
எகிப்தியரின் துஜாக் பள்ளத்தாக்கு

உச்சிக்கு மேற்சென்று
   உயர்வெளி கண்டோர்க்கு
இச்சிப் பிங்கு ஏதுக்கடி குதம்பாய்
இச்சிப் பிங்கு ஏதுக்கடி?
வேகாமல் வெந்து
   வெளியெனி கண்டோர்க்கு
மோகாந்தம் ஏதுக்கடி குதம்பாய்
மோகாந்தம் ஏதுக்கடி?
சாகாமல் தாண்டி தனி
   வழி போவோர்க்கு
ஏகாந்தம் ஏதுக்கடி குதம்பாய்
ஏகாந்தம் ஏதுக்கடி?
நித்திரை கெட்டு
நினைவோடிருப்போர்க்கு
முத்திரை ஏதுக்கடி குதம்பாய்
முத்திரை ஏதுக்கடி?

அலெக்சாண்டருக்கு முற்பட்ட காலத்தில் எகிப்து, பாரசீகம் போன்ற நாடுகளும் பெரும்புகழ் பெற்றிருந்தன. சொல்லப் போனால் அலெக்சாண்டரின் வருகைக்குப் பின்னரே கிரேக்க நாடு எழுந்தது. அதற்கு முன்பு அது பல சிறு நகரங்களின் கூட்டமாக இருந்தது. அவ்வளவே. ஜூலியஸ் சீசர், அகஸ்டஸ் சீசர் என்ற இரண்டு பேரால்தான் ரோமானியப் பேரரசு உலகின் கவனத்தை ஈர்த்தது.

கிரேக்கர்கள், ரோமானியர்களின் எழுச்சிக்கு முன்னரே எகிப்தும், பாரசீகமும் பெரும் செல்வாக்கு பெற்ற சாம்ராஜ்யங் களாகத் திகழ்ந்தன. வீரத்திலும் கலைகளிலும் நாகரிகத்திலும் உச்சம் பெற்றிருந்தது போலவே, ஆன்மீகத்திலும் அவை ஒரு தனி சமயமரபுடன் திகழ்ந்தன.

முதலில் எகிப்தை எடுத்துக் கொள்வோம். இன்று உலகில் உள்ள பல நாடுகளிலும் ஆதிக்கம் செலுத்தும் கிறிஸ்தவம், இஸ்லாம் ஆகிய இரு மதங்களின் மூலத்தின் மூலம் எகிப்துதான் எனலாம். கிறிஸ்தவம், இஸ்லாம் இவை இரண்டுமே யூத மதத்திலிருந்து கிளைத்தவையே. யூத மதத்தின் மாபெரும் தீர்க்கதரிசியும் கர்த்தரை முகத்தோடு முகம் கண்டு பேசியவரும் மனித குலத்துக்குப் பத்துக் கட்டளைகளை அளித்தவருமான மோசஸ், எகிப்தில் பரவியிருந்த பாரோ மன்னர்களின் சமயச் சடங்குகளைப் பின்பற்றியவர்தான்.

மோசஸ் என்பவர் இறையருளால் அதீத ஆற்றல்கள் பெற்றது, இஸ்ரேல் மக்களை விடுவித்தது, செங்கடல் பிளந்து வழிவிட்டது போன்றவற்றை பைபிள் சொல்லட்டும் என்று விட்டுவிட்டு, எகிப்திய மதம் என்ன சொல்கிறது என்று பார்ப்போம்.

கீழை நாடுகளின் தாந்திரீக வழிபாடுகள், குறிப்பாக சக்தியை வழிபடும் சாக்தேய முறைகள் (ஏவல், பில்லி சூனியம் போன்ற கேரள மந்திரவாதங்கள்) மேலை நாட்டினரைப் பெரிதும் ஈர்த்துள்ளன. இவற்றை "அமானுஷ்ய கறுப்பு வித்தை" (Miracle black Magic) என்றே அவர்கள் குறிப்பிட்டனர். ஓரிடத்தைத் துணியால் மூடி, அங்கு ஒரு மாஞ்செடியை வரவழைத்துக் காட்டுவது போன்ற தெருவோர வித்தைகள் செய்து காட்டப்பட்டது அவர்களை மிரள வைத்தது. இதேபோல், பிரிட்டனில் கிறிஸ்தவம் பரவும் முன்பு இருந்த பாகன் முறை சடங்குகளும் அவர்களை ஈர்த்தன. (சாத்தான் கறுப்பு என்பதால் இவற்றை கறுப்பு வித்தை என்றும், இவற்றை முறியடிக்கும் வித்தையை பொன்வித்தை என்றும் ஐரோப்பியர்கள் குறிப்பிட்டனர். துரதிர்ஷ்டவசமாக அவர்களால் "பிளாக் மேஜிக்" என்று குறிப்பிடப்பட்ட வித்தைகளை ஐரோப்பியர் அதாவது கிறிஸ்தவர் அல்லாத அரபுகள், ஆப்பிரிக்கர்கள், தாய்லாந்து, இந்தியா, தென் அமெரிக்கப் பழங்குடிகள் எனப் பலரும் செய்துள்ளனர். ஆனால் அவர்கள் சொன்ன "கோல்டன் மேஜிக்" இதுவரை எவராலும் செய்துகாட்டப்படவில்லை. அறிவியல் தொழில் நுட்பத்தின் துணையுடன் பிரம்மாண்டமான ஆங்கிலப்

படங்களை எடுத்து, அதில் பிளாக் மேஜிக் சூனியக்காரர்களை இறுதியில் கதாநாயகன் வென்று வாகை சூடுவதாகக் காட்டுவதுடன் அவர்கள் திருப்திப்பட்டுக்கொள்ள வேண்டியிருந்தது.

பண்டைய எகிப்திய குருமார்கள் அரசனுக்கும் மேலான செல்வாக்குடன் திகழ்ந்தனர். அவர்களில் பலர் கடவுளர்களாகக் கொண்டாடப்பட்டனர்.

நைல் ஆற்றை ஓஸைரஸ் என்றும், சூரியனை ஈராஸ் என்றும் பெயரிட்டு அவர்கள் வணங்கினர். எகிப்தின் பல பகுதிகளில் பூனைகள் தெய்வாம்சம் பெற்றவையாகக் கருதப்பட்டன அதனால் பிரம்மாண்டமான 60 அடி, 70 அடி உயரப் பூனை சிலைகள் எழுப்பப்பட்டன.

எகிப்தின் சடங்கு முறை ஒன்றின் விளைவுதான் நாஸ்டிரடாமஸ் என்ற தீர்க்கதரிசி உருவாகக் காரணமாக அமைந்தது. அடுத்து வரும் பல நூற்றாண்டுகளில் என்னென்ன நடக்கும் என்று ஐந்நூறு வருடங்களுக்கு முன்பே தன் அகக்கண்ணால் கண்டு, அதை அப்படியே பாடல்களாக எழுதி வைத்தவர் அவர்.

அவர் எழுதிய "நூற்றாண்டுகள்" என்ற நூலின் முதல் பாடலிலேயே அவர் பின் வருமாறு குறிப்பிடுகிறார்:

"தனிமையில் அமர்ந்து நள்ளிரவில் ரகசியப் படிப்பு;
அது பித்தளை முக்காலியின் மேல் இருந்தது
ஒரு மெல்லொளி வெற்றிடத்திலிருந்து வெளி வரவும்
வீணான முயற்சி எண்ணாதபடி அது வெற்றியாகியது"

இதன் மூலம் நள்ளிரவில் அவர் சில ரகசிய முயற்சி களை மேற்கொண்டது தெரியவந்தது. இதுபோன்ற முயற்சி களில் ஈடுபடுவோரை கிறிஸ்துவுக்கு எதிரானவர்கள் என்று கூறி, உயிருடன் கொளுத்திய காலம் அது. அதனால் அவர் அதற்குப் பயந்து, இவ்வாறு இரவில் முயன்று இருக்கலாம். இதுபோன்ற கறுப்பு வித்தைகள் இரவில்தான் செய்யப்படும் என மேல்நாட்டவர்கள் கருதினார்கள்.

இரண்டாம் பாடலில் நாஸ்டிரடாமஸ் கூறுகிறார்:

'அந்த பித்தளை முக்காலியின் கால்களின் நடுவே கைகளை வைத்து
அந்த நீரால் கொஞ்சமாக உடைகளின் மீதும், பாதங்களிலும் தெளிக்க
ஒரு சப்தம்; அசரீரி; கேட்க பயம்; கூடவே நடுக்கம்
இறை சக்தி அருகே இருப்பதுபோல் ஓர் உணர்வு"

இதன் மூலம் அவரது முறைகளில் ஓர் இடிபோன்ற ஒலி, மின்னல் போன்ற வெளிச்சம், அருகே யாரோ இருப்பது போன்ற உணர்வு ஆகியவற்றை அனுபவித்துள்ளார். அதன் பின்பே எதிர்கால தீர்க்க தரிசனங்களை அவர் கூறத் தொடங்கியுள்ளார்.

4-ஆம் நூற்றாண்டைச் சேர்ந்த "நியோ பிளாடோனிஸ்ட் இயம்ப்ளீசஸ்" (Neo Platonist Iamblichus) என்பவர் எழுதிய "டி மிஸ்ட்ரீஸ் எஜிப்டோரம்" (De Mystries egyptorun) என்ற நூல் 1547ல்

மறு பிரசுரமானது. தடை செய்யப்பட்ட அந்த நூலை வாங்கிப் படித்த அவர், பல சோதனைகளைச் செய்தார் என்று கூறப்படுகிறது.

அந்த அளவுக்கு எகிப்திய குருமார்கள் பலரும் வலிமை பெற்றவர்களாக இருந்தனர். வலிமை என்றால் அது இங்கே உடல், அதிகார பலங்களைக் குறிக்கவில்லை. அதிசயங்களைச் செய்து காட்டும் மன ஆற்றல் படைத்தவர்களாக அவர்கள் இருந்துள்ளனர்.

கிறிஸ்துவுக்குப் பல்லாயிரம் ஆண்டுகளுக்கு முந்தைய பாரம்பரியம் மிக்க நைல் நதிக்கரை நாகரிக மக்களின் மரணம் பற்றிய கோட்பாடுகள் வித்தியாசமானவை.

மனிதன் இறந்த பின்னும் வாழ்கிறான் என்பதில் எகிப்தியர்கள் தீவிர நம்பிக்கை கொண்டிருந்தனர். அதனாலேயே மன்னர்களின் பிரமிடுகளுக்குள் இறந்த மன்னனைப் புதைக்கும்போது, அவனுடன் அவனது உடைகள், உடைமைகள், உணவு, வாகனங்கள், ஏன் அடிமைகளைக் கூடச் சேர்த்துப் பிரமிடுக்கு உள்ளே வைத்துப் புதைத்தனர்.

மனிதன் இறந்த பிறகு மீண்டும் எழுந்து வரும் வாய்ப்பு அவனுக்கு உள்ளது. அவன் புதைகுழிக்குச் செல்வதே இத்தகைய ஒரு மீட்டெழுச்சிக்காகவே. இந்த மீட்டெழுச்சிக்குப் பின் சூரியனின் உதவியால் அவன் ஒரு புத்துலகில் புகுகிறான்.

மனிதனின் ஆத்மா சூரியனைப்போலவே அழிவற்றது. சூரியனைப் போலவே புனிதப் பயணங்களை மேற்கொள்ளக் கூடியது.

ஒரு மனிதன் மரணமடைந்த பின்னர் அவன் ஆத்மா கீழே உள்ள பாதாள உலகத்துக்குச் செல்கிறது. அங்கு சிறந்த நீதிமானாக விளங்கக்கூடிய அஸைரிஸ் மற்றும் அவருடன் இருக்கக்கூடிய 42 மதிப்பீட்டாளர்கள் அந்த ஆத்மாவை விசாரிக்கின்றனர். இறந்த அந்த மனிதரின் வாழ்நாள் செயல்பாடுகள் அப்போதைய விசாரணையில் மதிப்பிடப்பட்டு, அதற்கேற்பத் தீர்ப்பு வழங்கப்படுகிறது.

மிகவும் தீய வாழ்க்கை நடத்திய குற்றவாளிகள் தண்டிக்கப் பட்டனர். தண்டனை என்றால் அவர்களுக்கு மீட்டெழுச்சி, மறுவாழ்வு இவை கிடையாது. அவர்கள் அத்துடன் அழிக்கப்பட்டு மறுபிறப்பு என்பது இல்லாமல் மறைந்து போனார்கள். நேர்மையானவர்கள், மன்னிக்கக்கூடிய சிறு பிழைகள் செய்து அவற்றிலிருந்து தூய்மை பெற்றவர்கள் சிறந்த உலகங்களை, அதாவது "நிறைந்த மகிழ்ச்சியை" அடைந்தனர். அவர்களுக்கு அஸைரிஸ் கடவுளின் தோழமையும், எங்குமே கிடைக்காத "அற்புத சுவை கொண்ட தூய உணவும்" கிடைத்தன.

இந்து மதத்தில் சொர்க்கம் பெற்ற ஆத்மாக்களுக்கு அமிர்தம் கிடைக்கும் என்று கூறப்படுவதையும், கிறிஸ்தவ மதத்தில் சொர்க்கத்தை அடைந்த விசுவாசிகளுக்கு இயேசு "தாகம் தீர்க்கும் ஜீவநீர்" தருவார் என்று சொல்லப்படுவதையும் இத்துடன் ஒப்பிடலாம்.

எகிப்திய மக்களிடையே மற்றொரு நம்பிக்கையும் இருந்தது. ஞானமும் தயையும் நிரம்பிய ஆத்மாவானது ஒரு குறிப்பிட்ட இடைவெளிக்குப் பின்பு மீண்டும் பூமியில் பிறக்கும். அந்த ஆத்மா தனது முதல் பிறவியில் பிற உயிர்கள் மீது இரக்கம் காட்டி, அவற்றுக்கு சேவையும் தான தர்மங்களும் செய்திருந்தது என்று வைத்துக் கொள்வோம். அந்தச் சமயத்தில், அது இந்த உலக இன்பங்களில் மூழ்காமல் தனது மனத்தை இறை சிந்தனை, மரணத்துக்குப் பிந்தைய வாழ்வு உள்ளிட்ட விவேகமான அறிவியல் பூர்வமான விஷயங்களில் செலுத்தியிருக்குமேயானால், மரணத்துக்குப் பின்பு அந்த ஆத்மா ஓசைரிஸ் கடவுளால் மதிப்பாக நடத்தப்பட்டு, மறுபடியும் பூமிக்கு அனுப்பப்படும். இம்முறை அந்த ஆத்மாவுக்குரியவர் "அற்புத ஆற்றல்கள்" மிக்கவராக, மக்களை நல்வழிப்படுத்தும் தீர்க்கதரிசியாகப் பிறப்பார்.

"இறையருள் மீது ஆய்வு" என்ற நூலில் கிறிஸ்தவ பாதிரியார் சைனீசஸ் எகிப்தியக் கடவுளான அஸைரிஸ் பற்றி இப்படி எழுதுகிறார்:

ஓசைரிஸ் கடவுள்

“கடவுளர்கள் வேலை எதுவுமின்றி சும்மா இருப்பதாகவோ, அடிக்கடி பூமிக்குத் தொடர்ச்சியாக அவர்கள் வந்து கொண்டிருப்பார்கள் என்றோ எண்ணி விடாதீர்கள். மனித சமூகத்துக்கு நன்மை செய்யும் உணர்வை உண்டாக்கும் நோக்கத்துடன்தான் அவர்கள் பூமிக்கு வருகின்றனர். உண்மையில், வானுலகில் உள்ள புனித வீரர்களின் திருக்கூட்டம் பூமியைக் கவனித்தபடிதான் உள்ளது. அவர்கள் சிறு சிறு விஷயங்களில்கூட மனித இனத்துக்கு உதவத் தயாராக உள்ளனர். மனித குலம் தன் அடிப்படையான நற்குணத்தை இழந்துவிடாமல் காக்கும் ஓர் அமைப்பாகவே இந்தக் கூட்டம் செயல்பட்டு வருகிறது.”

“எப்போதெல்லாம் தர்மம் அழிந்து அதர்மம் தலையெடுக்கிறதோ, அப்போதெல்லாம் அதர்மத்தை அழித்து தர்மத்தை நிலை நாட்ட யுகங்கள் தோறும் நான் அவதரிக்கிறேன்” என்று கிருஷ்ணர் கூறும் வரிகளை இது நினைவூட்டுகிறது, இல்லையா?

இனி, பழைமையான பாரசீகர்களின் மதத்தைப் பற்றிக் கொஞ்சம் பார்ப்போம். எகிப்தியர்களும் கிரேக்கர்களும் இருந்த போதே பாரசீகர்கள் ஒரு மேன்மையான பெருவாழ்வு வாழ்ந்தனர். யூத, கிறிஸ்தவ மதங்களின் தாக்கம்கூட பாரசீகர்களின்

கோட்பாடுகளை மாற்றக்கூடிய சக்தி பெற்றிருக்கவில்லை. பின்னர், இஸ்லாமியர்களின் படையெடுப்பால் உலகம் முழுக்கப் பாரசீகர்கள் சிதறிப் போனார்கள். காலப்போக்கில் இந்த மதம் காணாமலேயே போனது.

பார்ஸி என்ற பெயரால் அழைக்கப்படும் இந்த மதத்தினர் இன்று எண்ணிக்கையில் மிகவும் சிறுபான்மையினராகத்தான் உள்ளனர். இந்தியாவில் மும்பை உள்ளிட்ட இடங்களில் இவர்கள் வசிக்கின்றனர். இந்தியாவை 16 ஆண்டுகள் ஆட்சி செய்த பிரதமர் இந்திராகாந்தியின் கணவர் ஃபெரோஸ்காந்தி ஒரு பார்ஸிதான்.

பாரசீகத்தைப் பூர்வீகமாகக் கொண்டவர்கள் என்பதால் இவர்கள் பார்ஸி எனப்பட்டனர். மற்றபடி இவர்களது மதம் ஜாரதுஷ்ட்ரா. இதை உருவாக்கிய ஜாரதுஷ்டிரரின் பெயராலேயே இது ஜாரதுஷ்ட்ரா எனப்பட்டது. இதை சாதுஷ்ட்ரா, சாராதுஸ்ட்ரா எனப் பலவிதமாக அழைக்கின்றனர்.

இந்த மதத்தை நிறுவிய ஜாரதுஷ்ட்ரர் கி.மு.628ல் பிறந்து கி.மு.551ல் மறைந்தவர். அவரது போதனைகள், கோட்பாடுகளை அவர்களின் புனித வேதமான ஜெண்ட் அவெஸ்தா மூலம் அறியலாம்.

சிர்தார் இக்பால் அலிஷா என்பவர் எழுதி, நியூயார்க்கில் வெளியான "கிழக்கு நாடுகளின் ஆன்மா" என்ற நூல் ஜாரதுஷ்ட்ரா பற்றி விரிவாகக் கூறுகிறது.

ஜாரதுஷ்ட்ரா என்பதை திருத்தப்பட்ட இயற்கை வழிபாடு எனலாம். ஆனால் மனம் என்பதையும் உயிர் என்பதையும் அது வெவ்வேறாகக் கருதுகிறது.

உலகம் என்பது இரு சக்திகள் எதிரெதிர் திசைகளில் இயங்குவதால்தான் செயல்பட முடிகிறது. நல்ல குணங்களின்

ஜாரதுஷ்ட்ரா

கடவுள்களின் தலைவர் அஹுராமஜ்தா. தீய குணங்களின் கடவுள்களின் தலைவர் அஹ்ரிமான். இந்த இரண்டு கடவுள்களும் ஒருவருக்கு எதிராக மற்றவர் தொடுக்கும் யுத்தங்களே பிரபஞ்சத்தை ஊக்குவிக்கும் சக்தியாக விளங்குகிறது. இந்த யுத்தத்தின் முடிவில் எப்போதும் வெற்றியானது நல்ல குணங்களின் கடவுள்களுக்குத்தான் கிடைக்கிறது.

கி.பி. ஐந்தாம் நூற்றாண்டில் ஜாரதுஷ்ட்ராவின் சமயக்கருத்துகள் ஒன்றாகத் தொகுக்கப்பட்டன. அந்த நூல் "பந்தே யஹஷ்" எனப்படுகிறது. வேதங்களுக்கு உபநிடதங்களைப் போன்று "அவெஸ்தா"வுக்குப் "பந்தே யஹஷ்" எனலாம்.

மரணத்துக்குப் பின்னுள்ள மனிதனின் நிலையைப்பற்றி அவை விரிவாகக் கூறுகின்றன. மரணத்துக்குப் பின்பு ஒரு மனிதனது உடலைப் பேய் உருவங்கள் தங்களுக்குச் சொந்தமாக்கிக் கொள்கின்றன. இறந்து போனவனுக்கு மூன்றாவது நாள் தன் உணர்வு திரும்புகிறது. ஒருவன் மரணமடைந்த பின்னர் வரும் மூன்று இரவுகளிலும் அவனது ஆவி அவன் தலைமாட்டுக்கு அருகிலேயே அமர்ந்திருக்கும். மீண்டும் அது தன் உடலுக்குள் நுழைய ஒரு சந்தர்ப்பம் கிடைக்காதா என்று ஏக்கத்துடன், அல்லது நம்பிக்கையுடன் காத்திருக்கும்.

மூன்றாவது இரவுக்குப் பின்னர் ஒரு காற்று தன்னை நோக்கி வீசுவதை அந்த ஆத்மா அறிந்து கொள்கிறது.

நற்குணங்களும் நற்செய்கைகளும் கொண்ட புண்ணிய வாழ்வு வாழ்ந்த ஓர் ஆத்மாவாக அது இருந்தால், இனிமையான, நறுமணம் மிகுந்த காற்று வீசுவதாக அது உணரும். ஒரு அழகிய பெண் பற்றி ஜாராதுஷ்ட்ராவில் கூறப்பட்டுள்ளது. இந்தப் பெண்ணை "தின்" என்கிறது ஜாரதுஷ்ட்ரா. இவள் நல்லொழுக்கத்தின் அடையாளமாகச் சித்தரிக்கப்படுகிறாள். ஒரு மனிதன் தன் ஆயுள் முழுக்கப் புரிந்த புண்ணிய காரியங்களால் உண்டாக்கப்பட்டவள் அந்தப் பெண். இந்த அழகிய பெண் இறந்த ஆத்மாவை அணுகி பேரின்ப உலகின் எல்லைக்குள் அதை அழைத்துச் செல்கிறாள்.

முதலில் அந்த ஆத்மா நட்சத்திர சொர்க்கத்துக்கு அழைத்துச் செல்லப்படுகிறது. இதை "சேடர் பாயக்" என்கின்றனர். அங்கிருந்து நல்ல ஆத்மா அடுத்தபடியாக சந்திர சொர்க்கத்தை அடைகிறது. இதை "மாப் பாயக்" என்கிறார்கள். இறுதியாக, அந்த ஆத்மா "குர்டுத் பாயக்" எனப்படும் கரிய சொர்க்கத்தை அடைகிறது.

பழி, பாவங்களுக்கு அஞ்சாமல், அகம்பாவமும் சுய நலமும் கொண்டதாக, தீமைகளையே தன் வாழ்நாள் முழுவதும் செய்து வாழ்ந்த... கெட்ட ஆத்மாக்கள் இறந்த ஜீவனின் தலைமாட்டிலேயே தவிப்போடு காத்திருக்கும். மீண்டும் தன் உடம்புக்குள் நுழைய ஒரு சந்தர்ப்பம் கிடைக்காதா என்ற நப்பாசையுடன் அது காத்திருக்கும் வேளையில் மூன்றாவது இரவு முடிந்ததும் ஒரு துர்நாற்றத்துடனான காற்று தன்னை நோக்கி வீசுவதை அந்த ஆத்மா உணரும்.

அந்த நேரத்தில் குரூபியான, அழகற்ற ஒரு பெண் வந்து அந்த ஆத்மாவை அழைத்துச் செல்வாள். மரங்களே இல்லாத ஒரு தோட்டத்துக்கு அப்போது இந்த ஆத்மா அழைத்துச் செல்லப்படும். (மரங்களே இல்லாத இடத்தை எப்படித் தோட்டம் என்று சொல்வது ? அது வெறும் பொட்டல் வெளிதானே. ஆனால் இங்கு பார்சி மொழியில் மரங்கள் அற்ற தோட்டம் என்ற பெயரில்தான் இது குறிப்பிடப்படுகிறது.)

கெட்ட ஆத்மாக்கள் நடந்து செல்லக்கூடிய பாதை கூரிய முனைகள் கொண்ட, கரடு முரடான முள் பாதையாக இருக்கும். அந்த ஆத்மாக்கள் தன் வாழ்நாளில் செய்த தீய செயல்களின் அடையாளமாக ஒரு மூர்க்கமான, கொடிய விலங்கின் வடிவத்தை எட்டுகின்றன. இந்த விலங்கு விரட்ட ஆரம்பித்தவுடன் கெட்ட ஆத்மா கரடு, முரடான பாதையில், அதனிடமிருந்து தப்பிக்கும் தவிப்புடன் நிலை தடுமாறி விழுந்தும் எழுந்தும், எப்படியாவது தப்பித்து ஓடிவிட வேண்டும் என்ற தன் முயற்சியின் முடிவில் நரகத்தில்போய் விழுகிறது.

தன் வாழ்நாளில் நற்செயல்களையும், தீய செயல்களையும் சரிசமமாகச் செய்த ஓர் ஆத்மா பூமிக்குச் சமமான வேறொரு உலகத்துக்கு அழைத்துச் செல்லப்படும். அந்த உலகம் “ஹேமிஸ்டகான்” எனப்படும். நல்ல ஆத்மாக்கள், கெட்ட ஆத்மாக்கள், நல்லதும், கெட்டதும் கலந்த ஆத்மாக்கள் எல்லாமே “சினிவாட்” என்ற ஒரு பயங்கரப் பாலத்தைக் கடந்தேயாக வேண்டும். இந்தப் பாலத்தை நல்ல ஆத்மாக்கள் எளிதில் கடக்கின்றன. பின்னர் அவை பேரின்பத்தின் எல்லைக்குள் சென்று ஓர்முஜுட், அம்ல் பாண்ட்ஸ் ஆகிய கடவுளர்களின் இருப்பிடத்தை அடைகின்றன. அங்கு தங்க சிம்மாசனங்களில் அமர்ந்து ஹுரான் இ பெபிஷ்ட் (அழகிய தேவதைகளின் தோழமை) நிலையைப் பெற்று பேரானந்தத்தில் நிலைக்கின்றன.

சினிவாட்

பாவ ஆத்மாக்கள் பாலத்தைக் கடக்க முடியாமல் விழுகின்றன. துஜாக் என்னும் பள்ளத்தாக்குக்கு அவை கொண்டு செல்லப்பட்டு, பலவகையான தண்டனைகளுக்கு உள்ளாக்கப்படுகின்றன. "தேவாஸ்" (இந்து மதத்தில் யம கிங்கரர்களைப் போன்றவர்கள்) என்பவர்கள் இந்த ஜீவன்களுக்கான தண்டனைகளை அமல்படுத்துவார்கள். இந்த ஆத்மாக்களுக்குத் தண்டனைக் காலத்தை நிர்ணயிப்பவர்தான் "ஓர்முஜுட்" என்னும் கடவுள்.

சிலர் தங்களது இடைவிடாத பிரார்த்தனைகளால், தாங்கள் செய்த தவறுகளை எண்ணி மனம் வருந்தி அதற்காக மன்னிக்கச் சொல்லி வேண்டுவதால், நல்ல ஆத்மாக்களான அவர்களது நண்பர்களின் பரிந்துரைகளால் அவர்கள் மீட்கப்படுகின்றனர்.

உலகின் இறுதியின்போது தீர்க்கதரிசி ஒருவர் தோன்றுவார். அவர் உலகின் அநீதியையும் தீய தன்மையையும் அழித்து, ஆனந்தம் நிரம்பியதொரு ராஜ்ஜியத்தை அங்கு கொண்டு வருவார்.

(இந்த ஒரு விஷயத்தில் எல்லா சமயங்களும் சொல்பவை ஏறக்குறைய ஒரே மாதிரி இருப்பதைக் காணலாம். கல்கி அவதாரம் தோன்றி அதர்மம் அழிக்கப்படும் என்கிறது வைணவ மதம். விஷ்ணுவின் பத்தாவது அவதாரம் அது. சைவர்களோ பிரளயத்தின்போது கால ருத்திரனாய், பிரளய கால பைரவனாய் சிவன் ஊழித்தாண்டவமாடுவார் என்கின்றனர். உலகம் முழுவதும் ஒரு நாள் கலீமா ஓதும் என்கிறது இஸ்லாம். கிறிஸ்து மீண்டும் வருவார் என்கிறது கிறிஸ்தவம்.)

அந்தத் தீர்க்கத்தரிசி ஜாரதுஷ்ட்ரா மதத்தின் நெடிய காலத்தையும், ஓர்முஜுட்வின் சுவர்க்கத்தையும் கொண்டு

வருவார். அவர் முன்பு நியாயத் தீர்ப்புக்காக அனைவரும் கொண்டுவரப்படுவர். உறவினர்களும் நண்பர்களும் மீண்டும் ஒருமுறை சந்திக்கக் கிடைக்கக்கூடிய ஓர் அரிய சந்தர்ப்பம் இது. அப்படி சந்தித்துக் கொள்பவர்கள், ஒருவரை ஒருவர் அடையாளம் கண்டுகொண்டு மகிழ்ச்சிக் கடலில் ஆழ்ந்த பின், பிரிவின் துக்கமும் அவர்களுக்கு உண்டு. நல்லவர்கள், கெட்டவர்கள் என அவர்கள் பிரிக்கப்பட்டு, அதில் தீயவர்களுக்குத் தண்டனை விதிக்கப்படுகிறது.

அதன் பின் ஒரு வால் நட்சத்திரம் எரிந்தபடியே வந்து பூமி மீது மோதும். உடனே உலகமே தீப்பற்றி எரியும். அதற்குப் பிறகு கடல்கள் கொந்தளிக்கும், மலைகள் பிளந்து சுக்கு நூறாகும். மலை, கல், மண் எல்லாம் அந்த அக்னியின் உக்கிரத்தால் உருகி நெருப்பு திரவமாக மாறி, அந்த இடத்திலிருந்து தகதகத்தபடி ஆறுபோல் ஓடும்.

நல்லதும் கெட்டதுமான எல்லா ஆத்மாக்களும் அப்போது அதனுள் புகுந்துகொண்டு, தங்களுடைய எல்லாவிதமான மாசுகளும், தீயவைகளும், பாபங்களும் நீங்கித் தூய்மை அடைகின்றன. தீயவர்களின் கடவுளான "அஹ்ரிமான்"கூட அதன் குணத்திலிருந்து அந்தச் சமயத்தில் மாற்றப்படுகிறது. அனைத்தும் அப்போது சுத்தம் (துஜாக்) செய்யப்படும். அதன்பின் தீமைகள் நிரந்தரமாக அழிக்கப்பட்டு, மனிதகுலம் விவரிக்க முடியாத பேரின்பத்துடன் பெருவாழ்க்கை வாழத் தொடங்கும்.

இந்துக்களுக்கு நெருப்பு என்பது எப்படிப் புனிதமானதோ அப்படியே பார்ஸிகளுக்கும் அது புனிதமானது. அவர்களது புனித

வேதமான அவெஸ்தாவில் அக்னியின் மூலமான சூரியனைப் போற்றும் பாடல்கள் அதிகம்.

"மித்ரன் வானவெளியில் உதயத்துக்கு முன் தோன்றும் தெய்வீக ஒளி. அவன் தன் நூறு கண்களால் உலகைக் கண்காணிக்கிறான்."

"அழிவற்ற, அதிவேகமான குதிரையைப் போன்ற அவனுக்கு எங்கள் வணக்கங்கள். அவன் வருகையால் அஹீரா படைத்த இந்த உலகம் சுத்தமாயிற்று. அவன் இல்லையேல் இருளும் அசுரர்களும் சேர்ந்து இந்த உலகை அழித்து விடுவர்."

உலகத்தின் மிகச் சிறந்த மதங்களுள் ஒன்று ஜாரதுஷ்ட்ரா. ஆனால் இப்போது இதைப் பின்பற்றுவோர் எண்ணிக்கை மிக மிகக் குறைவாக உள்ளது.

இருளுக்கும் வெளிச்சத்துக்கும் இடையே, அதேபோல் நன்மைக்கும் தீமைக்குமிடையே ஓயாத போர் எல்லாக் காலங்களிலும் நடைபெற்ற வண்ணம் உள்ளது. இதைப் பற்றி இந்த பார்ஸி மதம் நிறையப் பேசுகிறது. இந்த இருவேறு சக்திகளின் ஈர்ப்பில்தானே உலகமே இயங்குகிறது.

ஜாரதுஷ்ட்ரா சமயத்தின் உடல், மனம் இரண்டும் வெவ்வேறா னவை என்ற கோட்பாடு தற்போது உளவியல் விஞ்ஞானிகளால் பெரிதும் விவாதிக்கப்பட்டு வருகிறது. விஞ்ஞானிகள்கூட மனிதனின் மனம் அவனுக்குக் கட்டுப்பட்டது அல்ல; சில சமயங்களில் அவன் வாழ்வில் நடைபெறும் செயல்களை ஆராய்கையில், மனிதனை, மனித உடலை மனம் தன் தேவைகளுக்காக தன் விருப்பப்படி பயன்படுத்திக் கொள்கிறது என்று கருதுகின்றனர்.

திட்டவட்டமான ஒரு சித்தாந்தத்தைப் பின்பற்றும் மனிதன்கூட, சமயத்தில் தான் தீவிரமாக எண்ணியதற்கு, நம்பியதற்கு மாறாகச் செயல்படுகிறான். "நான் ஏன் அப்படி செய்தேன் என்று எனக்கு இன்னமும் புரியவில்லை" என்று பலர் கூறுவதை நாம் காணலாம்.

மேலைநாட்டு உளவியல் நிபுணர் ஒருவர் "மனத்துக்குத் தனிமனம் உண்டு" என்றே ஒரு நூலை எழுதியிருக்கிறார். மனிதனுக்கு எப்படி ஓர் அந்தரங்க வாழ்க்கை உண்டோ, அதுபோல் மனத்துக்கும் ஓர் அந்தரங்கமான வாழ்க்கை உண்டு. எப்படி ஒரு மனிதன் மற்றவர்களுக்குக் கூடத் தெரியாமல் தன் வாழ்வில் சிலவற்றை (சில எண்ணங்கள், சில சம்பவங்கள், சில பழக்கங்கள், சில பொருட்கள் என எதுவாகிலும்) மறைத்து வைப்பானோ, அதேபோல்

மனிதனின் மனமானது, அந்த மனிதனுக்கேகூடத் தெரியாமல் சில ரகசியங்களைத் தன் மனத்துக்குள் ஒளித்து வைத்திருக்கும். உரிய சமயத்தில் அவை வெளிப்படுத்தப்படுவதும் உண்டு. எப்படி தன் இயல்புக்கு ஒரு உத்தியோகம் ஒத்துவராதபோது ஒரு மனிதன் தனது வேலையை திடீரென்று ஒரு நாள் உதறிவிடுகிறானோ, அப்படி, தான் சார்ந்திருக்கும் உடலானது தனது திட்டங்கள், அபிலாஷைகளை செயல்படுத்த ஒத்துவராத ஒரு நிலையில், மனம் அந்த உடலை உதறிவிடுகிறது. அப்போது அந்த உடல் சந்திக்கும் நிலைதான் மரணம் என்று கருதலாம்.

மின்சாரம் இல்லாத யந்திரம் மாதிரிதான் மனம் நீங்கிய உடலும். உடலை விட்டு மனம் வெளியேறுவதே மரணம் என்கிறது உளம் சார் அறிவியல்.

“நான்தான் கடவுள். இங்கு வேறு யாரும் கடவுள் இல்லை. நான் வெளிச்சத்தை உண்டுபண்ணி இருளை உருவாக்குகிறேன். அமைதியை உண்டாக்கி, தீமையை உருவாக்குகிறேன். கடவுளாகிய நான்தான் இவை எல்லாவற்றையும் செய்கிறேன்.”

ஜாரதுஷ்ட்ராவின் தாக்கத்தைப் பின்னால் வந்த யூத, கிறிஸ்தவ, இஸ்லாமிய மதங்களில் பல இடங்களில் காண முடியும். எனினும் இந்த மதங்களின் அடிப்படையான கோட்பாடுகளை ஆராய்பவர்களால்தான் இதைக் கண்டறிய முடியும். ஏனெனில், யூத மதம் மோசஸ் வாழ்வு மற்றும் போதனைகளையும், கிறிஸ்தவ மதம் ஏசு நாதரின் வாழ்வு மற்றும் உபதேசங்களையும், இஸ்லாம் முகமது நபியின் வாழ்க்கை மற்றும் போதனைகளையும் மையப்பொருளாக எடுத்துக்கொண்டதால் மற்றவை பின்னுக்குத் தள்ளப்பட்டுவிட்டன.

மற்றபடி மோசஸின் கருத்துகள் பல இடங்களில் ஜாரதுஷ்ட்ரரின் பாதிப்புடன் இருப்பதைக் காணலாம். இயேசு நாதரின் காஸ்பல்ஸ் (Gospels) என்னும் வாழ்வும் அறிவுரையும் கொண்ட கருத்துகள், மீட்சியடைவது, விடுதலைபெறுதல் தொடர்பானது பற்றியவையாக உள்ளன. இவை ஜாரதுஷ்ட்ராவை நினைவூட்டுவதைக் காணலாம். ஜாரதுஷ்ட்ராவின் அஹ்ரிமான் பன்மடங்கு வலிமையுடன் பைபிளில் சாத்தான் என்ற பெயருடன் இடம் பெற்றுள்ளான். இதேபோல், இஸ்லாம் மதத்திலும் குர்ஆனில் மரணத்துக்குப் பின் ஆத்மாவின் நிலைபற்றிக் கூறப்பட்டுள்ளவற்றில் ஜாரதுஷ்ட்ராவின் தாக்கத்தைக் காணலாம்.

11

இறைவனுக்கும் மனிதனுக்கும் இடையே ஒரு சுவர்

ஆன்மாவால் ஆடிடும்
ஆட்டம் தேகத்
தான்மா அற்றபோதே
யாமுடல் வாட்டம்
வான் கதி மீதிலே
நாட்டம் நாளும்
வையிலுனக்கு வருமே
கொண்டாட்டம்
எட்டும் இரண்டையும்
ஓர்ந்து மறை
எல்லாம் உனக்குள்ளே
ஏகமாய்த் தேர்ந்து
வெட்ட வெளியினைச்
சார்ந்து ஆனந்த
வெள்ளத்தின்
மூழ்குமிருகளி கூர்ந்து

–கடுவெளிச் சித்தர்

உலகத்தின் மிகக் கெட்டிக்கார இனங்கள் என்று பட்டியலிட்டால் அதில் முக்கியமானதொரு இடம் "ஜ்யூவிஷ்" எனப்படும் யூதர்களுக்கு உண்டு. அதேபோல் உலகிலேயே மிகவும் துன்ப, துயரங்களை அனுபவித்தவர்கள் என்று பார்த்தால் அதிலும் யூத இனமே முக்கியமானதொரு இடத்தைப் பெற்றிருப்பதைக் காணலாம்.

ஜெர்மானிய சர்வாதிகாரி அடால்ப் ஹிட்லர் இரண்டாம் உலகப் போரின்போது நடத்திய யூத இனப்படுகொலையால் ஒரு கோடிக்கு மேற்பட்ட யூதர்கள் கொல்லப்பட்டனர். ஆண்கள், பெண்கள், குழந்தைகள் என்ற எந்தவிதப் பாகுபாடும் இல்லாமல் கூட்டம், கூட்டமாக கியாஸ் சேம்பர் எனப்படும் விஷவாயு அறைகளில் இவர்கள் அடைக்கப்பட்ட பின் விஷவாயு திறந்துவிடப்பட்டது. அதனால் பாதிக்கப்பட்டு, கொத்துக் கொத்தாக செத்து விழுந்தவர்களைப் பெரிய பள்ளம் தோண்டி அதற்குள் தள்ளி மூடிவிட்டனர்.

ஓர் இனத்தையே நிர்மூலமாக்குமளவுக்கு யூதர்கள் மீது ஹிட்லருக்கு அப்படி என்னதான் வெறுப்பு? இந்த ஒரு கேள்விக்குதான் எவராலும் விடை கண்டுபிடிக்க முடியவில்லை.

ஷேக்ஸ்பியர், மறுமலர்ச்சி காலத்தில் ஏற்பட்ட மாபெரும் இலக்கிய மறுமலர்ச்சிக்கான முக்கியப் பிதாமகராக இருந்தார். 15-ஆம் நூற்றாண்டுக்குப் பின்னர், அப்போதே இங்கிலாந்தில்

ஏற்பட்ட மாற்றங்களால் ஏற்பட்ட தாக்கம் ஐரோப்பாவின் மீது ஆளுமை செலுத்தத் தொடங்கிவிட்டது எனலாம். பிரிட்டனில் பலதுறைகளிலும் ஏற்பட்ட மறுமலர்ச்சி, அந்த நாட்டின் ஒட்டுமொத்த சமுதாயத்தின் மீதும் ஆளுமை செலுத்தியது. அதில் இலக்கியத்தில் ஷேக்ஸ்பியர் ஏற்படுத்திய தாக்கம் மிகவும் பலமாக இருந்தது.

இன்பவியல், துன்பவியல் இருதுறைகளிலும் கொடி கட்டிப் பறந்தார் அவர். அவரது ஓதெல்லோ, மாக்பெத்து, கிங் லியர் போன்றவை துயரம் தோய்ந்தவையாக, மனத்தை உருக்குபவையாக இருந்தன. ஹாம்லெட், ரோமியோ ஜுலியட் இவையும் இதே வகையைச் சேர்ந்தவைதான். பனிரண்டாவது இரவு, புயல்காற்று போன்றவை நகைச்சுவையை அள்ளித்தந்தன.

இரண்டையும் தாண்டி சமூகத் தாக்குதல் தொடுத்தது "வெனிஸ் வர்த்தகன்" நாடகம். இதில் வரும் வட்டிக் கடைக்காரன் ஷைலக் தன்னிடம் கடன் பெற்றவனிடம், அவன் நெருக்கடியைப் பயன்படுத்திக் கொண்டு குறித்த காலத்தில் அவன் கடனைத் திருப்பிச் செலுத்தாவிடில் தன் உடலில் இருந்து ஒரு பவுண்டு சதையை அறுத்துத் தரவேண்டும் என்று எழுதி வாங்கிக் கொள்கிறான்.

கடன் வாங்கியவன் கடனைக் கட்ட முடியாத நிலையில், நீதிமன்றத்தில் வழக்குத் தொடுக்கிறான் வட்டிக் கடைக்காரன். கடன்பட்டவனின் மனைவி போர்டுயா நீதிமன்றத்தில் துணிச்சலாக வாதாடி, தன் கணவனை மீட்கிறாள்.

பெண்கள் ஒடுக்கப்பட்டுக் கிடந்த ஒரு காலகட்டத்தில் எழுதப்பட்ட இந்த நாடகத்தில் இடம்பெற்ற போர்டுயாவின்

பாத்திரம் பெண்கள் மீது அதுவரை பிணைக்கப்பட்டிருந்த அடிமைத் தளையை உடைத்தெறிந்து, ஒரு மாறுபட்ட கோணத்தில் அவர்களை எடுத்துக்காட்டியதால், அதைப் பார்த்துப் பெண்கள் எழுச்சி பெற அது உதவியது. இதன் மறைமுகமான எதிர்விளைவாக வட்டிக் கடைக்காரன் ஷைலக் மக்களின் கொடூர வெறுப்புக்கு ஆளானான்.

ராமாயணத்தைப் படிக்கும் மக்கள் ராமனையும் சீதையையும் நேசித்து, ராவணனை வெறுப்பதுபோல், ஐரோப்பா கண்டத்தில் அப்போது ஷைலக் வெறுக்கப்பட்டான். அவன் ஒரு யூதவணிகன். துரதிர்ஷ்டவசமாக அப்போது இங்கிலாந்து, பிரான்ஸ், ஜெர்மனி நாடுகளில் உள்ள வட்டிக் கடைகளை யூதர்கள்தான் நடத்தி னார்கள். முறைப்படுத்தப்பட்ட அரசு விதிமுறைகள் இந்த வட்டிக் கடைகளுக்குக் கிடையாது. அவரவர் நெருக்கடி, அவசரம் ஆகியவற்றைப் பொறுத்து வட்டிக் கடைக்காரன் என்ன சொல்கிறானோ அதுதான் சட்டம். அவன் சொல்லும் நிபந்தனைகளுக்குக் கட்டுப்பட்டு எழுதிக் கையெழுத்துப் போட்டுவிட்டால், கடைசியில் அதில் கண்டுள்ளபடி கடனைத் திருப்பிக் கொடுத்தே தீர வேண்டும். “பணம் வாங்கும்போது சம்மதித்துதானே வாங்கினாய்?” என்று கேட்பார் நீதிபதி.

இதன் எதிரொலியாகத்தான் யூத இனத்தையே கருவறுக்கும் அளவுக்கு ஹிட்லரின் மனத்தில் துவேஷத் தீயை அது மூட்டியது என்கின்றனர் உளவியலாளர்கள்.

கிறிஸ்தவம், இஸ்லாம் ஆகியவற்றின் மூதாதை என்ற பெருமை யூத மதத்துக்கு உண்டு. எகிப்திய, சுமேரிய, அக்கேடிய சாம்ராஜ்யங்களில் பரவி இருந்த மதங்களிலிருந்து யூத மதத்தின் தனித் தன்மையை நிலை நிறுத்தியதே அதன் “ஏக இறைவன்” என்ற சித்தாந்தம்தான்.

மற்ற மதங்களில் எண்ணற்ற கடவுள்கள் இருந்தனர். இயற்கையை அல்லது மனிதனை மீறிய, மனிதனை பயமுறுத்திய அனைத்தையும் மனிதர்கள் கடவுளாக வணங்கினர். இடி, மின்னல், மழை, பாம்பு, முதலை போன்ற வலிய பிராணிகள், இயற்கை சக்திகள் எல்லாமே இவர்களைப் பொருத்தவரையில் கடவுள்கள்தான். கடல் தெய்வம், வான் தெய்வம், பூமி தெய்வம் என அந்தந்த சூழ்நிலைக்கு ஏற்ப ஆங்காங்கு தெய்வங்களும் அவற்றுக்கான வழிபாடுகளும் ஏற்பட்டன.

நோய்களை உண்டு பண்ணும் நோய்க் கடவுள்கள், அதைக் குணப்படுத்தும் மருத்துவக் கடவுள்கள் என எண்ணற்ற சடங்கு முறைகள் இவர்களிடையே இருந்தன.

இந்து மதத்தில் காமத்தின் கடவுளாக மன்மதன்-ரதி இணையைக் கூறுகின்றனர். இவர்கள் தங்கள் கரும்பு வில்லை வளைத்து புஷ்ப பாணம் தொடுப்பார்கள். இந்த மலர்க்கணை தாக்கியவன் விரகதாபத்துடன் கட்டிலில் புரண்டு கொண்டிருப்பான். காம எண்ணங்களால் ஆட்கொள்ளப்பட்டு, தூக்கமின்றி தவித்து இளைத்துப் போவான்.

ரோமானியர்களின் காதல் கடவுள் வீனஸ். கிரேக்கர்களுக்கு "க்யுபிட்" தான் காதல் கடவுள்.

எகிப்திலும் அந்தக் காலத்திலிருந்த பல நாடுகளிலும் மனித இனம் பெருகக் காரணமாக இருக்கும் காம உறுப்புகளையே கடவுளாக்கி வழிபட்டனர். இதில் ஆண்குறிச்சிலைகள், பெண் குறிச்சிலைகள் என்று உண்டு. ஆண்குறிக்கடவுள் "இஷ்டார்" எனப்பட்டார். இவரது உருவ சிலை சிறிய வடிவில் இருக்கும். ஆனால் இவரது ஆண்குறி லிங்க உறுப்பு மட்டும் பெரிதாக வடிக்கப்பட்டிருக்கும். தொழுகை, படையல் எல்லாம் இதற்குத்தான் நடைபெறும்.

பெண் குறிக்கடவுள் "பேலியாக்" எனப்படும். இதன் உருவச்சி லையும் சாதாரணமாக, சிறிய வடிவில்தான் இருக்கும். ஆனால் இதன் மர்ம உறுப்பு மட்டும் அளவில் பெரிதாக சிலையின் மொத்த வடிவில் கால் பகுதிக்கு மேல் இருக்கும். வழிபாடுகளும் நேர்த்திக்கடன்களும் இதற்குத்தான் நடத்தப் படும்.

இத்தகைய காலகட்டத்தில் "ஒன்றே கடவுள்" என்று பறையறிவித்தது யூதமதம் மட்டும்தான். அந்தக்காலத்தில் அது ஒரு மாபெரும் புரட்சி எனலாம்.

சூரியக் கடவுள், சந்திரக் கடவுள், தாவரங்களின் தேவதை என்றெல்லாம் உருவாக்கப்பட்டு, அந்தக் கடவுள்களின் கோப, தாபங்கள், ஊடல்கள், யுத்திகள் எல்லாம் கதைகளாகப் பரவியிருந்த காலத்தில், இவற்றுக்கெல்லாம் ஆதாரமான கடவுள் ஒருவரே என்றும், அவர்தான் மற்ற எல்லாவற்றையும் உண்டாக்கினார் என்றும் யூதம் கூறியது பலரையும் அதன்பால் ஈர்த்தது.

யூதர்களின் வேதமான "தால் முட்" திட்டவட்டமாக ஒரு கருத்தைக் கூறுகிறது. "கேள், ஓ இஸ்ரேல் நம்மை ஆள்கிற கடவுள் ஒரே ஒரு கடவுள்தான்."

"சுவர்க்கங்கள் இறைவனின் பெருமையைப் பாடுகின்றன. ஆகாயமோ அவரது கைவண்ணத்தைக் காட்டுகிறது."

யூதர்களின் ஏக இறைவன் யாவே. இவரைப் பின்னர் ஏகோவா என்ற பெயரால் பைபிள் குறிப்பிட்டு எகோவா (ஜெகோபா என்றும் அழைக்கப்படுகிறார்),

"நானே தேவன். என் பெருமையை வேறு கடவுள்களுக்கோ, விக்கிரகங்களுக்கோ ஒருபோதும் நான் கொடேன்" என்று அவர் கூறுவதாகக் குறிப்பிடுகிறது.

இதையே இஸ்லாம் "அல்லாஹ்" என்ற பெயரால் அழைக்கிறது. அல்ஆஹ் என்றால் அரபு மொழியில் எங்கும் நிறைந்தவர் என்று பொருள்.

குர்ஆன் கூறுகையில், "நிச்சயமாக அல்லாஹ் மிகப் பெரியவர். அவர் ஒருபோதும் எவரையும் தனக்கு இணை வைப்பதில்லை" என்கிறது.

ஆதிசங்கரரின் அத்வைதம் வெட்டவெளி எங்கும் பரவி, நீக்கமற நிறைந்திருப்பதே பிரம்மம் என்கிறது.

தாயுமானவரோ,

'அங்கிங்கெனாதபடி எங்கும் பிரகாசமாய்
ஆனந்த பூர்த்தியாகி...'

என்று பாடுகிறார்.

இறைவனைப் பற்றிய கோட்பாடுகளில் ஏறக்குறைய இவை அனைத்தும் ஒரே குரலில் ஒலிப்பதைக் காணலாம்.

இதில் மிகப்பெரிய வேடிக்கை ஒன்று உண்டு.

எகிப்திய, சுமேரிய, பாபிலோனிய, கிரேக்க, ரோம சாம்ராஜ் யங்களில் பரவி இருந்த மதங்கள் எண்ணற்ற கடவுள்களைக் கொண்டிருந்தன. அவற்றை வழிபடும் பக்தர்களும் தங்களுக்குள் அணி பிரிந்து சண்டையிட்டனர். இந்தியாவில் இந்து மதத்தில்கூட சைவ, வைணவ, சாக்த மதப் பிரிவுகளிடையே மதப் பூசல்கள் இருந்தன. ஆதிசங்கரர் தோன்றி ஷண் மதங்கள் என்னும் அறு சமய வழிபாட்டு முறையைப் புகுத்தி, "சிவன் கடவுள். அவர் மனைவி பார்வதியும் கடவுள். அவருடைய மைத்துனர் விஷ்ணு கடவுள். மகன்கள் விநாயகர், முருகர் எல்லாருமே கடவுள்கள்தான். அனைத்தும் உருவமற்ற பரப்பிரம்மத்தின் பல்வேறு வடிவங்களே. நீங்களும் அதன் வடிவமே. நானும் அதன்

வடிவமே. வணங்குபவன், வணங்கப்படுபவன், வணங்குதல் என்னும் செயல்பாடு எல்லாம் பிரம்மமே" என்று கூறி சமயப் பூசலைப் பெரிதும் தணித்தார். எனினும்கூட, சமயப் பூசல் மட்டுப்பட்டதே தவிர இல்லாமல் போகவில்லை.

ஐரோப்பாவில் பல கடவுளர்களை வழிபட்டுக்கொண்டு சிதறிக் கிடந்த சமூகத்தை ஒரே கடவுள் வழிபாடு கொண்ட சமயத்தால் எளிதில் வெல்ல முடிந்தது. பல கோஷ்டிகளைக் கொண்ட ஒரு கட்சியை ஒரே தலைவனின் கீழ் இயங்கும் கட்சி எளிதில் வெல்வதுபோல் இவை வென்றன.

ஆனால் இந்த ஒரே கடவுள் கொள்கை கொண்ட சமயங்கள் பல தோன்றி அவை ஒன்றோடொன்று பல நூற்றாண்டுகள் போரிட்டுக் கொண்டிருப்பதுதான் வேடிக்கை.

"கடவுள் ஒருவரே. மோசஸ்தான் அவரது அருள் பெற்ற தீர்க்கதரிசி" என்றது யூத மதம்.

"கடவுள் ஒருவரே. ஏசு கிறிஸ்துதான் அவருடைய குமாரர்" என்றது கிறிஸ்தவ மதம்.

"கடவுள் ஒருவரே. முகம்மது நபிதான் அவருடைய தூதர்" என்றது இஸ்லாமிய மதம்.

மூன்று மதங்களும் ஒரே குரலில் "இறைவன் ஒருவனே" என்கின்றன உரத்த குரலில். தங்களில் யார் அவருடைய பிரதிநிதி என்பதில் இவற்றிடையே முட்டல்,மோதல் ஆரம்பமாகி விடுகிறது.

யூத மதத்தைப் பொறுத்தவரை மோசஸ்தான் இறுதியாக அவர்களைப் பொறுத்தவரையில் எல்லாம். கடவுளை முகத்தோடு முகம் பார்த்து 10 கட்டளைகள் பெற்றவர் அவரே.

கிறிஸ்தவத்தைப் பொறுத்தவரை ஏசுதான் எல்லாமே. அவரே கடவுளின் கிருபையால் கன்னிமேரி வயிற்றில் பிறந்த மகன் என்ற நம்பிக்கை கிறிஸ்தவர்களுக்குப் பலமாக உண்டு. மனுஷ்ய புத்ரன், தேவகுமாரன் என்று இவர்கள் ஏசுவைப் போற்றுகின்றனர். இவர்களைப் பொறுத்தவரை மோசஸ் கடவுளின் எண்ணற்ற தீர்க்க தரிசிகளில் ஒருவர். அவ்வளவுதான்.

இஸ்லாம் மதத்தைப் பொறுத்தவரை முகமது நபி ஒருவர்தான் இறைத்தூதர். அவர்மூலம் தெய்வமே இறக்கிய வேதம்தான் குர்ஆன். மோசஸ், ஏசு எல்லாமே இறைத் தூதர்களான நபிமார்கள்தான். மோசஸ் மூசா நபி ஆவார். இயேசுவே ஈசா நபி எனப்படும் 13வது நபி ஆவார். முகம்மதுதான் இறுதி நபி என்கிறது இஸ்லாம்.

"புத்தர் மறைந்தால் புத்தம் பலவாகப் பிறக்கும்" என்பது பழமொழி. இதை மெய்யாக்குவது போல் இந்த அருளாளர்கள் மறைந்த பின்னர் இவர்களின் பெயரால் நிறுவப்பட்ட மத அமைப்புகள் மக்களிடையே தங்களை நிலைநிறுத்திக்கொள்ள... ஒரு சினிமாவை வெட்டி, ஒட்டி, எடிட்டிங் செய்து திரையிடுவதுபோல் தங்களுக்கு உகந்த வகைகளில் நடந்த சம்பவங்களின் தன்மையைக் கூட்டியும் குறைத்தும் பளபளப்பேற்றும் வேலைகள் செய்தும், தங்கள் ஆதரவாளர் எண்ணிக்கையைப் பெருக்கின. விளைவு, பல நூற்றாண்டுகளாக ஐரோப்பா ரத்தம் சிந்த வேண்டிய நிலை உண்டானது.

கடவுள் ஒருவரே என்று சொல்வதுபோலவே, மரணத்துக்குப் பின் மனிதனின் நிலை என்பதிலும் மூன்றுக்கும் ஓரளவு ஒத்த கருத்து உண்டு. இவர்களுக்கிடையே முரண்பாடு ஒரே ஒரு விஷயத்தில்தான். மோசஸைப் பின்பற்றினால் சொர்க்கம்தான், நரகம் இல்லை என்கிறது யூதம். ஏசுவைப் பின்பற்றுவோருக்கு நரகம் இல்லை, சொர்க்கம்தான் என்கிறது கிறிஸ்தவம். முகமது நபியை ஏற்றுக்கொண்டால் சொர்க்கம் கிடைக்கும், அவர்களுக்கு நரகம் என்பதே கிடையாது என்கிறது இஸ்லாம்.

யூத மதத்தின் கடவுளான எகோவா அல்லது யாவே மிக்க நீதிமான். நியாயம், நேர்மை இரண்டும் அவரிடம் இருந்தன. பாரபட்சமின்றி எல்லா ஆன்மாக்களுக்கும் தீர்ப்பு வழங்குபவர் அவர். அதேசமயம், முரட்டு நீதி மட்டும்தான் வழங்குவது என்றில்லாமல், மிகுந்த அன்பும் தயையும் இரக்கமும் அவரிடம் இருந்தன.

யூதர்களின் வேதமான "தால் முட்" பற்றி முழுவதுமாக அறிய ஒரு பிறவி போதாது என்பார்கள். இந்து மதத்தில்

சித்தர்கள், இஸ்லாம் மதத்தில் சூஃபிகள், பௌத்த மதத்தின் ஜென் குருமார்கள் போல் யூத மதத்தில் ஹசீது எனப்பட்ட குருமார்கள் இருந்தனர். இவர்களின் உபதேசக் கதைகளை ஹாசிடிக் கதைகள் என்பார்கள்.

இத்தாலியில் வெனிஸ் நகரில் வசித்த ஹசீது குரு லியோன் மோடனா. இவர் கி.பி.1571 முதல் 1648 வரை வாழ்ந்தவர். அவர் எழுதிய "ஷாகத்மரியா" (சிம்ம கர்ஜனை) என்ற நூலில் யூதமதத்தின் ஆத்மா பற்றிய கருத்துகள் புதுவிதமாகக் கூறப்பட்டிருந்தன.

"உடல் மரணமடைந்த பின்னும் ஆத்மா தொடர்ந்து அந்த மனிதனின் உடலில்தான் இருக்கும் என்று மனிதனின் அறிவு எண்ணுகிறது. ஆனால் இப்படித்தான் இருக்கும் என்று நிச்சயமாகக் கூறவில்லை. மனிதர்களின் இந்த நம்பிக்கை தர்க்கரீதியாக

அமைந்தது. இயற்கையின் படைப்பில் எதுவுமே வீணானது அல்ல என்பது உண்மையானால், எப்போதும் நிலையான வாழ்வு என்ற விருப்பத்தை இயற்கை உலகின் நியதியாக விதித்திருக்கு மானால்... உடலுடனான வாழ்க்கையில் அது உணரப்படாமல்

இருந்தால், மரணத்துக்குப் பின் ஆத்மா இந்த உலக வாழ்வில் வேறு ஓர் உடலில் தொடர்வது ஒன்றுதானே வழி?"

பாஸ்டன் நகரில் வெளியான, நத்தான். என்.கிளெட்சர் எழுதிய "யூத சமய மரபு" என்ற நூல் இதுபற்றி விரிவாகக் கூறியுள்ளது. இந்த நூலைப் படிக்கும் எவரும் யூத ஞானிகள் மீது மதிப்பு கொள்ளாமல் இருக்க முடியாது.

மரணம் இருக்கட்டும். முதலில் குழந்தை பிறப்பது பற்றிய யூதமதக் கோட்பாட்டைப் பார்ப்போம். பிறக்கும் ஒரு குழந்தை எவ்வாறு தன் ஆத்மாவைப் பெறுகிறது?

ஒரு ஆண் மகன் மனத்தில் காமம் படரத் தன் மனைவியைக் கூடலுக்காக நெருங்குகிறான். அந்தப் பெண்ணும் அவனது இச்சைக்கு உடன்படுகிறாள். அந்த வினாடியிலிருந்து விண்ணுலகில் எண்ணற்ற காரியங்கள் நடைபெற ஆரம்பிக்கின்றன.

ஆணும் பெண்ணும் கூடுவதற்கு முன்னர், கருத்தரித்தலுக்குப் பொறுப்பான தமது திருத்தூதரை கடவுள் அழைக்கிறார். அவரும் இறைவன் கட்டளைப்படி அந்த மனிதனின் விதையைக் கொண்டு வருகிறார். அந்த விதை கொண்டு வரப்பட்டவுடன் இறைவன் அது ஆணா, பெண்ணா?, உயரமானதா, குள்ளமானதா? வலுவுள்ளதா, வலுவற்றதா? முட்டாளா, அறிவாளியா? ஏழையா, பணக்காரனா? என இவற்றைத் தீர்மானிக்கிறார்.

அந்த விதை எதிர்காலத்தில் நல்லவனாக இருக்குமா, கெட்டவனாக மாறுமா? என்ற ஒன்றைத் தவிர மற்ற எல்லா முடிவுகளையும் கடவுள் தீர்மானித்து விடுகிறார். இதுமட்டும், அதாவது தனது பண்பியல்பினை முடிவு செய்யும் உரிமை மட்டும் அதனிடமே விடப்படுகிறது.

பின்னர் ஆத்மாக்களுக்குப் பொறுப்பான ஒரு தூதரை அழைத்து, ஓர் ஆத்மாவை அழைத்து வருமாறு கடவுள் கூறுகிறார். தூதரும் அதன்படியே தனது கட்டுப்பாட்டில் உள்ள ஆத்மாக்களில் ஒன்றைக் கொண்டு வருகிறார். அந்த ஆத்மாவிடம், "இந்த விதைக்குள் போய் இரு" என்கிறார் கடவுளின் தூதர்.

அந்த ஆத்மா தயங்குகிறது. அது இப்போது இருக்கும் இடத்தில் புனிதமாகவும் தூய்மையாகவும் இருக்கிறது. திருப்தியுடனும் உள்ளது. அப்படியிருக்கும்போது அழியக்கூடிய ஒரு விதைக்குள் வசிக்க அதற்கு எப்படி இஷ்டம் வரும்? அதனால் மீண்டும் பிறவியெடுப்பதற்கு உறுதியுடன் மறுக்கிறது. அப்போது கடவுள்

ஆத்மாவிடம் உறுதிபட அந்த விதைக்குள் செல்லும்படி கூறுகிறார். "நீ உண்டாக்கப்பட்டதே இந்த அழியக்கூடிய விதையில் வசிக்க வேண்டும் என்பதற்காகத்தான்" என்று அதன் கடமையை அதற்கு அவர் நினைவூட்டுகிறார்.

இறைவனின் கட்டளையை ஏற்பதைத் தவிர வேறு எந்த உரிமையும் ஆத்மாக்களுக்கு இல்லை. எனவே அந்தத் தாயின் கருப்பைக்குள் செல்லத் தயாராகிறது ஆத்மா. அங்கு அதன் மீது ஒரு வெளிச்சம் பரவுகிறது.

அடுத்த நாள் ஆத்மாக்களுக்குப் பொறுப்பான தூதர் அந்த ஆத்மாவை இறைவனின் தோட்டத்துக்கு (இதை ஈடன் தோட்டம் என்றுதான் யூத, கிறிஸ்தவ, இஸ்லாமிய மதங்கள் கூறுகின்றன.) அழைத்துச் சென்று, இதற்கு முன்பு இறைவனின் சட்டதிட்டங்களுக்கு உட்பட்டு யார் யார் தூய வாழ்வு வாழ்ந்தார்களோ அவர்கள் அடைந்திருக்கும் பேரின்ப வாழ்க்கையைக் காட்டுகிறார். பின்னர் இறைவனின் கட்டளைகளைப் பின்பற்றாமல் பாவ வாழ்வு வாழ்ந்த கெட்ட மனிதர்கள் அடைந்த தண்டனை உலகமும் அந்த ஆத்மாவுக்குக் காட்டப்படுகிறது.

அதன்பின் அந்த தூதர், ஆத்மாவை எதிர்காலத்தில் அது எங்கெல்லாம் வசிக்கப்போகிறதோ, அங்கெல்லாம் அழைத்துச்

சென்று காட்டுகிறார். காலையிலிருந்து இரவு வரை எல்லா இடங்களையும் அதற்குக் காட்டுகிறார். பின்பு அதன் இறுதி ஓய்விடத்துக்கு அழைத்துச் செல்கிறார். இரவில் அந்த ஆத்மா அந்தத் தாயின் கருப்பைக்குள் அனுப்பப்படுகிறது.

இங்கு 9 மாதங்கள் அது நிம்மதியாகத் தூங்குகிறது.

பத்தாம் மாதம் அந்தக் குழந்தை பிறக்க வேண்டிய நேரம் நெருங்குகிறது. அப்போது மீண்டும் இறை தூதர் வருகிறார். கருவறையிலிருந்து "வெளியே வா!" என்று ஆணையிடுகிறார். ஆத்மாவுக்கு அதற்கு விருப்பம் இல்லை. எனவே இறை தூதர் அதனை சற்று பலவந்தமாக அங்கிருந்து வெளியேற்ற வேண்டியிருக்கிறது. எனவேதான் குழந்தை அழுதபடியே பிறக்கிறது. அது வெளியே வருகையில் தூதர் அதன் மூக்கின் அடிப்பகுதியில் அடித்து அதன் தலைக்கு மேலாக உள்ள வெளிச்சத்தை அணைக்கிறார்.

இப்போது அதற்கு அதன் இறந்த காலம் மறந்து விடுகிறது. அதற்குள் அந்த தேவ தூதர் குழந்தையின் எதிர்காலத்தை அதற்கு முன்பாகக் காட்டுகிறார். தளர்நடை பயிலும் மழலை, ஓடி ஆடும் சிறுவன், துள்ளிக்குதிக்கும் இளைஞன் (பெண் எனில் சிறுமி, பிறகு இளம் பெண்) பின் நடுத்தர வயது, அதன் பின் மரணத்தை எதிர் நோக்கிக் காத்திருக்கும் முதிய உருவம் என அத்தனை பருவங்களும் அதன் கண்முன் காட்சிகளாக விரிகின்றன.

யூத மதத்தின் கோட்பாடுகளின்படி நீ பிறப்பதற்கு முன்பே நீ பிறக்கும் இடம், உன் தாய் தந்தையர், நீ ஆணா, பெண்ணா என்பது முதல் உன் மரணம் வரை எல்லாமே முடிவு செய்யப்பட்டுவிட்டது. ஒன்றே ஒன்று மட்டும் உன் கையில் கொடுக்கப்பட்டுள்ளது. அதுதான் தேர்ந்தெடுக்கும் உரிமை. எல்லா இடங்களிலும் ஒரு புனிதமான, போற்றுதலுக்குரிய வாழ்க்கையை நீ வாழலாம். அல்லது அவலமான, தூற்றுதலுக்குரிய பாவ வாழ்க்கையை வாழலாம். புனித வாழ்வு வாழ்ந்தால் இறைவனின் வெகுமதி உனக்கு உண்டு. பாவ வாழ்க்கைக்கு அவருடைய தண்டனையும் உண்டு. இந்த இரண்டையும் அளிப்பவரும் இறைவன்தான்.

பிறப்பைப் பற்றிய யூத சமயக் கருத்துகளில் ஒன்றைத் தெளிவாகக் காணலாம். கடவுள் எல்லாவற்றையும் தாமே முடிவு செய்துவிடவில்லை. அதே சமயம் எல்லாவற்றையும் நம்மிடமே விட்டுவிட்டு, அக்கறையே காட்டாமல் ஒதுங்கிவிடவுமில்லை. முதலில் அவர் அடிப்படையான எல்லாவற்றையும் தமது

பொறுப்பில் எடுத்துக் கொண்டார். மிக, மிக சிறப்பான கலைஞனின் நேர்த்தியுடன் அனைத்தையும் அமைத்தார். அதே நேரம் மனிதனுக்குத் தேர்ந்தெடுக்கும் உரிமையை முழுமையாக அளித்தார்.

யூத சமயம் ஒன்றைத் தெளிவாக உரைக்கிறது. வாழ்க்கை, மரணம் இரண்டுமே கடவுளிடமிருந்து வருபவைதான். இறைவன் அளித்த எல்லாமே நல்லவைதான். அப்படியிருக்கும்போது மரணம் மட்டும் எப்படித் தீயதாய் மாற முடியும்? வாழ்க்கையே அப்படியிருக்கும்போது, நாம் ஒரு தெய்வீகத் தன்மையின் முன்பாக இருக்கிறோம் என்ற உணர்வுடன் வாழ வேண்டும். வாழ்க்கையில் கடவுளுடன் நமக்கு ஏற்படும் ஒரே தொடர்பும் பிரார்த்தனை மூலம் மட்டுமே கிடைக்கிறது. அதனால் ஓர் உண்மையான யூதன் ஆயுள் முழுவதும் பிரார்த்தனை செய்தவண்ணம் இருக்க வேண்டும். தன்னை மரணம் அணுகும்போதும் அவனது உதடுகள் இறைவனைப் பிரார்த்தித்தபடி இருக்க வேண்டும்.

யூத மதத்திலும் எண்ணற்ற தீர்க்கதரிசிகள் உண்டு. கிரேக்க மதத்தில் எப்படி சாக்ரடீஸ் தனது சீடர்களுடன் மதத்தைப்பற்றி விவாதிக்கிறாரோ, அதுபோல் யூத மதத்தில் எலிஜார் என்ற தீர்க்க தரிசியின் விவாதங்கள் முக்கியமானவை.

எலிஜார்

எலிஜார் வாழ்ந்த காலகட்டத்தில் ரோமாபுரிப் படைகள் அணை கடந்த வெள்ளம்போல் கூட்டம், கூட்டமாக ஐரோப்பா கண்டத்தையே கதிகலங்கச் செய்துகொண்டிருந்தன. கி.பி.70ஆம் ஆண்டில் ஜுடே, ஜெருசலேம் நகரங்கள் வீழ்ச்சி அடைந்தன. கடைசியாக மூன்றே மூன்று கோட்டைகள்தான் மிச்சமிருந்தன.

மூன்றாவது கோட்டையை பாதுகாத்தவர் எலிஜார். ரோமாபுரியின் படை வெள்ளத்தைத் தடுக்கச் சாத்தியமே இல்லை என்றறிந்த போது, எலிஜார் தனது வீரர்கள் அனைவரையும் கூட்டினார். கடவுளைத் தவிர எவருக்கும் நாம் அடிமையாக இருக்கக்கூடாது. ரோமானியர்களிடம் அடிமைப்படுவதைவிட அனைவரும் தற்கொலை செய்துகொள்ளலாம் என்று அறிவித்தார்.

பலர் இதை வீர முடிவு என்று கருதி வரவேற்றனர். சிலர் கடவுளுக்கு மட்டுமே நாம் அடிமை என்ற கருத்தை வரவேற்றனர். எனினும், கணிசமான எண்ணிக்கையிலான கூட்டம் தற்கொலை செய்து கொள்வது என்ற முடிவை ஏற்கவில்லை. அவர்களுக்கு உயிர் வாழ்க்கை முக்கியம். ஆசாபாசங்களுக்கு அடிமையான சராசரி மனிதர்கள் அவர்கள். அவர்களிடையே மரணம் பற்றியும், இறந்த உயிர்கள் என்னவாகின்றன என்பது பற்றியும் சிறப்பான உரையாற்றினார் எலிஜார். (இந்தப் பேச்சை பிளேவியஸ் ஜோசபஸ் தமது "யூதர்களின் போர்" என்ற நூலில் விவரித்துள்ளார். இது அவரது ஏழாவது நூல்)

மாசடா கோட்டையை ரோமானியர்களிடமிருந்து காக்க வீரர்களிடையே எலிஜார் நிகழ்த்திய உரை, வரலாற்றில் சிறப்பானதொரு இடத்தைப் பெற்றுள்ளது. அதில் தேவையற்ற பகுதிகளை விட்டுவிட்டு, அதன் சாரத்தைப் பார்ப்போம்.

"மரணம் என்பது மனிதனின் ஆத்மாவை விடுதலை செய்து, அதை சரியான, தூய்மையான வசிப்பிடத்துக்குச் செல்ல வழி செய்கிறது. அதன்மூலம்தான் தன் அனைத்துத் துயர்களிலிருந்தும் அந்த ஆத்மா விடுதலை பெறுகிறது. அழியக்கூடிய உடலில் சிறைப்பட்டிருக்கும்வரை, உடலின் துன்பங்களால் கறைப் பட்டிருக்கும்வரை, அந்த ஆத்மா உண்மையில் உயிரற்ற ஒரு ஜடம் என்றுதான் சொல்லவேண்டும். அழியும் உடலுடனான அதன் தொடர்புகள் தெய்வீகத்தன்மையுடன் தொடர்பு கொள்ள அந்தச் சமயத்தில் தகுதியற்றதாக இருக்கிறது. உடலில் இருந்து விடுதலை பெறும்போதுதான், அது தனது சரியான பாதையை உணர்ந்து, ஆசீர்வதிக்கப்பட்ட வலிமையையும் கட்டுப்படுத்த முடியாத முழுமையான சக்தியையும் அனுபவிக்கக்கூடியதாக மாறுகிறது. கடவுளைப் போலவே ஆத்மாவும் பார்வைக்குப் புலப்படாத தன்மை உடையதுதான்.

பார்க்க முடியாதபடியும் உணர முடியாதபடியும் ஆத்மா ஒருவனது உடலுக்குள் உறைகிறது. மாசுபடாததாக உள்ளது. அது தீண்டியவை

எல்லாம் வளம் பெற்றன. ஆத்மாவால் விலக்கப்பட்டவை வாடி மடிந்தன. உறக்கத்தின்போது ஆத்மா கடவுளுடன் அதற்கு உள்ள இயற்கையான உறவினால் பேசுகிறது. உண்மையில் உறக்கம் என்பது ஆத்மா கடவுளுடன் நிகழ்த்தும் உரையாடலே.

மரணம் என்பதைப்பற்றி ஆதி முதல் நமக்குத் தவறாகவே போதித்து வந்துள்ளனர். வாழ்வதுதான் நன்மையானது என்றும், மரணம் துயரம் நிறைந்தது என்றும் நமக்குப் போதித்து வந்துள்ளனர். மரணத்துக்கு எதிராகப் பரப்பப்பட்டுள்ள இத்தகைய கருத்துகளால் யாரும் மரணத்தை விரும்புவதே இல்லை. ஆனாலும் எல்லோருமே மரணமடைகின்றனர். ஏன்? கடவுளின் விருப்பம் அது. அவர் அவசியம் என்று கருதுவதாலேயே நாம் மரணமடைகிறோம். அதனாலேயே மரணத்தை நாம் மகிழ்வோடு ஏற்றுக்கொள்ளுமாறு நமக்கு எடுத்துக் கூறப்படுகிறது.

யூத மத குருமார்கள் பலரும் மரணம் என்பதுதான் வானுலகின் கதவைத் திறக்கும் சாவி என்று அழுத்தமாக நம்பினார்கள். பல இடங்களில் நேரடியாக மறுபிறப்பு என்பது பற்றி ஏதும் கூறப்படாவிடினும், சில இடங்களில் அவர்கள் சொல்வதில் அத்தகைய பொருள் தொனிப்பதைக் காண முடிகிறது.

யூதர்களின் வேத நூலான "தால்முட்" இதுகுறித்து பல இடங்களில் கூறுகிறது. பல குருமார்களின் போதனைகளை விளக்கங்கள் மூலம் தெளிவுபடுத்த முயலும் தால்முட், எல்லாமே கடவுளின் விருப்பப்படிதான் நடக்கிறது என்பது போல பல கருத்துகளைக் கூறுகிறது.

யூதத் தத்துவஞானி ஸாடியாகேன் கூறுகிறார்.

"கடவுள் முழுமையானவர். கற்பனைக்கு எட்டாத எதிர்காலம் உட்பட எல்லாவற்றையும் அறிந்த பேரறிவு படைத்தவர் அவர். மனிதன் பிறக்கும்போது முழு சுதந்திரத்துடன் உள்ளான். அப்போது எந்தவிதமான தளைகளும் திணிப்புகளும் கட்டுப்பாடுகளும் அவனுக்கு இல்லை. ஆனால் அதைக் கடவுள் நன்கு அறிந்திருந்தார். எனினும், அவனுடைய செயல்களைத் தடுக்கவோ, ஊக்கப்படுத்தவோ அவர் எதையும் செய்யவில்லை."

இதையே இன்னும் தெளிவாக விளக்குகிறார் மோசஸ் மை மோனிட்ஸ். 14-ஆம் நூற்றாண்டின் யூதத் தத்துவவாதியான இவர் எழுதிய "மிஷ்னே தோரா" என்ற நூல் யூத மதம் பற்றிய தெளிவான விளக்கவுரை நூலாகக் கருதப்படுகிறது.

தோரா என்றால் வழிகாட்டி என்று பொருள். யூத மத வேதவிளக்க நூல்கள் தோரா எனப்படும். "மிஷ்னே தோரா" என்றால் குழப்பமடைந்தவர்களுக்கான வழிகாட்டி என்று பொருள்.

அவரது கருத்துப்படி ஒவ்வொரு ஜீவனும் சுதந்திரமானது. எல்லையற்ற உரிமைகள் அந்த ஜீவனைத் தாங்கிய அவனுக்கு

மோசஸ் மை மோனிட்ஸ்

உண்டு. நல்வழியில் மிக, மிகத் தூயவனாக அவன் வாழலாம். மனம்போன போக்கில் தறிகெட்டு, தீயவனாகவும் அவன் வாழலாம். இரண்டு வழிகளிலும் இஷ்டப்படி அவன் செல்லலாம். அவனை நிர்ப்பந்திக்க எவரும் அங்கே இல்லை. "இப்படி செய்" என ஒருவனுக்கு ஆணையிடப்பட்டால் அல்லது நல்லவன், கெட்டவன் என முன்கூட்டியே அவன் கடவுளால் படைக்கப்பட்டால் பிறகு கடவுள் எப்படி அவனை விசாரிக்க முடியும்? அவனுக்குத் தண்டனையோ, வெகுமதியோ அளிக்க அதற்குப் பிறகு கடவுளுக்கு ஏது உரிமை?

எனவே பூமியில் தன்னால் படைக்கப்பட்ட மனிதனது வாழ்வில் கடவுள் எந்த இடத்திலும் குறுக்கிடவே இல்லை. அவனது வாழ்க்கை முடிந்த பின்னர் அவன் செய்த செயல்களுக்கு, அவற்றில் உள்ள நிறைகுறைகளை சீர்தூக்கிப் பார்ப்பதற்கு விசாரணை என்பது உண்டு. இந்த உலக வாழ்க்கையில் ஈடுபட்டுள்ளவரை அவன்தான் சுயமாக ஒவ்வொன்றையும் தேர்வு செய்கிறான். அதனால் அவன் தண்டிக்கப்பட்டான் எனில் அதற்கான முழுப் பொறுப்பும் அவனுடையதே. ஏனென்றால் அத்தகைய தவறான பாதையை தேர்வு செய்தது அவன்தான்.

மை மோனிட்ஸ் கூறுகிறார்:

“மனித சரீரம் சிறிது காலம் இந்த உலகில் வாழ்ந்தபின் அந்த உடல் உருவாகக் காரணமாயிருந்த மூலப்பொருள்கள் சிதைவதாலும், மீண்டும் அவை தன்னைப் புதுப்பித்துக் கொள்ள இயலாததாலும் அழிவுக்கு உள்ளாகிறது. இந்த அழிவு அவற்றின் வடிவத்தால் ஏற்பட்டதல்ல. வடிவத்தின் அடிப்படை சாரத்தை அழிக்க இயலாது. ஆனால் வடிவத்தை இயல்பாக அழிக்கலாம். மூலப்பொருளுடன் அதற்கு இயல்பாக உள்ள தொடர்பினால் அது அழிவுக்கு உட்படும். அதுவும் அந்த மூலப்பொருளின் உண்மையான இயற்கை வடிவத்தைப் பெறுவதற்காகவே. அதற்காகவே அது தன்னுடன் எப்போதும் ஒரு மனத்தையும் கொண்டுள்ளது.

இதனாலேயே ஒரு மூலப்பொருளில் உள்ள எந்த வடிவமும் நிரந்தரமாக இருப்பதில்லை. தொடர்ச்சியான ஒரு மாற்றமானது அதில் ஏற்பட்டபடி இருக்கிறது. ஒரு வடிவம் போய் மற்றொரு வடிவம் வைக்கப்பட்டது. இப்படிப்பட்ட தொடர் விளைவுகளால் ஒவ்வொரு வடிவமும் அடுத்த வடிவம் வரும்போது உதறப்படுவதையும் நகர்ந்து செல்வதையும் உடலின் மூலப்பொருள் தொடர்ந்து செய்தது.

கடவுள் பற்றிய அறிவு, மூளை சிந்தனை செய்வதற்கான அமைப்பு, காமம், குரோத, உணர்வுகளை அடக்குதல், நன்மை, தீமைகளைப் பகுத்தறிதல் ஆகிய தன்மைகளைப் பெற்றிருந்ததைவிட மனிதனுக்கு அவனது தோற்றம்தான் மிகப்பெரிய பொக்கிஷமாக இருந்தது. ஆனால் அந்த உடல் பசி, காமம், காலைக்கடன், தாகம், தூக்கம், சோம்பல், பகை என எல்லா உணர்வுகளின் பிறப்பிடமாக இருந்தது. அவற்றின் தொடக்கமும் அந்த மூலப்பொருளில்தான் நிலை கொண்டிருந்தன.

தனி நபர்கள் அநேகத் தீமைகளைச் சந்திக்க அவர்களின் உள்ளே இருக்கும் இந்தக் குறைபாடுகளே காரணம். பெரும்பாலானவர்கள் இந்தக் குறைகளை மட்டுமே கூறிக்கொண்டு தங்கள் தவறுகளிலிருந்து தப்பிக்க முயல்கின்றனர். சொந்தமாக, சுதந்தரமாக நல்ல முடிவுகளை எடுக்கக்கூடிய மனத்தின் மீது தாங்களே தங்களுக்குத் தீமைகளை அளிக்கக்கூடிய செயல்களைச் செய்யக் கூடிய எண்ணங்களைத் திணித்துக்கொண்டு, அதன் காரணமாக விளைந்த செயல்களால் துன்புற்றதுடன், அவற்றுடன் தொடர்பே இல்லாத கடவுளை அவற்றுக்குக் காரணமாகக் காட்டினார்கள்.”

சுதந்தரமான மனத்தை நல்ல முறையில் பயன்படுத்துவதன் மூலம் அடிப்படைத் தீமைகளிலிருந்து மீளலாம் என்பதை மறைமுகமாகக் காட்டும் மைமோனிட்ஸ், அதற்காக விரதம், யோகம், தவம் போன்றவற்றைக் கடைப்பிடிக்க வேண்டுமென எந்த வழிமுறைகளையும் முன்வைக்கவில்லை. சிற்றின்பம், போகங்களில் நாட்டம் போன்றவற்றை முடிந்த அளவுக்குக் குறைக்கும்படி சிபாரிசு செய்கிறோம் என்றார் அவர். உடலின் மூலப்பொருளிலேயே இவற்றைத் தூண்டக்கூடிய கூறுகள் உள்ளதால், மனிதன் இவற்றை எந்த அளவுக்கு மறுக்க முடியும், தவிர்க்க முடியும் என்ற தயக்கமும், எத்தனை பேரால் இது முடியும் என்ற கேள்வியும் அவரிடம் இருந்தன.

விஞ்ஞானம் ஒரு கேள்வியை முக்கியமாக முன்வைக்கிறது. "உலகம் எதற்காகப் படைக்கப்பட்டது?" அல்லது இந்தக் கேள்வியை இப்படித் திருப்பிக் கேட்கலாம். "கடவுள் எதற்காக உலகைப் படைத்தார்?"

மனிதனுக்காக இறைவன் உலகை உண்டாக்கினார் என்கின்றன சில மதங்கள். இன்னும் சில சமயங்கள் இதன் உச்சத்துக்குப்போய், தங்களது மதத்தை நிறுவிய மகான் எவரோ அவருக்காகவே இறைவன் உலகைப் படைத்தார் என்று கூறி மிகையான புகழ்ச்சியை வெளிப்படுத்துகின்றன.

பதவிக்காக அரசியல்வாதிகளைத் துதிபாடும் ஒரு கட்சியின் கீழ்மட்டத்துத் தலைவர்கள், "உலகின் ஒப்பற்ற ஒரே நாயகனே" என்றெல்லாம் புகழ் மொழிகளை தலைமைப் பதவியில் உள்ளவர்களை நோக்கி அள்ளி வீசுவதுபோல், தங்கள் மத ஸ்தாபகரை அளவுக்கு மீறிய புகழ்ச்சிச் சொற்களால் புகழ்ந்து தங்களது விசுவாசத்தை வெளிப்படுத்துகின்றன.

ஒவ்வொரு நட்சத்திரத்தின் வயதும் எத்தனையோ லட்சம் கோடி ஆண்டுகளாக இருக்கும். பூமியிலிருந்து ஒவ்வொரு நட்சத்திரமும் எத்தனையோ லட்சம் கோடி கிலோ மீட்டர்கள் தூரத்தில் இருக்கின்றது என்கின்றது அறிவியல். ஒவ்வொரு நட்சத்திரத்தின் எடையும் எத்தனையோ லட்சம் கோடி டன்களாக இருக்கின்றன. விண்வெளியில் உள்ள நட்சத்திரங்களின் எண்ணிக்கையோ எத்தனையோ லட்சம் கோடிகள். ஒவ்வொரு நட்சத்திரத்தின் சுற்றளவும் நமது பூமியைப் போல் எத்தனையோ லட்சம் கோடி மடங்குகள் உள்ளன. இத்தனையும், மிஞ்சிப் போனால் ஆறடி உயரம் உள்ள, அதிகபட்சம் நூறாண்டுகள் வாழக்கூடிய,

தோன்றி சில ஆயிரம் ஆண்டுகளே ஆன... உடலில் சளி, ரத்தம், சீழ் நிரம்பிய மலமூத்திரதாரி எனப்படும் மனிதனுக்காக என்றால், அது அபத்தமானதொரு நகைச்சுவையாகத்தான் இருக்க முடியும்.

விஞ்ஞானம் இதுகுறித்து என்ன கூறுகிறது என்பது இருக்கட்டும். ஆன்மீகத்தை வலியுறுத்தும் மதங்கள் இதுபற்றி என்ன கூறுகின்றன? விடை காண முடியாத இந்தக் கேள்விக்கு என்னதான் பதில்?

இதுகுறித்து மைமோனைட்ஸ் இவ்வாறு கூறுகிறார்.

படைப்பைப்பற்றி நாம் அறிவோம். படைப்பின் நோக்கம் என்ன? இந்தக் கேள்வி ஒரு வகையில் அறிவிலித்தனமானது. ஏனெனில், எந்த ஒன்றையும் பார்த்து, "அதன் நோக்கம் என்ன?" என்று கேட்டு விட இயலாது. நோக்கத்துடன் கூடியவை, ஒரு நோக்கத்துக்காகவே படைக்கப்பட்டவை, அந்த நோக்கம் முடிந்த பின் பயனற்றவையாகிவிடும். நீடித்து நிலைத்திருப்பவற்றைப் பார்த்தால் அவை நோக்கம் அற்றவையாக இருப்பதைக் காணலாம்.

கடவுள் என்பவர் உண்டாக்கப்பட்டவர் அல்லர். படைக்கப் பட்ட ஒவ்வொரு பொருளுக்கும் ஒரு பயன்பாடு உண்டு. அது படைக்கப்பட்டதற்கான மூல நோக்கம் என்று ஒன்று உண்டு. ஆரம்பமே இல்லாத... இந்த உலகில் தோன்றவே செய்யாத ஒன்றுக்கு, ஓர் இறுதியான காரணத்தை நாம் தேட வேண்டிய அவசியமில்லை. விலங்குகள், தாவரம் உட்பட எல்லா இனங்களின் இறுதியான நோக்கமே தொடர் மூலத்தை அழியாது காப்பதும், மூலத்திலிருந்து மிகச் சிறந்த, குறையே அற்ற ஓர் உயிரை உண்டாக்குவதும்தான். மேம்பட்ட உயர்நிலையை எட்டுவதே மனித இனத்தின் இறுதி இலக்கு.

ஒருவகையில் மனிதன், உலகம் என்ற இந்த அமைப்புகள் எல்லாம் படைக்கப்பட்டதே, இறைவனை உணர்ந்து கொண்டு, அவருக்குச் சேவை செய்வதற்காகவே. கடவுளின் எல்லாப் படைப்புகளும் அவரை உணர்ந்து கொள்வதாலோ, அவருக்கு சேவை செய்வதாலோ அவர் எந்தவித சிறப்பையும் அடையப் போவதில்லை. மனிதனின் சேவையால் இறைவன் ஒருபோதும் மேம்பாடு அடையப் போவதில்லை. ஆனால், அவற்றைச் செய்வதால் மனிதன் மேம்பாடு அடைய முடியும்.

உடல் மேம்பாடு அடையாமல், வெறுமனே அவனது ஆத்மா மட்டும் மேம்பாடு அடைவது என்பது சரியாகாது. மனிதனது உணவு மற்றும் அவனது இருப்பிடத் தேவைகள் பூர்த்தியானால் அவனது உடல் மேம்பாடு அடைவது என்பது சாத்தியமே. மனதின் மேம்பாடு என்பதும் இங்கு இரண்டாவது கட்டமாகத்தான் இருக்கிறது. பசி, குளிர், உஷ்ணம் ஆகியவற்றால் பாதிக்கப்பட்ட நபரால் எண்ணங்களில் உயர்நிலையை அடைவதில் கவனம் செலுத்த முடியாது. இது சம்பந்தமான குறைகள் தீர்க்கப்பட்டு, நிறைவான நிலையை அடைந்த மனிதனே "அடுத்தது என்ன?" என்று பார்ப்பதற்காக இரண்டாவது படிக்கட்டில் ஏற முற்படுவான்.

மனத்தின் மேம்பாடு "அழிவற்ற வாழ்வின் ஆதிமூலம்" ஆக உள்ளது. "ஷேமா" அல்லது "டெபில்லா" போன்றவற்றை மனிதன் படிக்கும்போது, அவனுடைய எல்லா எண்ணங்களும் விலக்கப்படவேண்டும். வெறும் மதப்பற்றுடன், அல்லது கடவுள் நம்பிக்கையுடன் அவன் திருப்தி அடைந்துவிடக்கூடாது. தன் முன்னேற்றத்துக்குத் தொடர்பற்ற எண்ணங்களை அவன் முதலில் விலக்கவேண்டும். தனிமையான தருணங்களில் அறிவு

சார்ந்த, இறை வழிபாடுகள் தவிர வேறு எதிலும் அவன் மனம் புகக்கூடாது. கடவுளின் ஆசீர்வாதத்தை பெற அவன் இடையறாது முயன்று கொண்டே இருக்க வேண்டும்.

உலகியல் சார்ந்த எண்ணங்களிலிருந்து விலகி, இறைவனை உணரும் அறிவைப் பெறுவதற்கான முயற்சிகளில் தொய்வில்லாது ஈடுபடுபவன்தான் எப்போதும் கடவுளுடன் இருப்பான்.

மைமோனிட்சின் வார்த்தைகளைக் கூர்ந்து ஆராயும்போது இந்து மதத்தில் வலியுறுத்தப்படும் தியானம், மனத்தை ஒருமுகப்படுத்துதல், எண்ணங்களை ஒரு புள்ளியில் குவித்தல் ஆகியவற்றை அவை சுட்டிக்காட்டுவதை உணர முடியும்.

"கடவுளை நோக்கி அழைக்கும் அனைவரின் அருகிலும் அவர் இருக்கிறார். நாம் அந்தரங்க சுத்தியுடன் அவரை அழைக்க வேண்டும். அப்படி அழைத்தால் நாம் ஒவ்வொருவரும் அவரைக் காண முடியும். அவரை நோக்கி செல்லும் ஒருவர் ஒருபோதும் வழி தவறிச் செல்லமாட்டார். ஆமென்."

மைமோனிட்சின் இந்த அற்புத வரிகளை யூதர்கள் பலரும் ஒரு பிரார்த்தனையாகவே செய்கின்றனர்.

மரணம் என்பது இறைவனுக்கும் மனிதனுக்கும் இடையிலான சுவரை உடைக்கும் ஓர் ஏற்பாடு என்றே யூத குருமார்கள் கருதினார்கள்.

இந்து மதத்தில் வைணவம் "எல்லாம் நாராயணனே" என விஷ்ணுவை முழுமுதலாகக் கொண்டு சரணாகதி சாஸ்திரத்தைப் பின்பற்றுவதாக இருக்கிறது. அதில் ஒரு மனிதன் இறக்கும்போது கூற வேண்டியது துவய மந்திரம் எனக் கூறப்பட்டுள்ளது.

"ஸ்ரீமந் நாராயண சரணௌ சரணௌ் பிரபத்யே
ஸ்ரீமதே நாராயணாய நமஹ:"

இந்த மந்திரத்தை அனைவரும் இறப்பவரை சுற்றி நின்றுகொண்டு உச்சரிப்பார்கள்.

இதேபோல யூத மதத்திலும் இறந்தவர்களுக்காக செய்யப்படும் பிரார்த்தனை ஒன்று உண்டு. அதை "கட்டிஷ்" என்கின்றனர். "கடவுளின் மிகுந்த மாண்பு உயர்வானதாகவும் மாசற்றும் உள்ளது. அது புதிதாக உருவாக்கப்படுகிறது. அங்கு கடவுள் மரித்தவரை விரைவுபடுத்தி அழிவற்ற வாழ்க்கையில் செலுத்துகிறார்."

இந்த "கட்டிஷ்" முதலில் ஆகமக் கல்வியின்போது வேதங்களை தினமும் படிப்பவர்கள் இறுதியாகக் கூறி முடிக்கும்

ஒரு பிரார்த்தனையாகத்தான் இருந்தது. எனினும், மரணத்துக்குப் பிறகான, அழிவற்ற வாழ்க்கை பற்றி வருவதாலும், "இறந்தவரை விரைவாக" என்ற சொற்கள் வருவதாலும் இதை இறந்தவரை அடக்கம் செய்யும்போது கூறும் பிரார்த்தனையாக மாற்றிவிட்டனர். மறைந்தவருக்கும் வாழ்ந்துகொண்டிருப்பவர்களுக்கும் சுவர்க்கத்திலிருந்து அமைதியைக் கோரும் பொதுப் பிரார்த்தனையின் பாகமாகிவிட்டது இந்த கட்டிஷ்.

மரணம் என்பது கடவுளுடன் மனிதனை இணைக்கும் ஒரு பாலம் என்றே யூத மதம் கருதியது. சாத்தானால் மனிதன் திசைமாறியதால் கடவுளால் ஏதேன் தோட்டத்திலிருந்து துரத்தப்பட்டபடியால் பிறப்பு என்பது ஒரு தண்டனை என்றும், மரணம் என்பது பூமியில் இருந்து மனிதனை மீட்டு கடவுளிடம் சேர்ப்பிக்கும் நல்வாய்ப்பு என்றும் யூத குருமார்கள் கருதினார்கள்.

ஹசீதுகளில் ஒருவரான மதகுரு பூனம், மரணத் தருவாயில் இருந்தார். அவர் மனைவி துயரம் தாளாமல் அழுதாள். அப்போது பூனம் கூறுகிறார். "எதற்காக அழுகிறாய்? இறப்பது எப்படி என்பதைத் தெரிந்து கொள்வதற்காகத்தான் இந்த முழு வாழ்க்கையும் எனக்குக் கொடுக்கப்பட்டிருக்கிறது."

நீண்ட காலம் வாழ்ந்த மதகுரு சூஸ்யா தன் கடைசி காலத்தில் ஒரு வருட காலம் நோய்ப்படுக்கையில் கிடந்து துயருற்றார். அப்போதும் அவர் மரணத்தை அன்புடன் வரவேற்பவராக இருந்தார். இஸ்ரேலியர்கள் செய்த பாவங்களுக்குப் பரிகாரமாக அதை அவர் ஏற்றார் என்கிறது அவர்களின் வேதம். அவரது கல்லறை மீது, "கடவுளுக்கு அன்புடன் சேவை புரிந்தவரும், துன்பத்தை மகிழ்வுடன் ஏற்றவரும், குற்றங்களிலிருந்து ஏராளமான வர்களைத் தடுத்துக் காத்தவருமான ஒருவர் இங்கு படுத்துள்ளார்" என்று எழுதப்பட்டுள்ளது.

லாதி என்ற நகரில் வாழ்ந்த யூத மத குரு தனது மரணத்தருவாயில் தனது பேரனிடம் கேட்டார், "நீ எதையாவது பார்க்கிறாயா?" என்று.

பேரனுக்கு ஒன்றும் புரியவில்லை. விழித்தான். அவர் சொன்னார், "இந்த பிரபஞ்சத்துக்கே உயிர் அளிக்கும் தெய்வீகமான, ஒன்றுமில்லாததை மட்டுமே நான் இதுவரையில் காண்கிறேன்."

பிறப்பு முதல் இறப்பு வரை எல்லாவற்றையும் இறைவனே தீர்மானிக்கிறார் என்கிறது யூத மதம். ஒவ்வொரு செயல்பாட்டிலும் தேர்ந்தெடுக்கும் உரிமையை மட்டும் மனிதனுக்கு இறைவன் அளித்துள்ளான்.

மரணத்துக்குப் பின் 211

ஷேமா அல்லது டெபில்லா

யூத சமயத்தின் மாபெரும் மனிதரான மோசஸ், இஸ்ரேலிய மக்களை எகிப்தியரிடமிருந்து மீட்டவர். அவர் பின்வருமாறு கூறுகிறார்.

"பார், இன்று உனக்கு முன்பாக வாழ்க்கையையும் நல்லதையும் மரணத்தையும் தீயதையும் அமைத்துள்ளேன். உனது கடவுளின்

கட்டளைகளுக்கு நீ கீழ்ப்படிந்தால் நீ நன்றாக வாழ்ந்து பெருகுவாய். உன் இதயம் வேறுவிதமாகத் திரும்பி, நீ மற்ற கடவுள்களை வணங்கவும் அவர்களுக்கு சேவை புரியவும் சென்றுவிட்டால், உனக்குத் தீர்மானமாக இந்த நாளில் நான் கூறுகிறேன், நீ மடிந்து போவாய். நான் உனக்கு முன்பாக வாழ்வையும் மரணத்தையும் ஆசீர்வாதத்தையும் சாபத்தையும் அமைத்துள்ளேன். அதனால் அதிலிருந்து நல்ல வாழ்க்கையைத் தேர்ந்தெடு..."

பல இடங்களில் யூத மதமானது ஜாரதுஷ்ட்ரா மதத்தைவிட மேம்பட்டுக் காணப்படுகிறது. எனினும், யூதம், இஸ்லாம், கிறிஸ்தவம் என்ற மூன்றுமே கடவுள் சர்வ வல்லமை மிக்கவர் என்பதையும் பிரளயத்தின்போது பூமி அழியும் என்பதையும் வலியுறுத்துகின்றன. மேலும், கடவுளுக்கு ஈடாக கெட்டசக்தியான சாத்தான் இவற்றில் காட்டப்பட்டுள்ளது.

அடுத்ததாக உலகம் முழுவதும் கோடிக்கணக்கான மக்கள் பின்பற்றும் கிறிஸ்தவ மதம் மரணத்தைப் பற்றி என்ன சொல்கிறது என்பதைப் பற்றிப் பார்க்கலாம்.

12

தூய்மைப்படுத்தும் இரண்டாவது இரவு

உச்சிக்கு கீழ டியோ ஊசி
முனை வாசலுக்குள்
மச்சுக்கு மேலேறி
வானுதிரம் தானெடுத்து
கச்சை வடம்புரிய
காயலூர்ப் பாதையிலே
வச்சு மறந்தல்லோ
என் கண்ணம்மா
வகை மோச மானேண்டி!
கொள்ள பிறப்பறுக்க ஆத்தாடி
கொண்டான் குரு வாகி
கள்ளப் புலனறுக்க ஆத்தாடி
காரணமாய் வந்தாண்டி.

—அழுகுணிச் சித்தர்

கடவுளின் மீது மனிதன் கொண்டுள்ள அச்சத்துக்கும் பக்திக்கும் அடிப்படைக் காரணமாக இருப்பது மரணம் பற்றிய பயம்தான். இன்னும் சொல்லப்போனால், பெருவாரியான மக்கள், சராசரி பாமரர்கள் குற்றமற்றவர்களாக நல்லவர்களாக இருப்பதற்குக் காரணமே மரணத்துக்குப் பின்னால் ஏற்படக்கூடிய நிலை குறித்து அவர்களுக்கு இருக்கின்ற பயத்தால்தான்.

அதற்குப் பிறகு தனக்கு என்ன ஆகுமோ என்ற அச்சம்தான் அவர்களை நல்லவர்களாக நடக்க வைக்கிறது. இல்லை என்றால் மனிதர்கள் இந்த பூமியில் வாழும் ஒவ்வொரு விநாடியும் நரகம் என்னும் அளவுக்கு ஒவ்வொருவரும் வரம்பு மீறிய அநீதிகளை செய்து கொண்டிருப்பார்கள்.

ஒரு நாட்டின் சட்டம் ஒழுங்கைக் கட்டுப்பாட்டில் வைத்திருப்பது உண்மையில் ராணுவமோ, காவல்துறையோ, நீதிமன்றங்களோ அல்ல. மக்களின் கடவுள் நம்பிக்கை, மரணத்துக்குப் பின் விசாரணைக்குட்படுவோம் என்ற பயம், சொர்க்கம், நரகம் ஆகியவற்றின் மீது மக்களுக்கு உள்ள ஆழ்ந்த நம்பிக்கையின் மீதான அச்சம் ஆகியவைதான் குற்றங்கள் பெருகாமல் காக்கின்றன. "மேலே ஒருவன் எல்லாத்தையும் பார்த்துக் கொண்டுதான் இருக்கிறான். அவன் கூலி கொடுப்பான்" என்று கிராமப்புற மக்கள் கூறுவதை இயல்பாகக் காணலாம். "அரசன் அன்று கொல்வான்; தெய்வம் நின்று கொல்லும்" என்பது காலங்களைக் கடந்து நிற்கும் பழமொழி.

மதங்களை மனிதன் நாடுவதுகூட மரணத்துக்குப்பின் இன்னதென்றே தெரியாத இருட்டு உலகில் புகப்போகும் தன்னை

(அதாவது தன் உயிரை) இந்த மதம், அல்லது இந்த மதத்தின் கடவுள், இந்த மதத்தை உருவாக்கிய மகான் காப்பாற்றுவார் என்ற நம்பிக்கையால்தான்.

கிறிஸ்தவ மதம் உலகில் ஏராளமானவர்களை ஈர்த்ததன் முதல் காரணமே இந்த மதத்தின் "நிபந்தனைகளற்ற திறந்த கதவு" கொள்கைதான். ஜைன மதம் போன்ற பல மதங்களில் கடும் கட்டுப்பாடுகள் வலியுறுத்தப்பட்டன. அவற்றில் பாவம் செய்வது என்பது கடுமையான தண்டனைக்குரிய குற்றம். இங்கு பாவிகளுக்கு மீட்சி என்பது கிடையாது. மன்னிப்பு என்பதற்கு இங்கே இடமில்லை. தவறு செய்தவன் தண்டனையை அனுபவித்தே தீர வேண்டும்.

ஆனால் கிறிஸ்தவ மதமோ பாவ மன்னிப்பை முன் நிறுத்தியது. அதன் மூலவரான ஏசு "மீட்பர்" என்றே அழைக்கப்பட்டார். "ஏசு விடுவிப்பார்" என்பது இந்த மதத்தின் முக்கிய சுலோகம் ஆகியது. இங்கே உடலை வருத்தும் போகங்களைத் துறத்தல் போன்றவை வலியுறுத்தப்படுவதில்லை. இதைப் பின்பற்றுபவர்கள் செய்ய வேண்டியதெல்லாம் ஒன்றுதான். ஏசுவின் மீது முழு விசுவாசமும் முழு நம்பிக்கையும் வைத்தால்போதும்.

நிறைய பேருக்குத் தெரியாத விஷயங்கள் பல உண்டு. பொதுவாகவே இந்து மதம், சமணம் எனப்படும் ஜைன மதம், புத்த மதம் போன்றவை கர்மவினை கோட்பாட்டை வலியுறுத்துபவை. ஆனால் கிறிஸ்தவம், இஸ்லாம் போன்ற மேலை நாட்டு மதங்களில் அவை கிடையாது என்று எண்ணுகின்றனர்.

இந்து மதத்தில் மனிதன் மறுபிறவி எடுப்பது, முற்பிறவியில் செய்த வினைகளால் மறுபிறவியில் அதன் விளைவுகளை அனுபவிப்பது, இறந்த மூதாதையர் ஒருவனின் உடலில் புகுந்துகொண்டு பேசுவது, நடக்கப்போவதை ஒருவன் தன் தவவலிமையால் முன்கூட்டியே அறிவது, சில சம்பவங்கள் கனவுகள் மூலம் ஒருவருக்கு முன்னறிவிக்கப்படுவது, புலன்களை அடக்கியவன் தீங்கிழைப்பவர்களுக்குச் சாபம் அளிப்பது என்று ஏராளமான விஷயங்கள் கூறப்பட்டுள்ளன.

கிறிஸ்தவ மதம் பகுத்தறிவாளிகளின் மதம். அதில் இது மாதிரி கருத்துகளுக்கு இடமே கிடையாது என்று பலரும் கருதுகின்றனர். கிறிஸ்தவ மதத்தில் ஒரே பிறவிதான் உண்டு. அந்த நம்பிக்கையின்படி மனிதன் பிறக்கிறான். வாழ்கிறான். மரணமடைகிறான். மரணத்துக்குப் பின் நியாயத்தீர்ப்பு நாளில்

அசோக மன்னன்

அவனது நற்செயல்களுக்கு வெகுமதியும், தீய செயல்களுக்கு தண்டனையும் உண்டு.

இத்தகைய கருத்துதான் பலரிடமும் இருக்கின்றது. அது உண்மையல்ல. ரோமாபுரி மன்னன் கான்ஸ்டன்டைன் கிறிஸ்தவ மதத்தைத் தழுவிய பின்னரே அது அரசாங்க மதமாக அங்கீகரிக்கப்பட்டு, அதன்பின் ஐரோப்பா முழுவதும் பரவத் தொடங்கியது.

ரோமாபுரி மன்னன் கான்ஸ்டன்டைன் கி.பி. மூன்றாம் நூற்றாண்டைச் சேர்ந்தவன். அதாவது, ஏசு இறந்து முந்நூறு ஆண்டுகளுக்குப் பின்னரே அவரது பெயர் உலகம் முழுவதும் பரவியது.

இந்தியாவில் புத்தர் வாழ்ந்த காலம் கி.மு.ஆறாம் நூற்றாண்டு. அசோக மன்னன் ஆண்டது கி.பி.இரண்டாம் நூற்றாண்டில். புத்தர் மறைந்து எட்டு நூற்றாண்டுகளுக்குப் பின் அசோகன் மனம் மாறி பௌத்த மதத்தைத் தழுவிய பின்பே, புத்த மதம் இந்தியா முழுவதும் பரவியது.

புத்தரைப் புகழ் பெற வைத்தது அசோகன்தான் என்றாலும்கூட, புத்தர் தான் வாழ்ந்த காலத்திலேயே பெரும் புகழுடன், நாடு தழுவிய புகழுடன்தான் இருந்தார்.

ஆனால் ஏசு வாழ்ந்த காலத்தில் அவரை மிகவும் குறைவானவர்களே பின்பற்றினர். அவர் மறைந்த முந்நூறு ஆண்டுகளுக்குப் பின்பே அவர் புகழ் பெறத் துவங்கினார்.

ஏசுவுக்கு முந்தைய காலக் கட்டத்திலும் சரி, ஏசுவுக்குப் பின்னர் மூன்று நூற்றாண்டு காலக்கட்டத்திலும் சரி, ஏசுவைப் பின்பற்றிய விசுவாசிகளும் சரி, மற்றவர்களும் சரி, மரணத்துக்குப் பிந்தைய நிலை, மறுபிறவிக் கோட்பாடு, கனவுகளின் பலன் ஆகியவற்றில் நம்மைப் போன்ற கருத்துகளே கொண்டிருந்தனர்.

ரோமானிய சக்ரவர்த்தி கான்ஸ்டன்டைன் கிறிஸ்தவத்துக்கு மாறிய பின், முதன் முறையாக அந்த மதத் தலைவர்களின் மாநாட்டைக் கூட்டினான். அதில் எல்லா விஷயங்களும் மிக விரிவாக ஆலோசிக்கப்பட்டன. உலகம் முழுக்க கிறிஸ்தவத்தைப் பரப்புவது இலக்காக்கப்பட்டது. அதற்கு எதை எதை ஏற்பது? எதை எதை விலக்குவது? என்று தீர்க்கமாக ஆராய்ந்து திட்ட மிடப்பட்டது.

அதன்படி பைபிள் என்பது இயேசு கிறிஸ்துவை மையமாகக் கொண்டு இயங்க வேண்டும். உலக இயக்கம் என்பது இயேசு பிறப்பதை நோக்கமாகக் கொண்டு, அதை எதிர் நோக்கிக் காத்திருக்கிறது. பல மெஸையா (தீர்க்கதரிசி)க்கள் தேவ குமாரனின் பிறப்பு குறித்துக் கூறுகின்றனர். இவை எல்லாம் மற்றும் பல இறையருளாளர்கள் உட்பட அனைத்தும் பழைய ஏற்பாடு (Old Testamant) என்று, நாவல்களில் முன் கதைச் சுருக்கம்

ரோமானிய சக்ரவர்த்தி கான்ஸ்டன்டைன்

என்பார்களே, அதுபோல் அடக்கி விடுவது, ஏசுவின் வாழ்க்கை மட்டும் புதிய ஏற்பாடு (New Testamant) என்று ஆக்குவது என பல முடிவுகள் எடுக்கப்பட்டன.

குறிப்பாக, முற்பிறவி, மறு பிறவிக் கதைகள், கனவுகளின் பலன்கள் போன்றவையெல்லாம் திட்டமிட்டு நீக்கப்பட்டன. தான் துன்பப்படுவதற்கான காரணம் தனது ஊழ் வினைப்பயன்தான் என்று மனிதன் கருத ஆரம்பித்தால், அவன் மீது "சர்ச்"சுகளின் பிடிமானம் இருக்காது. தவிர, யார் வேண்டுமானாலும் கடவுளை வேண்டலாம் என்று இருந்தாலும் மதத்தின் ஆளுமை குறைந்துவிடும்.

எனவேதான் கர்த்தரை நேரடியாக எவரும் அணுக இயலாது. சர்ச்சுகளில் பாதிரியார்கள் மூலம்தான் யாராயிருந்தாலும் கடவுளை அணுக வேண்டும். பாதிரியார் தன்னை அணுகுபவரிடமிருந்து அவருடைய தேவையைக் கேட்டறிந்து, அவருக்காக இறைவனிடம் பிரார்த்தனை செய்வார் என்று கூறப்பட்டது. குறிப்பாக, பாவ மன்னிப்பு சீட்டு அளிக்கும் உரிமை பாதிரியார்களுக்கு அளிக்கப்பட்டது.

மதத்தின் ஆளுமைக்காக அவர்களது அமைப்பு கொண்டு வந்த இம்முறைகளை மக்கள் எதிர்க்கவில்லை. மாறாக, பலரும் வரவேற்றனர். ஒவ்வொரு மனிதனுக்கும் மனத்தின் அடி ஆழத்தில் சாவு பற்றிய பெரும் பீதி இருந்தது. மரணத்தின் பின்னர் தனக்கு என்ன ஆகுமோ என்ற நடுக்கம் இருந்தது. "மாண்ட இயேசு மூன்றாம் நாள் உயிர்த்தெழுந்தார்" என்பதும், "அவர் மீது விசுவாசம் கொள். அவர் உன்னை மீட்பார்" என்பதும் ஆதரவற்ற மனநிலையிலிருந்த அவனது மனத்தில் ஒரு பற்றுக் கோட்டை உண்டாக்கின.

எப்படி ஒருவன் தனது வழக்கைத் திறமையான வழக்கறிஞரிடம் ஒப்புவித்துவிட்டு, நீதிமன்ற விசாரணை பற்றி கவலையே படாமல் இருப்பானோ அந்த மாதிரி, பாமர மக்கள் ஏசுவை விசுவாசித்தால் அவர் தங்கள் பாவங்களை மன்னிப்பார் என்று நம்பிக்கை கொண்டனர்.

பைபிளிலேயே இந்த வரிகள் அழுத்தமாகக் கூறப்படுகின்றன... "இயேசு கிறிஸ்து பாவிகளை ரட்சிப்பதற்காக இந்த உலகுக்கு வந்தார்." (Jesus Christ came into the world to save sinners)

இதன் அடிப்படைத் தத்துவம் எளிமையானது. எந்தத் தவறும் இன்றி அப்பழுக்கற்ற தூய வாழ்வு வாழ மக்களில் யாரும் விரும்பவில்லை. அதே நேரம் தவறுகளுக்காகக் கடும் தண்டனைகளை எதிர்கொள்ளவும் அவர்களுக்கு விருப்பமில்லை.

இதற்கேற்ப, குழந்தைகளின் விஷமங்களைப் பொறுத்துக் கொள்ளும் அன்னையைப்போல், தன்னை சிலுவையில் அறைந்தவர்கள் உட்பட அனைவரையும் மன்னிக்கும் இயேசுவின் அன்பு பலரையும் கவர்ந்தது.

இந்தியாவிலும்கூட இந்த உளவியல் நன்றாகச் செயல்படுவதைக் காணலாம். கோயில்களுக்குப் புகழ்பெற்ற இந்தியாவில் ஆயிரமாயிரம் கோயில்கள் இருக்கின்றன. கங்கை, இமயமலை போன்ற புனித இடங்களும் இங்கு உண்டு. காசி, ராமேசுவரம் போன்ற புனிதத் தலங்களும் உண்டு. ஆதிசங்கரர் ஸ்ரீசக்கரம் நிறுவினார். போகர் நவபாஷாண சிலை வைத்தார். நளனை விட்டு சனி விலகிய இடம், மரகதலிங்கம் என எத்தனையோ புகழ் பெற்ற இடங்கள் இங்கு உண்டு.

ஆனால் தினந்தோறும் லட்சக்கணக்கான மக்கள் சென்று வழிபடுவது திருப்பதி ஏழுமலையான் கோவிலில் மட்டுமே.

இதற்கு அடிப்படையான காரணம் ஒன்றே ஒன்றுதான். ஏழுமலையான் கண்களை மறைத்தபடி நாமம் போட்டிருப்பார். எதிரில் வருபவன் யார் என்று பார்க்க மாட்டார். தன்னை நாடி வந்தவன் யாராயினும், அவன் கெட்ட பாவியானாலும், அவனது பாவங்களை அவர் ஏற்றுக் கொள்வாராம். இதனால்தான் தினமும் எக்கச்சக்கமான பக்தர்கள் அவரைக் காணக் குவிகின்றனர்.

மரணத்துக்குப்பின் எல்லாவற்றையும் இயேசு பார்த்துக் கொள்வார் என்று கூறி விட்டதால் மரணமடைந்த பின்பு என்ன நேரிடும்? என்ற கேள்விக்கே அவசியம் இல்லாமல் போய்விட்டது. அப்படிக் கேள்வி என்பது இல்லாததால் பதிலளிக்க வேண்டிய அவசியம் இல்லாமல் போனது. இதனால் கிறிஸ்தவ மதத்தில் "மரணத்துக்குப்பின்" என்பது பற்றி மிகக்குறைவாகவே கூறப்பட்டுள்ளது.

மரணத்துக்குப்பின் மனிதனின் நிலை என்பது பற்றி இந்து மதத்தைச் சேர்ந்த ஒருவரிடம் கேட்டால் குறைந்தது ஒரு மணி நேரம் விரிவுரையாற்றும் அளவுக்கு அவரிடம் செய்திகள் இருக்கும். இதேபோல் எல்லா மதங்களிலும் தகவல்கள் உண்டு. நம்பிக்கைகள், கதைகள் என்று நிறைய செய்திகளை அவர்களால் அடுக்க முடியும்.

கிறிஸ்தவர்கள் பலரும் இந்தக் கேள்விக்கு "ஏசு ரட்சிப்பார்" என்று மட்டுமே பதில் கூறுவார்கள். ஆனால் கிறிஸ்தவ மதத்திலும் மரணத்துக்குப் பிந்தைய நிலைபற்றிய செய்திகள் உண்டு.

பைபிளின் கருத்துப்படி மனிதன் என்பவன் மண்ணிலிருந்து உண்டாக்கப்பட்டவன். கர்த்தர் பூமியின் புழுதியில் இருந்து மனிதனை உண்டாக்கினார். பின்னர் அவனுள் தனது ஆத்மாவை இழுத்து ஊதினார். அதன் மூலம் முதல் மனிதனான ஆதாமுக்கு வாழும் தன்மையான "நெபஷ்" உண்டானது. இப்படி, தான் அளித்த ஆத்மாவை கர்த்தர் திரும்பப் பெறும்போது மனிதன் இறக்கிறான். சாத்தானால் கெட்டுப்போய், கர்த்தரின் கட்டளையை மீறி நன்மை தீமை அறியும் மரத்தின் கனியை உண்ட ஆதாம் - ஏவாளை சபித்த தேவன், "நீங்கள் மண்ணிலிருந்து உண்டாக்கப்பட்டீர்கள். மீண்டும் மண்ணுக்கே திரும்புவீர்கள்" என்கிறார்.

கிறிஸ்தவ மதம் இந்து மதத்தைப்போல் ஆத்மா அழிவற்றது என்று கூறவில்லை. மரணத்துக்குப்பின் "மீட்டெழுச்சி" என்பது பற்றி இதிலும் கூறப்பட்டுள்ளது. அத்துடன் மீட்டெழுச்சி, கடவுளின் ராஜ்யம், பரிசுத்த ஆத்மா போன்ற குறிப்பிடத்தக்க விஷயங்கள் இதில் உள்ளன.

கர்த்தரால் உண்டாக்கப்பட்ட இஸ்ரவேல் ஜனங்கள் ஆதாமின் தவறால் மரணம் என்பதை சந்திக்க வேண்டி வந்தது. மரணம் என்பது இங்கு முழுமையான அழிவு அல்ல. மரித்துப்போன இஸ்ரேலியர் டுயோல் என்ற இடத்தில் இருக்கிறார்கள். இது

கிரேக்கர்களின் "ஹேடஸ்" போன்றதோர் ஆவிகளின் உலகம். அங்கு ரத்தம் இல்லாத ஆவிகள் துயரத்துடன், இருளில் அகப்பட்டுக்கொண்டு வேதனையான வாழ்க்கை வாழ்ந்தன.

தொடக்கத்தில் இந்த இடம், தண்டனை பெற்ற நரகமாகக் கருதப்படவில்லை. அது கர்த்தரின் ராஜ்யத்தில் சேர்க்கப்படாத, நாடு கடத்தப்பட்டவர்களுக்கான இடம் போன்று சித்தரிக்கப்பட்டது. அதில் இருப்பவர்களுக்கு இறைவனின் அருட்கொடைகளோ, இறைவனை வழிபடும் பேறோ கிடைக்காது.

சரி. கர்த்தர் தம் சாயலாக மனிதனைப் படைத்தார் எனில் அவன் ஏன் மரணமடைய வேண்டும்? இதற்கு பைபிள் கூறும் பதில்தான், "பாவத்தின் சம்பளம் மரணம்" என்பது. அதாவது, மரணம் ஒரு தண்டனையல்ல. கர்த்தர் மனிதனுக்கு மரணத்தைத் தண்டனையாக விதிக்கவில்லை. ஆனால் மனிதன் தனது செயல்களால் தானே தேடிக் கொண்ட ஒரு விளைவுதான் மரணம்.

நல்லது. பாவம் என்பது எது? மிக நல்லவர்கள், உத்தமர்கள், மனித குலத்துக்கு மகத்தான சேவை செய்தோர், ஏன், பல நேரங்களில் களங்கமற்ற சின்னஞ்சிறு குழந்தைகள் உள்பட பலரும் மரணம் அடைகின்றனரே?

இதற்கு கிறிஸ்தவம் கூறும் காரணம் இதுதான். கடவுள் படைத்த முதல் மனிதன் ஆதாம். அவன் செய்த முதல் பாவம் அவனுக்கு கர்த்தருடனான உறவைத் துண்டித்து விட்டது. ஆதாமின் வழி வந்த மற்றவர்களும் இந்த ஒதுக்கப்பட்ட நிலையிலிருந்து தப்ப முடியவில்லை. அதனால் மாசற்ற கடவுளின் விசுவாசியும் மரணமடைய வேண்டியவரே.

ஆனால் மரணம் என்பது முடிவல்ல. இயேசு மனித குலத்தின் பாவங்களுக்காக மரணமடைந்தபோது மரணத்தின் கொடிய வேதனையை அவர் அறிந்து அனுபவித்தார். எல்லா மக்களுக்காகவும் தான் மரணத்தை ஏற்று, அதன் மூலம் அழிவற்ற வாழ்வுக்கான வழியாக மரணத்தை ஆக்கினார்.

சிலுவையின் நிழலில் மரணம் என்பது ஒருபுறம் பாவத்துக்கான தண்டனையாகக் கருதப்பட்டது. மறுபுறம் விடுதலைக்கான மார்க்கமாக அது அடையாளம் காட்டப்பட்டது. நம்பிக்கையுடன் கிறிஸ்தவத்தைப் பின்பற்றுபவர் இறைவனுக்குள் வாழ்வார். சவுல் என்ற பெயரால் கிறிஸ்தவர்களைக் கடுமையாகத் தண்டித்து பின்னர் மனம் மாறி ஏசுவின் சீடரான "புனித பவுல்" கூறுகிறார்:

"நீ இறந்தாய். உனது வாழ்க்கை கிறிஸ்துவுடன் கர்த்தருக்குள் மறைந்துள்ளது." நம்பிக்கை உள்ளவர் அழிவற்ற வாழ்வு பெறுவார்.

உடல், ஆத்மா எனத் தனித்தனியே பைபிள் பிரிக்கவில்லை. உயிருடன் வாழும்போது ஒருவன் உடலும் உயிரும் இணைந்த நிலையிலேயே பாவங்களைச் செய்கிறான். இறக்கும்போதும் அவன் முழுமையாகத்தான் இறக்கிறான். நியாயத் தீர்ப்பின்போதும் முழுமையாகத்தான் விசாரணைக்கு அழைக்கப்படுகிறான். மீட்டெழுச்சியின்போதும் மனிதன் முழுமையாகத் தனது உடல், ஆத்மா இரண்டையும் சேர்த்தே பெறுகிறான். எனவே இங்கு மீட்டெழுச்சி உயிரில் ஏற்படும் ஒரு மாற்றமாகக் கூறப்படுகிறது. அந்த நபரின் அடையாளம், சரித்திரம் என்ற இரண்டையும் அதைப் படைத்தவரான கர்த்தருக்கு முன்னால் நிலை நிறுத்துகிறது.

இந்த வகையில் மீட்டெழுச்சிக்குப் பின்னர் ஏற்படுவதே "அழிவற்ற வாழ்க்கை" எனலாம். இதில் உணரப்படும் கருத்து என்னவெனில், பூமியில் ஒருவன் நூறு வருடங்கள் வாழ்ந்தாலும், அவன் உண்மையில் வாழ்வதாகக் கொள்ள முடியாது. அவன் இங்கு அந்த நேரத்தில் இருக்கிறான், அவ்வளவே.

கர்த்தர் தனக்கே உரிய வழியில் அவனில் என்ன ஆரம்பித்தாரோ அதைத் தொடர்ந்து நடத்துகிறார். மனிதனின் பூமி வாழ்க்கை என்பதே, அதற்கு அப்பால், கர்த்தரின் முன்னிலையில் வாழப்போகும் வாழ்க்கைக்கான முன்னேற்பாடுதான். பிறவி

யிலேயே பாவத்தைச் சுமந்திருக்கும் மனிதர்களும் தொடர்ந்து அறிந்தும் அறியாமலும் பாவங்களைச் செய்துகொண்டிருக்கிறவர்களும், மீட்பு என்பதை இறையருள் மூலம்தான் பெற முடியும். அதையும் இயேசு கிறிஸ்து மூலம்தான் பெற முடியும்.

பைபிளில் ஒரு விஷயம் தெளிவாகக் கூறப்பட்டுள்ளது. வாழ்க்கை முழுதுமாக மனிதனின் கையில்தான் உள்ளது. விதி, ஊழ்வினை, முற்பிறவி போன்ற எதுவும் அவனுக்கு இருப்பதாகப் பைபிளில் கூறப்படவில்லை. அவனது செயல்களுக்கு அவன்தான் முழுப் பொறுப்பு. எதன் மீதும் பழிபோட்டுவிட்டு அவன் தப்ப இயலாது. இதேபோல், செய்த தவறுகளை சரி செய்யும் வகையிலோ, தண்டனையாகவோ மற்றொரு பிறப்பு என்று எதுவும் அவனுக்கு விதிக்கப்படவில்லை. அவனுக்கு இரண்டாவது வாய்ப்பே கிடையாது. நியாயத் தீர்ப்பு நாளில் அவன் தன் தவறுகளுக்கெல்லாம் உரிய பதிலளித்தே தீர வேண்டும்.

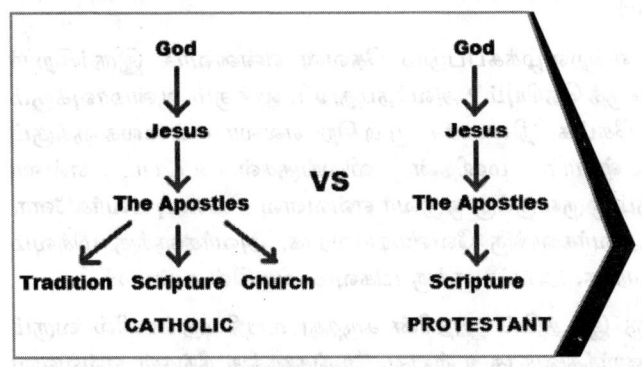

இடைக்காலத்தில் கிறிஸ்தவ மதத்தில் ஒரு பெரும் எழுச்சி ஏற்பட்டது. எல்லாவற்றிலும் இருந்த மதகுருமார்களின் ஆதிக்கத்தை அது ஓரங்கட்டியது. இதில் இணைந்தவர்கள் "புரொட்டஸ்டெண்ட்" (Protestant) என்றும், ஏற்காமல் பழைய முறையைப் பின்பற்றியவர்கள் "ரோமன் கத்தோலிக்" என்றும் அழைக்கப்பட்டனர். கத்தோலிக்கர்களின் கருத்துப்படி கடவுள் எல்லாம் அறிந்தவர். மனிதன் சுதந்தரமானவன் என்றபோதும், தன் விருப்பப்படி நல்லது, கெட்டது இரண்டில் எதையும் தேர்ந்தெடுக்கும் உரிமை அவனுக்கு உண்டு என்றாலும், அவன் எதைத் தேர்வு செய்வான் என்பதைக் கடவுள் முன்கூட்டியே அறிந்திருந்தார்.

"கிறிஸ்தவ மதச் சிந்தனையின் வரலாறு" என்ற நூலில் பால் டில்லிக் கூறுகிறார்: "மீட்டெழுச்சி என்பது யாருக்கு வழங்கப்பட

வேண்டும் என்பது கர்த்தரின் சொந்த விருப்பத்துக்கு உட்பட்டது. நல்லது, கெட்டது பற்றிய நமது சொந்தக் கருத்துகள் இதில் பயன்படாது. எடுபடாது. கடவுளின் விருப்பம் என்பது எதையும் சார்ந்து இயங்குவதில்லை."

புரொட்டஸ்டெண்ட் மதம் தீவிரமாகப் பரவ ஆரம்பிக்கவே, கத்தோலிக்கர்கள் அதை எதிர்க்க ஒரு குழுவை நியமித்தனர். புரொட்டஸ்டெண்ட்டுகளின் கோட்பாடுகளை உருவாக்கிய மார்ட்டின் லூதரின் கருத்துகளை மறுத்து, மக்களை ஏற்கும் வகையிலான வாதங்களை லூதரின் முன் வைக்க வேண்டியது இந்தக் குழுவின் பணி என்று அறிவிக்கப்பட்டது.

"டிரெண்ட் ஆலோசனைக்குழு" எனப்பட்ட இந்தக் குழு, "பாவம் என்பது கடவுளின் சட்டத்துக்கு எதிரான செயல்" என்றது ஆனால் மார்ட்டின் லூதர், "பாவம் என்பது உண்மையில் அவ நம்பிக்கைதான்" என்றார். "கடவுள் என்பது ஒரு மனிதர் அல்ல" என்றார் அவர்.

"கர்த்தர் என்றழைக்கப்படும் தேவன் என்னவாக இருக்கிறார் என்று யாருக்குத் தெரியும்? அவர் நமது உடலுக்கும் ஆன்மாவுக்கும் நாம் பேச, கேட்க, நினைக்க முடிகிற எல்லா எல்லைகளுக்கும் அப்பால் உள்ளார். மனிதன், விலங்குகள் உட்பட எல்லா ஜீவராசிகளும் ஒருவருக்கு ஒருவர் எவ்வளவு வேண்டியவர்களோ, அதைவிட அவர்களுக்கு வேண்டியவராக, அவர்களுக்கு மிகவும் நெருங்கியவராக, அவர்களுக்கு மிகவும் அருகில் உள்ளார்."

இந்த ஒரு இடத்தில் லூதரின் கருத்து உபநிஷதங்களில் வரும் கருத்தை உணர்த்துவதாக உள்ளது. "உங்களுக்கு நீங்கள் எவ்வளவு அருகில் உள்ளீர்களோ அதைவிட அருகில் அவர் உள்ளார்" என்கிறார் லூதர். உபநிடதங்கள், "சிறியவற்றில் எல்லாம் மிகச் சிறியவர் அவர். அதே சமயம் பெரியவற்றில் எல்லாம் மிகப் பெரியவர் அவர்" என்கின்றன. அணுவை விடப் பரமாணுவாக உள்ளவர் கடவுள். அண்டங்களைவிடப் பிரம்மாண்டமானவரும் அவரே.

மார்ட்டின் லூதர் கூறுகிறார்: "உலகில் ஒரு பிராணிக்கு மிகவும் வேண்டியவராக, அந்தப் பிராணி, தன்னுடன் தான் எந்த அளவு நெருங்கியுள்ளதோ அதைவிட அதிகமாக உள்ளார்ந்து அதைவிட நெருங்கிய நிலையில் அவர் உள்ளார். அதே நேரம் அவர் எங்கும் இருப்பதுமில்லை. எல்லா ஜீவன்களும் கடவுளின் முகமூடிகளாகவும் திரைகளாகவும் உள்ளன. அதாவது, அவரின் ஓர் அங்கமாக உள்ளன. அவை மேன்மேலும் அதிக ஈடுபாட்டுடன்

பணிபுரிபவையாகவும், அதிகப் பொருட்களை கடவுள் உருவாக்க அவருக்கு உதவுபவையாகவும் உள்ளன."

ஒரு மனிதன் செய்த எல்லாப் பாவங்களுமே ஞானஸ் நானத்தினால் மன்னிக்கப்படுகின்றன என்கிறது கத்தோலிக்க மதம். ஆனால் அதன் பின்னர் அவன் பாவம் செய்யக்கூடாது என்பதுதான் அது விதிக்கும் நிபந்தனை. மார்ட்டின் லூதர் பாவங்கள் என்று எதையும் தரம் பிரித்துப் பட்டியலிட முன் வரவில்லை. அவரைப் பொறுத்தவரை கடவுளிடமிருந்து மனிதனைப் பிரிக்கக்கூடிய எல்லாமே பாவமானவைதான். கடவுள் மீதான நம்பிக்கையின்மையினால்தான் எல்லா பாவங்களும் கிளைக்கின்றன என்கிறார் அவர்.

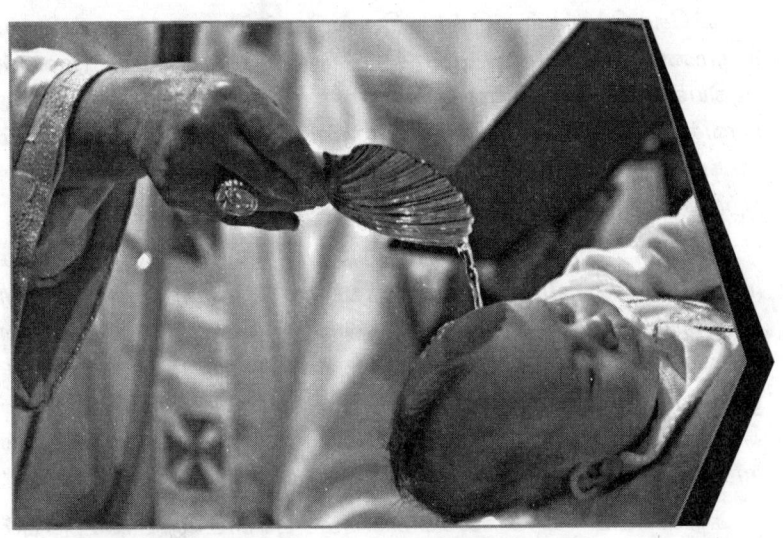

பல விஷயங்களில் கத்தோலிக்கர்களும் புரொட்டஸ் டெண்டுகளும் வேறுபட்டார்கள். கிறிஸ்தவ மதக் கோட்பாட்டில் பிரார்த்தனை என்பது ஒரு முக்கிய அங்கமாக இருந்தது. அதேசமயம், சர்ச்சுக்கு வெளியே ஒருவர் செய்யக்கூடிய மதச் சடங்குகளின் மூலம், அந்தச் சடங்கின் மூலம் கிடைக்கக்கூடிய அனுகூலத்தை ஒருவர் பெற முடியாது. சர்ச்சின் ஒரு பாகமாக அவர் இருக்க வேண்டும். அதாவது, சர்ச்சின் ஒப்புதலுடன் அவர் அதைச் செய்ய வேண்டும். அப்போதுதான் அதன் பலன் அவருக்குக் கிடைக்கும்.

மதச் சடங்குகள் விஷயத்தில் கத்தோலிக்கர்கள், அதிகாரம் பெற்ற மதகுருமார்களால் செய்யப்படும் சடங்குகளுக்கே பலன்

உண்டு என்றனர். புரொடஸ்டெண்டுகள் மதச்சடங்குகளை ஓர் அடையாளமாகவே கருதினர். கூடவே, செய்த தவறுகளுக்கு மனம் வருந்துவது மற்றும் கடவுள் மீது ஆழ்ந்த நம்பிக்கை கொள்வது ஆகியவற்றை இவர்கள் பெரிதும் வலியுறுத்தினர்.

கத்தோலிக்க சமயம் ஏழு சடங்குகளை வலியுறுத்தியது. தொடக்க கால மதகுருமார்கள் யாரும் இதை வலியுறுத்தவில்லை என்று தெரிந்தும், பீட்டர் லாம்பர்ட், தாமஸ் அகினாஸ் ஆகியோரைப் பின்பற்றி ஏழு சடங்குகளை இது முக்கியமாகக் கொண்டிருந்தது. புரொடஸ்டெண்டுகள் இரண்டே இரண்டு சடங்குகளைத்தான் வலியுறுத்தினர். அவை ஞான ஸ்நானமும் கிறிஸ்துவின் இறுதி இரவு உணவுமே.

கத்தோலிக்கர்கள் இந்த இரண்டுடன், நிலை நாட்டுதல், திருமணம், எண்ணெய் முழுக்காட்டுதல், புனிதக் கட்டளைகள் ஆகியவற்றையும் பின்பற்றுகின்றனர். இத்துடன், தான் செய்த பாவத்துக்கு தானே முன்வந்து தண்டனை ஏற்றுக் கொள்ளும் சடங்கும் உள்ளது. இதனை புரொடஸ்டெண்டுகளிலும் பலர் ஏற்றுக்கொள்கின்றனர்.

ஏசுவின் சரீரம், ஏசுவின் ரத்தம் என்பது இங்கு மிக முக்கியமானதாகும். "என் ரத்தத்தின் நிமித்தம் உங்களை சுத்திகரிப்பேன். என் சரீரத்தின் நிமித்தம் உங்களை சொஸ்தப்படுத்துவேன்" - இவை ஏசுவின் புகழ்மிக்க வரிகள். இதன்படியே ஜெபகோபுரம் என்று அமைத்து, பிரார்த்தனை செய்து ஏசுவின் ரத்தம் என்று கூறி திராட்சை ஒயினையும் ஏசுவின் சரீரம் என்று கூறி அப்பத்தைப் பிட்டும் கொடுக்கின்றனர்.

கிறிஸ்தவம் கத்தோலிக்கமாகவும் புரொடஸ்டெண்டாகவும் பிரிந்தது பிற்காலத்தில்தான். ஏசுவின் கூடவே இருந்த சீடர்களில் முக்கியமானவர் புனித யோவான் எனப்படும் செயின்ட் ஜான்.

இவர் மனிதன் மரணமடைந்தபின் என்ன நடக்கிறது என்பது பற்றி மேலை உலகம் சென்று பார்த்து விட்டு வந்ததாகக் கூறப்படுகிறது. அவற்றை அவர் "வெளிப்படுத்தின சுவிசேம்" என்ற பகுதியில் விளக்குகிறார்.

பைபிள் "யோவான் மூன்றாவது வானம்வரை எடுத்துக் கொள்ளப்பட்டான்" என்கிறது.

மனிதன் மறைந்த பின்பு அடையும் நிலைகள் குறித்து புனித ஜான் எழுதிய நூல் "ஆத்மாவின் இருண்ட இரவு." அதில்

ஆத்மா அடையும் துன்பங்கள் விளக்கப்படுகின்றன. ஆத்மா தூய்மைப்படுத்தப்படுவதில் இரண்டு இரவுகள் உண்டு என்று இதில் கூறப்பட்டுள்ளது. இதில் முதலாம் இரவு ஆத்மாவின் சிற்றின்ப உணர்ச்சியின் பகுதியாக உள்ளது. இரண்டாம் இரவு ஆத்மா சார்ந்த பாகமாக உள்ளது.

மேலும் மூன்றாம் பாகம் ஆத்மாவின் சலனம் பற்றி, அதாவது செயல் தன்மை பற்றிக் கூறுகிறது. மற்றொரு பாகம், ஆத்மாவின் சலனமற்ற, அமைதித்தன்மை பற்றிக் கூறுகிறது. இதுதான் இருளான இரவாகும்.

இதுபற்றிய அவரது வாசகங்கள் பின்வருமாறு கூறுகின்றன.

"இரண்டாவது இரவு அல்லது தூய்மைப்படுத்துதல் என்பது ஏற்கெனவே நன்கு திறமை பெற்றவர்களுக்கு உரியதாக உள்ளது. தேவனுடன் சேர்கிற நிலைக்கு அவர்களைக் கொண்டுவரக் கர்த்தரானவர் விரும்பும் அதே சமயத்தில் அது நிகழ்கிறது. இந்த இரவு மேலும் தெளிவற்ற தன்மையுடனும், இருளாகவும், பெரும் அச்சமூட்டுகிற தூய்மைப்படுத்துதலாகவும் இருக்கிறது..."

இறைவனுடனான மிகச் சிறந்த இணைதலுக்கு ஆத்மா எந்த அணுகுமுறைகளைப் பின்பற்றுகிறது, அப்போது ஏற்படும் நிகழ்வுகள் என்னென்ன என்று இங்கு படிப்படியாக விளக்கப்படுகிறது. இது இடர்களுடன் கூடிய கடினமான பயணம். ஆன்மா சார்ந்த பெருமை, ஆன்மா சார்ந்த கோபம், ஆன்மா சார்ந்த பேருணர்வு (நாவின் ருசி) உள்ளிட்ட தன்னிடமுள்ள பல்வேறு விதமான குறைபாடுகளால் இறைவனுடன் இணைவதற்காக, தான் எடுத்து வைக்கும் ஒவ்வொரு படியிலும் ஆன்மா துயரப்படுகிறது.

ஆத்மாவைப் பற்றி நன்றாக அறிந்து கொள்ள, அவற்றின் அடையாளங்கள் இந்த நூலில் விரிவாக விளக்கப்படுகின்றன. இவற்றையெல்லாம் தாண்டிய பின்னர்தான் இரண்டாம் இரவு வருகிறது.

"முதல் நிலையின் பல படிகளையும் தாண்டி விட்டதாலேயே எந்த ஆத்மாவும் இரண்டாவது இரவுக்குச் சென்றுவிடுவதில்லை. முதல் தூய்மைப்படுத்துதலின், சிற்றின்ப இரவின் கஷ்டங்கள், சோதனைகளைக் கடந்து வெளிவந்த பின்னர், நீண்டகாலம், ஏன் பல ஆண்டுக்காலம்கூட அது ஒரே இடத்தில் தங்க வேண்டி நேர்கிறது. மிக அதிகமாக அங்கு அதற்குத் தெய்வீக உதவி தேவை. ஆத்மா, தானாகவே கடினமாக முயன்றாலும் அந்த மிகச்சிறந்த

"தெய்வீக நிலையுடனான சேர்க்கைக்கு, குறைந்த அளவில்கூடத் தயாராவதற்கு, ஆத்மா தன்னைத்தானே தூய்மைப்படுத்திக் கொள்ள முடியாது. கடவுளின் பெருவிருப்பம்தான் அதை அழைத்துச்சென்று, அந்த இருளான நெருப்பின் உதவியால் அதைப் பரிசுத்தமாக்கும்."

புனித ஜான் ஒன்றைப் பற்றித் திடமாகக் கூறுகிறார். "ஆத்மா தாமாகவோ, பொதுவான இறையருளாலோ இறைவனுள் நிலைபெறும் தன்மையை அடைய முடியாது. கடவுளின் சக்தியை ஆத்மா பெற முடியாது. ஆனால் ஆத்மாவானது கடவுள் என்று அழைக்கப்படும் கடவுளாக இருக்கும்."

தலையை சுற்றவைக்கும் இந்த வார்த்தைகளுக்கு இப்படிப் பொருள் கொள்ளலாம்:

ஓர் ஆத்மா நெடியதொரு போராட்டத்துக்குப் பின்னர் மிக, மிக உயரிய நிலையை எட்டும். அதாவது, அது மனிதர்கள் "கடவுள்" என்று எதைப் போற்றுகின்றனரோ, அந்த நிலையை எட்டும். ஆனாலும் அது உண்மையான, எங்கும் பரந்துள்ள கடவுளின் சாயல்தானே தவிர அதுவே கடவுளாகாது.

தவிரவும், இங்கு கவனிக்கப்படவேண்டிய மற்றொரு முக்கியமான விஷயம், கடவுள் விருப்பப்பட்டு உதவி செய்யாமல் எவரும் இந்த நிலையை எட்ட முடியாது. மேலும், அது ஒரு நீண்ட, நெடிய போராட்டம். அநேக ஆத்மாக்கள் இந்தப் போராட்டத்துக்கு ஈடுகொடுக்க இயலாமல் பின் வாங்கி விடுகின்றன. இத்தகைய சாதனைக்கு எந்த ஆத்மா தயாராக உள்ளதோ அந்த ஆத்மாவுக்கு இந்த இருளான இரவே இருளில் ஒரு வெளிச்சமாக உள்ளது.

13

ஊது கொம்பின் மீது ஒரு பயங்கர வெடியோசை

மரணம் நமது சகோதரி
மரணத்திற்காக உன்னைப் புகழ்கிறோம்
தருணங்களில் உன் பார்வை ஒளிக்கு
ஆத்மாவை அவர் விடுவிக்கிறார்
மரிக்கும்போதும் இறுதி மூச்சில்
மகிழ்ச்சியுடன் கூவுகிறோம்
தெரியும் வகையில் நன்றியுடன்
புகழ்ச்சியும் பாராட்டும் கலந்து

-புனித பிரான்சிஸ்

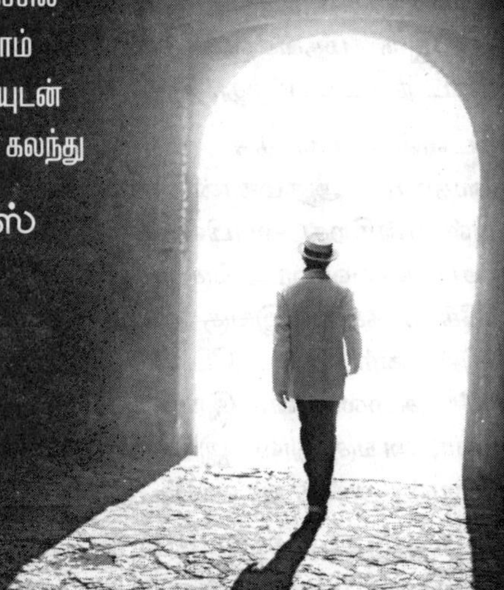

யூத மதம், கிறிஸ்தவ மதம், இஸ்லாமிய மதம் மூன்றையும் ஊடுருவி ஆராயும்போது மூன்றும் ஒன்றிலிருந்து கிளைத்தவைகளே என்பதை எளிதில் உணரலாம். ஏசுவின் வருகைக்குப் பின்னர் யூதமதம் அளவில் சுருங்கி, இப்போது இஸ்ரேலுடன் நின்று விட்டது. யூத ஞானியரை, கர்த்தரின் தீர்க்கதரிசிகள் என்ற அளவில் பைபிள் ஏற்றுக் கொண்டுள்ளது.

இஸ்லாம், முகமது நபியைப் பின்பற்றுகிறது என்பதைத் தவிர அதற்கும், கிறிஸ்தவத்துக்கும் எந்த வேறுபாடும் இல்லை. ஆனால் இந்த இரு மதங்களுக்கிடையேதான் பல நூற்றாண்டுகளாகச் சண்டை நடைபெற்றது.

கடவுள் படைத்த முதல் மனிதனை ஆதாம் என்கிறது கிறிஸ்தவம். ஆதம்கான் என்கிறது இஸ்லாம். முதல் பெண் ஏவாள் என்கிறது பைபிள். ஹவ்வா என்கிறது இஸ்லாம். இங்கு ஜோசப் என்பவரை அங்கு யூசுப் என்கிறார்கள். இங்குள்ள ஜேக்கப் அங்கே யாக்கூப். இங்கு ஆபிரகாம் என்பதை அங்கே இப்ராகிம் என்கின்றனர். இங்கு டேவிட், அங்கே தாவூத். இங்கு சாலமன், அங்கே சுலைமான். இங்கு யோபு, அங்கு அயூப்கான். இங்கு நோவா, அங்கு நூவு. இங்கு சாத்தான், அங்கு சைத்தான். இங்கு கேப்ரியல், அங்கு ஜிப்ரயில். இங்கு மோசஸ், அங்கு மூசா.

மூன்று மதங்களிலும் ஒரே கடவுள் என்பதுதான் கோட்பாடாக இருக்கிறது. மரணத்துக்குப்பின் நடப்பது பற்றி ஒரேவிதமான கோட்பாடுகளைத்தான் மூன்று மதங்களும் கொண்டிருந்தாலும் அவற்றுக்கிடையே சொற்ப அளவில் வித்தியாசங்கள் இருக்கத்தான் செய்கின்றன.

யூத மதமும், கிறிஸ்தவமும் கூறுபவற்றைப் பற்றி இதற்குமுன் பார்த்தோம். இனி இஸ்லாம் மதத்தின் மரணம் சார்ந்த கோட்பாடுகளைப் பற்றிப் பார்ப்போம்.

மேலைநாட்டு மதங்களில் சுவர்க்கம், நரகம் பற்றி எப்படிப்பட்ட கருத்துகள் நிலவுகின்றன என்பது குறித்து முன்பே பார்த்துள்ளோம். பெரும்பாலான மக்கள் தங்களுக்கு எவை எவையெல்லாம் கிடைக்காதோ அல்லது எதை எதையெல்லாம் அவர்கள் அடையத் துடித்தனரோ, அவை எல்லாம் தாராளமாகக் கிடைக்கும் இடமாக சொர்க்கத்தைக் கற்பனை செய்தார்கள். பாமரர்களைவிடப் படித்தவர்கள்தான் இதுபோன்ற கற்பனைகளில் அதிகம் ஈடுபட்டு, இலக்கியமாகவும் கவிதையாகவும் அவற்றை வடித்து, இந்தக் கற்பனைகளுக்கு மேலும் மேலும் மெருகு பூசியுள்ளனர் என்பதுதான் பெரிய ஆச்சரியம்.

இதற்கு உளவியலார் இரண்டு காரணங்களைக் கூறுகின்றனர். முதலாவது, மனிதனின் ஆசைகள். அதை நிறைவேற்றிக் கொள்வதற்காக மனிதன் செய்யக்கூடிய தீமைகளுக்கு எல்லையே கிடையாது. சட்டங்களால் மட்டும் மனிதனைக் கட்டுப்படுத்த இயலாது. சட்டங்களும் அரசும் மனித உடலை மட்டுமே கட்டுப்படுத்தும். அதைவிட ஆசைகளுக்குக் காரணமான மனதைக் கட்டுப்படுத்துவதுதான் சிறந்த வழி. அதற்குத் தீமை புரிந்தவன் அடையக்கூடிய நரகம், நன்மை புரிந்தவன் அடையக்கூடிய சொர்க்கம் போன்றவற்றைப் பற்றி மக்களின் மனத்தில் பதியும்படி விளக்குவது அவசியம்.

ஆகவே சமுதாயத்தை அதிக சீரழிவுகள், மோதல்கள் இன்றிக் கொண்டுசெல்ல இந்த வகையான புராணக் கதைகளும் இலக்கியப் பாடல்களும் இயற்றப்பட வேண்டியது மிகவும் அவசியமாயிருந்தது.

இரண்டாவது காரணம் உளவியல் பூர்வமானது. பாமரர்கள் தங்கள் உடல் தேவைகள் திருப்தி செய்யப்பட்டாலே போதும் என்ற மனநிலையை உடையவர்களாக இருந்தனர். அவர்களது லட்சியம் உணவு தேடுவது, பொருள் ஈட்டுவது, குடும்பத் தேவைகளை நிறைவேற்றுவது போன்றவற்றில் தாங்கள் நிறைவை அடைந்தாலே போதும் என்பதாகத்தான் இருந்தது. உடல் ரீதியான குற்றச் செய்கைகளுக்கு தண்டனை வழங்கும் அரசின் சட்டங்களுக்கு அவர்கள் பயந்தனர். உளவியல் ரீதியாக நல்வாழ்வு, தண்டனை ஆகியவற்றைத் தருகின்ற சொர்க்கம், நரகம் போன்ற கற்பனைகளை சுட்டிக்காட்டிய ஆன்மிக சட்டங்களுக்கும் அவர்கள் கட்டுப்பட்டனர்.

மற்றபடி அவர்களுக்கு மனம் சம்பந்தமான பிரச்னைகள் எதுவும் எழவில்லை. சொல்லப்போனால், படுத்தவுடன் தூங்க அவர்களால் முடிந்தது. அவர்கள் மனம் அதிகமாக எழுச்சி அடையாததால், அதிகப்படியாக யோசிக்காததால், அதிகம் கேள்விகளோ சந்தேகங்களோ அவர்களுக்கு எழுவதில்லை. கொஞ்சம் பெரிய அந்தஸ்திலிருந்த மனிதராக இருந்தால், அவர் சொல்லும் எதையும் நம்ப அவர்கள் தயாராக இருந்தனர்.

படித்தவர்கள் நிலை அப்படிப்பட்டதல்ல. அவர்களின் படிப்பு அவர்களுடைய மனத்தில் எண்ணற்ற கேள்விகளை எழுப்பியது. ஒவ்வொரு விஷயத்திலும் ஆயிரம் சந்தேகங்களை உற்பத்தி செய்யத் தொடங்கியது. ஏன்? எதற்கு? இது என்ன வாழ்க்கை? இதன் அர்த்தம் என்ன? எதற்காக இது கொடுக்கப்பட்டது? என எண்ணற்ற சஞ்சலங்கள் எழுந்து, அவர்கள் மனத்தை உளைச்சலுக்கு ஆளாக்கின.

மெத்தப் படித்தவர்கள் பலரும் தனிமையை நாடுவதன் காரணம் இதுதான். அவர்களில் பலரும் தங்கள் மனத்தின் இரைச்சலை, ஓயாத எண்ணங்களைச் சமாளிக்க முடியாமல் திணறினார்கள். இதைத்தான் "தன்னிடமிருந்து தப்பித்தல்" என்பார்கள். அத்தகைய, "தன் மனதுடன் தானே போராடும் நிலை"யிலிருந்து தப்பிக்க சிலர் போதையை நாடினார்கள். பலர் போதைக்கு இணையான தீவிரக் கோட்பாடுகளை நாடினார்கள். தங்கள் மனத்தை மிகவும்

கவர்ந்த ஏதேனும் ஒன்றைக் கடவுளாக உருவகித்து, அதன் மீது தங்கள் முழு அறிவையும் குவித்து, கவிதை மழை பொழிந்தனர். இவர்கள் தன் அறிவின் திறத்தால் சொர்க்கத்தை ஒரு நகரமாக மனத்தில் கற்பித்துக்கொண்டு, அதைப் பகுதி பகுதியாக விளக்கினார்கள். மந்தாகினி நதி, கற்பக மரம், மந்தார மலர்கள் என்றெல்லாம் இவர்களுடைய கற்பனை விரிந்தது. இதேபோல் நரகத்தைப் பற்றியும் பகுதி பகுதியாக சுசீமுகம், வஜ்ர கண்டம் என்றெல்லாம் பயங்கரமாக வர்ணித்தனர்.

இதையும் தாண்டிய நிலையிலிருந்த சில சிந்தனையாளர்கள் இன்பமும் துன்பமும் ஒரே நாணயத்தின் இருபக்கங்கள்தான். பாவமும் புண்ணியமும் அதுபோன்றதுதான். இரண்டையும் கடந்த நிலையே இறைநிலை. அதை அடைய உதவுவதே சமாதி நிலை என்றனர்.

அரேபியாவைப் பொறுத்தவரை அங்கே நிலவிய பாலைவனச் சூழலுக்கும் இஸ்லாமிய மதத்துக்கும் நெருங்கிய தொடர்பு இருந்தது. அங்கு தண்ணீர் என்பது மிகவும் அரிய பொருள். எங்கும் அனல், வெய்யில், சுடுமணலைத்தான் பார்க்கவும் அனுபவிக்கவும் முடிந்தது. மருந்துக்குக்கூட புல் பூண்டுகளோ, பறவைகளோ, விலங்குகளோ கிடையாது. நாடோடிகளாகவும் காட்டுமிராண்டிகளாகவும் திரிந்த அவர்களிடையே எண்ணற்ற குழுக்கள் இருந்தன. அவற்றுக்கு இடையே அடிக்கடி மோதல்கள் ஏற்பட்டன.

உணவு, குடிநீர் போன்றவற்றை நீண்டகால சேமிப்பாகக் கருதி சேமித்து வைத்துக்கொண்டு, நீர்நிரம்பிய பகுதிகளைநாடி அவர்கள் இடம் பெயர்ந்துகொண்டே இருப்பார்கள். எதிர்பாராதநேரம் பார்த்து ஒரு கூட்டத்தினர் இன்னொரு கூட்டத்தினரைத் தாக்கிக் கொள்ளையடிப்பார்கள். போரிடுபவர்களை மட்டுமல்ல, போரில் சரணடைந்தவர்களையும்கூட சில நேரத்தில் கொன்று விடுவார்கள். அவன் குடிக்கும் நீரும், உண்ணும் உணவும் அவன் கொல்லப் பட்டுவிட்டால் மிச்சமாகி விடும் அல்லவா? அதைத் தாங்கள் பயன்படுத்திக்கொள்ளலாம் அல்லவா?

அந்தக் கூட்டங்களின் முக்கிய ஆயுதம் வன்முறைதான். எந்தவித வரம்புக்கும் கட்டுப்படாதவர்கள் அவர்கள். கொலை, கொள்ளை, கற்பழிப்பு போன்றவைதான் அவர்களது அன்றாட வாழ்க்கை முறையாக இருந்தன. வெட்டுவது, குத்துவது, அங்கஹீனம் செய்வது போன்றவற்றை எல்லாம் அவர்கள் மிகவும் இயல்பாகவே செய்தார்கள். அதற்கேற்றபடி அவர்களில் ஒவ்வொரு இனத்தவருக்கும் ஒவ்வொரு வகையான வழிபாடுகள் இருந்தன. எண்ணற்ற கடவுள்களை அவர்கள் வழிபட்டனர். புலவிதமான சடங்குகளைப் பின்பற்றினர். அவற்றுக்கு எந்தவிதமான ஒழுங்கான வழி முறைகளும் பின்பற்றப்படவில்லை. அறவுணர்வு என்பது அவர்களிடம் மருந்துக்குக்கூட இல்லை. இப்படிப்பட்டவர்களின் நடுவே தோன்றியவர்தான் முகம்மது நபி.

"ஒரே கடவுள்தான். அவர் எங்கும் இருப்பவர், என்றும் இருப்பவர். அவருக்குத் தொடக்கமோ, முடிவோ கிடையாது. அவர் எல்லாம் அறிந்தவர். அவர்தான் எல்லாவற்றையும் படைத்தவர்."

இப்படியொரு புரட்சிகரமான சித்தாந்தத்தை அறிவித்த நபி, தனது மார்க்கத்துக்கு இஸ்லாம் (அமைதி) என்று பெயரிட்டார். தொழுகை, சகோதரத்துவம் ஆகியவற்றை முன்னிலைப்படுத்திய நபியின் மார்க்கம் பல நாடுகளிலும் கிடுகிடுவெனப் பரவி, மத்திய காலத்தில் ஐரோப்பாவில் கிறிஸ்தவத்துக்குக் கடும் போட்டியைக் கொடுத்தது.

கிறிஸ்தவம் மாதிரியே இஸ்லாமிய மதமும் மரணத்துக்குப் பின்னுள்ள வாழ்க்கை பற்றி அதிகம் கூறவில்லை. இதிலும் அதே சொர்க்கம், நரகம் போன்றவை வலியுறுத்தப்படுகின்றன. யூதர்களாக இருந்தவர்களை ஏசுவின் மீதிருந்த கவர்ச்சி பெருமளவுக்கு ஈர்த்தது. மனித குலத்தின் பாவங்களுக்காக ஏசு சுமந்த சிலுவை, சிலுவையில் அறையப்பட்ட நிலையிலும் ஏசு

தன்னைத் தண்டித்தவர்கள் மீது காட்டிய அன்பு போன்றவை அவர்களை வசீகரித்தன.

பாலைவனத்தில் வாழ்ந்த முரட்டு இனத்தாராகிய அராபியர் களை முகமது நபியின் குர்ஆன் ஒன்று திரட்டியது. இங்கு பயபக்தியும், இறை அச்சமும்தான் முதன்மை பெற்றன. அல்லா மீது பக்தி, அல்லாவின் தூதர் முகமது நபி மீது நம்பிக்கை ஆகியனவே அதில் முக்கியத்துவம் பெற்றன.

எனினும் இறப்புக்குப்பின் என்பதில் இஸ்லாம் பல தகவல் களை அதிகமாகக் கொண்டுள்ளது. அதில் சொர்க்கம் பற்றிய வர்ணனைகள் முக்கிய இடம் பெற்றன. தண்ணீரையே காணாத அந்தப் பகுதி மனிதர்களுக்கு அழகிய சோலைகள், பூத்துக்குலுங்கும் மலர்கள், கனிகள் தொங்கும் மரங்கள், பலவித வண்ணப் பறவைகள் இவையெல்லாம் கொண்டதுதான் சொர்க்கம் என்று மற்றவர்கள் வர்ணிக்கும்போது அத்தகைய சொர்க்கத்தை அடைவது என்பதைத்தான் அவர்கள் தங்கள் வாழ்வின் மிகப்பெரிய இலக்காக எண்ணினார்கள்.

பாலைவனங்களில் வசித்த முரட்டு நாடோடிகளாகயிருந்த அராபியர் படிப்படியாக நகர்ந்து இந்தியாவுக்குள் நுழைந்தபோது அதிர்ந்து போனார்கள். ஏனெனில் அவர்கள் தங்களது கற்பனையில் எதை சொர்க்கம் என்று எண்ணியிருந்தார்களோ அவை எல்லாம் இங்கே இருந்தன. வற்றாத நதிகள், பசும்பட்டாடை போர்த்திய மலைகள், குதித்தோடும் அருவிகள், காடுகள், மலர்ச்சோலைகள், கனி தரும் மரங்கள், அழகிய மங்கையர், பறவைகள், பிராணிகள், கொட்டிக் கிடக்கும் தங்கம், நவரத்தினங்கள், சாதுவான மனிதர்கள் என எல்லாவற்றையும் அவர்கள் இங்கே கண்டனர்.

அல்லா இருக்கும் சொர்க்கம் என்பது வேறு என்று அவர்களுக்கும் தெரியும்தான். ஆனால் கண்ணெதிரே அதியற்புத வர்ணனைகளின் உருவமாகக் காட்சி அளித்த இந்தியா அவர்கள் கண்களுக்குப் பூலோக சொர்க்கமாகத் தெரிந்தது. அதனாலேயே திரும்பத் திரும்ப இந்தியா மீது கரை உடைந்த வெள்ளம்போல் முகலாயர் படையெடுப்பு நிகழ்ந்தது.

பதினைந்து, இருபது வருடங்களுக்கு முன்பு, ஐக்கிய அரபு நாடுகளை சேர்ந்த ஷேக் ஒருவர் மும்பைக்குக் குடும்பத்துடன் வந்திருந்தார். பெரிய ஐந்து நட்சத்திர ஓட்டலில் முதல் தர அறை எடுத்து அவர்கள் தங்கி இருந்தனர். பல நாட்கள் சென்றபின் ஒரு

நாள் அங்கு பலத்த மழை பெய்தது. உடனே ஜன்னல்களைத் திறந்த ஷேக், "பார்த்துக் கொள்ளுங்கள். இதுதான் மழை" என்றார். அவரது மனைவியும் குழந்தைகளும் ஆரவாரமாக வானில் இருந்து தண்ணீர் கொட்டும் அதிசயத்தைக் கண்டு களித்தனர்.

மழை எப்படி இருக்கும் என்று மனைவி, மக்களுக்குக் காட்டுவதற்காக பல லட்ச ரூபாய் செலவழித்து நாடுவிட்டு நாடு வந்து பல நாட்கள் அந்த ஆடம்பர ஹோட்டலில் காத்திருந்தார் அந்த ஷேக். இது, அப்போதைய தினசரி மற்றும் வாரப் பத்திரிகைகளில் பரபரப்பான செய்தியாக வெளியானது.

அப்படிப்பட்ட ஒரு தேசத்தைச் சேர்ந்த மக்களை நல்வழிப் படுத்த சற்று மிகையான வர்ணனைகள் கூறப்பட்டாலும், இஸ்லாம் மதத்திலும் இறப்பு, நியாயத் தீர்ப்பு நாள், சொர்க்கம், நரகம் ஆகியவை அழுத்தமாகக் கூறப்படுகின்றன.

இஸ்லாம் ஒன்றைத் தெளிவாக்குகிறது. கடவுள் வரைமுறையற்ற தன்மையுடன் தண்டனைகளையோ, வெகுமதிகளையோ வாரி வழங்கும் ஒரு நீதிபதி அல்ல. கருணையும் இரக்கமும் உள்ளவராக அவர் இருக்கிறார். அதனாலேயே, அளவற்ற அருளாளன், நிகரற்ற அன்புடையோன் என்று இறைவனைப் பற்றி இஸ்லாம் குறிப்பிடுகிறது.

குர்ஆனின் முதல் சூரா, ஹம்த், கடவுள் வழிபாட்டுடன்தான் தொடங்குகிறது. யூத மதம் போலவே இந்த மதமும் மனிதன் தனது வழிகளைத் தானே நிர்ணயித்துக் கொள்ளும் உரிமை பெற்றிருப்பதை வலியுறுத்துகிறது. எந்த வகையிலும் மனிதன்

முல்லா நசிருதின்

தனது துரதிருஷ்டங்களுக்குக் கடவுளைக் குறைகூற முடியாது. மனிதனுக்குக் கிடைக்கும் வெகுமானம் அவனது செயல்களின் விளைவாக அவனுக்குக் கிடைப்பது. அதேபோல் அவனுக்கு ஏற்படும் துயரம் அல்லது தண்டனையும் அவனே அவனுக்கு ஏற்படுத்திக் கொண்டதுதான். அவை எல்லாமே அவனே உருவாக்கிக் கொண்டவைதான்.

கிறிஸ்தவம், யூதம் இவற்றைப்போலவே இஸ்லாமும் நியாயத் தீர்ப்பு நாளை முக்கியத்துவப்படுத்துகிறது. அந்த நாளில் எல்லாமே இறைவனிடம் செல்லும். "உனது இறைவனிடம் எல்லாம் திரும்பிச் செல்லும்" என்கிறது குர்ஆன். அந்த நாளில் ஒவ்வொருவனும் அவன் செய்த, செய்யாமல் விட்ட காரியங்களுக்காக விசாரிக்கப்படுவான்.

அங்கு அவன் பொய் சொல்ல முடியாது. ஏனெனில் அவனுள் அப்போது இருக்கும் மனசாட்சி என்னும் பதிவுகள் அந்த நேரத்தில் திறந்து கொள்ளும். அங்கே அவன்தான் அவனது வார்த்தைகளுக்கு சாட்சியாக இருப்பான்.

முல்லா நசிருதின் கதைகள் ஆழமான தத்துவமும் உட்பொருளும் கொண்டவை. மனித வாழ்க்கையை ஒருசில வரிகளில் சுட்டிக்காட்டக்கூடியவை. அதில் ஒரு கதை உண்டு.

ஒருமுறை முல்லா நசிருதீன் ஒரு வீட்டிலிருந்து ஆட்டைத் திருடிக் கொண்டு வந்து சமைத்துச் சாப்பிட்டுவிட்டார். அவரது நண்பனுக்கு இது தெரியவந்ததும் அவன் முல்லாவைக் கண்டித்தான்:

"நீ இப்படி செய்யலாமா? இது எவ்வளவு பெரிய பாவம்?"

"இப்போது என்ன ஆகி விட்டது?" என்றார் முல்லா அலட்சியமாக.

"அடுத்தவனுக்கு சொந்தமான ஆட்டைத் திருடுவது பாவ மல்லவா?"

"யாருக்கு இது தெரியப்போகிறது?"

"நீ இறந்த பின்னர் நியாயத் தீர்ப்பு நாளில் விசாரணையின் போது இதற்கு என்ன பதில் சொல்லப் போகிறாய்?"

"எனக்குத் தெரியாது என்றுதான் சொல்வேன்."

"அதெல்லாம் அல்லாவிடம் பலிக்குமா? நீ வெட்டி சாப்பிட்ட ஆடே உனக்கெதிராக வந்து அப்போது சாட்சி சொல்லும்."

"வயிற்றுக்குள் போய் ஜீரணமான ஆடு மறுபடியும் வருமா? அப்போது ரொம்பவும் நல்லதாய்ப் போயிற்று. அந்த ஆட்டைப் பிடித்துக் கொண்டுபோய் அதன் உரிமையாளரிடம் ஒப்படைத்து விடுவேன். அத்துடன் அந்தப் பிரச்னை முடிந்து விடும்" என்றார் நசிருதீன்.

நகைச்சுவைக்காகச் சொல்லப்பட்டாலும், அதில் அடங்கி இருக்கும் உண்மையானது: நியாயத் தீர்ப்பு நாளில் எல்லாமே திருப்பி அந்தந்த இடத்தில் வைக்கப்படும். கொலை செய்தவன், கொலை செய்யப்பட்டவன் இருவருமே அல்லாவின் முன் அந்த நேரத்தில் நிற்பார்கள். நடந்த சம்பவத்தைக் குறித்து அப்போது விசாரணை நடைபெறும்.

கொலை செய்யப்பட்டவன் தன்னைக் கொலை செய்தவனைப் பற்றி அவன் எதிரிலேயே சாட்சியம் அளிப்பான்.

பிறகு அவரவர் பாவ, புண்ணியங்களுக்கேற்ப தண்டனைகளும் வெகுமதிகளும் வழங்கப்படும் என்பது தெரிகிறது. கொலை செய்தவன் தண்டிக்கப்படுவான் என்பதை ஊகிக்க முடிகிறது. ஆனால் கொலை செய்யப்பட்டவன் அதற்குப் பிறகு என்ன ஆகிறான்?

இந்த ஒரு சம்பவத்தில் கொலை செய்தவன் மிகப்பெரிய பாவி. கொலை செய்யப்பட்டவன் அனுதாபத்துக்கு உரியவன். மற்றபடி, தான் வாழ்ந்த காலத்தில் கொலை செய்யப்பட்டவன் எப்படி வாழ்ந்தான்? நல்லவனாகவா? கெட்டவனாகவா? அதைப் பொறுத்தே அவனுக்கு உரிய தீர்ப்பு அளிக்கப்படும்.

நல்லவர்கள், கெட்டவர்கள் எல்லோருமே அல்லாவின் படைப்புகளே. அனைவரின் மீதும் அவர் சமமான பார்வையையே வீசுகிறார். "பகலின் வெளிச்சத்திலும் இரவின் இருளிலும் உங்களது இறைவன் உங்களைக் கைவிட்டு விடவில்லை. வெறுத்து ஒதுக்கிவிடவும் இல்லை. இப்போது இருக்கும் உங்கள் வாழ்க்கையைவிட இனி வரப்போகிற வாழ்க்கை மேலும் அதிகமான செல்வாக்கான வாழ்க்கையை உங்களுக்குத் தரப்போகிறது. அவர் அளிப்பதை நீங்கள் நன்றியுடன் ஏற்றுக் கொள்வீர்கள்."

இறைவன் கொடுக்கும் ஒவ்வொன்றுமே சிறப்பானது என்று கூறும் குர்ஆன் மேலும் கூறுகிறது:

"ஓய்விலிருக்கும் ஆத்மாவே! உனது இறைவனுக்குள் திரும்பிச் செல். மகிழ்ச்சியுடனும், இறைவனை மகிழ்வித்தும், எனது பணியாட்களுக்குள் நீ வருவாயாக."

தீர்க்கதரிசி முகமது நபி கூறுகிறார்: "கடவுளுக்கு மிக விருப்பமானவர், யார் அவரது கடவுளின் முகத்தை (சிறப்பை) இரவிலும் பகலிலும் பார்க்கிறாரோ அவரேயாவார். ஒரு துளி வியர்வையை விட மேம்பட்டுள்ள கடலைப்போல், உடல் சார்ந்த எல்லா இன்பங்களையும்விட மேம்பட்டுள்ள ஓர் இன்ப நிலையாக அது உள்ளது."

ஒருதுளி வியர்வையைவிட ஒருகடல் எவ்வளவு பிரம்மாண்டமோ அதுபோல் சுவர்க்க இன்பமானது இந்த உலகில் நாம் அனுபவிக்கும் எல்லா இன்பங்களையும்விட பிரம்மாண்டமானது. உலகில் மனிதன் உடலால் அடையும் அனைத்துவித சந்தோஷங்களும் ஒரு துளி வியர்வை போன்றவையே.

மகா மேதையான கவிஞர் இக்பால் மனிதனின் விதி பற்றிய குர்ஆனின் பார்வை, ஒரு பகுதி ஒழுக்க நெறிகளையும், மறு பகுதி உயிர் நூலையும் சார்ந்தது என்கிறார். மரணத்துக்கும் அடுத்த கட்டத்துக்கும் இடைப்பட்ட ஒரு நிலையை "பர்ஜக்" என்கிறது குர்ஆன்.

"உண்மையிலேயே சொர்க்கங்களிலும் பூமியிலும் கருணையின் கடவுளை, எல்லோரும் ஒரு பணியாளரை அணுகும் மனப்பான்மையுடனேயே அணுகுகின்றனர்." கடவுள் அவர்களை கவனித்து, நினைவிலும் வைத்துக்கொள்கிறார். மீட்டெழுச்சி நாளன்று ஒரு தனி நபராக ஒவ்வொருவரும் அவரை அணுகுகின்றனர்.

"ஒவ்வொரு மனிதனின் விதியையும் நாங்கள் அவனது கழுத்தில் கட்டியுள்ளோம். அவனது மீட்டெழுச்சி நாளன்று, நன்றாகத் திறந்த ஒரு புத்தகத்தை அவனிடம் கொண்டு வருவோம். உனது புத்தகம் இது. இந்தப் புத்தகத்தைப் படி. இந்த நாளில் உனக்கு எதிரான ஒரு விளக்கத்தைக் கொடுப்பது நீதானே அன்றி வேறு யாரும் அதற்குத் தேவையில்லை."

இவ்வாறு குர்ஆனை சுட்டிக்காட்டி விவரிக்கும் இக்பால், மனிதன் நான் என்ற உணர்வால் தனது உணர்வுகளையும் செயல்களையும் கட்டுப்படுத்திக்கொண்டு, இணையற்ற நிலை பெறலாம் என்கிறார். அதன் மூலம் பிரளயப் பேரழிவுகூட அவனை அசைக்க இயலாது என்பது அவர் கருத்து.

குர் ஆன் கூறுகிறது:

"ஊதுகொம்பின் மீது ஒரு பயங்கர வெடிச்சத்தம் இருக்கும். சுவர்க்கத்திலும் பூமியிலும் இருப்பவர்கள் எல்லோரும் மயக்கம் அடைவார்கள். கடவுளால் அப்படி நடக்கக்கூடாது என்று விருப்பப்படுகிற சிலரைத் தவிர."

இதன் மூலம் யார் தமது செயல்கள், உணர்வுகளைக் கட்டுப்படுத்தி உச்சநிலை பெற்றுள்ளார்களோ அவர்களே இந்த நிலையை அடைவார்கள் என்பது குறிப்பிடப்படுகிறது.

குர்ஆன் மற்றோரிடத்தில் கூறுகிறது:

"யார் ஆத்மாவை நடு நிலைக்குக் கொண்டுவந்து, தீயதும் புனிதமானதுமான வழிகளை அதற்குக் காட்டி, புனிதமானதை வளர்த்துள்ளாரோ, அவர் ஆசீர்வதிக்கப்பட்டவராகிறார். அதைக் கெடுத்தவர் ஒன்றுமில்லாதவராகிறார்."

இதன் மூலம் படிப்படியான வளர்ச்சியில் அழிவற்ற நிலையை ஒருவன் பெற முடியும் என்ற நிலை சுட்டிக்காட்டப்படுகிறது. கவிஞர் இக்பால் சொர்க்கம், நரகம் ஆகியவை குறிப்பிட்ட நிலைகளே அன்றி இடங்கள் அல்ல என்கிறார். மனிதன் தன் உணர்வால் தூண்டப்பட்டு நன்மை, தீமைகளைப் பகுத்தறிந்து, தீமையானவற்றை விலக்கி, நல்லனவற்றைச் சேர்ப்பதற்காக செய்யும் இந்தப் பிரித்தலின் மீதான வெற்றி, அவனுக்கு இன்பத்தைத் தரும். இந்த நிலையை எட்டியதன் விளைவாக பேரின்பமான சுவர்க்க நிலையை அவன் அடைகிறான்.

இஸ்லாம் மீளா நரகம் என்றோ, நிரந்தரமான சொர்க்கம் என்றோ எதையும் கூறவில்லை. நியாயத் தீர்ப்பு நாளில் இறந்த அனைவரும் எழுப்பப்பட்டு விசாரிக்கப்படுவர். அப்போது நேர்மையானவர்களுக்கு ஆதரவு அளிக்கப்படும். மற்றவர்கள் அழிக்கப்படுவர்.

குர்ஆனில் "தவிர்க்க முடியாதவை" என்ற தலைப்பில் உள்ள அத்தியாயங்கள் பற்றி "ஈனோக்", "வந்து கொண்டிருக்கிற ஒன்று" என்பன போன்ற புத்தகங்கள் கூறுகின்றன.

"இஸ்லாத்தின் தூண்கள் "அர்க்கன்" எனப்படுகின்றன. அவை ஐந்து கடமைகளைக் கூறுகின்றன. முதலாவது, ஈமான். இது இறைவன் மீதான மாறாத நம்பிக்கை. இதுதான் "நஜட்" எனப்படும் பாவங்களிலிருந்து காக்கும்.

இரண்டாவதாக, "கலட்" எனப்படும் பிரார்த்தனை. இது ஈமானுக்கு அடுத்தபடியாக முக்கியமானது. இறைவன் மீதான நம்பிக்கை, அவ நம்பிக்கை இரண்டுக்கும் இடையிலான தனித்தன்மையை அல்பரீக் என்கிறார் முகமது நபி. இந்தத் தொழுகை மூலமே அது வெளிப்படுத்தப்படுகிறது.

மூன்றாவது, இல்லாத ஏழைகளுக்கு இருப்பவர்கள் அளிக்கும் "ஜகாத்", நான்காவது "ஸாவ்ம்" எனப்படும் நோன்பிருத்தல், ஐந்தாவது மெக்காவுக்கான புனிதப் பயணம் "ஹஜ்."

இந்த ஐந்து கடமைகளும் சரிவரச் செய்யப்பட்டுவிட்டால் மட்டும் போதாது. மரணத்துக்குப் பிறகான வாழ்வில் இறைவனின் வெகுமதிக்குத் தகுதியுடையதான செயல்களைச் செய்வது "ஸலீஹ்" ஆகும். அவ்வாறு ஆவதற்கு குர்ஆனின் விதிகளின்படி இந்த ஐந்து கடமைகளைக் கண்டிப்பாகச் செய்ய வேண்டும். இரண்டாவதாக, இறைவனை மகிழ்விக்கும் நோக்கத்துடன் அவை செய்யப்பட வேண்டும். அப்படி உள்ளார்ந்த ஈடுபாடின்றி செய்தால் அவை கடமையை செய்யும் ஒரு கூலியாள் அதைச் செய்வது போல ஆகிவிடுமே தவிர ஸலீஹ் ஆகாது.

நெறிமுறைகளை வலியுறுத்தினாலும், ஆசைகளைத் துறக்கும் படியோ, பொருள் சார்ந்த உலக வாழ்வை உதறும்படியோ இஸ்லாம் வற்புறுத்தவில்லை. துறந்து ஓடுவது, தேடித் திரிவது இரண்டையும் தவிர்த்து நடு நிலையைப் பின்பற்றுவது. அதற்காக உலக வாழ்வுக்குத் தேவையானவற்றை ஒதுக்க வேண்டிய அவசியமில்லை. அவை பகிர்ந்து கொள்ளப்படல்

வேண்டும். வாழ்க்கை, சுகம், உறவு, சமூகத் தொடர்புகள் ஆகியவற்றுடன் இறையச்சம், வழிபாடு ஆகியவற்றை அது முன்னிலைப்படுத்துகிறது.

பாவம் செய்பவர்களுக்கான தண்டனைகள் இதில் விவரிக்கப்படும்போது, அவை பிற மதங்களில் உள்ள நரகம் எனப்படும் உலகின் காட்சிகளை நினைவுபடுத்துகின்றன.

முகமது நபி ஐந்தாவது வானம் வரை சென்று அல்லாவைக் கண்டார் எனப்படுகிறது.

இறைவனின் நம்பிக்கைக்குரிய முதன்மையான தூதர் ஜிப்ரலீல் நரகத்தின் பல பகுதிகளுக்கும் முகமதுவை அழைத்துச் சென்றாராம். அங்கு பாவம் செய்து தண்டிக்கப்பட்ட ஜீவன்களைக் காண்கிறாராம் முகமது. உதாரணத்துக்கு, ஒருவனின் வயிற்றில் புற்றுபோல் வளர்ந்து பாம்புகள் குடியிருந்தனவாம். "இவன் ஏழைகளைக் கசக்கிப் பிழிந்து அநியாய வட்டி வாங்கியவன். மரணத்துக்குப்பின் இவனுக்கு இந்த தண்டனை விதிக்கப்பட்டுள்ளது" என்கிறாராம் ஜிப்ரலீல்.

சமய வழி சார்ந்த இறையியலுடன், மற்ற மனிதர்களுக்கு செய்ய வேண்டிய கடமைகளையும் வலியுறுத்துகிறது இஸ்லாம்.

14

புறப்பட்ட இடத்திற்கே சென்று சேர்தல்

கனிப் பொருளாக இறந்தேன்; செடியாக ஆனேன்
செடியாக இறந்து மிருகமாக உயர்ந்தேன்
தனி மிருகமாக இறந்து
 மனிதனாக ஆனேன்
ஏன் அச்சம்? மரணத்தால்
 எங்கு குறைந்தேன்?
மீண்டும் இறப்பேன்; மேலும்
 உயரப் பறப்பதற்காக
தேவதைத் தனிமையிலிருந்தும் விலகிவிட
வேண்டும்; இறைவனைத்
 தவிர அனைவரும் இறப்பர்
 என் தேவத் தன்மையும்
 என்னைவிட்டு விலகட்டும்
எந்த மனமும் கற்பனை
 செய்யாதவனாய் ஆவேன்
 என்னை வாழவிட
 வேண்டாம்! ஏனெனில்
இந்த ஒன்றுமில்லாத
 நிலை தெரிவிக்கிறது
எல்லோரும் அவரிடமே
 திரும்பிச் செல்வோம்
 –ஜலாலுதீன் ரூமி

ஆன்மீகத்தில் மிக, மிகக் கடினமான நிலை ஒன்று உண்டு. அதுதான் "விளக்குதல்" எனப்படுவது. ஞானம் என்பது "உணர்தல்". உணர்தல் என்பது எவ்வளவு கடினமானதோ, அதைவிட பன்மடங்கு கடினமானது அதை விளக்குதல் என்பது.

கண்ணே இல்லாத ஒரு குருடனிடம், கண் உள்ள ஒருவன் உலகில் உள்ள பலவகையான வண்ணங்கள் பற்றி எப்படி விளக்க முடியும்? அவனோ பிறவிக்குருடன். அவனுக்குத் தெரிவது எல்லாம் நிரந்தரமான இருள் ஒன்றுதான். அது இருள் என்பதுகூட அவனுக்குத் தெரியாது. ஏனெனில் ஒளி என்பதை உணர முடியும்போதுதான் இருள் என்பதும் ஒருவனுக்குப் புலப்படும். அவன் பிறந்தது முதலே இருளிலேயே இருப்பதால் அவனால் அவற்றுக்கிடையே உள்ள பேதங்களை உணர இயலாது.

அப்படிப்பட்டவனிடம் ஒளி என்பது பற்றிப் பேசினால் அவன், "ஒளி என்றால் என்ன?" என்றுதான் கேட்பான்.

"ஒளி என்பது வெளிச்சமாயிருக்கும்" என்றால் "வெளிச்சம் என்றால் என்ன?" என்பான். "வெளிச்சம் என்பது பிரகாசமாயிருக்கும்" என்றால், "பிரகாசம் என்றால் என்ன?" என்பான்.

ஆக, ஒவ்வொரு பதிலும் மற்றொரு கேள்வியில்தான் போய் முடியும். இந்தப் பிரச்னையைத் தீர்ப்பதற்கான ஒரே வழி, அவனுக்குக் கண்பார்வை கிடைக்கும்படி செய்ய வேண்டியதுதான். அதுவரை அவனிடம் எது பற்றியும் என்ன விளக்கினாலும் பலனில்லை.

அதுபோல் ஞானிகள் படாத பாடுபட்டு ஏதோவொன்றை அடைகின்றனர். அவர்களைப் பார்க்கும் மக்கள், அவர்களது

தோற்றத்தைப் பார்த்து அதைப் புரிந்துகொள்கின்றனர்; அவர்களிடம் ஏதோ ஒரு மாற்றம் தெரிகிறது. அதைக் கண்ணால் பார்க்க முடியாது. ஆனால் உணரலாம். அவர்கள் அருகில் இருந்தால் நம் மனம் அமைதியடைகிறது. அவர்கள் பார்வையிலேயே நமது மனம் மிகவும் சாந்தமாகி விடுகிறது என்று நினைக்கிறோம். அதற்குப்பிறகு, அவர்களை விட்டு விலகுவதற்கே நமக்கு மனம் வருவதில்லை.

ஆனால் அவர்கள் என்ன கண்டார்கள்? எதை அறிந்தார்கள்? என்பதைப்பற்றி மற்றவர்களால் புரிந்துகொள்ள முடிவதில்லை. அவர்களிடமே சிலர் அதுபற்றிக் கேட்டுவிடுகின்றனர். அதற்கு அவர்கள் கூறும் பதிலைக்கூட இவர்களால் புரிந்துகொள்ள முடிவதில்லை.

யானையைப் பார்த்த குருடர்களில் ஒருவன் அதன் உடலைத் தடவிப் பார்த்து விட்டு, "சுவர்போல இருக்கிறது" என்றானாம். ஒருவன் அதன் வாலைப் பிடித்துப் பார்த்து, "கயிறு போல இருக்கிறது" என்றானாம். ஒருவன் காதைத் தடவிப் பார்த்து விட்டு "முறம்போல இருக்கிறது" என்றானாம்.

அதுபோல் ஞானிகள் எட்டிய நிலையை மனத்தால் எட்ட முடியாதவர்கள் அவரது வார்த்தைகளை மட்டும் பிடித்துக்கொண்டு, ஆளுக்கு ஒரு அர்த்தம் கற்பித்துக்கொண்டு, தங்களுக்குள் மோதிக் கொள்கின்றனர்.

"புத்தர் மறைந்து விட்டால் புத்தம் பலவாகப் பிறக்கும்" என்பது பழமொழி.

இஸ்லாம் மதத்தை நிறுவியவர் முகம்மது நபி. அதிலேயே பல பிரிவுகள் உண்டாயின. சன்னி, ஷியா எனப்பட்ட பிரிவுகள் தங்களுக்குள் கூட்டம் கூட்டமாக சேர்ந்து மோதிக்கொண்டு ஒருவரையொருவர் கொன்று குவிக்கவும் தயங்கவில்லை.

இஸ்லாம் மதத்தில் பல பிரிவுகள் உள்ளன. இவை ஏராளமான மக்களால் பின்பற்றப்படுபவை. அதிகம் பேர் பின்பற்றாத, ஆனால் மிகவும் முக்கியமான பிரிவு ஒன்று இஸ்லாத்தில் உண்டு. அதை சூஃபி என்பார்கள்.

புகழ்பெற்ற ஃபக்கிர்கள் எனப்படும் பலர் சூஃபி ஞானிகள் என்று போற்றப்படுகின்றனர்.

சூஃபிகளைப் பற்றி பல கதைகள் உண்டு. ஜலாலுதீன் ரூமி போன்ற வெளிநாட்டினர் மட்டுமல்லாது, இந்தியாவிலேயே வாழ்ந்த ஹசன், ரபியா, கபீர் போன்ற பலரும் சூஃபி ஞானிகளே.

உலகை நல்வழிப்படுத்துவதற்காக இறைவன் ஒரு லட்சத்து பதிமூன்றாயிரம் திருத்தூதர்களை அனுப்பியுள்ளார் என்கிறது இஸ்லாம். உலகின் எல்லா நாடுகளிலும், எல்லா மொழிகளிலும் இத்தகைய தூதர்கள் உண்டு. இவர்கள் ஆத்மஞான அனுபவம் (இதை முகமது "அப்ஸன்" என்று குறிப்பிடுகிறார்) பெற்றவர்கள்.

ஆத்மஞானம் என்பது என்ன? "உன்னையே நீ அறிவாய்" என்கின்றன இந்து மத உபநிடதங்கள். இதை "மெய்ம்மையுடனான நேரடி அனுபவம்" என்றும் கூறலாம். இது குறித்து முகம்மது நபி விளக்குகையில், "நீங்கள் கடவுளைப் பார்த்துக் கொண்டிருக்கிறீர்கள் என்கிற உணர்வைப் பெற்றிருக்கிறீர்கள்.

அதனால் நீங்கள் அவரைப் பிரார்த்திக்கிறீர்கள். அது இயலவில்லை எனில், அப்போது அவர் உங்களைப் பார்த்துக் கொண்டிருப்பதை நீங்கள் உணர்கிறீர்கள்" என்கிறார்.

இதை எளிமையாக இப்படிச் சொல்லலாம். இந்த மார்க்கத்தில் சென்றால் இறைவனை அடையலாம் என்ற நம்பிக்கையுடன் குறிப்பிட்ட மார்க்கத்தில் பயணிக்கும் ஒருவர் முடிவில் இறைவனைக் காண்கிறார். அப்படித் தன்னால் இறைவனைக் காண முடியாத போதும், தன்னை இறைவன் காண்பதை அவர் உணர்கிறார். இத்தகைய உணர்வு பெற்றவரே ஞானி.

இஸ்லாத்தில் இத்தகைய மெய்யுணர்வைப் பெற்றவர்கள் சூஃபிகள் எனப்பட்டனர். (உண்மையில் சூஃபி என்றால் கம்பளி என்று பெயர். ஒரு கம்பளியைப் போர்த்திக்கொண்டு, தனக்கென்று எதுவும் இல்லாமல் திரிந்த இவர்களை சூஃபிகள் என்று மக்கள் அழைத்தனர்.)

நன்கு ஆராய்ந்து பார்க்கும்போது இஸ்லாமிய சூஃபிகள், புத்த மதத்தின் ஜென் குருமார்கள், யூத மதத்தின் ஹசீதுகள் மற்றும் சீன தாவோயிஸ ஞானிகள், நமது பதினெண் சித்தர்கள் எல்லோருமே ஒன்றுமில்லாத ஒரு வெறுமையைப் பற்றித்தான் குறிப்பிடுகின்றனர் என்பதைக் காணலாம்.

சூஃபி தத்துவம் கூறுவது என்ன?

இறைவன் ஒரு "மெய்ம்மை"யாக உள்ளார். பொருளும் உணர்வும் சார்ந்த இந்த உலகத்திலிருந்து 70 ஆயிரம் திரைகள் அவரைப் பிரிக்கின்றன. ஒரு குழந்தை பிறக்கும்போது அதன் உடலில் ஆத்மாவானது சிறைப்பட்டிருக்கிறது. அந்தச் சிறையிலிருந்து அது மீட்கப்படவேண்டும். உடலில் இருக்கும் நிலையிலேயே தன் முயற்சியால் அது தன்னை அல்லாவிடமிருந்து பிரிக்கும் ஒவ்வொரு திரையாக விலக்கிக்கொண்டே வரவேண்டும். அல்லாவுடன் ஒன்று சேர்தலை மீண்டும் அது பெற வேண்டும். உடலை ஒதுக்காமல், புறக்கணிக்காமல், அதைக் குறைகளற்ற இறை நிலை சார்தலில் ஆத்மாவுக்கு இடையூறாக இல்லாமல், உதவக்கூடியதாக இருக்க வேண்டும்.

சூஃபியிசத்தில் "பானா" என்பது முக்கியத்துவம் பெறுகிறது. அளவு கடந்த உணர்ச்சிகள், விருப்பங்கள் அகன்ற நிலை இது. ஏறக்குறைய உபநிடதங்கள் கூறும் "நான் என்பது அற்றுப்போதல்" என்பதற்கு இணையான நிலை.

பௌத்த மதத்தில் கூறப்படும் "நிர்வாணா" போன்றதுதான் இதுவும் என்கின்றனர். எனினும் இரண்டுக்கும் வேறுபாடுகள் உண்டு என்கின்றனர் சிலர். இவையனைத்தும் தனித்தன்மை என்பது அகன்று விடுதலை பெறுதலைக் குறிக்கின்றன. அதேநேரம், இவை அந்த நிலைக்கான, தங்களுக்கே உரிய வழிகளைக் கொண்டிருக்கின்றன. கடைசியில் ஒருவன் சென்று சேரும் இடம் ஒன்று. ஆனால் அந்த இடத்தைச் சென்றடைவதற்காக பயன்படுத்தும் சாலை வேறு என்பது போன்றது இது எனலாம்.

இந்த "பானா" என்பதை "தனித்தன்மை உணர்வு அண்டங்கள் சார்ந்த ஒன்றுக்குள் சென்று விடுதல்" என்று விவரிக்கிறது சூஃபியிஸம். இயற்கை ஒரு மாபெரும் நிகழ்வு. மாநதியில் செல்லும் கட்டை போல் இயற்கையின் போக்குடன் ஒன்றி, நீரோட்டத்திலேயே அந்த நதியின் போக்கிலேயே மிதந்து செல்லல் போன்று, தனது தனிச்செயல்களால் இயற்கையின் ஓட்டத்துக்கு குறுக்கீடு செய்யாது, அதன் போக்கிலேயே ஒன்றுதல். "சொல் அற சும்மா இரு" என்ற சித்தர்களின் வாக்கை ஒத்த செயல்பாடு இது.

சூஃபி மார்க்கத்தில் "பானா" என்பதில் உள்ள மூன்று நிலைகள் முக்கியமானவை. ஆத்மா தனது தனிப்பட்ட உணர்வுகள், விருப்பங்கள் அனைத்தையும் அழித்து வெறுமையாக இருப்பதன் மூலம் முதல் படியை எட்டுகிறது. இரண்டாவது படி, மனத்தை பிரித்தெடுப்பது அல்லது மனத்தால் கண்டுணரக்கூடிய பொருட்கள், செய்கைகள், எண்ணங்கள் உள்ளிட்ட அனைத்திலிருந்தும் மனத்தை விலகி இருக்கச் செய்வது, தெய்வீக பண்புகள் அல்லது இறைவனைப் பற்றிய சிந்தனையில் மனத்தைக் குவிப்பது, மூன்றாவது நிலை என்பது, உணர்வில் எல்லா அலைகளையும் எண்ணங்களையும் நிறுத்துவதாகும்.

இந்த இறுதி நிலை "பானா - அல் -பானா" எனப்படுகிறது. "கடந்து விட்டதைக் கடந்து விடுதல்" என்று மொழி பெயர்ப்பாளர்கள் கூறுவார்கள். அந்த வார்த்தை குழப்பத்தைத் தரும். இதன் பொருள் என்னவெனில் "பானா" நிலையை எட்டி விட்டோம் என்ற உணர்வுகூட மறைந்து போன நிலை.

கீதையில் கிருஷ்ணர் கூறுகிறார். "கர்மங்களைத் துறந்து, துறந்தபின் அதன் பயனையும் துறந்து, அதனால் உண்டாகும் அகங்காரத்தையும் துறத்தலே உண்மையான துறவு நிலை" என்று. ஏறக்குறைய அந்தநிலை இது என்று கொள்ளலாம்.

இந்த "பானா - அல் - பானா" நிலையானது, தன்னுணர்வில் லயித்த ஆத்ம ஞானி தன்னை மறந்து சமாதி நிலையில் ஆழ்ந்திருத்தல் போன்றது என்கின்றனர் சில ஒப்பீட்டாளர்கள். விளைவு அதுபோல் இருப்பினும், இரண்டும் வேறு வேறு நிலைகள் என்கின்றனர் வேறு சிலர்.

சூஃபியிஸத்தில் "பானா அல் பானா" நிலையானது "பாக்கா" என்பதன் முன்னோடி நிலையாகும். "பாக்கா" என்பதை இறுதியாக இறைவனிடம் லயித்தல் எனலாம். இறுதியாகப் "பேருண்மை" எனப்படும் மெய்ப்பொருளுடன் இணைவதை "பான - ல் -ஹக்" என்கின்றனர்.

சூஃபிகள் தங்களை ஒரு "பயணி" என்கின்றனர். வாழ்க்கை என்பது ஒரு மாபெரும் பயணம். அதில் தொடர்ச்சியாக சம்பவங்கள் நிகழ்ந்துகொண்டே இருக்கின்றன. காலம் உருண்டு கொண்டே இருக்கிறது. ஒரு வயதுக் குழந்தை இரண்டு வயதை அடைகிறது. பிறகு அதற்கு மூன்று வயதாகிறது. அதன்பின் அது நான்கு வயதை எட்டுகிறது. ஆக, காலம் முன்னோக்கிப் போய்க்கொண்டே இருக்கிறதே தவிர ஒருபோதும் பின்னோக்கிச் சுழல்வதில்லை. அந்தக் குழந்தையின் உடல் முன்னோக்கிச் சென்று மேலும் கூடுதல் வயதை எட்டுமே தவிர ஒருகாலும் மீண்டும் ஒரு வயதுக்கு அதனால் திரும்ப முடியாது.

ஆக, காலத்தைப் பொருத்தவரையில் மனிதனால் முன்னோக்கி மட்டுமே பயணிக்க முடியும். அதனாலேயே சூஃபிகள் தங்களை "சலிக்" (பயணி) என்று கூறிக் கொண்டனர்.

ஆன்மீக மலர்ச்சி என்பது பல நிலைகளைக் கடந்து ஒரு செடிவளர்வது போன்று, அது மரமாவதும், பூத்துக் குலுங்கி, காய்த்துக் கனிந்து படிப்படியாக வளர்வது போன்றதாகும். செடியை எப்போதுமே இருட்டில் வைத்தாலும், அது வெளிச்சம் வரும் சன்னலை நோக்கி வளைந்து வளர்ந்து, வெளியே வந்த பின்னர் மேல்நோக்கி வளரத் தொடங்கும். சூஃபிகளின் ஆன்மீகப் பயணமும் இருளில் இருந்து ஒளியை நோக்கியதொரு பயணம்தான். அதில் உள்ள பல்வேறு வளர்ச்சி நிலைகள் "மக்கமத்" எனப்படுகிறது. ஒரு பாதையினூடான பயணம் அது. அந்தப் பாதையை "டாரிக்கட்" என்கிறது சூஃபியிஸம்.

சூஃபிகள் தங்கள் இறுதி இலக்கை அடைய மொத்தம் ஏழு நிலைகளைக் கடந்து செல்ல வேண்டும் என்று அதன் பாதையை வகுத்து வைத்துள்ளனர். தான் செய்த தவறுகளுக்கு மனம் வருந்துதல், உணவைத் தவிர்த்து நோன்பிருத்தல், அனைத்தையும் துறத்தல், ஏழைமை, பொறுமை, இறைவனிடத்தில் நம்பிக்கை, திருப்தி ஆகிய இந்த ஏழு நிலைகளைக் கடந்து வந்த ஒரு மனிதரைத்தான் சூஃபியிஸம் ஞானி ஆக்குகின்றது.

இந்த ஏழு நிலைகள் உருவாக்கும் மனப் பண்பை, கட்டமைப்பை மிகக் கவனமாக இந்த நிலைகளிலிருந்து வேறுபடுத்திக் கொள்ள வேண்டும். (சூஃபி மார்க்கம் "நிலை" என்பதை "ஹல்" என்ற வார்த்தையால் குறிக்கிறது. "நிலைகள்" என்று பன்மையில் கூறுவதை "அஹ்வல்" என்கிறது சூஃபியிஸம்.) இதுபோல் பத்து நிலைமைகள் உள்ளன. நிலை என்பதை (Stage) எனலாம். நிலைமை என்பது களம் (Field) சூழ்நிலை (Situation) என்ற இரண்டும் கலந்த கலவை.

இந்தப் பத்து நிலைகள் தியானம், கடவுளின் அருகே இருத்தல், அன்பு, அச்சம், நம்பிக்கை, விரும்புதல், நெருங்கிய தொடர்பு, அமைதியாக இருத்தல், ஆழ்ந்து சிந்தித்தல், உறுதியாக இருத்தல் ஆகியவையே.

ஒருவர் தமது சொந்த முயற்சிகளால் இதில் உள்ள ஏழு "நிலை"களை அடைய முடியும். ஏனென்றால் அவை உடல் மற்றும் மனம் சார்ந்தவை. ஆனால் "நிலைமைகள்" அப்படி

அல்ல. அவற்றின் மீது மனிதனுக்கு எந்த ஆதிக்கமும் இல்லை. முழுக்க முழுக்க அவை ஆன்மா சார்ந்தவை.

உதாரணமாக, ஒருவன் ஓரிடத்தில் உள்ள நிலத்தைத் தோண்டலாம். அங்கே விதையை நடலாம். அதற்கு நீர் ஊற்றலாம். ஆனால் விதை முளைப்பது என்பது அவனுடைய கட்டுப்பாட்டில் இல்லை.

ஆனால், அந்த மண்ணை நன்கு உழுது நீர், வெயில், காற்று, உரம் ஆகியவற்றை அதில் இட்டுப் பராமரித்தால், விதை முளைக்க அதிகமான வாய்ப்புகள் உண்டு. அதுபோல், "நிலை"களை ஒருவன் சரியாக எட்டினால், "நிலைமை"கள் அமையவும் வாய்ப்புகள் உண்டு.

உணவை வயிற்றுக்கு ஊட்டுவதுடன் நமது கடமை முடிந்து விடுகிறது. அதை ஜீரணிப்பது வயிற்றின் வேலை. அதுபோல் மன ரீதியாக எண்ணங்களுக்கும், உடல் ரீதியான செயல்பாடுகளுக்கும் ஒத்திசைவு ஏற்பட்டால் இந்த ஆன்ம மலர்ச்சி ஏற்பட வாய்ப்பு உண்டு.

"நிலை" என்பது மனித முயற்சி. "நிலைமை" என்பது கடவுளிடமிருந்து நேரடியாக மனித இதயத்துக்கு, ஆழ் மனத்துக்கு இறக்கப்படுவது என்கிறது சூஃபி மார்க்கம்.

"இறுதியானது எதுவோ அதை அடைதல்" என்பதுதான் சூஃபிகளின் இலக்காக உள்ளது. உணர்ச்சிகளை அடக்குவதே அதற்கான திறவுகோல் என்றும் கூறப்படுகிறது.

ஆசைகள், தேவைகள், உடல் சார்ந்த நிர்ப்பந்தங்கள் மற்றும் மனம் சார்ந்த எண்ணங்கள் என எல்லாவற்றையும் துறந்த பின்னும் "அதற்கான கதவு" திறக்கப்படவில்லை என்பதை ஞானி ஹஸன் உணர்ந்தார். மசூதியின் வாசலில் அமர்ந்திருந்த அவர் கண்களில் நீர் பெருக, மனம் உருகி, "இறைவா! இன்னும் எத்தனை நாள் காத்திருப்பேன்? கதவைத் திறந்து உள்ளே என்னை அனுமதி" என்று வேண்டினார்.

பார்த்தவர்கள் பலரும் அவரை ஒரு பைத்தியம் என்று எண்ணினர். மசூதி வாசலில் இருந்து கொண்டு "கதவைத் திறந்து என்னை உள்ளே விடு" என்று புலம்பிக் கொண்டிருக்கிறாரே! பள்ளிவாசலின் கதவு திறந்துதானே இருக்கிறது? எல்லோரும் அந்த வழியே உள்ளேபோய்க் கொண்டுதானே இருக்கிறார்கள்?

யார் இவரை மட்டும் உள்ளே போகவிடாமல் தடுத்தது? என்று அவரை ஏளனம் செய்தார்கள்.

ஹஸன் சொல்லும் கதவு எங்கே உள்ளது என்பதை அவர்கள் உணரவில்லை. உடலால் எட்டக்கூடிய கட்டடத்தைப் பற்றி மட்டுமே அவர்கள் அறிந்திருந்தார்கள்.

அதே ஊரில் இருந்த பெண் ரபியா. அவர் ஒரு பெண் துறவி என்பதோ, ஸூஃபி ஞானிகளில் ஒருவர் என்பதோ பலருக்கும் தெரியாது. அவர் அந்த வழியாகச் செல்லும்போதெல்லாம் ஹஸனின் மன்றாடலைப் பார்த்து சிரித்தபடி அந்த இடத்தைக் கடந்து செல்வார்.

ஒருநாள் ஹஸன் மனமுருகி தீவிரப் பிரார்த்தனையில் ஈடுபட்டிருந்த போது அங்கே வந்த ரபியா, "ஹஸன்! இந்த முட்டாள்தனத்தை நிறுத்து. கண்களைத் திறந்து பார். கதவு திறந்துதான் உள்ளது. நீயும் உள்ளேதான் இருக்கிறாய்" என்றார்.

மரணத்தின்போது திறக்கும் புதிய கதவை உயிருடன் இருக்கும்போதே உள்ளே திறப்பது என்ற பொருளில் இப்படிக் குறிப்பிடுகின்றனர். சூஃபி மார்க்கம் மரணம் பற்றிக் கவலைப்படுவதே இல்லை. ஏனெனில், மரணம் என்பது முடிந்த முடிவல்ல. ஆத்மாவின் வாழ்க்கை உடலை மட்டும் சார்ந்ததல்ல. உடலைத் தாண்டியும்கூட அது இயங்குகிறது. பொருள் சார்ந்த உலகில் உள்ள எல்லாவற்றையும் மனிதன் படிப்படியாக விலக்கும்போது, ஆன்மா சார்ந்த உலகில் அதன் வளர்ச்சி அதிகமாக இருக்கும்.

வெளியே உள்ள ஒன்றுடன் உள்ளே இருப்பது கலத்தல் அல்லது அனைத்துத் திரைகளையும் ஒரே அசைவில் தூக்கி அப்பால் வைத்துவிட்டு இறைவனை தரிசித்தல்; இப்படிப் பல வகையான விளக்கங்கள் இதற்குக் கூறப்படுகின்றன.

சிலர் படிப்படியாக எட்டும் நிகழ்வை, அனுபவத்தை சிலர் ஒரே எட்டில் எட்டி விடுகின்றனர். சூஃபி ஞானி மன்சூர் அலிகான் திடீரென, "நானே கடவுள் (அனஹலக்)"" என்று கூவினார். ஆத்திரமடைந்த மக்கள் அவரை சைத்தான் என்று கூறி அடித்து, உதைத்து சுல்தானிடம் அழைத்துக்கொண்டு சென்றனர்.

அவர் முகத்தில் இருந்த ஒளி சுல்தானைத் தடுமாற வைத்தது. "இவரிடம் குற்றம் எதுவும் இல்லையே! ஒருவேளை இவர் ஒரு பித்தராக இருக்கலாம். விட்டுவிடுங்கள்"" என்றான் அவன். மக்கள் அதற்குச் சம்மதிக்கவில்லை.

"ஏன் இப்படியெல்லாம் பேசுகிறாய்? முகமது நபிதானே இறைதூதர்?" என்று கேட்டார் சுல்தான்.

"அவர் எப்போதோ செத்துப் போய்விட்டார்" என்ற மன்சூர், "கண்டு கொண்டேன். நானே இறைவன்" என்றார். அவர் சொன்னதில் உள்ள ஆழ்ந்த பொருளைப் புரிந்துகொள்ளாத மற்றவர்கள் கோபாவேசமானார்கள். வேறு வழியின்றி சுல்தான் ஒதுங்கிக் கொண்டார்.

அதற்குப் பிறகு நடந்த எல்லாவிதமான கொடூர சித்ரவதைகளின்போதும் மன்சூர் சிரித்துக் கொண்டே இருந்தார். அவரது கைகள் வெட்டப்பட்டன. கால்கள் வெட்டப்பட்டன. அப்போதும் கண்களில் கருணையுடன், "எனக்கு நீங்கள் பேருதவி செய்கிறீர்கள். சீக்கிரம் நான் இங்கிருந்து விடுதலைபெற்று, வானத்தில் உள்ள அல்லாவுடன் சேர்ந்து விடுவேன்" என்றார். அவரது கண்கள் தோண்டப்பட்டன. அப்போதும், "குழந்தைகளே! நீங்கள் யாரைத் துன்புறுத்துவதாக எண்ணிக்கொண்டிருக்கிறீர்களோ அவன் இங்கே இல்லை. நீங்கள் அதை மட்டும் புரிந்துகொண்டால் போதும்" என்றார்.

ஸூஃபி மார்க்கம் தனக்கென்று எந்தக் குறிப்பிட்ட வேத நூலோ, மந்திர கோஷங்களோ, நெறிமுறைகளோ, வழிகாட்டிகளோ இல்லாதது. அவரவர் தங்களுக்கே உரிய வகையில், தாங்களாகவே முயன்று தங்களது பாதையைத் திறந்து கொள்ள வேண்டும் என்று சொல்வதுதான ஸூஃபி மார்க்கம்.

எல்லாம் வல்ல இறைவனின் கடலுக்குள் கரைந்து தன்னுணர்வை அழித்துக்கொண்டவர்கள் எளிதில் அவருடன் இணைய முடியும் என்று கூறும் ஞானி ஜலாலுதீன் ரூமி, "அவரிடம்தான் நாம் எல்லோரும் கடைசியில் திரும்பிச் செல்வோம்" என்கிறார் திட்டவட்டமாக.

15

என் உடம்புக்கு வெளியே நான்...

கடின வேலையையும்
தொலைவையும் கவனியாமல்
நெடி துயர்ந்த வானில் நீ
பறக்கும்போது மதி மயங்கி
நெருப்பின் அழைப்புக்கிணங்கி
வண்ணத்துப்பூச்சியே,
நீ அழிகிறாய்
விருப்பம் தேடித் தந்த முடிவு இது;
கதேயின் நிலையும் இதுதான்.
எனினும் இங்கே ஒரு வார்த்தை
அழிகிறாய் என்பது
கடினச் சொல்
தனி உடல் மறையினும்
கவிஞன் கதே
நம்மிடையே இன்றும்
வாழ்கின்றான்.
–ஆங்கிலக் கவிஞன்
கதேயின்
கடைசிப் பாடல்

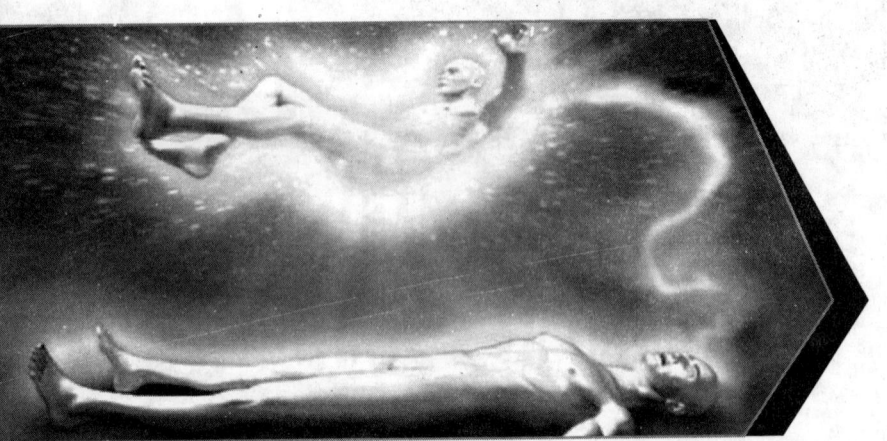

ஸூஃபி மார்க்கம் பற்றி ஆராயும் பலரும் இது இஸ்லாமிய மரபின் ஒரு பிரிவு என்று சொன்னால் ஆச்சரியப்படுவார்கள். ஏனெனில், படையெடுத்துச் சென்று, பல நாடுகளை வென்று, பலரையும் தங்களது மதத்தில் இணைத்துக் கொள்ள முஸ்லிம் மன்னர்கள் தீவிரம் காட்டினர். அப்படிப்பட்ட தீவிர மதப்பற்றாளர்களிடையே இப்படி ஒரு பிரிவா? என்பதுதான் அவர்கள் ஆச்சரியப்படுவதற்கான காரணம்.

இஸ்லாமும் சரி, கிறிஸ்தவமும் சரி, தங்கள் கோட்பாடுகளை உலகம் முழுவதும் பரப்ப ஆரம்பித்தது பிற்காலத்தில்தான். ஏசுவோ, முகமது நபியோ தங்களை ஒரு தனிப்பட்ட மதத்தின் தலைவர்களாகக் காட்டிக்கொள்ள எப்போதுமே விரும்பியதில்லை. ஒரு தனி அமைப்பை நிறுவி, அதில் பலரையும் சேர்த்துக்கொள்ளவேண்டும் என்றும் ஆர்வம் காட்டியதில்லை.

கடவுள், மனிதன் என்று இவர்கள் தனித்தனியே பிரித்துப் பார்த்தது இல்லை. ஒருபோதும் மனிதனால் கடவுளாக முடியாது என்றும், தனது நற்குணங்களால் மனிதன் கடவுளின் அருளுக்குப் பாத்திரமாவதுதான் ஒருவனுடைய உச்சகட்ட ஆன்மீக மலர்வு என்றும் மேலை நாட்டு மதங்கள் கருதுகின்றன. இதன் வழி வந்த யூதம், இஸ்லாம், கிறிஸ்தவம் போன்றவை மரணத்துக்குப்பின் மனிதனின் நிலை குறித்துக் கூறும் கருத்துகளைப் பற்றி இதுவரை பார்த்தோம். பௌத்தம், ஜைனம், இந்து மதம் போன்றவை இதுபற்றி என்ன கூறுகிறதென்று இப்போது பார்ப்போம். அதற்கு முன்னால் மரணம் என்பது பற்றி விஞ்ஞானம் சந்தித்த

சில இக்கட்டான சம்பவங்களைப்பற்றி... சவால்களைப்பற்றி... முதலில் தெரிந்து கொள்வோம்.

மறுமலர்ச்சிக் காலத்துக்கு முற்பட்ட காலங்களில் மக்களிடம் மரணம் பற்றி மதம் சார்ந்த கருத்துகளே இருந்தன. அதாவது, மரணம் பற்றி மதம் என்ன சொல்கிறதோ அந்தக் கருத்தை நம்பினர். கடவுள் உயிரை அளிக்கிறார். அவரே அதைத் திரும்பப் பெறுகிறார் என்ற கருத்தும், கடவுளால் பிறப்பும், சாத்தானால் மரணமும் நிகழ்கின்றன என்ற கருத்தும் உலக மக்களிடம் பெரிதும் நிலவி வந்தன. அதுதான் உண்மையென்று மக்கள் நம்பினார்கள்.

பின்னர் ஏற்பட்ட அரசியல், இலக்கிய, விஞ்ஞான, தொழில் மறுமலர்ச்சியினால் ஏற்பட்ட மாற்றங்கள் மதங்களையும் விட்டுவைக்கவில்லை. அவற்றையும் புரட்டிப் போட்டது. அதுவரை உடல் பற்றி அதிகம் ஆராயாதவர்கள் ஆண்-பெண் கூடல் உட்பட உடலின் அனைத்துக் கூறுகளைப்பற்றியும் அணுவணுவாக ஆராய ஆரம்பித்தனர்.

உயிரோடு இருப்பவனுக்கு இதயம் துடிப்பதையும் இறந்தவனுக்கு இதயம் நின்று விடுவதையும் கவனித்தவர்கள், இதயமே உடலின் மையம் என்றெண்ணி, இதயத்தை சார்ந்தே உயிர் இருப்பதாக எண்ணினர். ஆதனாலேயே உயிருக்குயிரான காதலுக்கு இதயம் ஓர் அடையாளச் சின்னமாகக் கருதப்பட்டது.

ஆனால் மறுமலர்ச்சியின்போது இதயம் என்பது உணர்ச்சியற்றது என்பதும், அது வெறும் நீரேற்று நிலையம் மாதிரி, ரத்தத்தை எல்லா இடத்துக்கும் குழாய்கள் மூலம் அனுப்புகிற வேலையை மட்டும்தான் செய்கிறது என்பதும் கண்டு பிடிக்கப்பட்டது. இது அந்த விஞ்ஞானிகளையே கூட அதிர வைத்தது.

அதன் பின்னர், ரத்தம், எலும்பு, ஈரல், கணையம், மூளை என எல்லாம் பகுதி, பகுதியாக அக்குவேறு ஆணி வேராகப் பிரித்து, மிகவும் நுணுக்கமாக ஆராயப்பட்டன. இதையடுத்து உயிரை உண்டாக்கும் ஆணின் விந்து, பெண்ணின் கருமுட்டை என எல்லாமே ஆராய்ச்சிக்குள்ளாயிற்று.

இதனால் மக்களுக்கு மெல்ல மெல்ல மரண பீதி அகல ஆரம்பித்தது. கடவுள் நம்பிக்கை குறைய ஆரம்பித்தது. உடல் என்பது ஒரு தானியங்கி இயந்திரம் என்றும், தன்னைப்போல இன்னொரு இயந்திரத்தை (குழந்தை) உண்டாக்கும் ஓர் இயந்திரம்தான் அது என்றும் அவர்கள் எண்ண ஆரம்பித்தனர்.

இந்த இயந்திரத்தை உண்டாக்கியவர் யார்? அல்லது எது? முதன்முதலில் இந்த இயந்திரம் உண்டானது எப்படி? இவையெல்லாம் விடை காண இயலாத கேள்விகளாகத்தான் இன்றுவரை இருக்கின்றன.

உடலில் எந்தப் பகுதியில், வெப்பநிலை உட்பட எது பாதிக்கப்பட்டதோ, அதைச் சீர் செய்தால் மீண்டும் உடல் இயங்கும். அது ரிப்பேரானால் ஒன்றைத் தொட்டு ஒன்றாக உடலில் உள்ள எல்லா உறுப்புகளும் பாதிக்கப்பட்டு, உடலின் செயல்கள் அத்துடன் நின்றுவிடும். அதுவே மரணம் என்று கருதப்பட்டது.

இதையடுத்து மக்கள் கூட்டம் மத குருமார்களை விட்டுவிட்டு, மருத்துவர்கள் பக்கம் திரும்ப ஆரம்பித்தது. தங்கள் செல்வாக்கு வேகமாகச் சரிவதை உணர்ந்த மதகுருமார்கள், அதுவரை இருந்த இறையியல் சார்ந்தவற்றை விட்டுவிட்டு, "அற்புதங்கள்" நிகழ்த்தத் தொடங்கினர். இந்த ஏமாற்று வேலைகள் பாமர மக்களைப் பெரிதும் ஈர்த்தன. அதேநேரம், படித்தவர்களைப் பகுத்தறிவின் பக்கமாக மேலும் தள்ளின.

இதனால், நாத்திகம், ஆத்திகம் என இருகூறாக சமூகம் பிரிய ஆரம்பித்தது. மதகுருமார்களின் மலிவான தந்திரங்களால் ஆத்திகம் மூடநம்பிக்கைகளுடனும், நாத்திகம் பகுத்தறிவுடனும் கைகோத்துக் கொள்ள வேண்டிய சூழ்நிலை ஏற்பட்டது.

சமூகத்தின் வாதப் பிரதிவாதங்களைப்பற்றிக் கவலைப்படாமல், விஞ்ஞானம் கருமமே கண்ணாகத் தனது ஆராய்ச்சியைத் தொடர்ந்தது. அதன் நோக்கம் உடலில் மனம் எங்கே இருக்கிறது? உயிர் எங்குள்ளது? அது எப்படி வெளியேறுகிறது? என்பதைக் கண்டறிவதாகவே இருந்தது.

உயிர் என்பது உடல் முழுவதும் பரவியிருக்கும் ஒருவித மின்சாரம் என்றும், ஓர் இயந்திரத்தில் உள்ள மின் கம்பிகள் துண்டிக்கப்பட்டால் அந்த இயந்திரம் நின்றுவிடுவதுபோல், உடல் உறுப்புகள் சீர்கேடடையும்போது உயிர் மின் தொடர்புகள் அறுபட்டுப்போகின்றன என்றும், இதனால் உடல் உறுப்புகள் செயலற்றுப்போய், மரணம் என்ற நிலை ஏற்படுகிறது என்றும் விஞ்ஞானிகள் கருதினர்.

இயங்கும் ஓர் இயந்திரம் நின்றுபோகிறது என்பதைத் தவிர மரணத்துக்கான வேறு விளக்கம் எதுவும் விஞ்ஞானத்தில் இல்லை. அதுபற்றி விஞ்ஞானம் அக்கறை காட்டவும் இல்லை என்ற நிலையில்தான் ஒரு வியப்புக்குரிய சம்பவம் நேரிட்டது.

1960ஆம் ஆண்டில் டாக்டர் எலிசபெத் குப்ளர் ராஸ் என்பவர் தமது நீண்ட நாள் ஆய்வுகள் குறித்து வெளியிட்ட அறிக்கை ஒன்று பெரும் பரபரப்பை ஏற்படுத்தியது.

அவரது ஆய்வுகள் அறிவியல் மற்றும் மருத்துவ ரீதியிலானவை. மரணப்படுக்கையில் உள்ள ஒருவருக்கு உயிர் பிரியும்போது ஏற்படும் அனுபவங்கள் மற்றும் இறந்துவிட்ட (அப்படி மருத்துவர்களால் அறிவிக்கப்பட்டு) பின்னர் சுடுகாட்டுக்குச் செல்லும்போது அதிசயமாக மீண்டும் பிழைத்தெழுந்த பலரின் அனுபவங்கள் குறித்து அவர் ஆய்வு செய்து வந்தார். அந்த அனுபவங்கள்தான் அவரது நூலில் விவரிக்கப்பட்டிருந்தன.

குப்ளர் ராஸின் மருத்துவமனையில் இதய நோயாளி ஒருவர் சேர்க்கப்பட்டிருந்தார். அவர் பெயர் கிளைண்ட்வுட். திடீரென அவருக்கு நெஞ்சுவலி ஏற்பட்டது. டாக்டர் ராஸ் வந்தபோது அவருடைய நாடித்துடிப்பு மெல்ல மெல்ல அடங்க ஆரம்பித்திருந்தது. அது மெல்லமெல்லக் குறைந்தபடியே வந்து கடைசியில் அடியோடு நின்றும்போனது.

நோயாளியின் உயிர் பிரிந்துவிட்டது என்று தெரிந்த பின்னும் குப்ளர் ராஸ் விடவில்லை. செயற்கையாக இதயத்தை இயங்க வைக்க முயற்சிகள் செய்தார். ஏதேதோ செய்து பார்த்தும்

எவ்வளவோ முயன்றும் பலனில்லை. நெடுநேரம் முயன்று பார்த்துவிட்டு, இறுதியாக அவருக்குப் பொருத்தப்பட்டிருந்த பிராணவாயு குழாயை அகற்றிவிட்டு, உடலை சவக்கிடங்குக்குக் கொண்டுசெல்ல உத்தரவிட்டார்.

ஸ்ட்ரெச்சரில் வெள்ளைத்துணி போர்த்தி அந்த உடலை எடுத்துச் சென்றபோது, அந்த உடலில் மெல்லிய அசைவு ஏற்பட்டது. தொடர்ந்து முனகல் சத்தம் மெல்லியதாகக் கேட்டது. அரண்டு போன பணியாளர்கள் ஓடிப்போய் டாக்டர் ராஸிடம் விஷயத்தைச் சொன்னார்கள். விரைந்து வந்த குப்ளர் ராஸ் நோயாளியின் உடலில் அசைவுகள் இருப்பதை உணர்ந்தார். உடனே அவருக்கு மளமளவென முதலுதவிகளை மேற்கொண்டார். சற்று நேரத்தில் கிளைண்ட்வுட் உயிர்பெற்றுப் பிழைத்து எழுந்தார்.

குப்ளர் ராஸ்

இதை எவராலும் நம்பமுடியவில்லை. பலரும் குப்ளர் ராஸ் சரிவர சிகிச்சை தராமல் அஜாக்கிரதையாக நடந்துகொண்டுவிட்டார். மயக்கத்தில் இருந்தவரை மரணமடைந்து விட்டவராக அறிவித்துவிட்டார் என்று கருதினர். குப்ளர் ராஸ்கூட தம்மீது தவறு உள்ளது என்று எண்ணாவிட்டாலும், இந்த மருத்துவமுறையிலேயே ஏதோ ஒரு கோளாறு இருப்பதாக எண்ணினார்.

ஆனால் விழிப்பு வந்து பேசும் திறன் பெற்றதும் கிளைண்ட்வுட் கூறிய விவரங்களைக் கேட்ட ராஸுக்குத் தலை சுற்றியது. அவர் சொன்னார்:

"டாக்டர் எனக்குத் தாங்க முடியாத மார்புவலி ஏற்பட்டது. அப்போது பெரிய பாறை ஒன்று என்னை அழுத்துவதுபோல் இருந்தது. அதனால் ஏற்பட்ட இதயவலி கணத்துக்கு கணம் கூடிக்கொண்டே போனது. அப்போது என் காதில் ஏதோ ஓரிடத்திலிருந்து வந்த மணி ஓசையும், சங்கொலிபோல் பெரும் இரைச்சலும் கேட்டுக்கொண்டிருந்தன. நேரம் செல்லச்செல்ல அந்த இரைச்சல் கூடிக்கொண்டே சென்றது. அப்போது திடீரென ஒரு வெளிச்சம் எனக்குத் தென்பட்டது. அத்துடன் என்னுடைய உடம்பைப் பாதித்தவை எல்லாம் விலகிவிட்டது போலவும் என் உடல் லேசாகிவிட்டது போலவும் இருந்தது. இப்போது என் உடலில் வலி எதுவும் இல்லை. இரைச்சலும் எதுவும் கேட்கவில்லை. கீழே பார்த்தேன். கட்டிலில் என் உடம்பு இருப்பது தெரிந்தது."

இதைக்கேட்ட டாக்டருக்குத்தூக்கிவாரிப்போட்டது. தொடர்ந்து அவர் சொன்னவையெல்லாமே அவரது மனக்குழப்பத்தை அதிகமாக்கின. "டாக்டர்! நான் பார்த்துக்கொண்டே இருந்தபோது என் உடலை நீங்கள் விடாமல் சோதித்தீர்கள். நெடுநேரம் என் மார்பு மீது கை வைத்து மற்றொரு கையால் குத்தியும், விரல்களால் அழுத்தியும் எனக்கு சிகிச்சையளிக்க முயன்றீர்கள். பிறகு, "எல்லாம் முடிந்து விட்டது. இந்த உடலை மார்ச்சுவரிக்கு எடுத்துச் செல்லுங்கள்" என்று கூறிவிட்டு வெளியேறினீர்கள். அப்போது நான் உரத்த குரலில், "டாக்டர்! நான் சாகவில்லை. இதோ இங்கேயேதான் உயிரோடு இருக்கிறேன்" என்று கூறினேன். ஆனால் என் குரலையும், உணர்வுகளையும் இங்கேயிருந்த யாரும் உணரவில்லை."

கிளைண்ட்வுட் இப்படிச் சொன்னதே குப்ளர் ராஸை அதிர வைத்தது என்றால், அடுத்து அவர் கூறியவை இன்னும் அவரை தலை சுற்றி மயங்கி விழும் நிலைக்குக் கொண்டு சென்றன.

"என் உடல் கீழே இருந்தபோது நான் மேலே மிதந்து கொண்டிருப்பதுபோல் இருந்தேன். என்னால் சுலபமாக எங்கு வேண்டுமானாலும் செல்ல முடிந்தது. கொஞ்ச நேரம் கழித்து என் பார்வையில் வேறு சில உருவங்கள் தென்பட்டன. அவர்களை உற்றுப் பார்த்து அடையாளம் கண்டு கொண்டேன். முன்பே இறந்து போன எனது உறவினர்கள், நண்பர்கள்தான் அவர்கள். அவர்களைப் பார்த்தபோது எனக்கு ரொம்பவும் ஆச்சரியமாக இருந்தது. ஏனெனில், அவர்களில் பலர் உடல் ரீதியாக

பாதிக்கப்பட்டு உருக்குலைந்த உடலுடன் இருந்தவர்கள். சிலர் விபத்தில் ஊனமானவர்கள். ஆனால் எல்லோரும் ஒரே சமயத்தில் முழுமையான உடலுடனும், முகத்தில் சாந்தமும், அமைதியும் துலங்கவும் அங்கே நின்றிருந்தனர்.

நான் அவர்களை அடையாளம் கண்டுகொண்டபோது, அவர்கள் என்னை நெருங்கி வந்து, "கிளைன்ட்வுட்! நீ இப்போது எங்களுடன் வர முடியாது. நீ உன் உடலுக்குத் திரும்பிப் போ. உன் காலம் இன்னும் முடியவில்லை" என்றனர். இதில் வியப்பு என்னவென்றால், அவர்கள் யாரும் வாயைத் திறந்து இதைச் சொல்லவில்லை. ஆனால் அவர்கள் அவ்வாறு கூறுகிறார்கள் என்பதை என்னால் உணர முடிந்தது.

எனக்கு அதை ஏற்க மனம் வரவில்லை. "நான் இப்போது இருக்கும் அமைதியான, ஆனந்தமான சூழலை இழக்க எனக்கு மனம் இல்லை. இல்லை. நான் போகமாட்டேன். உங்களோடுதான் வருவேன்" என்று எனக்குள் எண்ணினேன். அதை அவர்கள் உணர்ந்து கொண்டதுபோல், "நீ இப்போது வர முடியாது. நாங்கள் உரிய நேரத்தில் வந்து உன்னை அழைத்துச் செல்வோம்" என்றபடி படிப்படியாக அங்கிருந்து மறைந்து விட்டனர்.

பின்னர் எனக்குள் தலைகீழாக விழுவதுபோல் ஏதோ ஒரு உணர்ச்சி ஏற்பட்டது. விழித்துப் பார்த்தபோது என் உடலுடன் நான் கட்டிலில் கிடப்பதை உணர்ந்தேன்."

கிளைன்ட்வுட் சொன்ன இந்தச் சம்பவங்கள் டாக்டர் குப்ளர் ராஸின் மனத்தில் பெரும் பூகம்பத்தையே ஏற்படுத்தின. அதுவரையில் அறிவியல் பூர்வமாக தான் எண்ணியிருந்த கருத்துகள், நம்பிக்கைகள் எல்லாம் நொறுங்கி விழுவதை

அப்போது அவர் உணர்ந்தார். மரணத்துடன் மனித வாழ்வு முற்றுப் பெறுவதில்லை. இன்னொரு உலகில் அல்லது இன்னொரு வகையில் வேறுவகையான வாழ்வு அந்த மனிதருக்கு இருக்கிறது என்ற கருத்து அவருக்குள் தோன்றியது. பின்னர்தான் அவர் இதுகுறித்து தீவிரமாக ஆராய ஆரம்பித்தார்.

அதன் பின்னர் அவருக்குக் கிடைத்த தகவல்களும், அவரது ஆராய்ச்சி முடிவுகளும்தான் மருத்துவ, விஞ்ஞான உலகையே அதிர வைத்தன.

நூற்றுக்கணக்கானவர்களிடம் குப்ளர் ராஸ் நடத்திய ஆய்வுக்குப் பின்னர் மரணத்துக்குப் பின்னும் வாழ்க்கை உள்ளது என்று அவர் அடித்துக் கூறினார். அது தொடர்பாக 1975ஆம் ஆண்டு இந்தியானா பகுதியில் ரிச்மாண்ட் நகரில் எர்ல்ஹாம் கல்லூரியில் அவர் நிகழ்த்திய விரிவுரை உலகப் புகழ் பெற்றதாக இருந்தது.

அர்க்கன்ஸாஸ் மாகாண ஆளுநராக இருந்தவர் டேவிட் ப்ரையர். இவரது மனைவி பார்பரா. 1971ல் வாஷிங்டனில் அவருக்குக் கருப்பையை அகற்றும் சிகிச்சை நடைபெற்றது. அப்போது அவருக்கு நுரையீரலில் ரத்தக்கட்டி (பல்மனரி எம்பாலிஸம்) இருந்தது. திடீரென பார்பராவின் புலன்கள் மங்க ஆரம்பித்தன. கடைசியாக அவர் தனக்கு சிகிச்சை அளித்த டாக்டரின் முகத்தில் கலவரம் ஏற்படுவதைக் கவனித்தார். உடனே எல்லாம் இருளாகிவிட்டன.

பார்பரா சட்டென்று விழித்தபோது தான் மிதந்து கொண்டிருப்பதை உணர்ந்தார். படுக்கையில் தன் உடல் கிடத்தப்பட்டிருப்பதை அவரால் பார்க்க முடிந்தது. அதேசமயம், தனது அந்த உடலின் மீது தனக்கு எந்த ஈடுபாடும் ஏற்படவில்லை என்பதையும் உணர்ந்தார்.

கீழே டாக்டர் உரத்து சத்தமிட்டுக்கொண்டிருந்தார். அவர் பெயர் டொனால் ட்பென். அந்த நேரத்தில் நர்ஸ்கள் பரபரப்பாக அங்குமிங்கும் ஓடிக் கொண்டிருந்தார்கள். பார்பராவின் நெஞ்சைப் பிடித்து டாக்டர் அமுக்கினார். அதற்குள் பல டாக்டர்களும் அங்கே வந்து கூடி விட்டனர்.

கண்களில் லேசாக நீர்வர, டாக்டர் கெஞ்சினார். “மூச்சு விடு பார்பரா, மூச்சு விடு” என்று இறைஞ்சினார். அதே நேரம் பார்பரா, “ஓ, நான் மூச்சுவிடவே மாட்டேன். இப்போது நான் இருக்கும் நிலை எவ்வளவு நிம்மதியானதாக இருக்கிறது தெரியுமா? இதை விட்டு மீண்டும் அந்தத் தொல்லையான வாழ்வுக்கு நான் திரும்ப மாட்டேன்”

என்றாள். அவள் அதனைச் சத்தமாகச் சொல்வதாக உணர்ந்தாளே தவிர உண்மையில் அவளிடமிருந்து சத்தமே எழவில்லை.

திடீரென பார்பரா தனக்குள் உணர்ச்சியற்றுப் போகச் செய்யும் ஒரு வலி பிறப்பதை உணர்ந்தாள். அப்படியே மயங்கிப்போனாள். அவள் மீண்டும் கண் விழித்தபோது மருத்துவர்கள் மகிழ்ச்சியுடன் அவளைப் பார்த்து வெற்றிப் புன்னகை புரிந்தனர். ஆனால் ஏனோ அவளுக்கு அவர்கள் மீது கோபம்தான் வந்தது.

கிளைன்ட்வுட், பார்பரா இருவர் விஷயத்திலும் ஒரேவித அனுபவம்தான் நேர்ந்துள்ளது. கிளைன்ட்வுட் உடலிலிருந்து வெளியே மிதந்தார். பார்பராவும் அப்படியேதான் மிதந்துள்ளார். கிளைன்ட்வுட் தன் அருகே இறந்துபோன தனது உறவினர்கள், நண்பர்கள் நிற்பதைக் கண்டார். பார்பராவுக்கு அந்த மாதிரியான அனுபவம் எதுவும் ஏற்படவில்லை.

புகழ்பெற்ற அமெரிக்க மனோதத்துவ நிபுணர் டாக்டர் ஜார்ஜ் ரிச்சி என்பவரின் அனுபவம் இவற்றிலிருந்து கொஞ்சம் வித்தியாசமானது. லோட்ஸ் வில்லி பகுதியில் பிரசித்தி பெற்றிருந்தவர் அவர். அமெரிக்கப் படையில் பணிபுரிந்த அவர், 1943ஆம் வருடம் டிசம்பரில் நிமோனியா ஜுரத்தால் பாதிக்கப்பட்டு, மருத்துவமனையில் சேர்க்கப்பட்டார். ஜுரம் முற்றியது. 24 மணி நேரம் நினைவற்ற நிலையில் கிடந்த அவரை பரிசோதித்த டாக்டர், அவர் இறந்துவிட்டதை உறுதி செய்தார். அதன் பிறகுதான் எல்லோரும் வியக்கத்தக்க வகையில் காரியங்கள் நடந்தன.

சில நிமிடங்கள் கழித்து அவரிடம் அசைவு தென்பட்டதாக வார்டுபாய் கூறினான். டாக்டருக்கு அதில் நம்பிக்கை இருக்கவில்லை. எனினும், உறுதிபடுத்திக் கொள்வதற்காக ஒரு அட்ரினலின் ஊசி போட்டார். சற்று நேரத்துக்கெல்லாம் ஜார்ஜின் உணர்வுகள் திரும்பின.

இடைப்பட்ட நேரம் அதிகமில்லை. மொத்தம் ஒன்பதே ஒன்பது நிமிடங்கள்தான். அந்த ஒன்பது நிமிடங்களில் அவர் எதிர்கொண்ட வியப்பான விளைவு இது. “வாழ்க்கைக்குப் பின்னால் வாழ்க்கை” என்ற தலைப்பில் அது “வாஷிங்டன் போஸ்ட்” நாளிதழில் வெளியானது.

உடலை விட்டு வெளியே வந்த ஜார்ஜ் ரிச்சி, தன் உடல் கீழே கிடப்பதைக் கண்டார். ஆனால் அதன் மீது அவருக்கு எந்த ஆர்வமும் ஏற்படவில்லை.

ஜுரத்தில் விழுவதற்கு முன்பு அவர் ரிச்மாண்ட் சென்று வர்ஜீனியா பல்கலைக்கழகத்தில் மருத்துவம் படிக்க எண்ணியிருந்தார். அந்த ஒரு எண்ணம் மட்டும், உடலை விட்டு அவர் பிரிந்து வந்த அந்த நிலையிலும், அவரிடம் அழுத்தமாக இருந்தது. எதிரே வார்டுபாய் ஒரு தட்டுடன் வந்தான். அவனிடம் ஏதோ சொல்வதற்காக குறுக்கிட்டார் ஜார்ஜ். ஆனால் அவன் இவர் இருப்பது தெரியாதவனாக இவருக்குள் புகுந்து சென்றான்.

தனக்குள் ஒருவன் புகுந்து போனது ஜார்ஜுக்கு பெரிய குழப்பத்தை ஏற்படுத்தியது. எனக்கு என்ன ஆயிற்று? ஏன் இப்படி? என்று தன்னைத்தானே கேட்டுக்கொண்டார்.

இவ்வாறு எண்ணிக்கொண்டிருக்கும்போதே மீண்டும் ரிச்மாண்டுக்குச் செல்ல வேண்டும் என்று தனக்குள் அதிக உந்துதல் ஏற்படுவதை உணர்ந்தார். மறுகணம் தான் வேகமாகச் சென்று கொண்டிருப்பதையும், மரங்கள் தனக்குக் கீழே இருக்க, வேகமாக ரிச்மாண்ட் நோக்கி தான் சென்று கொண்டிருப்பதையும் உணர்ந்தார்.

வாயுவேகம், மனோவேகம் என்பார்களே, அத்தகைய வேகம். பறப்பது என்பார்களே அது இதுதான். ஆனால் எந்தவிதமான உடல் அலுப்பும் அவருக்கு ஏற்படவில்லை. அவர் அப்படிப் பறந்தபோது அவர் முகத்தில் காற்று எதுவும் மோதவுமில்லை.

கீழே ஒரு பெரிய நதி இருந்தது. அதைக் கடந்ததும் ஒரு சிறிய நகரம் தென்பட்டது. மறுகணம் மளமளவென்று பல நூறு அடிகள் சரிந்து தரையில் இறங்கினார். அங்கு ஒரு தெரு தென்பட்டது. அந்தத் தெருவின் மூலைக்குச் சென்று திரும்பியதும் அங்கு இரவு முழுவதும்

திறந்திருக்கும் ஓர் ஓட்டல் தெரிந்தது. அங்கு சென்று ஒருவரிடம், "இது எந்த இடம்?" என்று கேட்டார். அந்த நபர் இவரைப் பார்க்கவும் இல்லை. இவரது குரலைக் கேட்கவும் இல்லை. அவரது கவனத்தைத் திருப்புவதற்காக அவரை நெருங்கி அவரது கன்னத்தை இவர் தட்ட முயன்றபோது, அந்த நபர் முன்புறமாக நகர்ந்தார். ஜார்ஜ் ரிச்சி அப்போது அவருக்குள் புகுந்து வெளி வந்தார்.

ஜார்ஜ் மிகவும் குழம்பியவராக மீண்டும் தன் இடத்துக்குத் திரும்ப எண்ணினார். மறுகணம், போனபோது இருந்ததைவிட பல மடங்கு வேகத்துடன் தான் இப்போது பயணிப்பதையும், தான் புறப்பட்ட இடத்துக்கு வந்து பார்த்தபோது தன் உடல் கட்டிலில் கிடப்பதையும் கண்டார்.

இப்போது ஜார்ஜ் ரிச்சிக்கு வேறொரு அனுபவமும் ஏற்பட்டது. மீண்டும் தன் உடலில் நுழைவதற்கு முன்னால் அவர் ஒரு பெரிய வெளிச்சத்தால் நேருக்கு நேராகப் பார்க்கப்பட்டார். அதன் தாக்கம் அல்லது தீவிரம் அதிகமாக இருந்தது. உலோகம் காய்ச்சும்போது உண்டாகும் வெளிச்சத்தைவிடப் பல கோடி மடங்கு சக்தி வாய்ந்ததாக அது இருந்தது. ஆனால் எரிதல், நெடி, புகை, வெப்பம் ஏதும் அங்கில்லை. அந்த வெளிச்சத்தில் இருந்து மற்றொரு முழுமையான வெளிச்ச வடிவம் வெளிப்பட்டது.

அந்த வினாடியில் ஜார்ஜ் ரிச்சியைச் சுற்றியிருந்த மருத்துவ மனையைக் காணவில்லை. அங்கிருந்த ஊழியர்களையும் காணவில்லை. அதேசமயம், தனது பிறப்பு முதல் அது வரையிலான தன் வாழ்க்கையில் நடந்த சம்பவங்கள் எல்லாமே மளமளவென்று அவர் முன்னால் விரிந்தன. காட்சிப் படங்களாக ஓடின.

"வெளிப்படையாகவும் ரகசியமாகவும் இருட்டிலும் வெளிச்சத்திலும் பொதுவிலும் தனித்தும் நான் செய்த அனைத்துமே அங்கிருந்தன" என்கிறார் ஜார்ஜ் பின்னர் இது பற்றிக் கூறுகையில்.

ஜார்ஜ் ரிச்சி மீண்டும் தன் உடலுக்குள் புகுந்தார். அப்போது அவர் உடல் அசைந்ததைப் பார்த்த வார்டுபாய், அவர் அசைவதாகக் கூறவும், சுறுசுறுப்பான டாக்டர்களின் நடவடிக்கைகளால் அவர் பிழைத்துக் கொண்டார்.

அவர் இறந்ததற்கும் அதாவது இறந்ததாக டாக்டர் அறிவித்ததற்கும் அவர் மீண்டும் அசைந்ததாக வார்டுபாய் கூறியதற்கும் இடைப்பட்ட காலம் வெறும் ஒன்பது நிமிடங்கள்தான். இதைத்தான்,

"வாழ்க்கைக்குப் பின்னால் வாழ்க்கை" என்ற தலைப்பில் வெளியிட்டது வாஷிங்டன் போஸ்ட் பத்திரிகை. பின்னர் ஓராண்டு கழித்து ஜார்ஜ் ரிச்சி தெரிந்த ஒருவருடன் காரில் சென்றபோது அதே நகரம் வழியாக செல்ல நேரிட்டது. அந்த 9 நிமிட அனுபவத்தில் கண்ட அதே நதியை இப்போது நேரில் பார்த்தார். அந்த நதியைக் கடந்ததும் நகரம் ஒன்று தென்பட்டது. அவர் முன்னர் கண்ட அதே சிறுநகரம். முன்பு வானிலிருந்து கண்டதை இப்போது அவர் தரைப் பயணத்தின்போது கீழிருந்து காண்கிறார் அவ்வளவுதான் வித்தியாசம்.

காரோட்டிய நபரிடம் பேசிய ஜார்ஜ், "இந்த மூலை திரும்பியதும் இரவு முழுவதும் திறந்திருக்கும் ஓட்டலைக் காண்பீர்கள்" என்று கூறி விட்டு அந்தப் பகுதியின் அமைப்பை விவரித்தார்.

ஜார்ஜ், காரோட்டுபவர் இருவருமே தங்கள் ஆயுளில் முதல் முறையாக அப்போதுதான் அந்த ஊருக்கே வருகின்றனர். அப்படியிருக்கும்போது ஜார்ஜ் கூறியபடியே அந்த இடத்தில் எல்லாம் இருப்பது கண்டு அந்த நண்பர் வியந்தார்.

அந்த இடம் மிஸிஸிபி மாகாணத்தின் விக்ஸ்பர்க் நகரம்.

இதுபோன்ற பலரது அனுபவங்களை அலசி ஆராய்ந்து டாக்டர் ரேமண்ட் மூடி என்பவர் மேற்கண்ட தலைப்பில் ஒரு புத்தகம் எழுதினார். அந்த நூல் உலகம் முழுவதும் பெரும் பரபரப்பை ஏற்படுத்தியது. "மரணத்துக்குப் பின்னால்...", "உடலை விட்ட பின்..." எனப் பல்வேறு பெயர்களில் பலமொழிகளில் வெளியான இந்த நூல் பெரும் பரபரப்பை ஏற்படுத்தியது.

இந்நூலில் இடம் பெறும் நபர்கள் பெரும்பாலும் "இறந்துவிட்டார்" என்று டாக்டர்கள் அறிவித்த பின்னர், ஏதோ ஒருவகையில் அதிசயமாக உயிர் பிழைத்தவர்கள். பெரிய விபத்தில் அல்லது தீவிர நோயில் சிக்கி மரணத்தின் அருகில் சென்று மீண்டவர்கள். மெல்ல மரணமடைந்து கொண்டிருந்தவர்கள். அந்த நிலையிலும் சுய நினைவு இழக்காத, அதாவது மயக்கமடையாமல் சுற்றி இருப்பவர்களிடம் தாங்கள் காண்பது குறித்து பிதற்றியவர்கள் என்று இந்த மூன்று வகைகளைச் சேர்ந்த சுமார் 150 பேரிடம் அவர் செய்த ஆய்வுகள் இந்த நூலில் இடம் பெற்றுள்ளன.

இவை எல்லாம் வெவ்வேறு வகையினதாக இருந்தாலும், இவற்றினிடையே ஓர் ஒற்றுமை உண்டு. இந்த அனுபவங்களில் சம்பந்தப்பட்டவருடைய உயிர் அடங்க ஆரம்பிக்கிறது. டாக்டர் அவர் இறந்துவிட்டதாகக் கூறுகிறார். அவ்வாறு டாக்டர் கூறுவது

அவருக்கு நன்றாகக் கேட்கிறது. மணியோசை, ரீங்காரம் என ஏதேதோ ஒலிகள் கேட்கின்றன. நீண்ட, இருளான சுரங்கப்பாதை போன்ற ஒன்றுக்குள் அவர் வேகமாக விரைகிறார். அதிலிருந்து வெளியே வந்தபோது தன் உடம்புக்கு வெளியே தான் இருப்பதை அவர் உணர்கிறார். கீழே அவரது உடலைச் சுற்றி நண்பர்களும், உறவினர்களும் வந்து குவிவதை அவரே காண்கிறார்.

இந்த அனுபவத்தை இதில் சம்பந்தப்பட்ட அத்தனை பேரும் உணர்கின்றனர். இதில் வெகு சிலரே ஒளி வடிவமான, அன்புடைய, இதமான ஒன்றின் முன் தாங்கள் இருப்பதை உணர்ந்துள்ளனர். சொற்கள் இன்றி மௌனமாகவே, தாங்கள் வாழ்ந்த வாழ்க்கை பற்றி சுய மதிப்பீடு செய்யும்படி இவர்கள் கேட்கப்படுகின்றனர். தங்கள் முழு வாழ்க்கையும், தங்கள் முன்னால் படமாக ஓடுவதாக இவர்கள் உணர்கின்றனர். மகிழ்வான ஒரு அனுபவத்தில் இருக்கும்போது, திடீரென ஒரு தடை மாதிரி தோன்றுகிறது. ஏதோ ஒரு "இழுப்பு" அவர்களை பழையபடி இழுக்க, அவர்கள் தங்கள் உடலுடன் போய் மீண்டும் சேர்ந்துகொள்கின்றனர்.

டாக்டர் கார்லிஸ் ஓஸிஸ் 800க்கும் மேற்பட்ட டாக்டர்களுடன் சேர்ந்து பல ஆய்வுகளைச் செய்தவர். நியூயார்க்கில் உள்ள அமெரிக்க மனோதத்துவ ஆராய்ச்சிக் கழக மருத்துவரான இவர், தனது ஆராய்ச்சிகளின் முடிவில் ஒரு முடிவுக்கு வந்திருந்தார். மனிதனின் புறமனம் அதாவது மேல்மனம் அவனது படிப்பு, அறிவு, அனுபவங்களுடன் தொடர்புடையது. தனது அனுபவ அறிவால் ஒன்றை நல்லது, கெட்டது என முடிவு செய்வது இதுதான். ஒருவர் மீது அன்பும், அவர் மீதே பிறகு வெறுப்பும்,

அதன் பின் சமாதானம் அல்லது தீவிர பகை போன்றவையும் ஏற்படுவது இங்குதான். இதை நாம் கட்டுப்படுத்தலாம்.

ஆனால் ஆழ்மனம், புதைமனம் என்றெல்லாம் கூறப்படும் நனவிலி மனம் (Unconscious Mind) என்பது அவனது கட்டுப்பாட்டில் இருப்பதில்லை. பிறந்த குழந்தை முதல் அவன் பார்த்தவை, கேட்டவை, படித்தவை என்று இவற்றின் எண்ணற்ற குவியல்கள் அதில் உண்டு. மனிதனின் உடல் செயலிழந்து அது மரணத்தைத் தழுவும்போது, அவனது ஆழ்மனம் திறந்து கொள்கிறது. குழந்தைப் பருவம் முதல் அவனுள் விதைக்கப்பட்ட நம்பிக்கைகள் மனம் மூலம் படங்களாக இங்கு காட்டப்படுகின்றன. ஆபத்திலிருக்கும் போது வேண்டியவர்கள் வந்து காப்பாற்றுவார்கள் என்று நம்பும் மனம், இறந்த முன்னோர்கள், உறவினர்கள், நண்பர்களை கனவு மாதிரியே நனவுப் படமாக காட்டும். தீவிர மத நம்பிக்கை உள்ளவர்களானால் அவர்களது நம்பிக்கையின் ஆதர்ச நாயகர்களான கிருஷ்ணர், ஏசு, அம்மன் போன்ற உருவங்கள் அப்போது அவர்கள் எதிரே புலப்படும்.

இவை தூக்கத்தில் காணும் கனவுபோல், புலன்கள் மங்கிய நிலையில் (இதுவும் ஒருவித ஆழ்துயில் நிலைதானே) மனம் காட்டும் மாயத்தோற்றங்களே. மற்றபடி இறப்புக்குப்பின் எதுவும் கிடையாது.

இப்படித் தீர்மானமாக எண்ணியிருந்த டாக்டர் ஒஸிஸ் நோயாளிகளையும், அவர்களுக்குச் சிகிச்சை அளித்த மருத்துவ மனைகளையும் அலசி ஆராய்ந்ததில் கடைசியாக ஒரு முடிவுக்கு வந்தார். அது, "மனிதனிடம் ஏதோ ஒரு தனித்தன்மை இருக்கிறது. அது மனித உடல் விழுந்த பின்பும் அவனிடம் இருக்கிறது. அதற்குப் பெயரிடுவதாயிருந்தால் அதை "ஆத்மா" என்ற பெயரிட்டு அழைக்கலாம். அப்படி அழைத்தால் தவறில்லை. ஆனால் அது மனித உறுப்புகளுக்கு வெளியே, மரணத்துக்குப் பின்னும் இருக்கிறது. ஆனால் அதற்குப் பிறகு அது எங்கே போகிறது? என்ன ஆகிறது? இதெல்லாம் விளங்காத மர்மங்கள்தான்" என்பதாகும்.

பொதுவாக ஒருவன் இறந்துவிட்டால், அதன் பிறகு அவன் எதுவாக வேண்டுமானாலும் ஆகட்டும். பூமியைப் பொறுத்தவரை அவன் கதை முடிந்துபோய்விட்டது. அதனால் அவன் உடல் எரிக்கப்படும் அல்லது புதைக்கப்படும். ஆளரவமற்ற இடங்களில் அவன் மரணமடைந்திருந்தாலும், அவன் உடல் அழுகி சிதைந்து மறைந்து போய்விடும்.

அவன் ஆவியாக அலைந்தாலும், ஆண்டவனோடு இணைந்தாலும், சொர்க்கம் அல்லது நரகத்துக்குப் போனாலும்,

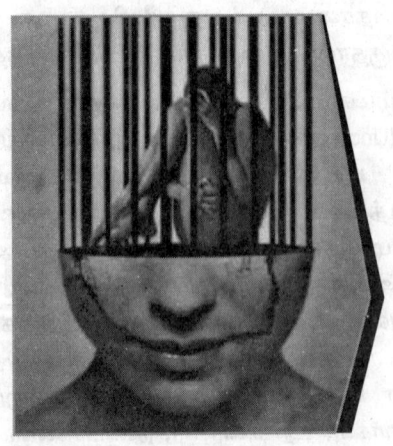

பூமிக்கு மறுபிறப்பு எடுத்து வந்தாலும், எல்லாம் ஒவ்வொருவரும் செய்யும் ஊகங்கள்தான். இவற்றுக்கெல்லாம் நிரூபணம் எதுவும் கிடையாது. இறந்தவரே ஒருவரின் கனவில் வந்து பேசினாலும், "அது அவருடைய மனப்பிரமை. அவரது ஆழ்மனத்தில் இறந்தவரைப்பற்றியே அவர் ரொம்பவும் நினைத்துக் கொண்டிருந்திருப்பார். அதுதான் கனவாக வெளிப்பட்டுள்ளது" என்று தட்டிக் கழித்துவிட முடியாது.

இப்படி மரணத்துக்குப் பின் ஏதும் இல்லை என விஞ்ஞானம் எண்ணியிருந்த நிலையில்தான் இதுபோன்ற மரணத்தின் விளிம்புக்குச் சென்று திரும்பியவர்களின் அனுபவங்கள் வெளியாகி விஞ்ஞான உலகின் அஸ்திவாரத்தையே அவை ஆட்ட ஆரம்பித்தன.

இந்தத் தகவல்கள் கொடுத்த உலுக்கல்கள் ஓயும் முன்பாகவே, மற்றொரு புதிய தகவல் வெளியானது. அதுதான் ஓ.பி. எனப்படும் "உடலுக்கு வெளியேயான அனுபவம்" (out of body experience) . இதுவொரு நூதன அனுபவம்.

உயிரோடு இருக்கும்போதே ஒரு மனிதனின் உடலில் இருந்து அவனுடைய ஆத்மா அடிக்கடி வெளியே சென்று திரும்புவது என்ற விஷயம் விஞ்ஞானிகளை ஏறக்குறைய நிலைகுலைய வைத்தது எனலாம். கனவுகள், ஆவிகள் போன்ற பல விஷயங்களைப் பாமரர்கள் நம்பும்போது, "டிராஷ்...(Trash), இதெல்லாம் சென்ட்டிமெண்ட்" என்று அலட்சியமாக மறுத்த விஞ்ஞானிகளால், இதை அவ்வளவு அலட்சியமாக மறுக்க இயலவில்லை.

அந்த அளவுக்கு இதில் என்ன விநோதம் இருந்தது?

16

ஜாலியாக வாக்கிங் போகும் ஆத்மாக்கள்...

ஆனால் நான் வாழ்ந்து விட்டேன்;
வீணாக வாழ்நாளைச்
   செலவிட வில்லை
என் மனம் வலிமையை இழந்தாலும்
ரத்தம் சக்தியை இழந்தாலும்
என் உடல் வலியுடன்
   மோதி மரித்தாலும்
என்னுள் இருக்கும்
   ஒன்று வலியையும்
காலத்தையும் வென்று
   ஓயச் செய்யும்
நான் இறந்த பின்பும்
   அது மூச்சுவிடும்
அது இந்த பூமியைச் சாராத ஒன்று;
அதனை அவர்களால்
   காண இயலாது
ஒலியற்ற இசைக் கருவியின்
உள்ளிருக்கும் நாதம் போல்.

– மகாகவி பைரன்

கட்டிலில் அமைதியாகப் படுத்துக்கொண்டு கூரையைப் பார்த்துக் கொண்டிருந்த அந்தப் பெண்மணி மனத்தில் ஏதேதோ சிந்தனைகள் அலைபாய்ந்து கொண்டிருந்த நிலையில் லேசாகக் கண்களை மூடினார்.

திடீரென்று மார்பின் மீது பாறாங்கல்லை வைத்து அழுத்துவது போல் ஓர் உணர்வு அவருக்கு ஏற்பட்டது. இதயம் படபடவென்று பலமாகத் துடிக்க, ஏதோ ஒரு மலைமேலிருந்து கீழே விழுவதுபோல் இருந்தது அவருக்கு.

சட்டென்று தலையை உலுக்கிக் கொண்டு கீழே பார்த்தார். கட்டிலில் அவருடைய உடம்பு கிடந்தது. முதன்முறையாகத் தனது உடலை, தானே வெளியிலிருந்தபடி பார்த்துக் கொண்டிருப்பதை அவர் உணர்ந்தார். "அப்படியானால் நான் செத்துப்போய் விட்டேனா? இனி எனக்கு என்ன ஆகும்? என் உடலை அடக்கம் செய்து விடுவார்களே. அப்புறம் நான் எங்கு போவது? இப்படியே, இதே நிலையில் என் உடல் அடக்கம் செய்த இடத்திலேயே கிடப்பேனா?" என்று ஒன்றும் புரியாமல் பதற்றத்தில், அங்கும், இங்குமாக அலைந்தார். திடீரென தலைகுப்புற விழுவதுபோல் ஒரு உணர்வு. மீண்டும் எழுந்தபோது கட்டிலில் தான் எழுந்து உட்கார்ந்து கொண்டிருப்பதை உணர்ந்தார்.

"என்ன ஆயிற்று எனக்கு? நான் என் உடம்புக்கு வெளியே இருந்தது உண்மையா? என் உடலை நானே கண்டது உண்மையா? இது என்ன கனவா? ஆனால் நான்தான் தூங்கவே இல்லையே? நான் கண்டது வெறும் மனப்பிரமை என்றால் எப்படி அவ்வளவு தத்ரூபமாக எனக்கு இதுபோன்ற காட்சிகள் புலப்படும்?"

ஸ்காட் ரோகா என்ற அந்தப் பெண்மணிக்கு அதன்பின்னர் இந்த அனுபவம் அடிக்கடி ஏற்பட ஆரம்பித்தது. ஆனால் முதன்முறை பயந்ததுபோல், அதன்பிறகு பயப்படவில்லை. பின்னர் உடலுக்கு வெளியே அவர் இருக்கும் நேரம் கொஞ்சம் கொஞ்சமாக அதிகரித்தது. ஆனால் இந்தப் பயணமெல்லாம் மணிக்கணக்கில் அல்ல. அதிகபட்சம் ஏழெட்டு நிமிடங்கள்தான் நீடித்தன. அதற்குமேல் கிடையாது. ஏதோ ஒன்று சட்டென்று அவரை ஒவ்வொரு முறையும் மீண்டும் உடலுக்குள் இழுத்து விட்டது.

விஞ்ஞானம் இதற்கு ஓ.பி.(O.B.= out of body experience) என்று பெயரிட்டது. இந்த ஓ.பி. மனிதர்கள், நாம் காலை, மாலை வேளைகளில் சாதாரணமாக வாக்கிங் போவதுபோல் உடம்புக்கு வெளியேபோய் உல்லாசமாக உலவிவிட்டு வருவார்களாம். இது என்ன, எப்படி என்று புரியாமல் திணறலுடன் இந்தத் துறையைப் பற்றி ஆராய்கிறது விஞ்ஞானம்.

பின்னர் அமெரிக்காவில் இதற்கெனத் தனித்துறையே உருவாக்கப்பட்டது. அமெரிக்க அமானுட ஆராய்ச்சிக் கழகம் என்னும் இந்த அமைப்பு இந்தத் துறையில் நவீன உத்திகளைப் புகுத்தி ஆராய்ச்சிகளை மேற்கொண்டது.

சென்ற அத்தியாயத்தில் கூறப்பட்ட டாக்டர் கார்லிஸ் ஒஸிஸ் இதில் மிக முக்கிய பங்காற்றினார். இதற்கென தனியாக ஒலி புகாத (Sound proof) அறையை அமைத்த அவர், உடலுக்கு வெளியே உலவும் அனுபவம் உடைய இன்கோஸ்வான் என்ற நபரை அதற்குள் அமர வைத்தார். அந்த அறை முழுவதும் எண்ணற்ற கருவிகளும், குழப்பமான கண்ணாடி பிம்ப சாதனங்கள் பலவும் நிறுவப்பட்டிருந்தன.

ஒஸிஸ் மேற்கொண்ட ஆய்வுகளில் பல வியப்புக்குரிய விடைகள் கிடைத்தன.

1. எளிதில் புலப்படாத, மிக மெல்லிய வெளிர்நீல வண்ணத்தில் உடலிலிருந்து ஏதோ ஒன்று விலகியது.

2. இதயத்துடிப்பு ஆரம்பத்தில் பலமாக எகிறியது.

3. எனினும், உடம்பிலிருந்து உயிர் வெளிப்பட்டபின், மிக மெல்லிய மூச்சானது, அதிக நேர இடைவெளி எடுத்துக்கொண்டு வந்துகொண்டிருந்தது.

4. அந்த நபரின் உடலின் எடை இரண்டரை அவுன்ஸ் குறைந்தது.

இதன் பின்னர் கார்லிஸ் ஓஸிஸ், டோனா மகார்பிக் என்ற இரு டாக்டர்கள் இணைந்து கூட்டாக இதுபற்றி ஆய்வு மேற்கொண்டனர். இதேபோல் உடலுக்கு வெளியே உலவும்

டாக்டர் கார்லிஸ் ஓஸிஸ்

அனுபவம் உள்ள அலெக்ஸ் டானஸ் என்ற நபரை வைத்து பல்வேறு சென்ஸார் (Sensor) மூலம் ஆராய்ந்து, அவரது உடலில் இருந்து ஆவி பிரியும்போது ஏற்படும் வெப்ப நிலை மாற்றம் உட்படப் பலவற்றையும் கண்டறிந்தனர்.

இதே துறையில் தீவிர ஆய்வு மேற்கொண்டிருந்த டாக்டர் ராபர்ட் மோரிஸ் வேறுவிதமான ஆராய்ச்சி ஒன்றைச் செய்தார். ஆவி உடல் பயண அனுபவம் மிக்க ஒருவரிடம் இந்த சோதனை செய்யப்பட்டது. அந்த நபர் வளர்க்கும் இரண்டு செல்லப் பூனைகள் உட்பட வளர்ப்புப் பிராணிகள் ஓர் அறையில் வைக்கப்பட்டன. மற்றொரு அறையிலிருந்து அவர் தனது உடலில் இருந்து பிரிந்து ஜன்னல் வழியாக இந்த அறைக்குள் வரவேண்டும். மற்ற எல்லா வாயில்களும் காற்றுப் புகாமல் மூடி, அடைக்கப்பட்டிருந்தன. அறையில் பொருத்தப்பட்டிருந்த "கைகர்" கருவிகள் ஏதோ ஒன்று ஜன்னல் வழியே புகுவதை ஊர்ஜிதம் செய்தன. அதேசமயம், அந்தச் செல்லப்பிராணிகள் மகிழ்ச்சியுடன் குதித்துக் குதித்து சத்தம் எழுப்பின.

"Human detectors" மூலம் ஆவியுடலை உணர முயற்சித்த ஆய்வுகள் தோல்வியில் முடிந்தன. எலக்டிரிகல் டிடெக்டர்களும் தோல்வியையே கண்டன. அந்த நேரத்தில் மின் அலை மாறுபாட்டைக் காட்டும் விதமாக முள் ஒருமுறை லேசாக அசைந்தது, அவ்வளவே.

கிட்டத்தட்ட 304 ஓ.பி. மனிதர்களிடம் ஆராய்ச்சி நடத்தி அறிக்கை வெளியிட்டார் டேனா மெகார்மிக். அதன் பின்னர் உடலுக்கு வெளியே உலவும் அனுபவங்கள் பற்றி நூற்றுக் கணக்கான புத்தகங்கள் வெளியாகியுள்ளன. அவற்றில் முக்கியமான 4 பேர்தான் அதிகம் குறிப்பிடப்படுகின்றனர்.

ரேம் (Yram), ஃபாக்ஸ் (Fox), முல்டூன் (Multoon), வைட்மான் (witeman) ஆகிய நால்வர்தான் இந்தத் துறையை உலகம் முழுதும் பிரபலப்படுத்தியவர்கள். இவர்களுக்கு உடலுக்கு வெளியே உலவும் அனுபவம் பலமுறை கிடைத்துள்ளது.

தன் அறையில் கட்டிலில் ஒரு கையை வெளியே தொங்க விட்டுக் கொண்டு படுத்ததுமே உடலிலிருந்து வெளியேறும் அனுபவம் வைட்மானுக்கு ஏற்படும். (சில கோயில்களில், குறிப்பாக கன்னியாகுமரி மாவட்டம் திருவட்டாறு ஆதிகேச வப் பெருமாள் கோயிலில் மகாவிஷ்ணு சயன கோலத்தில் இதே தோற்றத்தில் படுத்திருப்பதைக் காணலாம். யோகப் பயிற்சி மூலம் இத்தகைய "சாதனை" செய்த சித்தர்கள், தங்களது இந்த நிலையை தங்கள் மனத்தை எந்தக் கடவுளின் மீது மையப்படுத்தி மனதைக் குவியச் செய்தார்களோ, அந்தக் கடவுளின் வடிவத்தை இதே கோலத்தில் வடித்துள்ளனர் என்று பலரும் கருதுகின்றனர்.)

அடிக்கடி இதுபோன்று உடலிலிருந்து வெளியேறி "சாதகம்" செய்த வைட்மான், அப்படியே வெளியேறி, பக்கத்துக் கட்டடத்துக்குள் புகுந்து, அங்குள்ள நபர் எழுதுவதை அருகில் இருந்து பார்த்துவிட்டு, பின்னர் திரும்பி வந்து தன் உடம்புக்குள் புகுந்துகொண்டு எழுந்த பின், தான் படித்ததை வரிக்கு வரி அப்படியே சொன்னார்.

அது மட்டுமல்ல. எழுதிய நபருக்கும் தன் அருகே எவரோ நிற்பது போன்ற உறுத்தலான உணர்வு ஏற்பட்டது. விஷயம் தெரிந்தபின், அவர் தனியே இருக்கவே பயப்பட ஆரம்பித்தார். எப்போதும் ஒருவர் துணைக்கு கூடவே இருக்க வேண்டும் அவருக்கு. தவிர இரவும், பகலும் பிரகாசமான விளக்கு அவர்

அறையில் எரிந்துகொண்டே இருக்கவேண்டும். அதற்குப் பிறகு இருட்டே ஆகாது என்ற நிலைக்கு அவர் தள்ளப்பட்டுவிட்டார்.

அமெரிக்காவைச் சேர்ந்த ரெவரண்ட் கோரா எல்லி ரிச்மாண்ட் என்ற பெண் தன் 11 வயதில் முதன்முறையாக இந்த ஆவியுடல் பயண அனுபவம் பெற்றார். நியூயார்க் வாசியான அவர், 1840ல் பிறந்தவர். 1923ல் அவர் மரணமடையும்வரை 72 ஆண்டுகள் இந்த அனுபவங்கள் அவருக்குத் தொடர்ந்து வந்த வண்ணம் இருந்தன.

இவர் அமெரிக்காவில் அறநிலையத்துறை அமைச்சராக இருந்தவர். அமெரிக்காவில் அதிபர் பெயர்தான் பரபரப்பாகப் பத்திரிகைகளில் அடிபடும். அமைச்சர்களுக்கு அங்கு அவ்வளவு பிரபலம் கிடையாது. அதிகாரம் மட்டும்தான் உண்டு.

அமைச்சராக இருந்து அடைய முடியாத பெரும்புகழை, அவர் எழுதிய, "உடலுக்கு வெளியே எனது அனுபவங்கள்" (My experience while out of the body) என்ற நூல் தேடித் தந்தது.

1984ஆம் ஆண்டு பிரான்சில் கார்பெல் நகரில் பிறந்தவர் ரேம். உடலுக்கு வெளியே செல்லும் அனுபவங்கள் பற்றி இவர் எழுதிய நூல்கள் ஏராளம். அவற்றில், "நடைமுறை ஆவியுடல் பயணம்" (Practical astral projection) என்ற நூல் குறிப்பிடத்தக்கது. அதில் அவர் தெரிவித்துள்ள குறிப்புகள் புலனறிவு கடந்த நுண்பொருள் (Meta physical) ஆராய்ச்சிகளுக்குப் பேருதவியாக இருந்தன.

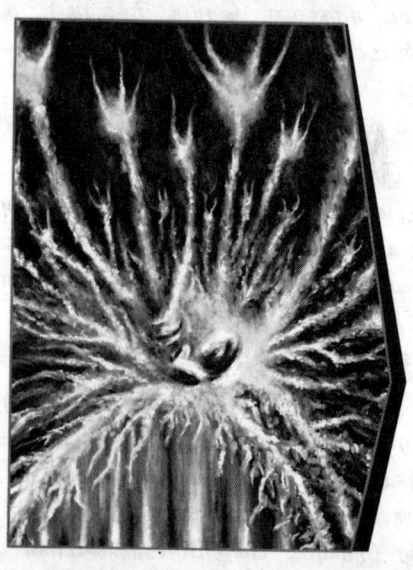

இதில் ஒரு வேடிக்கையான அனுபவமும் உண்டு. தனது ஆவியுடல் பயணத்தின்போது ரேம் அடிக்கடி ஒரு பெண்ணைப் பார்த்தார். (அந்தப் பெண் ஆவியுடல் அல்ல. ஒரு சாதாரணப் பெண்தான்) அந்தப்பெண்ணின் மனத்துடன் தனது மனத்தால் பேச முயன்றார். அந்தப் பெண்ணின் மனமும் அவர் பேசுவதை உணர்ந்துகொண்டது. பிற்பாடு அந்தப் பெண்ணை அவர் நேரில் சந்தித்த மறுகணமே இரண்டு பேரும் "ஐ லவ் யூ" சொல்லிக்கொண்டு, காதலர்களாகி விட்டனர்.

ரேமின் நூலில் மின்காந்தம், கதிரியக்கம், மையக்குவிப்பு, ஈதர் என பல்வேறு சக்திகளைப் பற்றியும் விவரிக்கப்பட்டுள்ளது. அவரைப் பொறுத்தவரை அளவான நல்ல உணவு, எடை போடாத ஆரோக்கியமான உடல், ஆழ்ந்த உறக்கம் இவைதான் ஆவியுடல் பயணத்தின் அடிப்படை. இதன் மூலம்தான் தன் உடல் கடந்த பயணம் சாத்தியமானது என்கிறார் இவர்.

ஆனால் முல்டூன் என்பவரின் அனுபவம் வேறுவிதமாக இருந்தது. அவர் உடல் நிலை சரியில்லாத காலகட்டங்களில்தான் ஆவியுடல் அனுபவங்களை அடைந்தார். எத்தனையோ ஆண்டுகள் நோயாளியாகக் கிடந்த அவர், படிப்படியாக குணமடைய ஆரம்பித்த பின்னர் உடலுக்கு வெளியிலான அவரது பயணங்கள் குறைந்து கொண்டே வந்து, பின்னர் அடியோடு நின்றுவிட்டன. இவர் எழுதியதுதான் '" The projection of astral body" என்ற நூல்.

ஆவியுடலாகப் பயணிக்கும்போது எதையும் பார்க்கலாமே தவிர தொடக்கூட முடியாது என்கிறார் முல்டூன். இந்த மாதிரி சமயங்களில் தன் உடலையே பலமுறை முயன்றும் தன்னால் தொடக்கூட முடியவில்லை என்கிறார் அவர். உடல் கீழே கிடக்கிறது. அதைக் கையை நீட்டித் தொட்டால் தன் ஆவியுடலின் கையில் எதையும் தொடும்போது உண்டாகும் ஸ்பரிஸம் என்னும் தீண்டும் உணர்ச்சி ஏற்படவே இல்லை என்கிறார் இவர்.

இதற்கு நேர் எதிராக, ஆவி உடல் பயண அனுபவம் உள்ள மற்றொரு ஓ.பி. மனிதரான வின்செண்ட் டர்வே உடலுக்கு வெளியே பயணம் செய்து, குறைந்த எடை கொண்ட பல பொருட்களை நகர்த்திக் காட்டினார். இவர் எழுதிய "தீர்க்கதரிசனத்தின் ஆரம்பங்கள்" (Begining of seership) என்ற நூல் பெரும் வரவேற்பைப் பெற்றது.

"உடலுக்கு அப்பால் உள்ளம்" (mind beyond body) என்ற நூலை எழுதிய ஸ்காட்ரோகா, நமது ஆவி உடல் அனுபவங்கள்

முழுவதுமே நமது தீவிர கற்பனைத் திறனால்தான் நிகழ்வதாகத் தெரிவித்துள்ளார்.

“கட்டிலில் படுத்துக்கொள்வேன். கண்களை மூடிக்கொண்டு ஆழ்ந்து மூச்சு விடுவேன். மூடிய கண்களுக்குள் மனம் ஒன்றிக் கற்பனை செய்யத் தொடங்குவேன். உதாரணமாக, ஒரு காரைக் கற்பனை செய்வேன். மனத்தில் காரின் பிம்பம் தத்ரூபமாகத் தோன்றும்வரை அதைப்பற்றியே சிந்தித்துக் கொண்டிருப்பேன். அது தோன்றிய பின், அதில் ஏறி அமர்ந்து ஓட்டிச் செல்வதாகக் கற்பனை செய்வேன். கற்பனையில் படுவேகத்தில் பறக்கும் காரைத் திடீரென விபத்துக்கு உள்ளாக்குவேன். அந்த வினாடியில் என் உடலிலிருந்து பிரிந்து வெளியே வந்து விடுவேன்.”

இப்படிப் போகிறது அவரது விளக்கம்.

ஆவியுடல் பயண ஆய்வுகளில் பெரிதும் ஒத்துழைத்தவர் அலெக்ஸ் டானன் என்பவர்தான். 1926 நவம்பர் 26ல் பிறந்த இவர், இத்தகைய அதிசய அனுபவங்களை அடைந்தவர். இது தொடர்பாக விஞ்ஞானிகளுடன் ஒத்துழைத்தது மட்டுமல்லாது, போலீசாருக்குக் குற்ற வழக்குகளை கண்டுபிடிப்பதிலும் ஒத்துழைத்தார். மிக பயங்கரமான, போதை மருந்து கடத்தும் மாஃபியா கும்பல்களின் நடுவே உளவு பார்ப்பதற்கும் இவரது ஆவியுடல் பயணத்தை பயன்படுத்தியது போலீஸ் இலாகா. ஆனால் இதனால் இவரது உயிருக்கு ஆபத்து ஏற்படும் என விஞ்ஞானிகள் கடும் எதிர்ப்பு தெரிவிக்கவே, பின்னர் இவ்வாறு இவரைப் பயன்படுத்திக் கொள்வதை காவல்துறை தவிர்த்துக்கொண்டது.

இதில் ஒரு முக்கியமான சம்பவம் ஒன்று உண்டு. ஒரு கொலையாளியின் முகத்தைத் தத்ரூபமாக வரைந்து காட்டிய அலெக்ஸ் டானன், “இவன் ஒரு கொடூரமான கொலையாளி. இவன் செய்த படுகொலையை நானே நேரில் கண்டேன்” என்றார்.

அதைக்கேட்டு போலீசார் மண்டையைப் பிய்த்துக் கொண்டார்கள். ஆனால் அப்படியொரு கொலை எங்குமே நடைபெறவில்லை. ஆவி உடலில் பயணித்தபோது அவர் கண்ட கொலை சம்பவம் இது. கொலை செய்யப்பட்ட அந்த உடல் எங்கே? போலீசார் எவ்வளவு முயன்றும் அது பற்றிய தகவல் அவர்களுக்குக் கிடைக்கவில்லை.

பின்னர் பல ஆண்டுகள் கழித்து இவர் சொன்ன படுகொலை நடைபெற்றது. கொலையாளியை அப்போது போலீசார்

சுட்டுத்தான் பிடிக்க முடிந்தது. அவன் முகமும், டானன் வரைந்து காட்டிய முகமும் அச்சு அசலாக அப்படியே இருந்தன.

இந்த இடத்தில் விஞ்ஞானிகள் மனதைப் பல கேள்விகள் குடைந்தெடுத்தன. பல ஆண்டுகள் கழித்து நடக்க இருந்த ஒரு கொலை எப்படி அவருக்கு மட்டும் முன்கூட்டியே தென்பட்டது? என்பது அதில் ஒன்று.

மனிதன் இடம் விட்டு இடம் செல்வதுபோல், தன்னுடைய ஆவி உடலின் மூலம் காலம் விட்டுக் காலம் அவனால் செல்ல முடியுமா? அப்படி அவன் செல்ல முடியுமானால் காலம் என்பதும், அடையக்கூடிய ஒரு பரிமாணம்தானா? என்று பல கேள்விகள் எழுந்தன.

ஆவியுடல் பயணங்கள் குறித்து 16 ஆண்டுகளுக்குத் தீவிர ஆய்வுகள் செய்தவர் ஆலிபர் ஃபாக்ஸ். பிரிட்டனில் சவுத்ஹாம்ப்டன் நகரில் 1885 நவம்பர் 30ஆம் தேதி பிறந்த இவர், 1922 முதல் 1938 வரை தீவிர ஆய்வுகள் மேற்கொண்டார். தனது அனுபவங்களுக்கு கனவு அறிவு (Dream knowledge) அதிகம் பயன்பட்டது என்றார் இவர்.

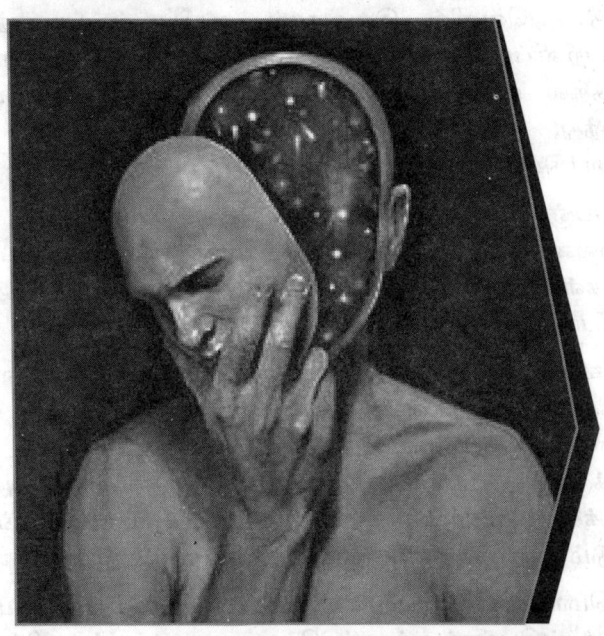

இவரது பயணங்களின்போது முதலில் இவருக்குத் தலையில் அழுத்தமான வலி ஏற்படும். பின்னர் தலைக்குள் ஏதோ மூடிக்

கொள்வது போல் "க்ளிக்" என்ற ஒலி இவருக்குக் கேட்கும். பின்னர் தன் உடல் கீழே இருப்பதையும், தான் அந்தரத்தில் மிதப்பதையும் உணர்வார்.

டாக்டர் வைட்மான் ஆவியுடல் பயணம் பற்றி "மறை பொருள் வாழ்க்கை" (Mystical life) என்ற நூலை எழுதியுள்ளார். அதில் "ஆவியுடல் பயணம் என்பது காரோட்டுவதை விடவும் ஆபத்து குறைவானது" என்று இவர் குறிப்பிடுகிறார்.

உடல் கடந்த பயண அனுபவம் உள்ள பலரும் இந்த அனுபவங்களை 12, 13 வயதிலேயே அடைந்துள்ளனர். "உலகில் உள்ள நூறு பேரில் 27 பேருக்கு இதுபோன்ற அனுபவங்கள் ஏற்படுகின்றன. ஆனால் அதைக் கனவு அல்லது பிரமை என்று அவர்கள் உதறி விடுகின்றனர்" என்கின்றனர் ஆராய்ச்சியாளர்கள்.

நீங்கள் எப்போதாவது பறப்பதுபோல் கனவு கண்டுள்ளீர்களா? அல்லது உயரமான இடத்திலிருந்து விழுவதுபோன்ற கனவு உங்களுக்கு வந்துள்ளதா? அப்படியானால் இந்த ஆவியுடல் அனுபவங்கள் ஏற்படுவதற்கான 90 சதவீத வாய்ப்பு உங்களுக்கு உண்டு. ஏனெனில் இவைதான் ஆவியுடல் பயணத்துக்கான முன்னறிவிப்பு என்கின்றனர் உளவியல் விஞ்ஞானிகள். இந்தச் சமயத்தில் உடலில் இருக்கும் உயிர் அப்படியும் இப்படியும் அசைந்து, தன்னைச் சுற்றி தன் பயணத்துக்காக "இடம்" உருவாக்கிக்கொள்கிறதாம்.

பிரபஞ்சக் கதிர்களை (Cosmic Rays) மின்சக்தியாக மாற்றும் வேலையை நமது ஆவி உடல் செய்கிறது. அப்போது ஏற்படும் சில தடைகள் நமது உடம்பில் அதிர்ச்சி அலைகளை ஏற்படுத்துவதால் இதுபோன்று நேரிடுகிறது என்பது சிலர் கருத்து.

சைக்கடெலிக் மருந்துகளுக்கும் இந்த அனுபவங்களை அளிக்கும் திறன் உள்ளது. ஹெராயின், கொக்கேய்ன் போன்ற போதை மருந்துகளை உபயோகிப்பவர்களில் நான்கு சதவீதம் பேருக்கு இதுபோன்று உடலை விட்டு வெளியேறும் அனுபவம் கிடைக்கிறது. மீதமுள்ள 96 சதவீதம் பேர் வெறுமனே தங்களுக்கு ஏற்படும் பறக்கும் கனவுகளுடன் நின்று விடுகின்றனர்.

அமெரிக்காவில் மேரிலாண்ட் உளவியல் மையத்தில் டாக்டர் ஸ்பென்சர் யர்மான் போதை மருந்துகள், ஹிப்னாடிசம் இரண்டையும் சரிவர உபயோகித்து, சிலருக்கு செயற்கையாக இத்தகைய அனுபவங்களை உண்டாக்குகின்றார்.

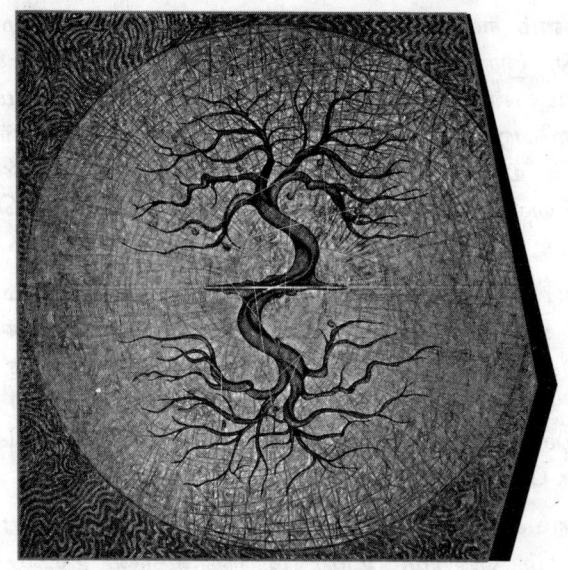

எல்லாவற்றுக்குமே மறுபக்கம் என்ற ஒன்று உண்டல்லவா? இதையும் மறுப்பவர்கள் சிலர் உண்டு. இவர்கள் இதுபோன்ற ஆவியுடல் அனுபவங்களை ஏற்பதில்லை. இவர்கள் இவையெல்லாம் "Auto scopic" எனப்படும் மாயத்தோற்றங்கள்தான் என்கின்றனர். உடல் அல்லது மனம் எதிர்த்துப் போராடும் நிலையில், மருந்துகளிடமிருந்து தப்ப மனிதனின் தன் முனைப்பு (Ego) உண்டாக்கும் குவிப்பு நிலைதான் இந்த மாய பிம்பங்கள் என்பது அவர்களின் வாதம்.

எகிப்தின் பழமையான பாப்ரி, மனோவான், மித்ரா போன்ற மதங்களில் இதுபற்றிய குறிப்புகள் உண்டு. "என் ஆவியை அது விரும்பும் இடத்தில் உலவ விடுங்கள்" என்பது போன்ற பாடல்கள் அதில் வரும்.

புத்தர் பிறந்தபோது பிரசவ மயக்கத்திலிருந்த அவரது தாயாருக்கு இதுபோன்ற அனுபவம் நேரிட்டது என்கிறது மகாயானா.

சாக்ரடீசின் சீடரும் அரிஸ்டாட்டிலின் குருவுமான பிளேட்டோ தனது நூலில் இதுபற்றிக் கூறியுள்ளார். கி.மு. 79ஆம் ஆண்டில் அரிஸ்டாயின் என்பவரும், பின்னர் கி.பி. 2ஆம் நூற்றாண்டில் புளூடார்க்கும் தமது நூல்களில் இதுபற்றி எழுதியுள்ளனர்.

புளூடார்க் எழுதிய "தெய்வத் தீர்ப்பின் தாமதம்" (On the delay of divine justice) என்ற நூலில் உடல் கடந்த பயணம் "லார்வா" என்ற பெயரில் குறிப்பிடப்பட்டுள்ளது.

“மனம் என்பதற்குத் தனியான நிலைப்புத்தன்மை (Existance) உண்டு. இதற்கும் மூளைக்கும் எந்த சம்பந்தமும் கிடையாது. மூளையுடன் இணைந்து செயல்பட்டாலும்கூட மனம்வேறு, மூளைவேறுதான். அந்த மனம் என்னும் மின் குவிப்பு மையம் உடலை விட்டு எகிறிவிடும்போது இத்தகைய நிலை ஏற்படுவதாகக் கருதுகிறேன்” என்கிறார் ஜான்.சி.எக்லெஸ் என்ற அறிஞர்.

பலர் பலவிதமாகக் கருத்துகளைக் கூறினாலும், உடலை விட்டு உயிர் பிரிந்து நின்று, அது தன் உடலை, தானே பார்க்கிறது என்ற கருத்தே அறிவியல் உலகத்துக்கு ஓர் அடிதான். எப்போது உயிர் என்ற ஒன்றை ஒப்புக்கொண்டாக வேண்டிய கட்டாயம் ஏற்படுகிறதோ, அப்போது உயிர் பிரிந்தபின் அது செல்லுமிடம் குறித்த கேள்விகளும் எழுவது இயற்கைதானே.

இதுவரையில் உயிர் என்பது உடலுடன் சேர்ந்து மட்டுமே இயங்கும் என்றும், உயிர் இருந்தால்தான் உடல் இயங்கும், அதுபோல் உடலுக்குள் இருக்கும்போது மட்டுமே உயிர் இயங்கும் என்றும் விஞ்ஞானிகள் கருதினர். உயிர் என்பது மின்சக்தி போன்றது என்றும் உடல் சீர்கேடடைவதால் மின் கம்பிகள் போன்ற உடலின் நரம்புப் பாதைகள் நைந்து, உடல் என்னும் இயந்திரம் இயங்குவதற்குத் தேவையான மின்சக்தி சமச்சீராகப் பரவ முடியாமல் போவதால்தான் உடலானது நின்று போகிறது என்றும் கருதப்பட்டது. இதுவே மரணம் எனப்பட்டது. மரணத்தின்போது உடல், உயிர் இரண்டின் இணைப்பும் நீங்கி, இரண்டும் செயலற்று விடுகின்றன என்று நம்பினார்கள்.

ஆவியுடல் பயணங்களைப் பார்க்கும்போது உடல் இன்றியும் உயிர் ஜீவிக்க முடியும் என்பது தெரிகிறது. அது விஞ்ஞானக் கருத்துகளின் அஸ்திவாரத்தையே அல்லவா அசைக்கிறது ?

உயிர் என்று விஞ்ஞானிகள் கூறுவதற்கும், ஆன்மா என்று சமயங்கள் கூறுவதற்கும் அதிக வேறுபாடு இருப்பதாகத் தெரியவில்லையே. இது, மதங்கள் கூறும் மரணத்துக்குப் பிந்தைய மறு உலகம் என்ற தத்துவத்தின் முதல் அத்தியாயத்தை விஞ்ஞானிகள் மறைமுகமாக ஒப்புக்கொண்டது போல் அல்லவா ஆகிறது.

உடல் கடந்த பயணம் குறித்து நிலவிய கருத்துகள்தான் விஞ்ஞான உலகத்துக்குப் பேரிடியாக இருந்தது. ஆனால் இதன்மூலம் பெரிய ஆராய்ச்சிகளை மேற்கொள்ள முடியவில்லை.

உடல் கடந்த பயணம் பற்றி தீவிர ஆய்வுகள் மேற்கொள்ளப் போதிய வசதிகள் உருவாக்கப்படவில்லை என்பதுடன், இத்தகைய அனுபவம் உடையவர்கள், அதுவும் இது சம்பந்தமாக விஞ்ஞானிகள் செய்த ஆய்வுகளுக்கு ஒத்துழைக்கக்கூடியவர்கள் அதிக அளவில் கிடைக்கவில்லை.

ஆவியுடல் பயணம் மேற்கொள்பவர்கள் அடையும் அனுபவங்களில் எவையெவை அவர்களின் அனுபவம், எவையெவை அவர்களின் மனப்பிரமையால் உருவாக்கப்பட்ட மாயத் தோற்றங்கள் என்று பிரித்தறிவதும்கூட கடும் சிரமமான காரியமாகத்தான் இருந்தது.

மரணத்துக்குப் பின் மனிதனின் நிலை என்ன என்பது குறித்து மதங்கள் கூறுவதை மட்டும் ஆராய்ந்து வந்த நிலையில் இதுபற்றி அறிவியல் கொண்டுள்ள கருத்துகளை பற்றியும் நீங்கள் தெரிந்து கொள்ள வேண்டும் என்பதற்காகவே இதைப்பற்றி இங்கு கூறினோம். இனி, மரணத்துக்குப் பிந்தைய வாழ்க்கையைப் பற்றி, இந்தியாவில் தோன்றி உலகின் பல நாட்டு அறிஞர்களையும் பெரிதும் ஈர்த்த பௌத்தம், ஜைனம், இந்து மதங்கள் என்ன கூறுகின்றன என்று பார்ப்போம்.

17

புத்தர் காட்டிய மரணத்தின் பின் மறுமை நிலை

பிணியால் துயருறும் மனத்திற்கு
உன்னால் மருந்தளிக்க இயலாதா?
மனதில் துயரத்தின் ஆணி வேரை
முழுதாய் அகற்றிட இயலாதா?
மூளையில் எழுதிய துக்கங்களை
மாற்றி எழுதிட முடியாதா?
இதுவரை எவரும் அறிந்திடாத
இனிய மாற்று மருந்தின் மூலம்
இதயத்தை அழுத்தும் மிகக் கொடிய
பொருளை சுத்தம் செய்ய இயலாதா?

— மாக்பெத் நாடகத்தில்
 ஷேக்ஸ்பியர்

"தாக்கங்களிலேயே மிகப்பெரிய தாக்கம் எது?" என்று தத்துவ ஞானிகளைக் கேட்டால் அவர்கள் ஒரே வார்த்தையில் "புத்தர்" என்றுதான் கூறுவார்கள். அந்த அளவுக்கு படித்தவர்கள், தத்துவவியலாளர்களிடையே பௌத்த தத்துவங்கள் வியப்பையும், நீடித்த சர்ச்சையையும் ஏற்படுத்தியிருக்கின்றன.

கேள்வி எண் ஒன்று : புத்தர் யார்? அவர் நாத்திகரா? ஆத்திகரா?

கேள்வி எண் இரண்டு: மனைவி, மக்களைத் துறந்து துறவு பூண்ட புத்தர் எதைக் கண்டறிந்தார்?

கேள்வி எண் மூன்று: சீனா, ஜப்பான், இலங்கை, பர்மா, திபெத் போன்ற நாடுகளில் பௌத்தம் எப்படி பரவியது? அப்படிப் பரவிய பௌத்தம், அது தோன்றிய இந்தியாவில் மட்டும் முற்றிலுமாகக் காணாமற்போனது ஏன்?

மேம்போக்காகப் பார்க்கும்போது இந்தக் கேள்விகள் எளிதான கேள்விகளைப்போல் தோன்றினாலும், இவை பல நூற்றாண்டுகளாகவே அறிஞர்களைக் குழப்பி வந்திருக்கின்றன. புத்த மதம் கூறும் மரணத்துக்குப் பிந்தைய நிலை என்பது இருக்கட்டும். முதலில் புத்தமதம் என்ன சொல்ல வருகிறது என்பதைப் பார்ப்போம்.

புத்தர் நாத்திகரா? ஆத்திகரா? இந்தக் கேள்வி பல நூற்றாண்டுகளாகவே எழுப்பப்பட்டு வருவதற்கான காரணம் ஒரு மிகப்பெரிய மதத்தின் நிறுவனரான புத்தர், எந்த ஒரு இடத்திலும் கடவுள் உண்டு என்றோ, இல்லை என்றோ கூறவேயில்லை.

பலியிடுதல் உள்ளிட்ட வைதீகச் சடங்குகளை அவர் கண்டிக்கிறார். அதனாலேயே நாத்திகர்கள் அவர் தங்களைச்

சேர்ந்தவர் என்று எண்ணுகின்றனர். கர்மவினைகளை புத்த மதம் வலியுறுத்துகிறது. மறுபிறவிக் கோட்பாட்டையும் பௌத்தம் வலியுறுத்துகிறது. அதனால் புத்தர் நாத்திகரல்ல என்கின்றனர் ஆத்திகத்தைப் பின்பற்றுபவர்கள்.

பௌத்த மதத்தில் ஜாதகக் கதைகள் என்றே ஒரு தனிப்பிரிவு உண்டு. அதில் கூறப்படும் ஒவ்வொரு கதையிலும் "பிரம்ம தத்தன் காசியை ஆண்ட போது போதிசத்துவர் ஒரு வியாபாரியின் மகனாகப் பிறந்தார்" என்றோ, "ஒரு காளைமாடாகப் பிறந்தார்" என்றோ தொடங்கி, நடந்த சம்பவங்களையும், அதன் மூலம் போதிக்கப்படும் நீதியையும் அந்தக் கதைகள் நமக்கு எடுத்துச் சொல்கின்றன.

இந்தியாவில் தோன்றிய மகான்களிலேயே புத்தர் அளவுக்கு மக்களை ஈர்த்தவர் எவரும் இல்லை. மகான் எனப்படும் ஒவ்வொருவர் வாழ்விலும் ஒரு திருப்பு முனை (Turning point) இருக்கும். அருணகிரி நாதர் பெண் போகியாக இருந்து, அவர் உடல் தொழுநோயால் தாக்கப்பட்ட பிறகு கடவுள் பக்தரானார். அப்பர் பெருமான் என்னும் திருநாவுக்கரசர் சூலை

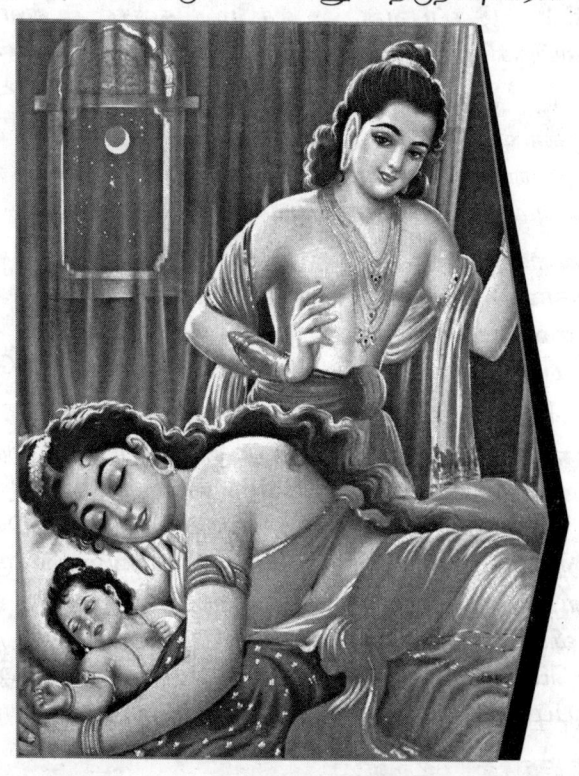

நோயால் துன்புற்றதற்குப் பிறகு சிவபக்தரானார். அசோகரின் மனமாற்றத்துக்குக் காரணமாகயிருந்தது கலிங்கப் போர்.

புத்தருக்கு இந்த மாதிரியான எந்தப் பாதிப்பும் ஏற்பட்டது கிடையாது. அவர் அரசனின் மகனாகப் பிறந்தவர். அன்பான மனைவி, அழகான மகன், வசதிகள் நிறைந்த அரண்மனை வாழ்க்கை, அதிகாரம் நிறைந்த அரச பதவி என எல்லாமே அவருக்கு வாய்த்திருந்தது. நகர்வலம் வருகையில் முதுமை, நோய், மரணம் இவற்றைக் காண நேரிட்டதால் "மனித குலம் ஏன் நரை, திரை, மூப்பு, பிணி, சாவு ஆகியவற்றால் துன்புறுகிறது?" என்று யோசிக்க ஆரம்பித்தார். அவற்றின் காரணத்தைக் கண்டுபிடிக்க முனைந்து அரண்மனையை விட்டு வெளியேறியவர் அவர்.

சாதாரணமாக, வசதியற்ற ஏழைகள்தான் அதிகமாகக் கடவுள் நம்பிக்கை வைத்திருப்பார்கள். வசதி படைத்தவர்கள், அதிலும் அதிகாரம் மிக்க பதவியில் இருப்பவர்களுக்குப் பக்தியிலே அதிக ஈடுபாடு இருக்காது. மரணத்துக்குப் பின் என்ன? என்பது குறித்த ஆத்ம விசாரம் அவர்கள் கிட்டேகூட வராது. அதிலும் வாலிபத்தின் முறுக்கில் இருப்பவன் உலகமே தனது உள்ளங்கையில் அடங்கியிருக்கிறது என்ற மனநிலையில்தான் இருப்பான்.

அப்படி இருக்க, ஒரு 29 வயது பட்டத்து இளவரசன் அரியணையைத் துறந்து வனவாசம் செய்வது என்பது எவ்வளவு பெரிய காரியம்? அப்படி வனவாசம் பூண்டதனாலேயே இன்றளவும் புத்தர் மீதான ஈர்ப்பு அதிகமாக உள்ளது.

பின்னாளில் புத்தர் என்று பெயர் பெற்ற சித்தார்த்தர் பிறந்த கி.மு.568ல் இருந்த வேதாந்த கருத்துகள் செல்லரித்துப் போனவையாக, மக்கிய குப்பையைப் போன்று இருந்தன எனலாம். ஆழ்ந்த கோட்பாடுகளைவிட புறச்சடங்குகளே அதில் முக்கிய இடத்தை வகித்தன.

அந்த நாட்களில் புலனடக்கத்துடன் இருப்பதும், விரதங்களை மேற்கொள்வதும்தான் கடவுளை அடைவதற்கான சிறந்த வழி என்று கூறப்பட்டது. புத்தர் இவற்றை மிகக் கடுமையாகப் பின்பற்றினார். சுமார் 6 ஆண்டுகள் உணவைக் குறைத்துக் கொண்டார். குடிநீரையும் மிகக் குறைவாகத்தான் குடித்தார். இடைவிடாத தியானம், தவம் என்று இருந்தார். இதனால் உடல் மெலிந்து, ஒரு கட்டத்தில் நடக்கவும் தெம்பு இல்லாமல் படுத்தபடி தவழ்ந்து செல்ல வேண்டிய நிலைக்கு ஆளானார்.

பட்டினியால் உடல் உருக்குலைந்திருந்த அந்த நிலையில், அவற்றால் தமது மெய்யறிவு இம்மிகூட விசாலமாகவில்லை என்பதை அவர் கண்டார்.

பின்னர் ஒரு போதி மரத்தடியில் ஒருநாள் அமர்ந்திருந்த அதிகாலை நேரத்தில் அவருக்குள் ஞானம் உதித்ததாகக் கூறப்படுகிறது. இதை ஞானா என்றும் "பரிநிர்வாணா" என்றும் கூறுகின்றனர்.

முற்றிலுமாக ஒன்றும் இல்லாதநிலை என்பதுதான் பரிநிர்வாணா என்பதன் பொருள். (இதிலிருந்துதான், உடலில் ஒரு துணிகூட இல்லாத நிலையை நிர்வாணம் என்று கூறும் வழக்கம் ஏற்பட்டது). அத்தகைய வெறுமை நிலையை (இதை ஏறக்குறைய மனத்தின் சலனங்கள் முழுமையாக ஒடுங்கிய நிலை எனலாம்) அவர் எட்டினார்.

மனிதனுக்கு உறக்கத்தில், மது போதையில், ஏன் அடிபட்ட மயக்கத்தில்கூட அவனது மனம் அவனுக்கு ஆயிரம் கோடி பிம்பங்களாக எதையாவது காட்டியபடி இருக்கும். அத்தகைய சலனம் என்பது இல்லாமல், முழுமையாக, அது அவரிடம் ஒடுங்கியது. தன்னுள் இருக்கும் வெறுமையை அவர் உணர்ந்தார் என்கின்றன சமய நூல்கள்.

அந்தக் காலத்தில் வேதங்களும் பிரமாணங்களும் உபநிஷதக் கருத்துகளுமே உலகெங்கிலும் நிரம்பியிருந்தன. ஒன்றைப் பற்றியே பலவிதமான கருத்துகள் கூறப்பட்டன. அவற்றுக்கிடையே எக்கச்சக்கமான முரண்பாடுகள் காணப்பட்டன. மகாபண்டிதர்கள் வித்வான்களின் சபைகளில் ஆக்ரோஷமாக வாதப் போர் புரியவே இவை அதிகம் பயன்பட்டன. மற்றபடி, முடிவற்ற தர்க்கங்களாகத்தான் இவை இருந்தன. "பிரம்மஜால சுத்தா"வில் மட்டுமே இயற்கை பற்றி 62 வெவ்வேறு கருத்துகள் இருந்தன.

"உலகத்தைக் கடவுள்தான் படைத்தார் எனில், இங்கு துயரமோ, அழிவோ, அவலங்களோ இருக்க முடியாது. ஏனெனில் கடவுள் அபாரமானவர். அவரது படைப்பில் கெட்டது என்பதே இருக்க முடியாது. ஆனால், அன்பும் வெறுப்பும் ஆனந்தமும் துக்கமும் அனைத்து ஜீவன்களின் வாழ்வில் ஓர் அங்கமாகவே உள்ளன. இவற்றைப் படைத்தவர் இறைவன் எனில், அவரும் இத்தகு குணங்கள் உடையவராகவே இருக்க வேண்டும். அப்படியிருந்தால் குறையற்ற, மேம்பட்டவராக எப்படி அவரைக் கருத முடியும்?

துன்ப, துயரங்களுக்கு இறைவன் காரணமில்லை என்றால், இவற்றுக்கெல்லாம் காரணமில்லாத வேறு ஏதோ விஷயம் இருக்க வேண்டும். அப்படியானால் இருக்கும் எல்லாமே ஏன் அந்தக் காரணமில்லாத விஷயமாக இருக்கக் கூடாது? இறைவன் சர்வ சக்தி படைத்தவர். எல்லாமே மௌனமாக அவருக்குப் பணிய வேண்டும் என்றால் நல்லொழுக்க விதிகளைப் பின்பற்ற வேண்டிய அவசியம் என்ன? கடவுள் இந்த உலகத்தைக் காரணமாகத்தான் படைத்தார் என்றால், அவர் தன் ஒரு விருப்பத்தைப் பூர்த்தி செய்து கொண்டார் என்றாகிறது. அப்போது அவர் குறைப்பட்டவர் ஆகிவிடுகிறார். காரணமில்லாமல் படைத்தார் என்றால் அதுவும் அவரைப் பொறுத்தவரை அது ஒரு கறைதான்."

அநாத பிண்டிகாவுடனான வாதம் உட்பட பல இடங்களில் புத்தர் முன் மற்றவர்கள் வைக்கும் இதுபோன்ற கேள்விகளே அவரை நாத்திகராகச் சுட்டிக்காட்டுகின்றன.

உபநிடதங்களின் மையக்கருத்தான ஆத்மா என்பதை புத்தர் ஏற்கவும் இல்லை. மறுக்கவும் இல்லை. உலகப் பொருட்களின் மீது பற்று வைத்து, அவற்றை அடைய வேண்டி இறைவனை யாசிப்பதும், அது கிடைத்தால் மகிழ்வதும், கிடைக்காவிட்டால் வருந்துவதும், பூஜைகளையும், சடங்குகளையும் செய்து இறைவனை வசப்படுத்தி விட்டதாக மகிழ்வதுமான அபத்தங்களையே அவர் கண்டித்தார்.

அம்பினால் காயம்பட்டவர் உடனடியாக வலியை நீக்கவும், காயத்தை ஆற்றவும் நடவடிக்கை எடுப்பாரா, அல்லது அம்பு

எங்கிருந்து வந்தது என்பதைப்பற்றி ஆராய்ந்து கொண்டிருப்பாரா? இந்த ரீதியில் கேள்விகள் கேட்பதும், அதற்கு விளக்கங்கள் அளிப்பதும் என்கிற புதிய பாதையில் அவரது போதனைகள் இருந்தன.

"சம்சாரம் துக்கமயம்" இங்கு சம்சாரம் என்பது மனைவி என்ற பொருளில் கூறப்படவில்லை. உலக வாழ்வு என்பது துக்ககரமானது என்பது அதன் பொருள். வாழ்வானது துயரமயமானது. அதன் மூலத்தை ஆராயும்போது சுற்றி வளைத்து அது நம்மிடமே வந்து முடியும். அதாவது, நம்முடைய துன்பத்திற்கெல்லாம் காரணமானவர்கள் நாம்தான் என்ற உண்மை தெரியவரும்.

புத்தத் தத்துவம் அடிப்படையில் 4 உண்மைகளைக் கொண்டது.

1. துயரம் உள்ளது
2. துயரத்துக்குக் காரணம் உள்ளது
3. அதை நீக்க முடியும்
4. அதற்கு வழி உண்டு

ஞானம் பெற்ற புத்தரின் முதல் பிரசங்கத்தில் அவர் கூறுகிறார்:

"ஓ சந்நியாசிகளே! துயரம் என்பது வலி சார்ந்த உண்மையாக உள்ளது.

பிறப்பு, முதுமை, நோய், மரணம் எல்லாமே வலியுடன்தான் ஆரம்பிக்கின்றன.

வேதனை, அழுகை, அவநம்பிக்கை, மனச்சோர்வு இவை எல்லாமும் வலியுடன் கூடியவையே.

வெறுப்பு தரும் விஷயங்கள் எல்லாமே வலியைத் தருகின்றவையாகவே இருக்கின்றன.

விரும்பியது கிட்டாதபோது வெறுப்பு ஏற்படுகிறது.

வலி, கவலை, ஏமாற்றம், வருத்தம், இழப்பு இந்த ஐந்தும் பந்தம் சார்ந்தவை.

வாழ்வின் களைப்பான சுற்றில் வலியிலிருந்து தப்ப வழி உண்டு. வலியின் காரணத்தை அறிவதே இரண்டாவது உண்மை.

அனைத்துத் துன்பங்களுக்கும் காரணமாக இருப்பது அறியாமையிலிருந்து கிளை விடும் ஆசைதான்.

வலியிலிருந்து விடுபட வேண்டுமானால், அதற்கு முதலில் ஆசையிலிருந்து விடுபட வேண்டியது அவசியமாகிறது."

புத்தர் காட்டும் பாதையில் சொர்க்கம், நரகம் என்று தனித்தனியாக ஏதும் இல்லை. ஆசைதான் வலி ஏற்படுவதற்குக் காரணமாகிறது. வலியிலிருந்து வருவது துன்பம். துன்பம்

இல்லாத நிலை இன்பம். அப்படியானால் துன்பத்திலிருந்து வெளியேறும் ஒரே வழி ஆசைகளைத் துறப்பதுதான். மறு பிறப்பிற்குக் காரணமான இன்பங்களின் மீதான தாகம் "பான்" எனப்படும். அதைப் புறந்தள்ளுவதே "பரிநிர்வாணா". அதற்குரிய வழிகளாக எட்டுப் பண்புகளைக் கூறுகிறார் புத்தர். தூய கருத்து, தூய வேட்கை, தூய பேச்சு, தூய நடத்தை, தூய வாழ்வு, தூய முயற்சி, தூய கவனிப்பு, தூய சிந்தனை ஆகியவையே அவை. (இங்கு "தூய" என்பது "புனிதம்" என்ற பொருளில் கூறப்படவில்லை. சரியான அல்லது நேரான என்ற பொருளில் கூறப்பட்டுள்ளது.)

"அவித்யா" என்னும் அறியாமையிலிருந்து உருவாவதுதான் துன்பம். இதை சரிவர உணர்பவன்தான் அதிலிருந்து மீள முடியும். இந்த எட்டு வழிகளையும் சரிவரப் பின்பற்றினால்தான் ஒன்றிலிருந்து இன்னொன்றுக்குத் தாவிச் செல்லும் மனத்தை அடக்குவதுடன், உள்ளுணர்வை வளர்க்கவும் முடியும். புத்த நிலைக்கான சாவி (Key) என்கிறது பௌத்தம். புத்தரே இதை "சதிப்பத்தானா" (கவனத்தின் வழி) என்கிறார்.

சிற்றின்ப வேட்கைகளை விட்டுவிட்டு, அமைதியான நிலைக்குச் சென்று, அன்பும் இரக்கமும் கூடிய உள்ளுணர்வை அடைதலே பரிநிர்வாணாவை அடைவதற்கான ஒரே வழி. இதில் மனம் ஒருமுகப்படுதலில் முதல் நிலை, இரண்டாவது நிலை என நான்கு நிலைகள் உண்டு.

மற்றொரு பாதை "நிதானாஸ்". இதில் ஆசையின் ஊற்றுக் கண்ணான அறியாமை மையம் கொண்டுள்ளது. இதை விலக்கினால் தொடர் பிறவி முற்றுப்பெறும்.

ஒன்றைத் தொட்டு ஒன்று என எல்லாமே ஆசையை சார்ந்தே இயங்குகின்றன. புத்தமதக் கோட்பாட்டின்படி தொடர் சங்கிலி பின் வருமாறு இணைந்துள்ளது.

"அறியாமை மீது முன் வினைப் பயன் சார்ந்துள்ளது.

முன் வினைப்பயனைத் தன்னுணர்வு சார்ந்துள்ளது.

தன்னுணர்வின் மீது பெயரும் வடிவமும் சார்ந்துள்ளன.

பெயர், வடிவம் இவற்றின் மீது உணர்வின் 6 உறுப்புகள் சார்ந்துள்ளன.

உணர்வின் 6 உறுப்புகள் மீது தொடர்பு சார்ந்துள்ளது.

தொடர்பின் மீது உணர்வு நிலை சார்ந்துள்ளது.

உணர்வு நிலை மீது ஆசை சார்ந்துள்ளது.

ஆசையின் மீது பந்தம் சார்ந்துள்ளது.

பந்தத்தின் மீது வாழ்க்கை சார்ந்துள்ளது.

வாழ்க்கையின் மீது பிறப்பு சார்ந்துள்ளது.

பிறப்பின் மீது முதுமை, நோய், மரணம் அனைத்தும் சார்ந்துள்ளன. ஒரே வார்த்தையில் சொல்ல வேண்டுமானால் "துயரம்" என்பது பிறப்பினால்தான் வருகிறது.

இதை சரியாக உணர்பவன் இதிலிருந்து விடுபடலாம் என்கிறார் புத்தர்.

அறியாமை நீங்கினால் முன் வினைப்பயன் நீங்குகிறது.

முன்வினைப்பயன் நீங்கினால் தன்னுணர்வு நீங்குகிறது.

தன்னுணர்வு நீங்கும்போது பெயரும் வடிவமும் நீங்குகின்றன.

பெயர், வடிவம் நீங்கினால் உணர்வின் 6 உறுப்புகள் நிறுத்தப்படுகின்றன.

உணர்வின் 6 உறுப்புக்கள் நிறுத்தப்பட்டால் தொடர்பு நீங்குகிறது.

தொடர்பு நீங்கினால் உணர்ச்சி நீங்குகிறது.

உணர்ச்சி நீங்கினால் ஆசை நீங்குகிறது.

ஆசை நீங்கும்போது பந்தம் நீங்குகிறது.

பந்தம் நீங்கும்போது வாழ்க்கை நீங்குகிறது.

வாழ்க்கை நீங்கினால் பிறப்பும் தானாகவே நீங்குகிறது.

பிறப்பு நீங்கும்போது முதுமை, நோய், மரணம் எல்லாமே நீங்கி விடுகின்றன. பிறப்பு இல்லையேல் துயரம் என்பதும் இல்லை.

மரணத்துக்குப்பின் என்ன என்பது குறித்து பலரும் பலவிதக் கருத்துக்களைக் கூறிய நிலையில், பிறப்பு, மரணம் ஆகியவற்றின் மூலத்தையே அலசி, இவ்வளவு தெளிவாக கூறியவர்கள் புத்தரைப்போல் எவரும் இல்லை.

அதேநேரம் இதில் வேறு கேள்விகளும் எழாமல் இல்லை. "அவித்யா என்ற அறியாமையே ஆசையின் மூலம்" என்கிறார் புத்தர். அது ஏற்கத்தக்கதே. எனினும், முதலில் அந்த அவித்யாவை மனிதன் மீது வைத்தது யார்?

இதற்கு புத்தர் வார்த்தைகளாலான விளக்கம் எதையும் தரவில்லை. உயிர்களின் தொடக்கம் பற்றியோ, முடிவு பற்றியோ எந்த நம்ப முடியாத மாயாஜாலக் கதைகளையும் கூற அவர் விரும்பவில்லை.

மௌலிங்கப்பட்டர் என்பவர் புத்தரிடம் வந்தார். "ஐயா! என் மனத்தில் ஏராளமான சந்தேகங்கள் உள்ளன. அவற்றை தாங்கள்தான் தெளிவுபடுத்த வேண்டும்" என்றார்.

"ஆகா! அவசியம் செய்கிறேன்" என்ற புத்தர், "ஆனால் ஒன்று, நீங்கள் இங்கு மடத்தில் எங்களுடன் ஓராண்டு காலம் தங்கியிருக்க வேண்டும். அடுத்த ஆண்டு, இதே நாளில் உங்களது எல்லா சந்தேகத்தையும் நான் தீர்த்து வைக்கிறேன்" என்றார்.

இதை கேட்டதும் அங்கிருந்து புத்தரின் சீடனான மகாகாஷ்யபன் சிரித்தான். "ஏன் சிரிக்கிறீர்கள்?" என்றார் மௌலிங்கப்பட்டர்.

"ஐயா! இந்தபுத்தர் பெரிய மாயாவி. நானும் உம்மைப்போல்தான் இங்கு வந்தேன். அப்போது என்னிடம் ஏராளமான சந்தேகங்கள் இருந்தன. உங்களிடம் சொன்னது போலவே என்னிடமும் சொன்னார். நானும் இங்கு தங்கி தியானம் செய்ய ஆரம்பித்தேன். ஓராண்டு சென்ற பின்பு என்னிடம் புத்தர், "உன் சந்தேகங்களைக் கேள்" என்றார். ஆனால் அந்த நேரத்தில் கேட்பதற்கு ஒரு சந்தேகமும் என்னிடம் இல்லை. தியானத்தால் படிப்படியாக என்

மனமே காணாமல் போய் விட்டது. கூடவே என் எண்ணங்கள், சஞ்சலங்கள், சந்தேகங்கள் எல்லாமே காணாமல் போய் விட்டன. ஆகவே நீங்கள் ஏதாவது கேட்க எண்ணினால், தயவுசெய்து இப்போதே கேட்டு விடுங்கள். பிறகு உங்களிடம் கேள்விகளைக் கேட்பதற்குத் தேவையான மனம் இருக்காது" என்றான் காஷ்யபன்.

கடலையே பார்த்திராத ஒருவன் துருவித் துருவிக் கேள்வி கேட்பான். ஆனால் கடலை ஒருமுறை அவன் பார்த்துவிட்டானென்றால், அதன்பின் அவன் யாரிடமும் அதுபற்றிய கேள்விகளைக் கேட்கமாட்டான்.

விவாதங்களால் விளக்கிக் கொண்டிருப்பதைவிட, தங்களுக்கு உள்ளேயிருப்பதை அ்வரவர் சுயமாக உணரச் செய்யும் வழிமுறை இது எனலாம்.

ஒருமுறை புத்தர் துணி ஒன்றை எடுத்து வந்தார். சீடர்கள் பார்த்திருக்க, அதில் சில முடிச்சுகளைப் போட்டார். ஒன்றன் மேல் ஒன்றாக இருந்த அந்த முடிச்சுக்களை எப்படி அகற்றுவது என்று அங்கிருந்தவர்களிடம் கேட்டார். பின்னர் ஒவ்வொரு முடிச்சாகத் தாமே பொறுமையாக அவிழ்த்தார்.

எப்படி இரு எதிர், எதிரான நிலையிலுள்ள துணி முனைகள் ஒன்றோடொன்று இணைவதால் முடிச்சுமேல் முடிச்சாகச் சேர்கிறதோ அதுபோல், இரு எதிரெதிர் சக்திகளின் இணைவில் கர்ம வினைகள் ஒன்றன் மேலொன்றாகக் குவிகின்றன. உண்மையில் இவை பலமானவை அல்லதான். ஆனால் அப்படியே அப்புறப்படுத்த இயலாத அளவுக்கு சிக்கலானவை. அந்த முடிச்சை இழுத்தால் அது இன்னும் சிக்கலாகும். பலமாக இழுத்தால் துணி அறுபடும். எப்படி லாகவமாக முடிச்சுப் போடுகிறோமோ அதேபோன்ற லாகவத்துடன் மெல்ல சிக்கலை அவிழ்க்க வேண்டும்.

முடிச்சுகளைப் போடுவது நாம்தான். அதனால் அதை நாம்தான் அவிழ்க்க வேண்டும். வாழ்க்கையில் ஆசைகளால் துரத்தப்பட்டு, அல்லது ஆசைகளை விரட்டிச் சென்று என்று எண்ணற்ற முடிச்சு களை நாம்தான் போட்டுக் கொள்கிறோம். அதனால் அவற்றைப் பொறுமையாக அவிழ்க்க வேண்டிய பொறுப்பும் கடமையும் நமக்குத்தான் இருக்கிறது. ஆனால் முடிச்சுகளைப் போடும்போது இருக்கும் ஈடுபாடு அதை அவிழ்க்கும்போது நமக்கு இருப்பதில்லை. உண்மையில், மிகுந்த பொறுமை இங்குதான் தேவை.

கட்டடம் எழுப்புபவர் ஒரு செங்கல் மேல் இன்னொரு செங்கல்லாக வைத்துக் கட்டும்போது ஒரு செங்கல்லின் முழுப் பரப்பிலும் படியும்படி மேலே இன்னொரு செங்கல்லை வைக்கமாட்டார். ஒரு செங்கல்லின் பாதிப் பரப்பிலும், இன்னொரு செங்கல்லின் பாதிப் பரப்பிலும் மேலே வைக்கக்கூடிய செங்கல்லின் பரப்பு இருக்கும்படிதான் மேலே வைக்கும் செங்கல்லை வைப்பார்கள். அப்போதுதான் எஞ்சிய பகுதிகளில் அடுத்த செங்கல்லை வைக்க சுவர் எழும்பும்.

மேலே உள்ள இரு படங்களையும் பார்த்தால் இந்த உண்மையை விளங்கிக் கொள்ள முடியும். இப்படி எழுப்பும் சுவரை எவ்வளவு உயரம் வேண்டுமானாலும் எழுப்பலாம். அந்த சுவரை அப்படியே சாய்ப்பது கடினம். ஆனால் ஒவ்வொரு செங்கல்லாக உருவி ஒட்டு மொத்த சுவரையும் அந்த இடத்திலிருந்து அகற்றி விடலாம்.

முன் வினைப்பயன் என்னும் கோட்பாடே இப்படிப் பட்டதுதான். இதை மோதித் தகர்க்க முற்படுவது அறிவீனம். எப்படி எழுப்பப்பட்டதோ அப்படியேதான் அதை அகற்ற வேண்டும்.

வேறொரு உதாரணம் மூலம் சொல்வதானால், ஒரு நபர் மற்றொருவரிடம் ஒன்றை வாங்குகிறார். தெளிவாக விளங்கிக் கொள்வதானால் W என்ற நபர் X என்பவரிடமிருந்து ஆயிரம் பொன்னை வாங்குகிறார். அவர் அதை X யிடம் திருப்பிக் கொடுத்து விட்டால், அத்துடன் எல்லாம் முடிந்து விடும். ஆனால் W என்பவர் X யிடம் அதைத் தரவில்லை. மாறாக Y என்பவரிடம் கொடுக்கிறார். Y அதை Z என்பவரிடம் கொடுக்கிறார்.

கர்மவினை எப்படிச் செயல்படுகிறது என்பதற்கான எளிய உதாரணம் இது. இருப்பது ஆயிரம் பொன் மட்டுமே. இது இருக்கும் எல்லோரிடமும் கைமாறிச் செல்வதால் அது எல்லோரையும் ஒருவருக்கு ஒருவர் கடமைப்பட்டவர்கள் ஆக்கிவிடுகிறது.

இதை நிறுத்துவதும் எளிதுதான். யாரிடம் கொடுத்தோமோ அவரிடமிருந்து வாங்கி, யாரிடம் பெற்றோமோ அவரிடம் கொடுத்து விடவேண்டும். ஏ யிடம் வாங்கி X யிடம் கொடுத்தால் W என்பவரின் கர்மா அகன்று விடுகிறது. அதுவரை இந்த மகாநாடகம் தொடர்ந்து கொண்டே இருக்கும்.

நாடகத்தைத் தொடங்கியது யார் என்பது இங்கே முக்கியம் அல்ல. நாடகத்திலிருந்து நாம் முழுமையாக விலகிக்கொள்ளவேண்டும். எப்போது ஒருவர் ஒரு நாடகத்தில் பங்கேற்கிறாரோ, அவர் தன்னிடமிருப்பதை மற்றவரிடம் கொடுக்க, அவரிடமிருந்து

இன்னொருவர் அதைப் பெற, இப்படி நாடகம் நீண்டு கொண்டே செல்லும். எப்போது ஒருவர் தனது பாத்திரத்தை அந்த நாடகத்திலிருந்து முழுமையாக விலக்கிக் கொள்கிறாரோ அப்போது அவர் விடுபடுவார். அவரைத் தொடர்ந்து இன்னொருவர் என்று ஒன்றைத் தொட்டு ஒன்றாகப் பலரும் விடுவிக்கப்படுவார்கள்.

புத்தர் தோன்றியபோது புத்தரைப் பின்பற்றி ஏராளமானவர்கள் ஞானம் பெற்றனர் என்பதன் பொருள் இதுதான். மகாவீரர், ஆதிசங்கரர், ஜாரதுஷ்ட்ரர் என்று எல்லோருடைய காலத்திலும், அவர்கள் முதலில் மீட்சி பெற்றனர். பின்னர் பலருக்கும் முக்தி பெறுவதற்கான வழியைக் காட்டினர் என்பது இந்த வகையில் சொல்லப்படுவதுதான்.

“எரியும் தீபம்தான் மற்றொரு விளக்கை ஏற்ற முடியும். நீ சுடர் விடும் தீபமாயிரு” என்று ஆகமங்கள் கூறுவது இதைத்தான்.

இத்தகைய உள்ளொளி கண்டவர்கள்தான் சுடர் விடும் தீபம் எனப்படுவார்கள். பின்னாளில் நிறையப் புத்தகங்களைப் படித்து, பல தகவல்களைத் தெரிந்து வைத்திருப்பதுதான் அறிவுச்சுடர் பெறுவது என்பதற்கான பொருள் என்று பலரும் கருத ஆரம்பித்து விட்டனர்.

உள்ளொளி கண்டவர்களில் மிக முக்கியமானவர் புத்தர். அவர் முற்பிறவி, மறுபிறவி என எதையும் கூறவில்லை. இவை எல்லாமே தர்க்கத்துக்கும் விளக்கங்களுக்கும் வியாக்கியானங்களுக்கும் இடமளித்து, பிரச்னையை எங்கேயோ கொண்டு சென்றுவிடும். அப்படிச் செய்தால் மன ஒருமைப்பாட்டைப் பின்பற்றுவதைவிட விவாதங்கள் செய்வது முக்கியத்துவம் பெற்றுவிடும். அதில்தான் நேரம் செலவாகும் என்று கருதினார் அவர். (பின்னாளில் அப்படித்தான் நிகழ்ந்தது. திருஞான சம்பந்தர் போன்றவர்களால் பௌத்த, சமண பண்டிதர்களை அலட்சியமாக வாதங்களில் புறங்காணச் செய்ய முடிந்தது. அந்த மதங்களையே துடைத்து விடவும் முடிந்தது.)

அதனாலேயே புத்தர் தேவையற்ற எதையும் கூறவில்லை. “கணம், கணமாக வாழுங்கள்” என்றார். நேற்று, நாளை என்பதெல்லாம் நடந்தவற்றின் ஞாபகங்கள் மற்றும் நடக்கப்போவது பற்றிய கற்பனைகள். பெரும்பாலோர் இவ்விரண்டைப் பற்றிய சிந்தனைகளில்தான் இருக்கின்றனர். இதனால், அவர்கள் வாழ்கிறார்கள் என்பதே தவறு. அவர்கள் இருக்கிறார்கள். அவ்வளவுதான்.

ஒருவர் நிகழ்காலத்துடன் ஒன்றி தனது செயல்களை நிகழ்த்துகையில் கடந்த காலம், எதிர்காலம் இரண்டும் தானாகவே அதில் ஒன்றி விடுவதைக் காணலாம். வேறொரு வகையில் சொல்வதானால், விளக்கை நோக்கி நடக்கும்போது நிழல் நமக்குப் பின்னால் நீளும். விளக்குக்கு எதிராக நடக்கும்போது நிழல் நமக்கு முன்னால் நீளும். விளக்கின் அடியில் ஒன்றி நிற்கும்போது நிழல் நம் கால்களுக்கு இடையில் சுருண்டு சிறுத்துக் காணப்படும்.

புத்தர் சொன்ன வார்த்தைகள் சொற்பம்தான். ஆனால் அதில் அடங்கி இருக்கும் பொருட்கள் ஏராளம். "சாவு இல்லாத வீட்டில் கைப்பிடி கடுகு வாங்கி வா" என்றதும், அவரது முகத்தின் தெய்வீக சோபை கண்டு ஒரு கிராமவாசி, "தாங்கள் யார்? தேவரா? முனிவரா?" என்று கேட்டபோது, "விழிப்புணர்ச்சி. முழுமையான விழிப்புணர்ச்சி. அவ்வளவே" என்றதும், அறிஞர்களையெல்லாம் வியக்கச் செய்பவை.

"சொர்க்கம், நரகம், தேவர், அசுரர் எல்லாம் நீ. நீயேதான். உன் மனம் விரும்புவதாலேயே உன் வாழ்க்கை என்ற நாடகம் தொடர்ந்து நடக்கிறது. அந்த மனம் விழிப்பு கண்டுவிட்டால் இந்த நாடகம் முற்றுப்பெறும். அதுவரை இது பல்லாயிரம் பிறவிகளுக்குத் தொடர்ந்து கொண்டே இருக்கும்" என்பதுதான் பௌத்தம் அளிக்கும் செய்தி.

பின்னாளில் பௌத்தம் "ஹீனயானா" வாகவும், "மஹாயானா" வாகவும் இரண்டாகப் பிரிந்து புத்தரையே கடவுளாக்கி,

பிரம்மாண்ட சிலைகள் எழுப்பி வழிபடத் தொடங்கியதும், புத்தரின் கருத்துகள் பின்னுக்குத் தள்ளப்பட்டு, அவர் ஒதுக்கிய சடங்குகளை அவரைப் பின்பற்றியவர்களே பின்பற்ற ஆரம்பித்து விட்டதும் வேதனையான விஷயங்கள்.

18

மகாவீரர் கண்ட மகத்தான நிலை

பாரப்பா சீவன் விட்டுப்
   போகும்போது
பாழ்த்த பிணம் கிடக்குதென்பார்
   உயிர் போச்சென்பார்
ஆரப்பா அறிந்தவர்கள்?
   ஆரும் இல்லை
ஆகாய சிவத்துடனே சேருமென்பார்
காரப்பா தீயுடன் தீச் சேருமென்பார்
மானிடர்கள் கூட்டமப்பா
சீரப்பா சாமிகள்
   தாமொன்றாய்ச் சேர்ந்து
தீயவழி தனைத் தேடிப்
   போவார் மாடே.

  –அகத்தியர்

"நெருப்பு இல்லாமல் பற்றி நீரில்லாமல் அணையும்" என்பார்கள் கிராமப்புறங்களில். வதந்திகள் பற்றி உதாரணம் சொல்லும்போது இந்த வாக்கியம் பயன்படுத்தப்படும். பெரிய மனிதர்களைப் பற்றிய புகழ் சொற்களும் சரி, தீயவர்களைப் பற்றிய கொடூரக் கதைகளும் சரி, ஒன்றுக்குப் பத்தாகப் பரவும் சக்தி படைத்தவை. அந்த வதந்திகளைக் கேட்டு மக்கள் அவர்களைப் போற்றவோ, தூற்றவோ செய்வார்கள்.

புத்தர் காட்டிய பாதை வேர் இல்லாத விருட்சமாக நாடு முழுவதும் பரவியது. அவரது பாதையில் பயிற்சி பெற்ற நாகார்ஜுனர் போன்ற பலரும் அவர்கள் "தேடியதை" அடைந்தனர். பின்னர் வந்தவர்களிடையே எந்தத் தேடுதலும் இல்லை. அதனால் அடைதலும் இல்லை. எனவே பௌத்தம் தொய்வடையத் தொடங்கியது. அப்படித் துவள்வதைத் தூக்கி நிறுத்த உறுதியான கொழுக் கொம்பு ஒன்று தேவைப்பட்டது. பௌத்தத்தில் காட்டுவதற்கு புத்தரைத் தவிர எவரும் இல்லை. வேறு வழியின்றி புத்தரையே வழிபடும் மஹாயான மார்க்கம் கனிஷ்கர் காலத்தில் தோன்றியது. அவர்கள் வழிபாட்டை ஏற்காத புத்தரையே வழிபடத் தொடங்கினர். ஆலயங்களை ஏற்காத புத்தருக்கு பௌத்த விஹாரங்கள் என்ற பெயரில் ஆலயங்கள் எழுப்பப்பட்டன. விக்ரக வழிபாட்டை ஏற்காத புத்தரே அதில் விக்ரகமாக்கப்பட்டுக் காட்சி அளித்தார். அவர் காலடியில் தாமரை மலர்களைக் கொண்டுவந்து வைத்தனர். அவருக்குச் சாம்பிராணி தூபம் காட்டினர். அவரது உறுப்புகள், அவர் உபயோகித்த பொருட்கள் என எல்லாமே புனிதச் சின்னமாகப் பெட்டியில் வைத்து ஊர்வலம் விடப்பட்டன.

மெல்ல மெல்ல மந்திரம், கோஷம், துதிப்பாடல், இசைக் கருவிகள் என முழுமையான சடங்குகளால் ஆக்கிரமிக்கப்பட்டது பௌத்தம். இதே சடங்குகளுடன் இந்து மதம் எழுந்தபோது சிவன், விஷ்ணு, அம்மன் சிலைகள் பலமான புராணக் கதைகளுடனும் பாடல்களுடனும் கொட்டு முழக்கத்துடன் எதிரே வரவே, தேர்தல் பிரசாரத்தில் ஒரு கட்சி வெற்றி பெற்று, மற்றொரு கட்சி செல்வாக்கு இழப்பதுபோன்ற நிலைமைக்கு ஆளானது புத்தமதம்.

புத்த மதத்துக்கு சமகாலத்தில் தோன்றியது சமண மதம் எனப்படும் ஜைன மதம். இதை நிலை நிறுத்தியவர் மகாவீரர். இவரும் புத்தரைப்போன்றவரே.

சித்தார்த்தன் என்ற பெயரில் இளவரசனாக இருந்த புத்தர் மெய்ம்மையைத் தேடித் துறவு பூண்டதுபோல் இளவரசனாக இருந்த வர்த்தமானர் உண்மையை உணர வேண்டித் துறவறம் பூண்டார். அவரே மகாவீரர் என்று கொண்டாடப்பட்டார்.

வீரத்திலேயே மிகப்பெரிய வீரம் ஒருவன் பிறரை வெற்றி கொள்வது அல்ல. தன்னைத்தானே ஒருவன் வெல்வதுதான் மாபெரும் வீரம். அதனாலேயே புழுப் பூச்சிகளுக்குக்கூடத் தீங்கு செய்யாத ஒருவரை மகாவீரர் என்று கொண்டாடினார்கள்.

ஜினர் என்றால் வென்றவர் என்று பொருள். காலம் காலமாக மனிதன் பசியை, தாகத்தை, தூக்கத்தை, காமத்தை, கோபத்தை, சுருக்கமாகச் சொன்னால் ஆசைகளை, அவற்றின் விளை நிலமான மனத்தை, அதன் சேவகர்களான புலன்களை வெல்லப் போராடி வருகிறான். ஆனால் ஒருவாய் தண்ணீரைக்கூட அவன் மனம் வேண்டாமென்று மறுத்ததில்லை. இந்தக்கால மக்களின் மொழியில் கூறுவதானால், ஒரு டம்ளர் காபியைக்கூட எவராலும் வேண்டாமென்று உதற முடிவதில்லை.

இப்படிப்பட்டவர்களின் நடுவே, உடுத்தும் உடையே உறுத்தலாகத் தோன்றியதால் அதையும் உதறியவர் மகாவீரர். எல்லா மகான்களையும் போலவே அவரும் ஆரம்பத்தில் பரிகசிக்கப்பட்டார். கேலிக்கு ஆளானார். அவமதிக்கப்பட்டார். பின்னர் கொண்டாடப்பட்டார். அவரது மார்க்கமும் நாடு முழுவதும் செல்வாக்கு பெற்றது. பிறகு காணாமல் போனது.

மகாவீரரின் கருத்துகளும் சில இடங்களில் மிகையாகப் பொருள் கொள்ளப்பட்டன. சில இடங்களில் ஏறுமாறாகப் பொருள் கொள்ளப்பட்டன. தவறாகவும் அர்த்தப்படுத்திக்கொள்ளப்பட்டன. அத்துடன் அவரையும் கடவுளாகப் போற்றத் தொடங்கினர்.

மகாவீரரின் போதனைகள் எந்த அளவுக்குத் தவறாகப் பொருள் கொள்ளப்பட்டன என்பதற்கு ஓர் எளிய உதாரணத்தை இப்போது பார்க்கலாம்.

உடுத்தும் ஆடை உட்பட எல்லாவற்றையுமே துறந்தவர் மகாவீரர். ஆனால் இந்தியாவில் ஜெயின்கள் எனப்படும் சேட்டுகள் அல்லது மார்வாடி எனப்படுவோர்தான் ஒட்டு மொத்த தங்க, வைர வியாபாரத்தையே தங்கள் கையில் வைத்திருக்கிறார்கள்.

பௌத்தம், ஜைனம் இரண்டுமே இந்து மதத்தில் இருந்து கிளைத்தவைதான் என்பதால், அவற்றில் இந்து மதத் தத்துவங்கள், குறிப்பாக மறுபிறவி, முன்வினைப் பயனாகிய கர்மா பற்றிய கோட்பாடுகள் அதிகமாக இருக்கும். ஜைன மதத்தில் ஊழ்வினை, யாக்கை நிலையாமை என்ற இரண்டுக்கும் முக்கியப் பங்குண்டு.

தமிழிலக்கியத்துக்கும் இந்த மதங்கள் அளித்திருக்கும் பங்களிப்பை மறுக்க முடியாது. ஐம்பெருங்காப்பியங்களான சிலப்பதிகாரம், மணிமேகலை, சீவகசிந்தாமணி, வளையாபதி,

குண்டலகேசி ஆகிய எல்லாமே பௌத்த, சமண துறவிகள் அளித்த கொடைகள்தான்.

சமண முனிவர்கள் எழுதிய "நாலடியார்" வெண்பா வகையில் வாழ்வின் உண்மைகளை அப்பட்டமாகப் படம் பிடித்துக் காட்டுவதாகும்.

"ஈட்டிய ஒண்பொருளும் இல்லொழியும்; சுற்றத்தார்
காட்டுவாய் நேரே கறுழ்ந்தொழிவர் மூட்டும்
எரியின் உடம்பழியும்; ஈங்குன்ற நாட!
தெரியின் அறமே துணை"

என்ற ஒரு பாடல் மரணத்தின் பின்னர் அவரவர் கர்ம வினைகள் தவிர வேறு எதுவும் அவர்கள்கூட வராது என்பதைச் சுட்டிக் காட்டுகிறது. (இந்தப் பாடலையே கவிஞர் கண்ணதாசன்,

'வீடுவரை உறவு; வீதிவரை மனைவி
காடுவரை பிள்ளை கடைசிவரை யாரோ?"

என்று எளிமையாக்கிப் பாடினார்.)

மரணத்துக்கு பின்னர் மனிதனின் நிலை குறித்து சமணம் தனிக் கருத்துகளைக் கொண்டுள்ளது.

உண்மையில், ஜைன மதத்தை நிறுவியவர் மகாவீரர் அல்ல. அவருக்கு முன்னாலேயே பல குருமார்கள் இருந்துள்ளனர். அவர்களை அந்தமதம் தீர்த்தங்கரர்கள் என்று குறிப்பிடுகிறது. மொத்தம் உள்ள 24 தீர்த்தங்கரர்களில் கடைசி தீர்த்தங்கரர்தான் மகாவீரர். அவரால்தான் ஜைன மதம் என்ற பெயரும் ஏற்பட்டது. அந்த மதம் புகழும் பெற்றது.

மகா பார்சுவநாதர், ரிப தீர்த்தங்கரர் என பெயர் பெற்ற பலர் இருந்துள்ளனர். என்றாலும், மகாவீரர்தான் எல்லாத் தரப்பினராலும் அறியப்பட்டவர்.

ஜைன மதத்தின்படி உலகில் உள்ள அனைத்துப் பொருட்களுமே தாவரங்கள், புழு, பூச்சிகள் உள்ளிட்ட அசையும் பொருட்களாயினும், மண், கல், நீர், நெருப்பு, காற்று என்பவை உள்ளிட்ட ஜடப்பொருட்கள் ஆயினும் அனைத்துக்குமே உள்ளூர ஆன்மா என்ற ஒன்று உண்டு.

உயிருள்ள பொருட்களை ஜைனம் "ஜீவா" என்கிறது. ஜீவித்தல் என்றால் வாழ்தல். ஜீவா என்பது ஓர் உடலும், ஆத்மாவும் சேர்ந்தது. இதில் ஆத்மா செயல்திறன் மிகுந்த ஒரு கூட்டாளியாகப் பணிபுரிகிறது. பொருளிலிருந்து விடுதலையான ஜீவன் ஆத்மா

எனப்படுகிறது. இந்த ஆத்மாவைப் பொருளினால் கறைபடாத தூய உணர்வு என்று சொல்லலாம்.

ஜீவன்கள் அளவற்றவை. அவற்றின் குணநலன்களும் பலதரப்பட்டவையாக இருக்கும். இவற்றை நித்ய சித்தா, முக்தா, பத்தா என மூன்று விதமாகப் பிரிக்கலாம். நித்ய சித்தாஸ் - இவர்கள் குறைகளே அற்றவர்கள். முக்தா என்போர் விடுதலை பெற்ற ஆத்மாக்கள். பத்தா என்பவை கட்டுப்பட்டவை. முக்தா ஜீவன்கள் உலகை விட்டுப் பிரிவதில்லை. தூய்மை நிலையை எட்டியபின் உயர்ந்த, குறைவில்லாத, உலகை வாழ்க்கை சார்ந்த இடத்தில், உலக விசாரங்களைப் பற்றிய கவலை இல்லாமல் இவர்கள் வாழ்கின்றனர். பத்தாஸ் எனப்படுவோர் பொருட்களின் மீதான பற்று விலகாமல், மாயைக்கு அடிமையானவர்கள். முடிவில்லாத பிறப்பு சங்கிலியில் தளைப்பட்டவர்கள்.

ஜைன மதத்தின் அடிப்படையான கொள்கையை ஒரே வரியில் சொல்வதானால் "உள்ளது கெடாது; இல்லது தோன்றாது" என்று சொல்லலாம். எல்லாம் இருப்பவைதான். இதில் ஒன்று இன்னொன்றாகும். இன்னொன்று வேறொன்றாகும். எதுவும் அழியாது. எதற்கும் அழிவு கிடையாது. அதேபோல் எதுவும் புதிதாகவும் வருவதில்லை. எல்லாம் ஏற்கெனவே இருந்தவைதான்.

இந்தக் கருத்தை விஞ்ஞானமும் ஏற்கிறது. "சக்தியை ஆக்கவோ, அழிக்கவோ இயலாது. ஆனால் ஒன்றை மற்றொன்றாக மாற்றலாம்" என்கிறது இயற்பியல் விஞ்ஞானம். இதை ஆற்றல் அழிவின்மை விதி என்கின்றது விஞ்ஞானம்.

ஜைனம் கூறும் மற்றொரு கருத்து, "நிலைப்பன யாவும் நிலையாதவை. நிலையாமை ஒன்றே நிலைப்பது" என்பதாகும். விஞ்ஞானமும் இதை ஏற்கிறது. "மாறுதல் என்பது மட்டுமே மாறாதது. மற்ற எல்லாம் மாறும்" என்கிறது அது.

ஜைனர்களின் கருத்துப்படி அழிவு என்பதே கிடையாது. ஒன்று மாறி மாறி வெவ்வேறு வடிவங்களாகத் தோன்றுவதான வேறுபாடான வடிவங்களின் முடிவில்லாத ஒரு பயணம்தான் இந்த உலகத்திலே நடைபெற்றுக் கொண்டிருக்கிறது. பிறப்பு, இறப்பு போன்றவை ஆத்மாவில் ஏற்படும் சிறு மாறுதல்கள்தான். இதனை "பார்பாயாஸ்" என்கின்றனர். படிப்படியான வளர்ச்சி முறைகளிலிருந்து ஆத்மா விடுதலை பெற்றது. அதனால் சுதந்தரமாகவும் இயங்க முடியும்.

ஒவ்வொரு செயலும், அதன் அடையாளத்தை இந்த உலகத்தில் விட்டுச் செல்கிறது. நெருப்பு எரிந்தபின் மிஞ்சியிருக்கும் சாம்பல் போல், இந்த எஞ்சிய பெருந்தொகுப்பே கர்மா என்னும் முன்வினைப் பயனாக அமைகிறது. இவை வெளியே எங்கும் செல்வதில்லை. அந்தந்த சரீரம் செய்த நல்வினை, தீவினைகள் அதனதன் உடலிலேயேதான் உள்ளன. ஓர் எதிர்கால செயலுக்கான அடித்தளமாக இவை அமைந்துள்ளன.

இந்த முன் வினைப்பயன் என்பதை சமண மதம் ஐந்து வகைகளாகப் பிரித்துள்ளது. இவை ஔ தமிகா, ஔ பாசமிகா, க்ஷமிகா, ஷயோபாசமிகா, பரிணாமிகா என்று சமண சமயத்தில் குறிப்பிடப்படுகின்றன.

இயல்பான நிகழ்வுகளில், இரண்டும் இரண்டும் நாலு என்பதைப்போல் நற்பயன்களுக்கு நற்கூலி, தீயச்செயல்களுக்குத் தண்டனை என்று தெளிவாக கர்மா செயல்படும் நிலையில், ஆத்மா இருப்பது ஔ தமிகா நிலை எனப்படும்.

கர்மாவின் விளைவுகளை சில சரியான நடவடிக்கைகள் மூலம் சிறிது காலத்துக்குக் கட்டுப்படுத்தி வைக்க முடியும். எல்லா நேரங்களிலும் அப்படி செய்துவிட முடியாது. இங்கேகூட, நீறுபூத்த நெருப்பாக உள்ளே முன்வினைப் பயன் கனன்று கொண்டுதான் இருக்கும். இந்த நிலைதான் ஔபாசமிகா நிலை.

மூன்றாவது நிலை, க்ஷமிகா. இந்த நிலையில் கர்மாவானது தாற்காலிகமாகக் கட்டுப்படுத்தப்படுகிறது. அல்லது நிரந்தரமாகக் அழிக்கப்படுகிறது. இது முக்திக்கு அழைத்துச் செல்வதாகும். இங்கு கர்ம வினை முற்றிலுமாக மன்னிக்கப்படுவதால், மன்னித்தல் என்பதற்கு க்ஷமித்தல் என்றே பெயர் ஏற்பட்டது. இதுவும் க்ஷமிகா என்பதிலிருந்து வந்த சொல்தான். 1950க்கு முந்தைய திரைப்படங்களில் கதாநாயகர்கள் "என்னை க்ஷமிக்கணும்" என்று வசனம் பேசுவதை பல படங்களில் காணலாம். "என்னை மன்னிக்க வேண்டும்" என்பதுதான் இதன் பொருள்.

ஷயோபாசமிகா என்பது நான்காவது நிலை. முன் சொல்லப்பட்ட எல்லா நிலைகளிலும் இது பங்கு பெற்றுள்ளது. இந்த நிலையில் ஆத்மாவானது முதல் 3 நிலைகளையும் கடந்துவிட்டது. க்ஷயோபாசமிகா நிலையில் சில கர்மவினைகள் முற்றிலும் அழிக்கப்பட்டு விடும். சில கர்மவினைகள்

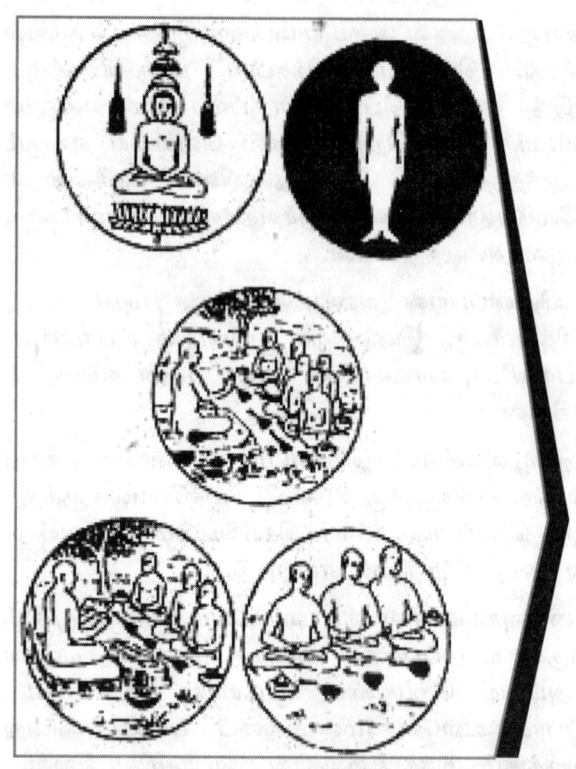

கட்டுப்படுத்தப்பட்டிருக்கும். சில கர்மவினைகள் முழுமையான செயல்பாட்டுடன் இருக்கும்.

ஐந்தாவது நிலையான பரிணாமிகா கர்மாவால் கட்டுப்பட்டிருக்காத நிலையாகும். ஆரம்பகால நாவல்களில் "அவன் முகத்தில் புதிய சோபை பரிணமித்தது" என்பது போன்ற சொற்களைக் காணலாம். அந்த சொல் பரிணாமிகா என்பதிலிருந்து வந்ததுதான்.

ஜைன மதம் கூறுகிறது:

"சூரியனைச் சார்ந்த இந்த அமைப்பைப் பொருத்தவரை பிரம்மாண்டமான மலைச்சிகரம் முதல் இலை நுனியில் உள்ள பனித்துளி வரை அனைத்தும் தன்னகத்தே ஓர் ஆத்மாவைக் கொண்டுள்ளன. பிரபஞ்சம் என்பதே கோடானு கோடி "ஜீவா"க்களால் நிரம்பியுள்ளதுதான். இந்தப் பூவுலகில் உள்ள ஒவ்வொரு புல்லும் ஓர் ஆத்மாவின் உடல்தான். அல்லது உடலற்ற ஆத்மாக்களின் ஒரு பெரிய கூட்டத்தையேகூட அந்தப் புல்வெளி தன்னுள் உள்ளடக்கிக் கொண்டிருக்கலாம்.

இவ்வாறு ஆத்மாக்கள் முடிவே இல்லாமல், புதுப்புது வடிவங்களில் புகுந்துகொண்டு, தங்களுக்கு விதிக்கப்படும் வாழ்க்கையை ஏற்கத் தயாராக உள்ளன. இந்த ஆத்மாக்களுக்கு எண்ணற்ற பரிமாணங்களும், விரிந்து சுருங்கும் ஆற்றலும் உண்டு. இது ஒவ்வொரு வாழ்க்கையின் முடிவிலும் அது அனுபவிக்க வேண்டிய மற்றொரு பிறப்புக்கான விதைக்குள் சுருங்குகிறது."

ஜைன மதக் கோட்பாட்டின்படி ஆத்மாவானது உடலில் இருந்தபோது செய்த செயல்கள்தான் அதன் கர்மாவாகக் சேர்கின்றது. அந்த முன் வினைப்பயன்கள் சுக, துக்கங்களை அளிக்கின்றன.

ஒரு கர்மாவின் விளைவை ஆத்மாவானது அனுபவிப்பதால் பாவம் நீக்கப்பட்டு அந்த ஆத்மா பரிசுத்தமாகிறது. கடனை முழுவதுமாகச் செலுத்திக் கணக்கைப் பைசல் செய்வது போன்றது இது. இவ்வாறு மனிதன் தனது எல்லா கர்மாக்களையும் இடைவிடாது செலுத்திக்கொண்டே வந்தால் சுமை குறைந்து கொண்டே வந்து, ஒரு கட்டத்தில் ஆத்மா எல்லாக் கறைகளும் நீங்கிப் பளிச்சிடும். இப்போது அது விடுதலைக்குத் தகுதி பெற்றதாகிவிடும்.

ஆனால் துரதிர்ஷ்டம் என்னவென்றால், அணையில் நீர் ஒரு பக்கம் சேர்ந்து கொண்டிருக்கும்போதே மற்றொரு பக்கம் அது மதகு வழியே வெளியேறிக் கொண்டிருப்பது போல் ஒரு ஜீவன் ஒருபுறம் கர்மாக்களிலிருந்து கொஞ்சம், கொஞ்சமாக விடுபட்டுக் கொண்டிருக்கும். மற்றொருபுறம் அந்த சரீரத்தின் அன்றாட செயல்பாடுகளால் புதுப்புது கர்மாக்கள் அதன் கணக்கில் சேர்ந்தபடியே இருக்கின்றன. இதனால் வாழ்வின் முடிவில்லாத சங்கிலியில் அவன் தொடர்ந்து மீள முடியாது சிக்கிக் கொண்டே இருக்கிறான்.

ஆத்மாவானது மீண்டும், மீண்டும் உடலுடன் சேர்வதற்கு தவறான நம்பிக்கைகள் (நித்யதர்சனா), எதையும் துறக்காமல் இருத்தல் (அவிராதி), கவனமின்மை (பிரமாதா) உணர்ச்சிக் கொந்தளிப்பு (கயா) ஆகியவையே காரணமாக அமைகின்றன.

இறப்பு என்பது ஆத்மாவில் ஏற்படும் சிறுமாற்றமே தவிர வேறில்லை. சரி. கர்மாவானது ஆத்மாவை மீண்டும் பிறவிச் சங்கிலியில் தள்ளுகிறது. அப்படியானால் அதிலிருந்து மீள்வது எப்படி? அந்த மீள்வு எப்படி அமையும்?

இதை ஜைனம் "நிர்வாணா" என்கிறது. அதாவது, அனைத்தையும் கடந்த நிலை. ஜைன கோட்பாடுகளின்படி

எல்லா ஜீவன்களின் இறுதி இலக்கு இதுதான். இதை நோக்கியே அனந்த கோடி ஆத்மாக்கள் தங்களது வாழ்க்கைப் பயணத்தை எத்தனையோ பிறவிகளாகத் தொடர்ந்தபடி உள்ளன.

இந்து மதம் போன்றவை முக்தி என்றால் நதிகள் கடலில் கலந்து, தன் சுயத்தை இழப்பதுபோல், பரமாத்மாவில் ஜீவாத்மா கலந்து "தான்" என்ற தனித்துவத்தை இழந்து ஒன்றிவிடுகிற நிலைதான் முக்திநிலை என்கின்றன. கங்கை நதி பிரவகித்து ஓடும்போது கங்கை என்று அதற்குப் பெயர். அதேபோல் கோதாவரி நதி பாயும்போது கோதாவரி என்ற பெயரால் அழைக்கப்படுகிறது. இரண்டுமே கடலில் கலந்தபின் ஒரு குடம் கடல் நீரை அள்ளி "இதில் இந்தப் பகுதி நீர் கங்கை நீர். அந்தப் பகுதி நீர் கோதாவரி நீர்" என்று பிரித்துக்காட்ட இயலாது. மேலும் அந்த நதிகளின் நீர் இதில் இல்லை என்றும் கூற முடியாது. கலந்த அந்த விநாடியிலேயே அவை கடலின் தன்மையைப் பெற்று விடுகின்றன.

ஆனால் ஜைனம் அவ்வாறு கூறவில்லை. "நிர்வாணா" என்ற நிலையை எட்டிய ஆத்மா, தன் சுயம் இழந்து வேறொன்றில் ஒன்றுவதில்லை. இந்த நிர்வாணா என்பதில் ஆத்மாவானது தனது கடந்தகால "கர்மா" என்னும் வினைப்பயன்கள் அனைத்திலிருந்தும் முழுமையாக, இறுதியாகப் பிரிக்கப்பட்டு விடுகிறது. மீண்டும் உடலில் சென்று ஐக்கியமாகும் வாய்ப்பு அதற்கு அற்றுப்போகிறது.

முழுவதுமாக செம்மைப்படுத்தப்பட்டு, செயல்கள், விருப்பங்கள் ஆகியவற்றிலிருந்து விடுதலையாகி மாற்றம், முடிவு அற்ற பூரண ஓய்வு நிலையை அது எட்டுகிறது.

இது, வாழ்க்கை என்ற நிலைக்கு எதிர்மறையான வாழ்க்கையற்ற நிலை அல்ல. முழுமை பெற்ற அடங்கிய நிலை. சுழலும் ஒரு சக்கரத்தின் நடுநிலையான மையம் இது. ஜைன தத்துவத்தை ஆராய்ந்த பலரும் இதை "முடிவற்ற, ஆசீர்வதிக்கப்பட்ட நிலைக்குள் ஆத்மா செல்லுதல்" என்கின்றனர்.

உடலில் சிறைப்பட்டிருக்கும் ஆத்மா கண் மூலமாக மட்டுமே இந்த உலகத்தைப் பார்க்க முடியும். காது மூலமாக மட்டும்தான் கேட்க முடியும். வாய் மூலமாக மட்டுமே பேச முடியும். இந்த உறுப்புகள் சீர்குலைந்தால், இந்தச் செயல்பாடுகள் முடங்கிவிடும். இந்த உறுப்புகள் சீராக இருந்தாலும் ஒரு குறிப்பிட்ட எல்லைக்குள்தான் அதன் ஆற்றல் செயல்படும்.

உதாரணமாக, கண்பார்வை துல்லியமாக இருப்பதாலேயே ஒருவர் நூறு மைலுக்கு அப்பால் உள்ளதைக்கூடப் பார்த்துவிட முடியும் என்று சொல்ல முடியாது. கால் நன்றாக இருக்கிறது என்பதற்காக 500 மைல் தூரத்துக்கு ஒருவனால் ஒரே மூச்சில் ஓட முடியாது. அதே போல், இந்த உறுப்புகள் ஓய்வெடுக்கும் தூக்க நிலையில், பார்ப்பது, கேட்பது, நடப்பது என எல்லாமே முடங்கிப்போய்விடும்.

நிர்வாணா நிலையை எட்டிய ஆத்மா இதுபோன்ற தளைகள் அற்றது. முழு ஆற்றலுடன் கூடியது. அதனால் எல்லாவற்றையும் பார்க்க முடியும். எல்லாவற்றையும் கேட்க முடியும். எங்கும் சஞ்சரிக்க முடியும். முடிவில்லாத உணர்வு நிலை இது. தூய்மையான புரிதல், முழு சுதந்தரம், அழிவற்ற பேரின்பம் ஆகியவற்றை ஆத்மா இந்த நிலையில் அடைந்துள்ளது.

"ஜினா" என்று மகாவீரர் கடைப்பிடித்த வழியை ஜைன மதம் கூறுகிறது. மகாவீரர் ஜினர் (வென்றவர்). எனவே, அவரது வழி ஜினா (வெற்றிப்பாதை). இந்தக் கொள்கையை ஜைன மதம் "த்ரிரத்னா" (மூன்று இரத்தினங்கள்) என்று கூறுகிறது. தூய நம்பிக்கை, தூய அறிவு, தூய நடத்தை ஆகியவையே நிர்வாணாவை அடைவதற்கான வழி.

தூய நம்பிக்கை என்பது, உடலால் வாழும் வாழ்வில் உள்ள பற்றுகளை விட்டு "நிர்வாணா" மீது முழுநம்பிக்கை வைத்தல்.

உலகப் பொருட்கள் மீது பற்று வைத்துக்கொண்டு நிர்வாணா பற்றிப் பேசுவதோ, விரும்புவதோ பயனற்றது. நிர்வாணா உண்டு என்ற நம்பிக்கை, அதை அடைய முடியும் என்ற மன திடம், அடைந்தே தீருவது என்ற உறுதி இவையே தூய நம்பிக்கை என்பதன் பொருள்.

தூய அறிவு என்பது இயற்கையைப் பற்றிய அறிவு. நிர்வாணா பற்றிய மெய்யறிவைப் படித்து அறிய முடியாது. மற்ற எல்லா அறிவையும் ஒவ்வொன்றாக விலக்கினால், இறுதியாக எஞ்சி நிற்கும் அறிவு. உலகம், பொருட்கள், வாழ்க்கை, உடல் என ஒவ்வொன்றையும் நன்கு ஆராய்ந்து "இவை நிலையற்றவை. இவற்றில் ஒன்றுமே இல்லை" என்று மனம் ஒப்பி ஒவ்வொன்றாக விலக்கிக் கொண்டே வந்தால், இறுதிப் புள்ளியில் மெய்யறிவு தொடங்கும்.

தூய நடத்தை என்பது எதன் மீதும் பற்று இன்றி, அதே நேரம் வெறுப்பும் இன்றி, அவற்றின் இயல்பை உணர்ந்து விலகிச் செல்லும் மத்திய மனப்பான்மை. ஒன்றை அடைய வேண்டும் என்ற வேட்கை இன்றி, ஒன்றை இழந்ததற்கான எந்தவித

வருத்தமும் இன்றி, "இவை எல்லாமே நிலையற்றவை" என்றுணர்ந்து செயல்படுதல்.

இம்மூன்று கொள்கைகளையும் பின்பற்றுபவன் புதிய கர்மா உருவாகாமல் தடுத்து விடுகிறான். அதன் மூலம் "அஜீவா"விலிருந்து "ஜீவா" (உலகப் பொருட்களிலிருந்து ஆத்மா) அதுவாகவே விடுபட்டு நிர்வாணாவின் பாதையை அமைத்துக் கொள்கிறது.

இதில் குறிப்பிடத்தக்க விஷயம் என்னவென்றால் மனிதனை ஆட்டிப்படைப்பவை உணர்வுகள். அந்த உணர்வுகளில் முக்கியமானது மோகம். இதற்கு இங்கே பெண்ணாசை என்று பொருளல்ல. ஒரு பொருளின் மீதுள்ள ஆசை அல்லது ஒரு செயலைச் செய்வதிலுள்ள தீவிரமான இச்சைதான் மோகம்.

பொதுவாகப் பெண்ணை விரும்புகிறவர்களிடம்தான் தீவிரமான வேட்கை காணப்படும். அதனால் பொருட்கள் மீதான வேட்கையையும் மோகம் என்றே எல்லோரும் குறிப்பிடுகின்றனர். மோகித்தல் என்றாலே தீவிரமாக விரும்புவது என்பதுதான் பொருள்.

ஒரு மனிதன் ஒரு பொருளை விரும்புகிறான். அந்தப் பொருளை அவன் அடைந்தால் அதை அனுபவிப்பவனாக அவன் இருப்பான். அனுபவிக்கப்படுவதாக அந்தப் பொருள் இருக்கும். அந்தப் பொருளை அனுபவிக்க வேண்டும் என்று அவனுக்கு ஏற்படும் இச்சைதான் அவனை உடலுடன் பிணைக்கும் கர்மா.

காமம் என்று வரும்போது பெண்ணை அனுபவிப்பவனாக ஆண் இருக்கிறான். இங்கே நுகரப்படுபவளாகப் பெண் இருக்கிறாள். நுகரும் வேட்கையான காமம் உடலுடன் ஆத்மாவைப் பிணைக்கும் கர்மாவாக இருக்கிறது.

ஆக அனுபவிக்கும் ஆண் என்பதும், நுகரப்படும் பெண் என்பதும் பொதுவான குறியீடுகள். ஒரு பெண் பட்டுப்புடவை, வைர நகை ஆகியவற்றைத் தீவிரமாக ஆசைப்பட்டு அடைகிறாள். அவற்றை உடலில் அணிந்து கொண்டு கண்ணாடி முன்பு நின்று கொண்டு அழகு பார்க்கிறாள். இங்கே அனுபவிப்பவளாக அந்தப் பெண் இருப்பதால் அவள் அந்த இடத்தைப் பொருத்தவரை ஆணாகி விடுகிறாள். அவளால் அணியப்பட்ட புடவை, நகை ஆகியவை அவளால் நுகரப்படுவதால் இந்த இடத்தைப் பொறுத்தவரை அவை பெண்ணாகக் கருதப்படுகின்றன.

இச்சைகளிலிருந்து விடுபட்ட ஆத்மா மட்டுமே நிர்வாண நிலைக்குச் செல்லும் என்பதற்காகக் கூறப்பட்ட தத்துவம் இது. பின்னாளில் இது தவறாகப் பொருள் கொள்ளப்பட்டு, "நிர்வாணா" என்ற நிலைதான் சொர்க்கம் என்பதாக உருவகம் செய்யப்பட்டு, காமத்தை வென்றவன் மட்டுமே சொர்க்கத்துக்கு செல்ல முடியும் என்று மகாவீரர் கூறுவதாகப் பொருள் கொள்ளப்பட்டு விட்டது.

"ஒன்றைத் தொட்டு ஒன்பது விளக்கம்" என்பார்கள். அதுபோல் பிற்பாடு ஏற்பட்ட ஆணாதிக்கச் சமூகத்தில், பெண் என்பது மோகினியாக சித்திரிக்கப்பட்டது. "சொர்க்கத்தில் பெண்களுக்கு இடம் கிடையாது. ஒரு பெண் சொர்க்கத்துக்குப் போக ஆசைப்பட்டால் அவள் மரணமடைந்து, மறுபிறப்பில் ஆணாகப் பிறந்து தீவிர முயற்சிகள் மேற்கொண்டு அதன் பின்னரே சொர்க்கத்தை அடைய முடியும்" என்றெல்லாம் அநேக வியாக்கியானங்கள் செய்யப்பட்டன.

அரைகுறைப் பண்டிதர்களால் பரப்பி விடப்பட்ட அபத்தமான தத்துவங்கள் இவை. மகாவீரர் என்றாலே புலன்களை வென்றவர். புலன்கள் என்றாலே அவற்றில் முதலிடம் ஆண், பெண் பேதத்துக்குத்தான். ஒரு குழந்தை பிறந்ததுமே அனைவரும் கேட்கும் முதல் கேள்வியே அது "பெண்ணா, பையனா?" என்பதுதான்.

மகாவீரர் ஆண், பெண் என்ற உணர்வுகளைக் கடந்தவர். உடல் உணர்ச்சிகளை வென்று, மன உணர்வுகளையும் வென்று, அதையும் தாண்டிய நிலைக்குள் எட்ட முடியாத உயரத்துக்கு சென்று காட்டிய அவர், ஓட்டல் வாசலில் "பெரு வியாதிக்காரர்கள் நுழையக்கூடாது"

என்று எழுதி வைத்திருப்பதுபோல் சொர்க்கத்தில் "பெண்கள் உள்ளே வரக்கூடாது" என்றா போர்டு மாட்டி வைத்திருப்பார்கள்?

அனைத்து மதங்கள் பற்றியும் தெளிவாக அலசி ஆராய்ந்த ஓஷோ போன்றவர்கள்கூட "சொர்க்கத்தில் பெண்களுக்கு இடமில்லை" என்று மகாவீரர் கருதியதாகத் தங்களது நூல்களில் எழுதியுள்ளனர்.

மகாவீரரின் நிர்வாணா என்பதற்கான பொருளே வேறு. முதலாவதாக, அது ஓர் இடம் அல்ல. சொர்க்கம் என்று அதை ஓர் உலகமாக அவர் கூறவில்லை. அது ஒரு நிலை. எல்லா ஜீவன்களும் முயன்றால் எட்ட முடிந்த உணர்வு நிலை. உடல் கடந்த, மனம் கடந்த நிலைக்கு செல்லும் ஓர் ஆத்மாவுக்கு ஆண், பெண் என்ற பேதமெல்லாம் ஏது?

உடலாலும், மனத்தாலும் "நான் ஆண்" அல்லது "நான் பெண்" என்ற உணர்வுடன் வாழக்கூடிய நமக்கே, ஆழ்ந்து தூங்கும்போது ஆண், பெண் என்ற எந்த உணர்வும் ஏற்படுவதில்லை. எல்லாம் கடந்த நிர்வாணா நிலையில் ஏது இத்தகைய பேதம்?

சமணத்தில் ஒரு கதை உண்டு.

அரிஷ்ட நேமியின் தம்பி ரதநேமி சமணமுறை ஒன்றில் தவம் செய்கிறார். அப்போது அந்த வழியே ராஜீமதி என்ற பெண் துறவி வருகிறார். (இருவருமே திகம்பரர்கள். தலையை முண்டனம் செய்து கொண்டு ஆடைகூட இல்லாமல் சஞ்சரிப்பவர்கள்.) அப்போது திடீரென பெருமழை கொட்டுகிறது. மழையில் நனைந்த ராஜீமதி, மழை நிற்கும்வரை அருகில் உள்ள குகைக்குள் ஒதுங்க எண்ணி அதை நோக்கிச் செல்கிறாள்.

இளம் துறவியான ராஜீமதியின் ஆடையற்ற தோற்றத்தைக் கண்டதும் ரதநேமியின் மனத்தில் உணர்ச்சிகள் மூள்கின்றன. ஆடவன் ஒருவனைக் கண்ட ராஜீமதி, தன் கோலத்தைக் கண்டு அவரது மனம் சலனப்பட்டுக் குழம்புவது கண்டு, அங்கேயே தனது உடலைக் குறுக்கிக் கொண்டு உட்கார்ந்து கொண்டு, ரத நேமியைக் கண்டிக்கிறார்.

அப்போது அவர், உடலின் இளமை போய் முதுமை வந்த பின்பும் மனதின் இச்சை அகலாத பலரும் அதுபற்றியே பேசிப்பேசி அந்த சுகத்தை அடைந்து விட்டதாக நினைத்து மன நிறைவடைகின்றனர். இத்தகையவர்கள் எத்தனை பிறவி எடுத்தாலும் மீண்டும், மீண்டும் உலகுக்கு வந்தபடி இருப்பார்களே தவிர, நிர்வாணாவில் இவர்களால் நுழையக்கூட

முடியாது. உள்ளத்தில் உணர்வுகளைத் துறக்காமல், உடலில் மட்டும் உடைகளையும் கேசத்தையும் துறந்து என்ன பயன்? என்று எண்ணற்ற அறிவுரைகளைக் கூறவும், ரதநேமி மன மயக்கம் அகன்று, மீண்டும் தவத்தில் ஈடுபடுகிறார்.

இவர்கள் கூறுவதுபோல் சொர்க்கத்தில் பெண்களுக்கு இடமில்லை என்று மகாவீரர் கூறியிருந்தால் ராஜீமதி என்ற பெண் நற்கதி அடைந்ததாக எப்படி ஜைன புராணக் கதைகள் கூறும்? அந்த ராஜீமதியால் வழிகாட்டப்பட்ட ரதநேமியும் அல்லவா நற்கதியை அடைந்தார்.

ஒரே ஒரு விதையிலிருந்து ஒரு பெரிய காடே உருவாகி விடுவது போல் மனிதனின் மன இச்சையால் செயல்கள் உருவாகின்றன. செயல்களால் கர்மா, கர்மாவால் பிறப்பு, பிறப்பால் மீண்டும் செயல்கள். இப்படி சக்கரமானது தன்னைத்தானே முடிவில்லாமல் சுற்றிக்கொண்டபடியே இருக்கிறது.

இச்சை அகன்றால் செயலின் மூலக்கரு அகல்கிறது. செயல் அகன்றால் கர்மா அகல்கிறது. கர்மா அகலும்போது மறுபிறப்பின் வித்து நீக்கப்படுகிறது. இப்போது எஞ்சியிருப்பது முந்தைய கர்மாக்கள் மட்டுமே. புதிய கர்மாக்கள் உருவாகாதபடி தடுக்கும் பக்குவம் பெற்ற மனத்துக்கு பழைய கர்மாக்களை நீக்குவது ஒன்றும் கடினமான செயலல்ல. திரிரத்னாவை முழுமையாகப் பின்பற்றி மகா நிர்வாணாவில் அதனால் நிலைகொள்ள முடியும்.

19

நசிகேதனுக்கு எமன் செய்த உபதேசம்

அறிந்து கொள்ளும் பூரகமே
சரியை மார்க்கம்
அடங்குகின்ற கும்பகமே
கிரியை மார்க்கம்
பிரிந்து வரும் ரேசகமே
யோக மார்க்கம்
பிசகாமல் நின்றதுவே
ஞான மார்க்கம்
மறிந்துடலில் புகுகின்ற
பிராண வாயு
மகத்தான சிவசத்தி
அடங்கும் வீடு
சிறந்து மனத் தெளிவாகி
சேர்ந்தோன் சித்தன்
சிவசிவா அவனவனென்றுரைக்கலாமே.

— வால்மீகர்

மிதிலை நகரத்தை ஆண்ட மன்னர் ஜனகர், ராமனை மணந்த சீதையின் தந்தை, இவர்தான் ராஜரிஷி என்ற சொல் உருவாகக் காரணமாக இருந்தவர். அரண்மனையில், அரியாசனத்தில் இருந்தபடி பற்றற்று தனது கடமைகளை செய்தவர் இவர்.

இவர் ஒருநாள் மதியம் சாப்பிட்டு முடித்த பின்னர், தன்னை அறியாமல் சட்டென்று கண் அயர்ந்து விட்டார். அப்போது அவருக்கு ஒரு கனவு வந்தது. கனவில் பகையரசன் ஒருவன் அவர் மீது படையெடுத்து வருகிறான். போரில் ஜனகர் தோற்றுப்போய், நாட்டை விட்டே ஓடி விடுகிறார். காட்டில் பதுங்கியிருந்து கொண்டு, இரவு வேளையில் கந்தல் உடையுடன், அழுக்கேறிய உடலும் பரட்டைத் தலையுமாக ஏதாவது ஒரு கிராமத்தில் ரகசியமாக சென்று பிச்சையெடுத்து உண்டு உயிர் வாழ்கிறார்.

அந்த நேரத்தில் பகை வீரர்கள் அவரை சல்லடை போட்டுத் தேடுவதால், அவரால் எங்கும் தலைகாட்ட முடியவில்லை. ஒருவாரமாக கொடும்பட்டினி கிடக்கிறார். எப்படியோ ரகசியமாக யாருக்கும் தெரியாமல் ஒருநாள் ஒரு கிராமத்தின் எல்லையோரத்தில் இருந்த ஒரு வீட்டில் ஓட்டை மண்சட்டியில் பழைய சோறு வாங்கி வருகிறார். ஒரு நீர்நிலைக் கரையில் அதை வைத்துவிட்டு, குளித்து விட்டு வந்து சாப்பிடலாம் என்றெண்ணி நீரில் இறங்குகிறார்.

அப்போது திமுதிமுவென மதங்கொண்ட யானை ஒன்று ஓடி வருகிறது. அதன் கண்ணில் படாமல் இருக்க, சட்டென்று நீரில் மூழ்குகிறார் அவர். சற்று நேரம் கழித்து நீரிலிருந்து எழுந்தபோது யானை போய் விட்டிருந்தது. ஆனால் அதன் காலால் இடறப்பட்டு சோறு இருந்த மண் சட்டி சுக்கலாக நொறுங்கி சாப்பாடு மண்ணில்

மிதிபட்டுக் கூழாகி இருந்தது. யானையிடமிருந்து தப்பியதற்காக மகிழ்வதா? அல்லது உணவை இழந்ததற்காக வருந்துவதா? என்று புரியாமல் கதி கலங்கிப்போய் நிற்கிறார் ஜனகர்.

சட்டென்று கனவு கலைந்து எழுந்த ஜனகர் தமது உடம்பு உதறிக் கொண்டிருப்பதைக் கண்டார். சூழ்நிலை நினைவுக்கு வரவும் தாம் ஒரு மன்னர் என்பதையும் கண்டது கனவு என்பதையும் உணர்கிறார். அப்போது அவருள் ஒரு சந்தேகம் முளைக்கிறது. எது உண்மை? விழித்த பிறகுதானே அது கனவு என்று எனக்குத் தெரிகிறது? அதுவரை அது தத்ரூபமாக உண்மையைப் போலத்தானே இருந்தது? அதுபோல் இந்த அரச பதவி, அரண்மனை எல்லாம்கூட கனவோ? மரணத்துக்குப் பின்னர் ஒரு மிகப்பெரிய கனவிலிருந்து எழுவதுபோல் நாம் ஒருவேளை எழுவோமோ? என்றெல்லாம் நினைத்துக் குழம்புகிறார்.

அரசவைக்கு சென்ற ஜனகர், அவையோரைப் பார்த்து "அதுவா, இதுவா, எது?" என்றார். இந்தக் கேள்விக்கு எவராலும் பதிலளிக்க இயலவில்லை. அறிஞர் சபையைக் கூட்டிய ஜனகர், இதே கேள்வியை எழுப்பினார். எவருக்கும் அவருடைய கேள்விக்கான பதில் தெரியவில்லை. பின்னர் தாம் கண்ட கனவைப்பற்றி அவர்களிடம் விவரித்தார். அதற்கும் அவர்களிடமிருந்து எந்தவிதமான பதிலும் இல்லை. "இது வெறும் மனப்பிரமை" என்றனர் சிலர். "பகலில் கண்ட கனவுகளுக்கு எந்த பலனும் கிடையாது. அவை பலிப்பதில்லை" என்றனர் சிலர்.

ஒருநாள் அஷ்டாவக்கிரர் அவரது அரசவைக்கு வந்தார். அவரிடம் ஜனகர் கேட்டார். "அதுவா, இதுவா, எது?"

"அதுவே இது. இதுவே அது" என்றார் அஷ்டாவக்கிரர். மன்னருக்குள் ஒரு சிலிர்ப்பு பரவியது. எழுந்து கைகூப்பி, "பெருமானே முழுமையாக எனக்கு விளக்க வேண்டும்" என்றார்.

அப்போது மகா ஞானியான அஷ்டாவக்கிரர் கூறினார்:

"மகனே! நெடுங்காலமாகவே எல்லோரும் "உடலே நான்" என்ற உணர்வால் தளைப்பட்டுக் கிடக்கிறோம். "விழிப்புணர்வே நான்" என்னும் வாளால் அந்தத் தளையைத் துண்டித்தால்தான் முழுமையான சந்தோஷம் என்பதை உன்னால் உணர முடியும். உடலால் அனைத்தையும் உணர்ந்து, உடல் பூர்வமாகவே வாழ்ந்து, அனைவரும் உடலைச் சார்ந்தே இயங்குகின்றனர். ஒருநாள் இந்த உடல் மடிந்து போகிறது. அப்போதும் இதே நினைவில் தவிக்கும் ஆத்மா உடனடியாக வேறு உடலிடம் சரண்

புகுந்துவிடுகிறது. இதனால் எத்தனையோ பிறவிகளாக நாம் உடலே நமது மெய்யிருப்பு என்று எண்ணி உடலாகவே ஆகிவிட்டோம். உடல் இல்லாத ஒரு வாழ்வை நம்மால் கற்பனைகூடச் செய்ய இயலவில்லை. உண்மையில் இது நமது நம்பிக்கை. பல பிறவிகளாகவே இதை நாம் நம்பி வந்துவிட்டதால் அதுவாகவே நாம் மாறி விட்டோம்."

உன் எண்ணங்கள் உடலையே சுற்றிக்கொண்டு இருந்தால் உன்னால் கடைத்தேறவே இயலாது. உண்மையில் நீ வெறும் உடல் அல்ல. உடலினுள் மறைந்திருக்கும் மெய்யுணர்வே நீ. சாட்சியாக, பார்வையாளனாக உடலுக்குள் இருப்பது நீ. உனக்கு வரும் எல்லாத் துன்பங்களும் உடல் சார்ந்ததுதான்.

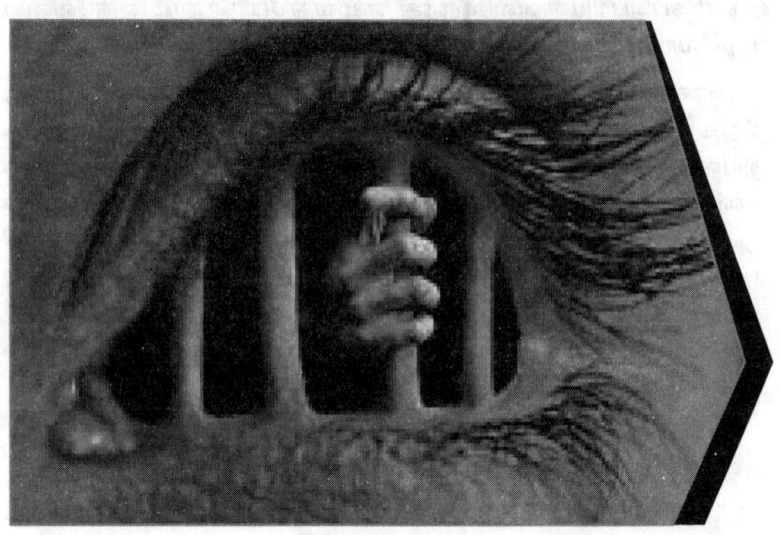

பிறப்பு, பிணி, மூப்பு, மரணம் என எல்லாம் உடலுக்கு மட்டும்தான் ஏற்படுகிறது. உடலுடன் சேர்ந்து உன்னை நீ அடையாளப்படுத்திக் கொள்வதால், உடலின் துன்பங்களையும் உன் துயரங்களாக நீ எண்ணுகிறாய்.

உடலுக்கு நோய் வந்தால் நீ நோய்வாய்ப்பட்டதாக எண்ணுகிறாய். உடல் தளர்ந்து போனால் நீ தளர்ந்துவிட்டதாக எண்ணுகிறாய். உடல் மரணத்தின் வாசலை எட்டினால், நீ சாகப் போவதாய் எண்ணித்துடிக்கிறாய். இது நமக்கு நாமே செய்துகொண்ட சுயவசியம்தான். நீ உடல் அல்ல. உடலில் இருப்பவன். இதை நீ உணர்ந்தால் போதும். மேம்பட ஆரம்பித்துவிடுவாய். இதற்காக

நீ காட்டுக்குப் போக வேண்டியதில்லை. எதையும் விடத் தேவையில்லை. "உடலே நான்" என்ற கருத்தை மட்டும் நீ விட்டு விட்டால்போதும். இந்தத் தளை துண்டிக்கப்பட்டால், மெய்யுணர்வை நோக்கிய உன் பயணம் தொடங்கிவிடும்.

அஷ்டாவக்கிரரின் உபதேசம் ஜனகரின் அகக்கண்ணைத் திறந்தது. அப்போது அஷ்டா வக்கிரர் கேட்டார்.

"மகனே! நீ கண்ட கனவில் நீ இருந்தாயா?"

"இருந்தேன்" என்றார் ஜனகர்.

"இந்த அரண்மனை, அரசவை பிரதானிகள், மனைவி மக்கள் இவர்கள் எல்லாம் இருந்தார்களா?"

"இல்லை."

"இங்கு நீ இருக்கிறாயா?"

"இருக்கிறேன்."

"கனவில் நீ கண்ட இடம் இங்கு இருக்கிறதா?"

"இல்லை."

"கனவில் நீ கண்ட எதுவும் இங்கு இல்லை. இங்கு நீ காணும் எதுவும் நீ கண்ட கனவின்போது இல்லை. ஆனால் இரண்டு இடங்களிலுமே நீ இருக்கிறாய். ஆக நீ மட்டும்தான் உண்மை என்பதை உணர்கிறாயா?"

இந்தக் கேள்விக்கு மௌனமாகத் தலையசைத்தார் ஜனகர்.

"அந்த "நீ" என்பது உன் இந்த உடல் அல்ல" என்பதை உணர்கிறாயா?"

ஜனகருக்கு இப்போது புரிந்தது. அஷ்டாவக்கிரர் கேட்டார்.

"இதுவரை நீ எந்தக் கனவையாவது முழுமையாகக் கண்டிருக்கிறாயா?"

இல்லை என்று தலையசைத்தார் ஜனகர். "எப்படி எல்லாக் கனவுகளும் பாதியிலேயே முடிகின்றனவோ, அதுபோல் எல்லா நனவும், நனவு என்று நாம் கருதும் இந்த உடல் சார்ந்த வாழ்க்கையும் பாதியில்தான் முடிவடையும். எல்லோருமே வேளை வரும்போது போட்டது போட்டபடி விட்டுவிட்டுப் பாதியில் போகிறவர்கள்தான். யாருமே திட்டமிட்டு வாழ்வைத் தொடங்கி, திட்டப்படி பணிகளை முழுமையாக முடித்து

விட்டு, நிறைவுடன் விடைபெற்றுக்கொண்டு கிளம்புகிறவர்கள் அல்ல. எப்போது நீ "நான் உடல் அல்ல" என்பதை உணர்ந்து, உண்மையாக "நீ" யார் என்பதை உணர்கிறாயோ அப்போதுதான் உன் பயணம் முழுமை பெறும்."

ஜனகருக்கு அஷ்டாவக்கிரர் செய்யும் உபதேசமும் சரி, குரு க்ஷேத்திரத்தில் அர்ஜுனனுக்கு கிருஷ்ணர் செய்யும் உபதேசமும் சரி, இரண்டின் அடிப்படையும் ஒன்றுதான். உபதேசம் செய்யப்படும் இடம்தான் வேறு. இது அரண்மனையில் அமைதியான சூழலில் ஓர் அரசனுக்குச் செய்யப்படுகிறது. அது போர்க்களத்தில் ஆயிரமாயிரம் வீரர்கள் கூடியிருக்க, ரணகளம் ஆரம்பிக்கும் முன்பு செய்யப்படுகிறது.

ஜனகருக்கு அஷ்டாவக்கிரர்

விருப்பு, வெறுப்பற்று கடமையைச் செய்வது, "எல்லாம் நீயே" என்று சகலத்தையும் விட்டுவிட்டு இறைவனை சரண் புகுவது உள்ளிட்ட கர்மயோகம், பக்தியோகம், ஞானயோகம் போன்ற வெவ்வேறு வழிமுறைகளை கீதை மூலம் உபதேசிக்கும் கிருஷ்ணர், அர்ஜுனனிடம் ஒன்றை உறுதியாகக் கூறுகிறார்.

"அர்ஜுனா! உடல் அழியக்கூடியது. ஆத்மா அழிவற்றது. ஆத்மா நீரால் நனைக்கப்படாதது. காற்றால் உலர்த்தப்படாதது. நெருப்பால் எரிக்கப்படாதது. நைந்து போன உடைகளைக் கழற்றி விட்டுப் புது உடைகளை அணிவதுபோல், ஆத்மாவானது நைந்து போன உடலை விட்டுவிட்டு புது உடல்களை எடுத்துக் கொள்கிறது.

பார்த்தா! அக்னியைப் புகையும், கண்ணாடியை அழுக்கும் சிசுவைக் கருப்பையும் சூழ்ந்திருப்பதுபோல், மாயையானது மனத்தைச் சூழ்ந்திருக்கிறது. நீயும் சரி, நானும் சரி, இதற்கு முன்பாக எத்தனையோ பிறவிகள் எடுத்துவிட்டோம். உன் மனமானது மாயையால் மூடப்பட்டுள்ளதால் உன்னால் அவற்றை அறிய முடியவில்லை."

ஆத்மாவைப் பற்றி இவ்வளவு தெள்ளத் தெளிவாக யாராவது கூறியிருக்கிறார்களா என்பது சந்தேகமே. அதனாலேயே கிருஷ்ணரின் கீதைக்குத் தனி மகத்துவம் உண்டு.

மரணத்துக்குப் பிந்தைய மனிதனின் நிலை குறித்து இந்து மதம் எண்ணற்ற கருத்தாக்கங்களைத் தன்னுள் கொண்டுள்ளது.

முதலில் பக்தி மயமான புராணங்கள் கடவுள் மனிதன் என்று குறிப்பிடுகின்றன. மனிதன் புலன்களை அடக்கி தவம் செய்வதன் மூலம் தேவ நிலையை எய்த முடியும். தீவிர பக்தியின் மூலம் இறையருளையும் பெற முடியும்.

இல்லறம், துறவறம் இரண்டுமே மனிதனுக்கு விதிக்கப்பட்ட மார்க்கங்கள்தான். இரண்டில் எதை வேண்டுமானாலும் அவன் தேர்ந்தெடுக்கலாம்.

இல்லறத்தில் இருப்பவனுக்கு உயரிய அந்தஸ்தை இந்து மதம் அளித்தது. மனிதன் பிறந்து, வளர்ந்து, முதுமையடைந்து மாண்ட பின்னர், அவனது கர்ம வினைகளுக்கேற்ப அவன் படிப்படியாக பல பிறவிகளை எய்தி, ஏதேனும் ஒரு பிறவியில் முக்தி என்னும் மோட்சத்தை அடைகிறான்.

விருப்பு, வெறுப்பற்று நல்வாழ்வு வாழ்ந்தவனாயிருந்து, மீண்டும் பூமியில் பிறக்க வேண்டியநிலை இல்லாமல் போனாலும்கூட, அவனும் பல்வேறு உலகங்களைப் படிப்படியாக அடைந்து கடைசியாக மோட்சத்தை அடைகிறான்.

மற்ற மதங்களில் சொர்க்கம் Heaven நரகம் (Hell) என்ற இரண்டைப் பற்றி மட்டுமே கூறப்பட்டுள்ளன. இந்து மதம் மட்டுமே சொர்க்கம், நரகம் இரண்டுக்கும் அப்பாற்பட்டு மோட்சம் என்ற ஒன்றைப் பற்றிக் கூறியுள்ளது.

புண்ணியம் செய்த ஆத்மாக்கள் சொர்க்கத்தை அடையும். அங்கே புண்ணியத்துக்கேற்ப குறித்த காலம் வசித்த பின்னர் அவை மீண்டும் பூமியில் பிறக்க வேண்டியதுதான். பாவம் செய்த ஆத்மாக்கள் நரகத்துக்குச் செல்லும். அங்கு அவர்களது

பாவத்துக்கு ஏற்ப நரக வாசம் முடிந்த பின்னர், மீண்டும் அவை பூமிக்குத் திரும்ப வேண்டியதுதான்.

சொர்க்க வாசம் முடிந்து பிறக்கும் ஜீவன் நல்ல இடமாகத் தேர்வு செய்து பிறக்கும். நரக வாசம் முடிந்து பிறக்கும் ஜீவன்கள் சபிக்கப்பட்டது போன்ற அவல வாழ்வில் உழலும்.

சொர்க்கம் என்பது நிலைத்த இன்பம் இருக்கும் இடம். நரகம் நீடித்த துயரங்களின் இருப்பிடம். சொர்க்கம் தேவர்களின் இருப்பிடம். அதன் அதிபதி இந்திரன். நரகம் பாவிகளின் தண்டனைக்கூடம். அதன் அதிபதி யமன்.

உண்மையில், மனிதனை நடுநடுங்க வைப்பதில் முதல் இடம் எமனுக்குரியது. பூமியில் வாழும் ஜீவன்களின் ஆயுட்காலம் முடியும்போது அவற்றின் உயிரைக் கவர்ந்து வரவேண்டியது எமனின் கடமை.

விருப்பு, வெறுப்புகளுக்கு அப்பாற்பட்டவன், இம்மிகூட நடுநிலை பிறழாதவன். அரசனாயினும் ஆண்டியாயினும் பாரபட்சமின்றி ஒரேவிதமாக உயிரை எடுப்பவன். இதனால் எமனுக்கு எமதர்மராஜன் என்ற பட்டப் பெயரே உண்டு.

சூரியனை மையமாக வைத்து இரவு, பகல், அமாவாசை, பவுர்ணமி ஆகியவற்றின் அடிப்படையில் நாள், வாரம், மாதம், வருடம் ஆகியவை வகுக்கப்பட்டன. இவற்றைக் காலம் என்கின்றனர். மனித வாழ்க்கை என்பது காலத்தோடு ஒட்டியது. அதனாலேயே ஒருவர் இறந்துவிட்டால், "அவர் காலமாகிவிட்டார்" என்கிறோம்.

காலம் என்பது மனிதனின் ஆயுள். அதை நிர்ணயிப்பவன் எமன். அதனாலேயே எமதர்மனுக்கு கால தேவன் என்றும் ஒரு பெயர் உண்டு.

எமன்பற்றியும் நிறையக்கதைகள் உண்டு. அதில் முக்கியமானவை மூன்று. ஒன்று மார்க்கண்டேயன் கதை, மற்றொன்று சத்தியவான் சாவித்திரி கதை. மூன்றாவது நசிகேதன் கதை.

இதில் சத்தியவான் சாவித்திரி கதையில், மனத்தின் தூய அன்பின் பலத்தால் அவர்கள் மரணத்தை வென்றதாகக் கதை கூறப்படுகிறது.

மன்னன் அசுவபதியின் மகள் சாவித்ரி. அழகும் நற்குணங்களும் நிரம்பிய அவள், தான் விரும்பிய ராஜகுமாரனை

மணந்து கொள்ளலாம் என்று அசுவபதி கூறிவிட்டார். அதனைத் தொடர்ந்து, தன் தோழியருடன் தங்க ,ரதத்தில் நாடு, நாடாக செல்கிறாள் அவள். எந்த அரசகுமாரனும் அவள் மனத்தை ஈர்க்கவில்லை. கடைசியாக வனப்பகுதியில் இருந்த ஒரு குடிலை அடைகிறாள். அங்கு நாடிழந்த, பார்வையற்ற, வயோதிக மன்னன் தியுமத்சேனனுக்குப் பணிவிடை செய்து வாழும் சத்தியவானைச் சந்திக்கிறாள்.

சாவித்திரியின் மனம் சத்தியவானை விரும்புகிறது. அவள் தந்தை, சத்தியவானின் பெற்றோர் எனப் பலரும் முயன்றும் அவளது மனத்தை மாற்ற முடியவில்லை. அறிஞர்களோ, "நட்சத்திரங்கள் கூறும் பலன்களின்படி சத்தியவானின் ஆயுள் இன்னும் ஒரு வருடம்தான்" என்கின்றனர்.

கடைசியில் வேறுவழியின்றி அவளை சத்தியவானுக்கே மணம் செய்து வைக்கின்றனர். அவனுடன் மகிழ்ச்சியாக காட்டுக்குச் சென்று வசிக்கிறாள் சாவித்திரி.

சாவித்திரி சத்தியவான்

இறுதியாக அவனது மரணநாள் நெருங்குகிறது. தனது தூய்மையான அன்பின் மூலம் அதை உணர்ந்த சாவித்திரி, தானும் அன்று அவனுடன் சேர்ந்து காட்டில் வேர்களையும், மூலிகைகளையும் சேகரிக்கச் செல்கிறாள். உச்சி வேளையில் சோர்ந்துபோய் ஒரு மரத்தடியில் படுக்கிறான் சத்தியவான்.

சாவித்திரியின் மனம் மரண தூதன் வரவை எதிர்நோக்கி உன்னிப்பாகக்கவனித்தபடிகாத்திருக்கிறது.அவளதுபிரார்த்தனைகள் அவர்களை நெருப்பு வளையமாகச் சூழ்ந்திருக்கின்றன. எனவே சத்தியவானின் உயிரைப் பறிக்க எமனே நேரடியாக அங்கு வரவேண்டியதாகி விட்டது.

சாவித்திரியைப் பொருட்படுத்தாத எமன், தனது பாசக்கயிற்றை வீசுகிறான். அது சத்தியவானின் உடலில் ஒரு சிறிய சாவி வடிவில் சுண்டு விரல் பருமனே உள்ள ஒளி ரூபமான உயிரைக் கவர்ந்து கொண்டு வருகிறது. அந்தப் புகை வடிவ சூட்சும உடலைத் தன் தோள் மீது போட்டுக் கொண்டு தன் எருமை வாகனத்தில் எமன் புறப்படுகிறான்.

மகா பதிவிரதையான சாவித்திரியின் கண்களுக்கு எமனும், அவனால் கவரப்பட்ட கணவனின் உடலும் நன்றாகத் தெரிகிறது. அதைப் பார்த்து அவள் கலங்கவில்லை. தானும் கூப்பிய கரங்களுடன் எமனைப் பின் தொடர்கிறாள். கரடு முரடான பாதையில் விடாமல் நெடுந்தூரம் அவள் தொடர்ந்து வரவும் எமன் திரும்பி அவளிடம், “மகளே! எல்லோருக்கும் ஏற்படும் முடிவுதான் உன் கணவனுக்கும் ஏற்பட்டுள்ளது. எனவே என்னைப் பின் தொடர்வதை நிறுத்து” என்கிறான்.

சாவித்திரியைப் பொருத்தவரையில் உயிர் வாழ்தல், மரணம் இரண்டைப் பற்றியும் அவளுக்குக் கவலையில்லை. தன் கணவன் எங்கு இருப்பாரோ அங்கே தானும் இருக்க வேண்டும். அது ஒன்றுதான் அவளது ஒரே நோக்கம். முதலும் முடிவுமற்ற இயற்கை, கணவனிடமிருந்து மனைவியை பிரிக்காது என்று அவள் நம்பினாள். தன்னுடன் கணவன் இருக்க முடியவில்லை என்றால் கணவன் இருக்குமிடத்துக்குத் தானும் செல்வதுதான் சரி என்று அவள் எண்ணினாள்.

வேறு வழியன்றி எமன் சாவித்ரியிடம், “உன் கணவனுக்கு நரக வாசம் கிடைத்தால் என்ன செய்வாய்?” என்கிறார். தானும் நரகத்தில் வசிக்கத் தயாராக இருப்பதாக உறுதியாகத் தெரிவிக்கிறாள் சாவித்ரி.

எமன் கடைசியாக சாவித்ரியிடம், அவள் கேட்கும் வரத்தைத் தருவதாகவும் அதற்குப் பிறகு அவள் தன்னைப் பின் தொடரக்கூடாது என்றும் சத்தியம் செய்து தருமாறு கேட்கிறார்.

அதற்கு சம்மதித்த சாவித்திரி, "எனது மாமனாரின் வம்சம் முடிந்து விடக்கூடாது. அவரது ராஜ்யம் அவரது மகனின் புதல்வர்களுக்கே செல்ல வேண்டும்" என்கிறாள்.

எமனும் யோசியாமல் அப்படியே வரம் தருவதாக சத்தியம் செய்துவிட்டார். ஆனால் சாவித்ரிக்கு அப்போது குழந்தைகள் கிடையாது. கணவன் இன்றி எப்படி அவளுக்குக் குழந்தை பிறக்கும்? தர்மராஜன் தன் சத்தியத்தை மீறினால் அதைவிட அவமானம் இருக்க முடியுமா? அதனால் வேறு வழியின்றி சத்தியவானின் உயிரை விடுவிக்கிறார்.

எங்கு உண்மையான அன்பு உள்ளதோ அங்கு முடிவற்ற வாழ்க்கை உள்ளது. உண்மையான அன்பு இயற்கை விதிகளையும் மாற்றும். இயற்கை என்பதே மாறாத அன்புதான். "மாபெரும் அன்பு" என்ற இயற்கை படைத்த விதிகளை, மகத்தான அன்பு நிரம்பிய மனம் மாற்றவும் செய்யும். வளைக்கவும் செய்யும்.

இந்து மதத்தில் செய்யப்படும் புனிதமான பிரார்த்தனை "சாவிட்டூர்" எனப்படும். இதிலிருந்து வந்ததுதான் "சாவித்திரி" என்ற பெயர். இதனாலேயே அரவிந்தர் போன்றவர்கள் சாவித்ரி என்பது மெய்யான அன்பின் உருவகமாகக் கூறப்பட்டது என்று கருதுகின்றனர்.

எமனுக்கும் சாவித்ரிக்குமிடையே நடந்த விவாதம் என்பது தூய்மையான அன்பின் சக்திக்கும் காலகாலமாக இருந்த இயற்கை நியதிக்குமான போராட்டம் என்றால், மார்க்கண்டேயன் கதை தூய பக்திக்கு உதாரணம் எனலாம். இயற்கையின் விதியையே ஆழ்ந்த நம்பிக்கையானது வென்று விடும்.

மார்க்கண்டேயனைப் பொறுத்தவரை அவனுக்கு 16 வயது வரைதான் வாழ்வு என்று விதிக்கப்பட்டிருக்கிறது. சிவபெருமான் மீது ஆழ்ந்த நம்பிக்கை கொண்ட அவன், தன் இறுதி நாளில் சிவனை நினைத்து முழு மனத்துடன் பூஜிக்கிறான். தன்னை மறந்து மனம் ஒன்றிய நிலையிலிருந்த அவனுக்கு எமனின் வருகை கண்ணுக்குத் தெரியவும், சிவலிங்கத்தை இறுகப் பற்றிக்கொள்கிறான். அந்த நிலையில் எமன் வீசிய பாசக்கயிறு லிங்கத்தின் மீது விழ, எமன் கயிற்றை இழுத்ததில் சிவலிங்கமும்

சேர்ந்து இழுபடுகிறது. மறுகணம் லிங்கத்திலிருந்து வெளிப்பட்ட சிவன், இடது காலால் எமனை மார்பில் உதைக்கவும், எமன் சுருண்டு விழுகிறான்.

மார்க்கண்டேயனின் பக்தியை மெச்சிய சிவன், அவனை என்றும் பதினாறு வயதாகவே இருக்குமாறு அருள் புரிகிறார். அதன்படியே மார்க்கண்டேயன் சிரஞ்சீவித்தன்மை எய்துகிறான்.

மேலுக்கு சிவனின் பெருமையைக் கூறுவதாகத் தோன்றும் இந்தக் கதை உள்ளூர ஆழ்ந்த பொருள் கொண்டது.

ஒருவனுடைய ஆழ்ந்த நம்பிக்கை இயற்கையின் நியதியை மாற்றும். சலனம் என்பதே வாழ்வு, சலனம் ஒடுங்குவதே மரணம். உயிர் இருக்கும்போதே மனமானது பரம்பொருளிடம் ஒன்றி ஒடுங்கிவிட்டால் மரணம் என்ற ஒடுங்குதல் தேவைப்படாது.

பிறப்பு, இளமை, முதுமை, மரணம் யாவும் தொடர் சலனங்கள். காலம் என்பதே செயல்களின் விளைவுதான். ஒரு செயலுக்கும்

மற்றொரு செயலுக்கும் இடையே உள்ள இடைவெளிதான் காலம் என்பது. சலனம் ஒடுங்கிய இடத்தில் காலம் இருக்காது. காலம் இல்லையேல் முதுமையும் இல்லை. மரணமும் இல்லை. அதனால்தான் மார்க்கண்டேயன் என்றும் பதினாறு வயதுடையவனாகவே விளங்கினான் என்கிறது புராணம்.

மற்றொரு முக்கியமான கதை நசிகேதனின் கதை. இதில் எமனிடமிருந்து உயிரை மீட்பது பற்றி கதை சொல்லப்படவில்லை. எமனிடமே ஒரு மானிடன் நேருக்குநேர் விவாதம் செய்கிறான்.

கடோபநிடத்தில் வரும் கதை இது.

வாஜசிரவஸ் என்பவரின் மகன் நசிகேதன். வேதங்களை ஓதியும் மனசஞ்சலங்கள் அடங்காதவர் வாஜசிரவஸ். மேலான உலகங்களை அடைய வேண்டும் என்ற பேராசையில் வாஜசிரவஸ் ஒரு யாகம் செய்கிறார். அதில் அவர் தமக்குச் சொந்தமான எல்லாவற்றையும் தானம் செய்ய முன் வருகிறார். ஆனால் அர்ப்பணம் செய்வது என்ற எண்ணம் அவரிடம் உள்ளார்ந்து இல்லை. தனது சிறந்த பசுக்களைப் பிரிய மனம் இல்லாமல், பால் மரத்துப்போன, வயதான, நோய்வாய்ப்பட்ட பசுக்களையே அவர் தானமாக அளிக்கிறார். இலவசமாக அளிப்பது என்பதால் யாரும் அதுபற்றி எதுவும் கூறவில்லை.

சிறுவனான நசிகேதன் இது கண்டு மிகவும் வருந்தினான். அர்ப்பணமானது முழுமனதுடன் நிகழும்போதுதான் தியாக அக்னி சுடர்விடும். இங்கே மனத்தில் அர்ப்பணித்தல் என்பதுடன் கள்ளத்தனமும், இழக்க மனமில்லாத சபலமும் ஒளிந்துகொண்டிருக்கிறது.

ஒவ்வொரு முறையும், "இதோ எனக்குச் சொந்தமான இதை தத்தம் செய்கிறேன்" என்று வாஜசிரவஸ் கூறிக்கொண்டே வந்தபோது, இடை புகுந்த நசிகேதன், "தந்தையே! என்னை யாருக்குத் தாரை வார்த்துக் கொடுப்பீர்கள்?" என்று கேட்டான்.

நசிகேதனின் வார்த்தையில் அடங்கியிருந்த உள்ளார்ந்த சுட்டிக்காட்டுதலை உணர்ந்த வாஜசிரவஸ் மௌனமாயிருந்தான். ஆனாலும் அவன் குணம் மாறவில்லை. இரண்டாம் முறையாக நசிகேதன் கேட்டபோது கோபமடைந்த அவன், "உன்னை எமனுக்குத் தத்தம் செய்தேன்" என்றான்.

கோபத்தில் சொல்லப்பட்ட வார்த்தைகள்தான் அவை. ஆனால் கேட்டவனோ வேதம் ஓதிய சிறுவன். கேட்கப்பட்டதோ மூன்று

முறை. கேட்ட இடமோ யாக அக்னியின் முன்பாக. எனவே சத்தியத்தை நிறைவேற்ற வேண்டியதாகிவிட்டது.

நசிகேதனின் இதயம் பிரம்மத்தில் லயித்த நிர்மலமான இதயமாக இருந்தது. அது ஜனனம், மரணம் இரண்டையும் பற்றிக் கவலைப்படாதது. மரண தேவன் விரட்டும்போதும் ஓடி ஒளியத் துடிக்கும் ஆன்மாக்களின் நடுவே அவன் மனம், தன் தந்தையால் யமனுக்கு தான் அர்ப்பணம் செய்யப்பட்டவன் என்ற நினைவைக் கொண்டிருந்தது. எனவே, அவன் தன்னை தத்தம் கொடுத்துள்ள இடமான யம லோகத்துக்குச் செல்வதற்காக எமனைத் தேடிக் கிளம்பினான்.

நசிகேதன்

இறந்தவர்களின் அரசரான "யமா வைவஸ்வதா"வின் இருப்பிடத்துக்கு நசிகேதன் சென்றபோது அங்கு அவனை வரவேற்க யாரும் இல்லை. (காரணம் அவனுடைய ஆயுள் அப்போது முடிந்திருக்கவில்லை.) மூன்று இரவுகள் அவன் அங்கு காத்திருந்தான். பின்னர் திரும்பிய எமதர்மன் வேதங்களை ஓதிய ஒரு பிரம்மச்சாரி அதிதி (விருந்தினர்) உபசரிப்பு செய்யப்படாமல், மூன்று இரவுகள் காக்க வைக்கப்பட்டது அறிந்து வருந்துகிறான். பாவ, புண்ணிய செயல்கள் அளவில் சிறிதாயினும், பின்னர் பெரிய அளவில் பலன் தரக்கூடியவை. எனவே, அறியாமல் நேர்ந்த பிழைக்குப் பரிகாரமாக அவன் அங்கு காக்க வைக்கப்பட்ட 3 இரவுகளுக்காக 3 வரங்களை அவனுக்கு அளிக்க எமன் முன் வருகிறான்.

நசிகேதன், தான் மீண்டும் பூமிக்குத் திரும்பிச் செல்கையில், தன் தந்தை மீண்டும் தன்னை அன்புடன் ஏற்க வேண்டும் என்று முதல் வரத்தைக் கேட்கிறான். பெற்றோர் மீதான அவனது விசுவாசம், பெருந்தன்மை, அன்பு ஆகியவற்றால் மகிழ்ந்த எமன், அந்த வரத்தை அவனுக்கு அளிக்கிறான்.

இரண்டாவதாக, நசிகேதன் உயிருள்ள ஒருவரை சொர்க்கத்துக்கு அழைத்துச் செல்லும் தியாகத்தின் இயற்கை பற்றி கேட்கிறான். எமனும் படைப்பின் தொடக்கமான "மூலக்கனல்" பற்றிக் கூறுகிறான். ஒவ்வொருவரின் ஜீவனிலும் அடங்கியுள்ள ஆதாரக்கனல் பற்றிக் கூறியதுடன், யாக அக்னியை எப்படி உற்பத்தி செய்வது என்றும் விளக்குகிறான்.

எமன் போதித்தவற்றை ஊக்கத்துடன் கற்று, மிகுந்த கவனத்துடன் மனப்பாடம் செய்து, அதைத் திரும்பக் கூறுகிறான் நசிகேதன். அதைப் பார்த்து மனம் மகிழ்ந்த எமன், அக்னி யாகத்துக்கு அவனுடைய பெயரையே சூட்டி, "யார் மூன்று நெருப்புகளையும் (நேசிகேதாக்னி) ஏற்றி, மூன்றுடனும் ஒன்று சேர்கிறார்களோ அவர்கள், பிறப்பு இறப்பு சக்கரத்தில் இருந்து விடுபட்டு, அவற்றிலிருந்து அப்பால் சென்று சுவர்க்கத்தில் இன்புற்றிருப்பார்கள்" என்றான்.

உடனே தனது மூன்றாவது கேள்வியை நசிகேதன் கேட்கிறான்.

"பூமியில் ஒருவன் மரணமடையும்போது அத்துடன் அவன் வாழ்வு முடிந்து விட்டதாகக் கூறுகிறார்கள். சிலர் மரணத்துடன் எதுவும் முடிவடையவில்லை என்கின்றனர். மரணம் என்பது என்ன? அது எப்படி நேரிடுகிறது? அதன் பின் அவன் என்னவாகிறான்?"

நசிகேதனின் இந்தக் கேள்வியால் எமன் திகைக்கிறார். மரணத்தின் மர்மம் பற்றிய திறவுகோல் அவரிடம் மட்டுமே உள்ளது. (பழங்காலத்திலேயே தெய்வங்கள் மரணம் பற்றி விவாதித்துள்ளன). ஆனால் எமன் எவரிடமும் இதுபற்றிக் கூறக்கூடாது என்று ஒரு கட்டுப்பாடு இருக்கிறது. அதற்கான காரணங்களை நசிகேதனிடம் விளக்கிய எமன், "இந்த ஒரு கேள்வியை மட்டும் விட்டுவிட்டு வேறு எது வேண்டுமானாலும் கேள். நீண்ட ஆயுள், சக்கரவர்த்தி பட்டம், முடிவற்ற போகங்கள், குன்றாத இளமை என்று எதை வேண்டுமானாலும் கேள். தருகிறேன்" என்றார்.

“செல்வங்கள் எந்த மனிதனுக்கும் நிலையான இன்பத்தைத் தராது. வாழ்க்கை நிலையற்றது என்று உணர்ந்த பின்னர் நீண்ட ஆயுள் என்பதற்கு என்ன பொருள் இருக்க முடியும்? நீண்ட ஆயுள் என்பது மரணத்தைக் கொஞ்ச காலத்துக்குத் தள்ளிப்போடுவதுதானே! மெல்ல அழியும் மனிதன், அந்த அழிவிலிருந்து விடுதலை பெற்று, இறவாநிலை பெற்றவர்களைப் பற்றித் தெளிவாக அறிந்து கொண்டபின் அழகு, அரசு போன்றவற்றால் கிடைக்கும் இன்பங்களை எப்படி விரும்ப முடியும்? அனைவரையும் அச்சுறுத்தும் மரணத்துக்குள் என்னதான் இருக்கிறது? எங்களிடமிருந்து மறைக்கப்பட்ட அந்த ரகசியத்தைச் சொல்லுங்கள். வேறு எதுவும் எனக்கு வேண்டாம்.”

நசிகேதனின் உறுதியை அறிந்து பாராட்டிய எமன், மரணத்தின் சூட்சுமத்தை அவனுக்கு விளக்குகிறார்.

“கூர்மையான அறிவுடைய ஒருவர் பிறப்பதும் இல்லை. அவர் இறப்பதும் இல்லை. அவர் பிறக்காமல், எனினும் அழிவற்று, நிலையாக, படைப்பின் தொடக்கத்தில் உள்ளவராக இருக்கிறார்.”

இங்கு எமன் நசிகேதனுக்கு நீண்ட விளக்கம் அளிக்கிறார். இதற்கு முன்னாள் குடியரசுத் தலைவர் டாக்டர் எஸ்.ராதா கிருஷ்ணன் முதல் பலரும் பல விளக்கங்கள் அளித்துள்ளனர். ஒருவகையில் “அத்வைதம்” என்று ஆதிசங்கரர் கூறும் இரண்டற்ற நிலை. பிரம்மம் என்று வேதங்கள் கூறும் நிலை, வெறுமை என்று

சித்தர்களும், நிர்வாணா என்று பௌத்த, ஜைன மதங்களும் கூறும் நிலை இதுதான் என்றும் கருத இடமுண்டு.

ஏனெனில், எமன் அவரது சொந்த வார்த்தைகளில் கூறும்போது, "சத்தமில்லாததும் தொட முடியாததும் வடிவில்லாததும் அழிவில்லாததும், அதேபோன்று ருசியில்லாததும் நிலையானதும் வாசனையற்றதும்..." என்று விவரித்துக் கொண்டே போகிறார்.

"அதற்கு ஆரம்பம் இல்லை. முடிவும் இல்லை. அதை அறிவது வாழ்க்கையின் உண்மையை அறிவதாகும். ஆனால் அதை அறிவது எளிய வேலை அல்ல. அதன் வழி கத்திமுனை போன்று கூர்மையானது. பயணம் செய்யக் கடினமானது. கட்டுக்கடங்காத காட்டுக் குதிரைகளாகத் திரியும் உணர்ச்சிகளைக் கட்டுப்படுத்தி மனத்தை ஒருமுகப்படுத்தி அறிவுக் கூர்மையை நாட வேண்டும். மனத்தைக் கடிவாளமாகவும், உடலை ரதமாகவும், அறிவை சாரதியாகவும் உபயோகிப்பவர், பாதையின் முடிவாகிய "இயல் கடந்த பேருண்மை"யை இறுதியில் அடைகிறார்."

எமன் தான் உபயோகிக்கும் "இயல் கடந்த பேருண்மை" என்ற சொற்றொடரைப் பற்றி அவரே நசிகேதனிடம் விளக்குகிறார்.

"மனிதன் உணர்வுகளைப்பற்றி நன்கு புரிந்துகொண்ட பின், அவற்றைவிட உயர்ந்த நிலையில் பொருட்கள் உள்ளன என்பதைப் புரிந்து கொள்கிறான். அதனினும் உயர்நிலையில் மனம் உள்ளது. அதைவிட உயர்நிலையில் அறிவுத்திறன் உள்ளது. அதைவிட உயர் நிலையில் தனித்தன்மை உள்ளது. இதைவிட உயர் நிலையில் அறிகுறி இல்லாதது உள்ளது. அதனினும் உயர்ந்த நிலையில் "புருஷா" உள்ளது. (இங்கு புருஷா என்பதை "புருன்" என்றும் தனி நபர் என்றும் பலவிதமாகக் கூறுகின்றனர்.) புருஷாவை விட உயர்நிலையில் ஏதும் இல்லை. புரிந்து கொள்வதற்கான தேடுதல் பயணம் அங்கு முடிவடைந்துவிடுகிறது. அதன் பின் ஏதும் இல்லை" என்பதையும் புரிந்து கொள்கிறான்.

அந்த "புருஷா"தான் வாழ்க்கையின் எல்லாவற்றிலும் உள்ள அதி ரகசியத் தனித்தன்மையாகும். "அது" அல்லது "அவர்" இந்தப் பிரபஞ்சம் முழுவதும் ஊடுருவியுள்ளார். ஒவ்வொரு வடிவத்திலும் அது இணைந்திருந்தது. அதேநேரம், எதனாலும் கறைபடாமலும் களங்கப்படாமலும் அது அல்லது அவர் இருந்தார்.

எமன் திரும்பத் திரும்பக் கூறுகிறார். நசிகேதனிடம், "நீ நாடுவது இதைத்தான்" என்று.

அறிவு என்பது மெய்ம்மையை உணரும் மெய்யறிவே. இத்தகைய நாட்டம் இருந்தால் அன்றி மற்றவர்களால் இதை உணர முடியாது. அவர்கள் ஆசையைப் பின் தொடர்ந்து, புலன் இன்பங்களிலும், போக நுகர்ச்சிகளிலும் சிக்கி தொடர் பிறவிச் சக்கரங்களில் சிக்குகின்றனர்.

மெய்யறிவியலில் நாட்டமுடையோர் மரணம் என்பது முடிவல்ல என்றுணர்ந்து அழிவற்ற "புருஷா" அதாவது மெய்ப்பொருளை உணர்ந்து கொள்வதே வாழ்க்கையின் இலக்கு என்றறிந்து, நிரந்தரமான, உண்மையான முடிவான விடுதலையை நாடினார்கள். மனிதன் தன்னைப் பிணைத்துள்ள உணர்ச்சிகளை விட்டு விலகிய பின்பே அழிவற்ற வாழ்க்கையை அடைகிறான்.

"புருஷா", "பரம்பொருள்", "பிரம்மம்" என பல்வேறு பெயர்களால் குறிக்கப்படும் இந்த அனாதியான, காலங்களுக்கு அப்பாற்பட்டதைக் குறிப்பிடும்போது வேதங்களும் திணறுகின்றன. உபநிடதம் அதை விளக்க முற்படும்போது கூறுகிறது.

"அது உள்ளே இருக்கிறது; அது வெளியேயும் இருக்கிறது.

அது அருகில் இருக்கிறது; அது தொலைவிலும் இருக்கிறது.

அது எல்லாவற்றிலும் இருக்கிறது; அது எதிலும் இல்லை.

அது எல்லாவற்றையும் விடப் பெரியது; அது எல்லாவற்றிலும் மிகச் சிறியது."

ஏறக்குறைய எல்லா மதங்களின் இலக்கும் மையக் கருத்தும் இதுவே.

பைபிள், குர்ஆன் போன்றவையும் கடவுள் (கர்த்தர், அல்லா) எங்கும் இருப்பவர், எல்லாம் அறிந்தவர், என்றும் இருப்பவர் என்று கூறுகின்றன.

மகான்களும் ஆழ்வார்களும் நாயன்மார்களும்கூட பல பாடல்களில் இதே கருத்துக்களைக் கூறுகின்றனர்.

"ஆணல்லன், பெண்ணல்லன், அலியுமல்லன்" என்கின்றனர் ஆழ்வார்கள்.

"பெண்ணாகி, ஆணாய், அலியாய், பிறங்கொளிசேர் விண்ணாகி, மண்ணாகி, இத்தனையும் வேறாகி..." என்கிறார் மாணிக்க வாசகர்.

"வானாகி, மண்ணாகி, வளியாகி, ஒளியாகி, ஊனாகி, உயிராகி, உண்மையுமாய், இன்மையுமாய், கோனாகி, யான் எனது

என்று அவரவரைக் கூத்தாட்டுவானாகி நின்றாயை என் சொல்லி வாழ்த்துவனே!" என்றும் திருவாசகப் பாடல் புகழ்கிறது.

"உருவாய், அருவாய், உளதாய், இலதாய்

மருவாய், மலராய், மணியாய், ஒளியாய்

கருவாய், உயிராய், கதியாய், விதியாய்..."

என்று பாடுகிறார் அருணகிரிநாதர்.

நசிகேதனுக்கு எமன் செய்யும் உபதேசத்தில் கூறப்படும் "அழியாப் பேருண்மை"யை அடைய இரண்டு நடவடிக்கைகள் முக்கியமானவை. அதற்கு நம் மனத்தில் என்ன? எப்படி?" என்ற இரு கேள்விகள் எழ வேண்டும் என்கின்றனர்.

"அழிவற்ற மெய்ப்பொருள்" என்பது என்ன? என்ற கேள்வி மனத்தில் எழ வேண்டும். அப்போது மற்றவற்றின் மீதான நாட்டம் குறைந்து, அதன் மீதான நாட்டம் அதிகரிக்கும். மனம் தானாக அதன்மீது குவிய ஆரம்பித்தபின், "அதை அடைவது எப்படி?" என்ற கேள்வி எழ வேண்டும். அப்போதுதான் மனம் அதற்கான வழியைத் தேட ஆரம்பிக்கும். அதற்கென தனி வழியைத் தேடுவதைவிட மற்ற வழிகளையெல்லாம் ஒவ்வொன்றாகக் கை விட்டால், இறுதியில் அதற்கான வழி தானே திறந்துகொள்ளும்.

மரணத்தின் தலைவனான எமன் மரணத்துக்கு அடுத்து என்ன நடக்கிறது என்பது பற்றி நசிகேதனுக்கு உபதேசித்ததுபோல் வேறு சிலர் இதுபற்றி செய்த உபதேசங்களும் உள்ளன. அவற்றுள் குறிப்பிடத் தக்கவை வசிஷ்டர், உத்தாலகர் ஆகியோரின் உபதேசங்களாகும். அவற்றைப்பற்றி அடுத்த அத்தியாயத்தில் காண்போம்

20

ராஜயோகத்தின் எட்டுப் படிகள்

ஒளிபடரும் குண்டலினியை
உன்னி உணர்வால் எழுப்பி
சுழி முனையில் தாழ் திறந்து
தூண்டுவது எக்காலம்?
இடை, பிங்கலை நடுவே
இயங்கும் சுழிமுனையில்
நடையறவே நின்று சலிப்
பறுப்பது எக்காலம்?
மூல நெருப்பை விட்டு
முட்டி நிலா மண்டலத்தில்
பாலை இறக்கியுண்டு
பசியொழிவதெக்காலம்?

– பத்ரகிரியார் புலம்பல்

இந்து மத வேதங்களில் குறிப்பிடப்படும் வாக்கியங்களில் புகழ்பெற்றவை பல உண்டு. அவற்றுள் முக்கியமானவை "அஹம் ப்ரும்மாஸ்மி" என்பதும் "தத்வமஸி" என்பதும் ஆகும்.

புகழ்பெற்ற முனிவர்களுள் ஒருவர், உத்தாலக ஆருணி. அவரது மகன் சுவேதகேது. அந்தக்கால வழக்கப்படி சுவேதகேதுவை உத்தாலகர் குருகுலத்துக்கு அனுப்பி வைத்தார். கல்வி பயின்று திரும்பிய சுவேதகேது நடந்து வந்த முறையிலேயே அவனிடம் கல்வியின் செருக்கு மிகுந்திருப்பதை உத்தாலகர் உணர்ந்தார்.

"மகனே! குருகுலத்தில் என்ன கற்றுக் கொண்டாய்?"

"எல்லாம் கற்றுக் கொண்டேன். வேதம், உபநிடதம், மீமாம்ஸை, வியாகரணம், தர்க்க சாஸ்திரம்..." சுவேதகேது அடுக்கிக் கொண்டே போனான்.

"எது எல்லாவற்றிலும் இருக்கிறதோ, எது எல்லாவற்றுக்கும் அப்பாற்பட்டதோ, எதைத் தெரிந்து கொண்டால் வேறு எதையுமே தெரிந்து கொள்ள வேண்டியதில்லையோ அதைத் தெரிந்து கொண்டாயா?"

"அப்படி ஒன்று உண்டா என்ன?" வியந்தான் சுவேதகேது.

"உன் குருகுல வாசம் இன்னும் முடியவில்லை" என்று கூறி அவனை மீண்டும் குருவிடமே அனுப்பி விட்டார் உத்தாலகர்.

சிறிது காலம் கழித்து திரும்ப வந்தான் சுவேதகேது. இம்முறை அவனிடம் கர்வம் இல்லை. ஆனால் குழப்பம் இருந்தது.

முன்பு அவனிடம் மற்ற மாணவர்களைவிட தான் மிகவும் கெட்டிக்காரன் என்ற பெருமை இருந்தது. அது வெறும் மனப்பாடம்

செய்து ஒப்புவிக்கும் திறமை மட்டுமே என்பதை அப்போது அவன் உணர்ந்திருக்கவில்லை. அந்த நேரத்தில் படிப்பு அவன் உள்ளத்தில் தோயவில்லை. ஆனால் இம்முறை புலன்களுக்கு அப்பாலும் ஏதோ இருக்கிறது என்பதை மட்டும் அவனால் உணர முடிந்தது. ஆனால் அது குறித்த தெளிவு ஏற்படவில்லை.

அறிந்து கொள்ளும் மாணவ நிலைக்கு அவன் மனம் வந்து விட்டதை உணர்ந்த உத்தாலகர் அவனுக்குத் தாமே பாடம் போதிக்க இறங்கினார்.

ஒரு பிடி உப்பை எடுத்து வருமாறு கூறிய அவர், அதை அங்குள்ள பாத்திரத்தில் போட்டு அதில் நீர் ஊற்றினார். உப்பு கரைந்த பின், நீரின் மேற்புறத்திலிருந்து ஒரு துளியை எடுத்து நாக்கில் வைத்துப் பார்க்குமாறு கூறினார். "உப்பு கரிக்கிறது" என்றான் சுவேதகேது. பாத்திரத்தின் நடுவிலிருந்தும், அடியிலிருந்தும் அதே மாதிரி எடுத்து சோதிக்கும்படி கூறினார்.

"எல்லா இடத்திலும் நீர் உப்பு கரிக்கிறது."

"சரி. அந்த உப்பு எங்கே?"

"அது நீரில் கரைந்து விட்டது."

"இப்போது அது நீரில் எந்த இடத்தில் இருக்கிறது? மேற்புறத்திலா? நடுவிலா? கீழ்ப்புறத்திலா? ஓரமாகவா?"

"எல்லா இடங்களிலும் பரவி இருக்கிறது."

"அது உன் கண்ணுக்குத் தெரிகிறதா?"

"தெரியவில்லை."

"அது புலப்பட என்ன செய்ய வேண்டும்?"

"இந்த நீர் ஆவியாக வேண்டும்."

"அதேபோல்தான் இறைவன் "அந்தர்யாமி" யாய் எங்கும் நிறைந்திருக்கிறார். எல்லா இடங்களிலும் நீரில் கரைந்த உப்பாக அவர் இருக்கிறார். உப்பு நீரில் கரைந்த பின் கண்ணுக்குத் தென்படாது. ஆனால் அதன் சுவையை நம்மால் அறிய முடியும். அதுபோல் இறைவன் புலன்களுக்குப் புலப்படாவிடினும், அவரது இருப்பை நாம் உணர முடியும். நீரானது ஆவியாகி மறைந்தால் உப்பு புலப்படுவதுபோல் எல்லா உலகங்களும் பிரளயத்தில் அழிந்த பின் அவர் வெளிப்படுவார்."

பிரமித்து நின்ற சுவேதகேதுவிடம், "அங்கிருக்கும் அத்திமரத்தின் ஒரு பழத்தைக் கொண்டுவா" என்றார் உத்தாலகர்.

"இதோ கொண்டு வந்து விட்டேன் குருவே."
"அதைப் பிரி."
"பிரித்து விட்டேன் குருவே."
"அங்கு உனக்கு என்ன தெரிகிறது?"
"சின்னஞ்சிறு விதைகள் குருவே."
"அதில் ஒன்றை எடுத்துப் பிளந்து பார்."
"பிளந்து விட்டேன் குருவே."
"உள்ளே என்ன இருக்கிறது?"
"ஒன்றுமில்லை குருவே."

"ஓ சுவேத கேது! உள்ளே ஒன்றுமேயில்லை என்று நீ சொல்கிற அந்த சின்னஞ்சிறு விதையிலிருந்துதான் இவ்வளவு பிரம்மாண்டமான மரம் உண்டாகிறது. அந்த மரத்தின் மிக நுணுக்கமான சாரம் இந்தக் கடுகினும் சிறிய விதையினுள் பொதிந்திருக்கிறது. எது மிக நுணுக்கமான சாரமாக உள்ளதோ அதை இந்த முழுமையான பிரபஞ்சம், தன் அகநிலையாகப் பெற்றிருக்கிறது."

இவ்வாறு தொடங்கி எல்லையற்ற பரம்பொருளைப் பற்றி விளக்கி, ஞானத்தைப் போதிக்கிறார். வெளியே பிரம்மாண்டமாக விரிந்து கொண்டே செல்லும் அதை உள்ளுக்குள்ளே காண முற்பட்டால் புள்ளிக்குள் புள்ளியாக அது குறுகிக்கொண்டே சென்று, கடைசியில் ஒரு நிலையில் காண்பது, காணப்படுவது எல்லாமே

காணாமல் போகும். இதையே பிரம்மத்தை உணரும் ஞானம் அல்லது தன்னுள் தான் மூழ்கித் தன்னை அறிதல் என்கின்றனர்.

சாந்தோக்கிய உபநிடதத்தில் வரும் இந்த உரையாடல் மிகவும் பிரசித்தி பெற்றது. இங்கு சுவேதகேது கொண்டு வந்தது அத்தி இல்லை என்று சிலர் கூறுகின்றனர். ஆலம்பழத்தைக் கொண்டு வந்து, அதைப் பிளந்து அதனுள் இருக்கும் ஆலம் விதையைப் பிளந்து பார்த்ததாகச் சிலர் கூறுகின்றனர்.

வடமொழியில் "நியக்ரோதா" என்கிறார் உத்தாலகர். அதற்கு புனிதமான அத்தி என்றுதான் பொருள். அந்நாளில் யாகத்துக்கு அத்தி இலை, அத்திக்குச்சி, தீ உண்டாக்க அத்திக்கட்டை ஆகியவை மிகவும் பயன்பட்டன. எனவே இது அத்திப் பழம் என்பதுதான் பொருத்தமானது. ஆனால் அத்திப்பழத்தைவிட ஆலம்பழம் மிகவும் சிறியது. அதே நேரம் ஆலமரமோ மிக அடர்ந்து பரவுவது. எனவே ஆலம் விதை என்பதே பெரிதும் வழக்கில் இருந்து வருகிறது.

சுவேதகேதுவுக்கு உள்நோக்கிய பயணத்தை போதித்தவர் உத்தாலகர். அவர், "உள்ளே, உள்ளே சென்றால் கடைசியாக எதைக் காண்பாயோ அது நீயாகவே இருப்பாய்" என்கிறார். நீ என்பது உன் ஆத்மா என்று பொருளில் இங்கே கூறப்பட்டுள்ளது. அப்போது உத்தாலகர் கூறிய வார்த்தைதான். "தத்வமஸி சுவேதகேது" என்பதாகும்.

(தத்த்வம்அஸி=அது நீயே ஆவாய்)

உயிருள்ளவை, உயிரற்றவை, புலப்படும் நீர், மண், கல், புலப்படாத காற்று, கதிர்கள் எல்லாவற்றின் அடிப்படை சாரமும் ஒன்றே. அந்த ஒன்றை பிரம்மம் என்று குறிப்பிடலாம்.

மிகவும் பிற்காலத்தில் எழுதப்பட்ட சுவேதஸ்வதாரா உபநிடதம் கூறுகிறது:

எது அழிகிறதோ அது முதன்மையாக உள்ளது. எது அழியாததோ அது தனித்தன்மை (ஹரா)யாக உள்ளது. முதன்மை, தனித்தன்மை என்ற இரண்டின் மீதும் ஒரே இறைத்தன்மைதான் ஆட்சி செய்கிறது. இது உணரப்பட்டு இதயத்துள் முழுமையாக எடுத்துச் செல்லப்பட்டால் அங்கு துயரத்திற்கான சந்தர்ப்பமே இருக்காது.

அழிவற்றது தனித்தன்மைக்குள் இருக்கிறது. இங்கே அழிவற்றது என்பது ஆன்மாதான். அந்த ஆன்மா பிரம்மத்துக்குள்

இருக்கிறது என்று அறிவதும், அதற்குமேல் எதுவுமே இல்லை என்பதை உணர்வதும்தான் எல்லாம் உணர்ந்த ஞானநிலையாகக் கருதப்படுகிறது.

உபநிடதங்கள் இறுதி இலக்கான, பிரம்மநிலையை உணர்ந்து அதில் லயிப்பதை "பிரம்மானந்தம்" என்றும் "சச்சிதானந்தம்" (சத்+சித்+ஆனந்தம்) என்றும் கூறுவதுடன் இந்த நிலையை அடையும் வழிமுறைகள் என்னென்ன என்பது பற்றியும் கூறுகின்றன.

முண்டகோப நிஷத் பார்வையாலோ, பேச்சாலோ, உணர்வாலோ, செயல்கள் மற்றும் நற்பண்புகளாலோ பிரம்மத்தை உணர முடியாது என்றும், அறிவு ஏற்படுத்தித் தருகின்ற அமைதியான மனநிலையாலும் இயற்கையான சுற்றுச் சூழல் அமைந்திருக்கும் ஒரு நிலையிலும்தான் பிம்பத்தை அறிய முடியும் என்றும் கூறுகிறது. அறிவினால் ஏற்படும் அமைதியும் தூய இயற்கைச் சூழ்நிலையும் எட்டப்பட ஒருவருக்கு இருக்கும் ஒரே வழி தியானம்தான் என்பதை அது தெளிவாகக் கூறுகிறது.

பிரம்மத்தை உணரும் இந்தத் தியான மார்க்கம்தான் யோகா எனப்பட்டது. இதைப் பயின்று சாதனை படைத்தவர்கள் சச்சிதானந்த யோகீசுவரர் என மக்களால் அழைக்கப்பட்டனர். எட்டுப் படிகளுடன் கூடிய இந்த யோக சாதனை முறையை அஷ்டாங்க யோகம் என்றும், இயம, நியம, நிதித்தியாசனம் என்றும் குறிப்பிட்டனர்.

இந்த முறைகளைப்பற்றி சித்தர்களிலேயே மகா சாதனையாளரான திருமூலர் தமது "திருமந்திரம்" நூலில் 3000 பாடல்களில் விவரித்துள்ளார். ராஜயோகம் எனப்படும் இந்தக் கலையைப் பயில்வதற்கு ஒருவருக்கு மிக முக்கியமாகத் தேவைப்படும் அம்சமே எண்ணங்களைக் கட்டுப்படுத்துவதுதான். ஏனெனில், ஆலயத்தின் கருவறையில் உள்ள இறைவனைத் திரையிட்டு மறைப்பதுபோல் மன எண்ணங்களே மாபெரும் திரையாயிருந்து ஆத்மாவை மறைக்கின்றன. ராஜயோகம் பயிலத் தொடங்கும் பலரும் புலன்களை அடக்கும் அளவுக்கு, மனதின் ஆரவாரத்தைக் கட்டுப்படுத்த முனைவதில்லை. அதன் விளைவாக, அவர்கள் ராஜயோகம் பயிலத் தொடங்கும்போதே, "நான் மகத்தான சாதனை புரியப்போகிறேன்" என்ற சுய பெருமித உணர்வுடன்தான் இருக்கின்றனர்.

அணையில் எவ்வளவு நீர்தேங்கியிருந்தாலும் அதன் அடியில் ஒரு சிறு ஓட்டை விழுந்து விட்டால் அணையில் உள்ள அத்தனை நீரும் அதன் வழியே வெளியே சென்று வீணாவதுபோல் இந்த "நான்" என்ற உணர்வு எழுந்து, மனத்தை ஒருமுகப்படுத்த முடியாமல் செய்துவிடும்.

தப்பித்தவறி ஓரிரு படிகளை வெற்றி கொண்டவர்களும் தங்களது சாதனையைப்பிறரிடம்பறைசாற்றிக்கொள்வதன்மூலம், அனைவரின் புகழ்ச்சிக்கும் பாராட்டுக்கும் இலக்காக விரும்புகின்றனர். இதை வித்தை காட்டுதல் என்பார்கள். பொன்னுக்கும் மண்ணுக்கும் பெண்ணுக்கும் அடிமைப்படாத மனம் கொண்டவர்கள்கூட வெகு சுலபத்தில் புகழுக்கு அடிமையாகி விடுகின்றனர்.

மனைவி, குழந்தைகள், வீடு என்ற பந்தங்கள் துறக்கப்பட்ட இடத்தில் இப்போது சீடர்கள், ஆசிரமம், உபதேசம் என்ற வடிவில் வேறு புதிய பந்தங்கள் வந்து சேர்ந்து விடுகின்றன.

இவ்வாறு, புகழுக்கு அடிமையாகாமல், வித்தைகாட்ட விரும்பாதவர்கள்கூட தான் என்ற சுய பெருமித உணர்வைத் துறக்க முடியாமல் திண்டாடுவார்கள். அதனால் இடம் விட்டு இடம் என ஊர் ஊராக அலைவார்கள். எங்கு சென்றாலும் எண்ணங்களை உதற முடியாமல் திணறுவார்கள். தனது தவிப்பைப் பாடல்களாக, ஞானப்புலம்பல்களாகப் புலம்பித் தீர்ப்பார்கள்.

வெகு சிலரே அலைபாயும் தங்கள் மனத்தின் எண்ணங்களை அடக்கியபடியே யோக சாதனையை நிகழ்த்துகின்றனர். மற்றவர்கள்

தண்ணீரில் நடப்பது, காற்றிலே பறப்பது போன்ற ஓரிரு சித்துகள் கைவரப்பெறுவதுடன் அதிலேயே திருப்தியடைந்து, அந்த இடத்திலேயே நின்று விடுகின்றனர்.

மற்ற மதங்களுக்கும் இந்து மதத்துக்கும் மிகப்பெரிய வேறுபாடு உண்டு. மற்ற மதங்கள் நல்லது, கெட்டது, பாவம், புனிதம் என இவற்றையெல்லாம் இரண்டாகப் பிரிக்கின்றன. ஆனால் இந்து மதமோ இரண்டுமே ஒரு நாணயத்தின் இருபக்கங்கள்தான் என்கிறது. இருள் என்ற ஒன்று இல்லாதபோது ஒளி என்பதும் இல்லாமல் போய்விடும் அல்லவா? என்கிறது அது. இரண்டையும் சமமாகப் பாவித்து, இரண்டிலிருந்தும் விலகி நிற்கும்படி அது கட்டளையிடுகிறது.

தவிரவும், மேலை நாட்டு மதங்கள் சொர்க்கம், நரகம் என இரண்டாகப் பிரித்து மனித வாழ்வின் உச்சநிலையே சொர்க்கத்தை அடைவது என்பதுடன் நின்று விடுகிறது. இந்து மதம் மட்டுமே சொர்க்கம், நரகம் இரண்டையும் தாண்டி மோட்சம் என்ற ஒன்றை வலியுறுத்துகிறது.

இந்து மதத்திலும் எல்லா மதங்களையும் போலவே புண்ணியம் செய்தவர்கள் சொர்க்கத்தையும், பாவம் செய்தவர்கள் நரகத்தையும் அடைகின்றனர் என்று சொல்கிறார்கள். ஆனால், மற்ற மதங்களில் அத்துடன் எல்லாம் முடிந்து விடும்.

இந்து மதத்தில் அதன் பின்னும் வாழ்க்கையானது தொடர்கிறது. புண்ணியம் செய்தவன், தான் செய்த புண்ணியத்துக்கேற்ப

குறிப்பிட்ட காலம் சொர்க்கத்தில் வசிக்கிறான். புண்ணியத்தின் இருப்பு தீர்ந்த பின், மீண்டும் அவன் இந்த பூமியில் பிறப்பான். அது அவன் முற்பிறவியில் செய்த புண்ணியத்துக்கேற்ற நற்பிறவியாக இருக்கும்.

பாவம் செய்தவன் அதற்கேற்ப சிறிது காலம் நரகத்தில் துன்புறுவான். தண்டனை காலம் முடிந்த பின் அவன் மீண்டும் பூமியில் பிறப்பான். அது அவன் தன் முற்பிறவியில் செய்த பாவத்துக்கு ஏற்ப துயரம் தரக்கூடிய பிறவியாக இருக்கும்.

(புண்ணியம் செய்தவன் நல்ல இடத்தில் பிறந்தாலும், அந்தப் பிறவியில் அவன் செய்யும் காரியங்களே அவனது அடுத்த பிறவிக்கான அடித்தளமாக அமையும். நல்ல பிறவி எடுத்து ஆணவத்தால் தீய செயல்கள் செய்து நரகம் சென்றவர்களும் உண்டு. துயர்பிறவி எடுத்து நற்செயல்களால் சொர்க்கத்தை எட்டியவர்களும் உண்டு.)

ஆக, சொர்க்கம், நரகம் ஆகியவை ஒருவன் செய்யும் செயல்களின் தன்மையைப் பொறுத்தே தீர்மானிக்கப்படுகிறது. இந்த இரண்டையும் கடந்த பிறகு ஒருவன் மோட்சத்தில் நுழையத் தகுதி பெறுகிறான். இந்த மோட்ச நிலையே முக்தி எனப்படும். எல்லாவற்றுக்கும் ஆதியான பரம்பொருள் எதுவோ அது குடியிருக்கும் அந்த நிலை, அந்த உலகம் இதுதான். ஒரு வகையில் இது முடிவு. மற்றொரு வகையில் இதுவே மூலம்.

ஒரு புள்ளியில் தொடங்கி, வட்டமாக ஒரு கோடு இழுத்துக்கொண்டே அதைச் சுற்றி வந்தால், புறப்பட்ட இடத்திலேயே அது வந்து முடிவதுபோல், பரமாத்மாவிலிருந்து பிரிந்த ஜீவன் பல பிறவிகள் எடுத்து, பல உலகங்களைச் சுற்றி ஒரு பெரிய வட்டம் அடித்து (அல்லது வலம் வந்து) புறப்பட்ட புள்ளியிலேயே சென்று சேர்கிறது. புறப்படும் நிலையில் அந்த இடம் மூலம் (முதல்) எனப்படும். வந்து முடியும் நிலையில் அந்த இடம் மோட்சம் (முடிவு) எனப்படும்.

ஆதிபரம்பொருளை அதனாலேயே ஆதிமூலம் என்றனர். இந்த மூலத்துக்கான வழியை உபதேசிப்பதாலேயே திரு மந்திரத்தை எழுதியவர் "திருமூலர்" எனப்பட்டார்.

ராஜயோகத்தின் பாதையில் தியானம் என்பது முக்கியமானது. விருப்பு என்பது ஓர் உணர்ச்சி என்றால் வெறுப்பு என்பது அதற்கு நேர்மாறான இன்னொரு உணர்ச்சி. வெறுப்பு என்பது சுற்றி

வளைத்துக்கொண்டு போய் விருப்பத்தில்தான் சேர்க்கும். பலர் பணத்தை விரும்புவார்கள். சிலர் வெறுப்பார்கள். சிறிது காலம் கழித்துப் பார்த்தால் பணத்தை விரும்பியவன் அதை வெறுக்க ஆரம்பிப்பான். வெறுத்தவன் விரும்ப ஆரம்பிப்பான்.

ஆன்மீகத்திலும் பலர் கடவுளை விரும்புவார்கள், சிலர் வெறுப்பார்கள். சிறிது காலம் சென்ற பின்னர் விரும்பியவன் வெறுத்து நாத்திகனாகியிருப்பான். வெறுத்தவன் விரும்ப ஆரம்பித்து ஆத்திகனாகியிருப்பான்.

தியானம் என்பது ஆசைப்படுவதும் இல்லை. ஆசைப்படுவதை வெறுப்பதும் இல்லை. மனத்தில் ஆசை எழும்போது, உடனே எந்த முடிவுக்கும் வராமல் சற்று தாமதித்து, கண்களை மூடிக் கொண்டு "இந்த ஆசை ஏன் ஏற்பட்டது?" என உற்று கவனிக்கவேண்டும். அப்போது அந்த ஆசை எதனால் உண்டானது என்பதற்கான காரணம் மனத்தில் தோன்றும். அதே நேரம் அந்த உணர்ச்சி மெல்ல மெல்ல வடிய ஆரம்பிப்பதையும், ஆசை அடங்கத் தொடங்குவதையும் உணரலாம்.

வெறுப்பு, கோபம் ஆகியவை மூளும்போது அவற்றை உடனடியாக வெளிக்காட்டாமல், சற்று எட்டி நின்று உற்றுக் கவனித்தால் அவை கொஞ்சம் கொஞ்சமாக வடிய ஆரம்பிக்கும். இவ்வாறு உற்றுக் கவனிப்பதுதான் தியான நிலையின் முதல் கட்டம். இதற்கு அடுத்த கட்டமாக, மனத்தின் எந்தப் புள்ளியில் உணர்ச்சிகள் உற்பத்தி ஆகின்றன என்பது தெளிவாகி, அவை தோன்றும்போதே கட்டுப்படுத்தப்படும்.

இவ்வாறு ஒவ்வொரு கட்டமாகத் தாண்டுபவனே இறுதியாக மோட்சத்துக்கு உயர்த்தப்படுகிறான்.

ஆசைகள் மனத்தைப் பின்னுக்கு இழுத்து மனிதனைச் சிறைப்படுத்துகின்றன என்கிறது முண்டக உபநிடதம். தியானம் அதிலிருந்து அவனது மனத்தை மீட்கிறது. ஆசைகளின் பின்னால் செல்பவன் மீண்டும் மீண்டும் பிறப்பெடுக்கிறான். தியானத்தின் வழி செல்பவன் மீண்டும் இந்த உலக வாழ்க்கைக்குத் திரும்புவதில்லை. இதையே உபநிடதம் "தியானம் நிர்வியம் மணா" என்கிறது.

எட்டுப் படிகள் கொண்ட இந்த ராஜயோகத்தின் முதல்படி இயமம் எனப்படுகிறது. மகான்களைப் பொறுத்தவரை உடலால் ஆன வாழ்க்கை அவர்களுக்கு ஒரு பொருட்டல்ல. மனத்தை வெல்வதுதான் கடினம். அவ்வாறு வென்றவன்தான் அரசன்.

"தன்னை வென்றவன் தரணியை வெல்வான்" என்பதன் பொருள் இதுவே. எனவே உடலை, உணர்வுகளை மனத்தை வென்றவன்தான் ராஜா. அவ்வாறு வெற்றி கொள்ள உதவும் யோகமுறை ராஜயோகம் எனப்படுகிறது.

மோட்சத்தை அடையும் வழிகள் ஒருபுறம் இருக்க, இந்த மோட்ச நிலையையே பலரும் பல பெயர்களால் அழைத்தனர். சித்தர்கள், முனிவர்களின் இறுதி இலக்காக இருந்த மோட்சத்தைப் பாமர மக்கள் தங்கள் இஷ்டப்படி சிவபெருமான் இருக்கும் திருக்கைலாயம் என்றும், மகாவிஷ்ணு வசிக்கும் வைகுண்டம் என்றும் பிரம்மா வசிக்கும் சத்தியலோகம் என்றும் பல்வேறு பெயர்களால் அழைத்தனர்.

அதற்கேற்ப அந்தந்தக் கடவுள்களை வணங்கும் முறைகள், வழிபாடுகள், சடங்குகள் உருவாக்கப்பட்டன. அம்மனை ராகு காலத்தில் எலுமிச்சம் பழத்துடன் வணங்குவது, சிவனை பிரதோஷ காலங்களில் வழிபடுவது, விஷ்ணுவை வியாழக் கிழமைகளில் வணங்குவது என்றெல்லாம் புதுப்புது வழிபாட்டு முறைகளை உருவாக்கினர்.

படித்தவர்கள், விஷயமறிந்தவர்கள் மட்டுமே இந்தக் குழு மனப்பான்மையில் சிக்காமல், இறந்த பின்னர் எல்லோரும் சென்று சேரும் இடம் ஒன்றே. அந்த இடத்துக்கு ஒவ்வொருவரும் தந்த பெயர்கள்தான் வெவ்வேறு என்றறிந்தனர்.

மனத்தை ஒரு நிலைப்படுத்த உருவ வழிபாட்டை ஒரு கருவியாகக் கொள்ளலாம் என்ற அளவில் அது ஏற்கப்பட்டது. ஆனால் உபநிடதங்களில் உருவ வழிபாடோ, ஆலயங்களோ, சடங்குகளோ முக்கியத்துவம் பெறவில்லை. தியானமும் யோகமுமே முன்னிலைப்படுத்தப்பட்டன.

எட்டுப் படிகள் கொண்ட ராஜயோகத்தின் முதல்படி இயமம் எனப்பட்டது. குழந்தை முதன்முதலில் பள்ளிக்கு அனுப்பப்பட்டதும், அங்கு ஆசிரியர் அதன் விரலைப் பிடித்து கரும்பலகையில் "அ, ஆ" என்று எழுதச் சொல்லித்தருவதுபோல், பேராசைகள் கரை புரண்டு ஓடும் ஒரு மனத்தை, கையைப் பற்றிக் கொண்டு வழி நடத்திச் சென்று முதன் முதல் யோகப்பாதையில் செலுத்தச் செய்யும் முயற்சி இது. அதற்கு முதல்படியாக எளிமையாகப் பின்பற்றக்கூடிய நற்குணங்களை மேற்கொள்ளும்படி கூறும் வழி இது. இதன்படி உண்மை, எதன் மீதும் பற்றின்மை, பிற உயிர்களை எந்த வகையிலும் துன்புறுத்தாமை போன்றவற்றைக் கைக்கொள்ள வேண்டும். இயம முறை ஒருவரது மனத்தைத் தூய்மைப்படுத்தி விடுதலைக்குத் தயார்ப்படுத்துகிறது.

இரண்டாம் நிலை நியமம் எனப்பட்டது. பின்னாளில் மிகத் தவறாகப்பொருள்கொள்ளப்பட்டதுஇதுதான். உபநிடதங்களின்படி நியமா என்பது தபஸ், ஸ்வத்யாயா (கல்வி) சந்தோஷா (திருப்தி) ஸௌசம் (தூய்மை) இறைபக்தி ஆகியவையே. தனக்குமேலே ஒரு சக்தி உள்ளது என உணர்ந்து கொண்டு, உள்ளதே போதும் என்ற திருப்தியுடன், தவத்திலும் நல்லொழுக்கத்திலும் மனத்தை நிலைப்படச் செய்தல் என்பதே நியமம் எனப்பட்டது. ஆனால் பின்னாளில் நியமம் என்பது சைவர் என்றால் விபூதி பூச வேண்டும், வைணவர் என்றால் நாமம் போட வேண்டும், சாக்தர் என்றால் குங்குமத்தை நெற்றியில் அப்பிக்கொள்ள வேண்டும், இன்னும் ஒருபடி மேலே போய், பைராகிகளாக சடா முடியுடனும் திரிசூலத்துடனும் திரிய வேண்டும் என்பதாக பலவகையான நியமங்கள் ஏற்பட்டு, அந்தந்தக் கடவுள்களுக்கு உரிய மாதம், திதி, கிழமை, உடை, பூ, படையல், மந்திரம் என ஏற்பட்டு அவை முழுமையாக மனிதனை ஆக்கிரமித்துவிட்டன.

நியமம் என்றால் ஒழுங்குபடுத்துதல் என்று பொருள். சுத்தமான குளியல், உண்மையைப்பின்பற்றுதல் என உடல், மனஅழுக்குகளைக் களைதல். கல்வி என்பது அதற்கான படிப்பு. எதுவும் நிலையற்றது

என்ற உண்மையை உணர்த்தி, மனத்தை வைராக்கியத்தில் செலுத்த வேண்டும் என்று போதிக்கப்பட்டது. ஆனால், இது சைவர்கள் ருத்ரம் ஓத வேண்டும். வைணவர்கள் பாகவதம் பாராயணம் செய்ய வேண்டும். சக்தியை வழிபடுவோர் லலிதாசஸ்ரநாமம், சியாமளா தண்டகம், சௌந்தர்ய லஹரி போன்றவற்றை வாசித்துத் துதிக்க வேண்டும் என்றெல்லாம் உருமாறியது.

மூன்றாவது படி ஆசனம். இது தியானத்துக்கு ஏற்ப உடலை சரியானபடி வைத்திருப்பதாகும். படுத்துக் கொண்டோ, சாய்ந்துகொண்டோ, சுருண்டாற்போலவோ இருக்கின்ற நிலையில் மனத்தை ஒருமுகப்படுத்த இயலாது. தலையை நேராக, முதுகை வளைக்காமல், நிமிர்த்தியபடி அமர்ந்து கால்களை மடித்து அமர்தல். இவ்வாறு சரியான நிலையில் அமர்வதால் எளிதில் தியானம் கை கூடும். (பின்னாளில் ஆசனம் என்பதும் கொச்சைப்படுத்தப்பட்டு மான்தோல் ஆசனம், மனைப் பலகை, ஒரு கையை யோகதண்டம் என்னும் தடியின் மீது வைத்து, மறுகையில் ஜெபமாலையை வைத்து மணிகளை உருட்டியபடி இத்தனை எண்ணிக்கை ஜபம் செய்வது என சடங்குகள் உருவாகி, துறவிகளான பலரும் தோளில் மான்தோல் விரிப்பை சுருட்டிக் கொண்டு உலவ ஆரம்பித்தனர்.)

மூன்றாம்படி ஒழுங்குபட்டபின் நான்காம்படியான பிராணாயாமாவுக்கு நகர்வது எளிது. ப்ராணா என்றால் உயிருக்குத் தேவையான மூச்சு. அயாமா என்றால் நேர் செய்தல், ஒழுங்குபடுத்துதல்.

உயிருக்குத் தேவையான மூச்சை நாம் எல்லோரும் சுவாசித்துக் கொண்டுதான் இருக்கிறோம். ஆனால் மூச்சை முழுமையாக எவரும் பயன்படுத்துவதே இல்லை. மூச்சை நிதானமாக உள்ளுக்கு இழுத்து, மெல்ல வெளியே விடும்போது, உடலுக்குத் தேவையான பிராண வாயு உள்ளுக்கு இழுக்கப்பட்டு, மூளையின் அனைத்து திசுக்களுக்கும் அது சரிவர அனுப்பப்பட்டு, அது நல்ல முறையில் செயல்படத் தொடங்கும்.

மூச்சைக் கட்டுப்படுத்தத் தெரிந்தவனே மனத்தைக் கட்டுப்படுத்தத் தெரிந்தவன் என்கின்றன யோக சாஸ்திர நூல்கள். கோபம் வரும்போது மேல் மூச்சு வாங்கும். அந்த மேல் மூச்சை செயற்கையாக அதிகம் இழுத்தால், நம்முள் கோப உணர்வு மூள்வதை உணரலாம். தூங்கும்போது மூச்சு நிதானமாக இருக்கும். நீட்டிப் படுத்துக்கொண்டு சில நிமிடங்கள் அதே மாதிரி மூச்சை இழுத்துவிட்டால் நம்மைத் தூக்கம் கவ்வுவதை உணரலாம்.

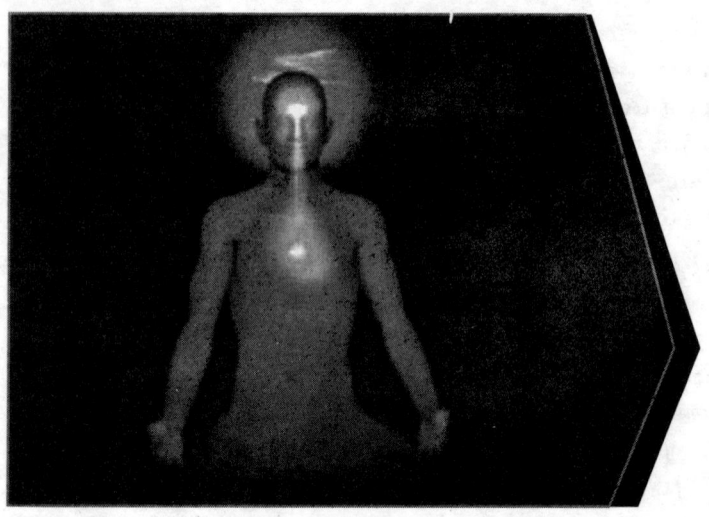

எனவே இந்த நான்காவது படியை சரிவர செய்பவன் மனத்தை ஒருமுகப்படுத்துவதில் குறிப்பிடத்தக்க வெற்றியைப் பெறலாம்.

இனி வரும் ஐந்தாவது, ஆறாவது, ஏழாவது, எட்டாவது படிகள் முக்கியமானவை என்பது மட்டுமல்ல ,மிகவும் கடினமானவையும்கூட. நான்கு படிகளை யார் வேண்டுமானாலும் எளிதில் தாண்டலாம். அவர்களே ஐந்தாவது படியை எட்டுவதும் சுலபம்தான். ஆனால் அதிலிருந்து ஆறாவது படிக்கு ஏறுவது மிகக் கடினம். ராஜயோகம் பயின்ற பெரும்பாலானவர்கள் இந்த ஐந்தாவது படி வரையிலும் வந்தபின், அங்கேயே அப்படியே நிலைத்து நின்று விடுகின்றனர். இவர்கள் உலக மக்களால் புனிதர்களாகக் கொண்டாடப்படுகின்றனர். ஆனால் சித்தர்கள் உலகம் இவர்களைத் தொடக்க வகுப்பு மாணவ நிலையில் உள்ள ஒருவராகவே கருதும்.

ஐந்தாம் படி "பிரத்யஹாரா" எனப்படும். இது உலகம், கண்டு உணர்தல் மற்றும் அனைத்துப் புலன் அனுபவங்களிலிருந்தும் விலகும் நிலை. இந்த நிலையில் அவர், "எதுவும் நிலையற்றது. எல்லாம் மாயை" என்பதை உணர்ந்தவராக, அலையும் மனத்தை ஒரு மையத்தில் குவிக்க எண்ணம் கொண்டிருப்பார். அதற்கு மூச்சுப் பயிற்சி அவருக்கு உதவும்.

ஆறாவதுபடி மகா கடினமானது. அது "தரானா" எனப்படும். இது மனத்தை ஒரே புள்ளியில் இழுத்து நிறுத்துவதாகும். இந்த இடத்தில் சாதகன் ஜாக்கிரதையாக செயல்பட வேண்டும்.

இல்லையேல் அவன் மனம் சிதறி விடக்கூடும். பலர் அஞ்சி விலகும் இடம் இது. இந்த நிலையில் சிலர் முரட்டுத்தனமாக முயன்று, உன்மத்தர்களாக ஆகிவிடுவதும் உண்டு.

ஏழாவது படி "தியானா". உண்மையில் இதுதான் நிஜமான தியானத்துக்கான தயார் நிலை. முதல் படியான "இயமா", இரண்டாம் படியான "நியமா" ஆகியவற்றின்போது அமர்ந்து கண்களை மூடி செய்யும் தியானம் எல்லாம் வெறும் ஒத்திகை போன்றவை. இவையெல்லாம் உடலையும் மனத்தையும் தியானத்துக்குத் தயார் செய்பவைதான். ஏழாம்படியான இந்த தியானா நிலையில் மனம் எங்கும் அலைபாயாது. எண்ணங்கள் எங்கும் திசை திரும்பாது. எதிர் எதிராக எழுந்த அசைவுகள் அடங்கி, எல்லாம் ஒரு புள்ளியில் மையம் கொள்ளத் தொடங்கும்.

எட்டாம் நிலையே சமாதி நிலை. இந்த நிலையில் மனத்தின் அலைகள் அடங்கி, உள்ளும் புறமும் ஒரே அலையாக ஆகிவிடும். இடம், காலம், மையம் என அனைத்தின் தொடர்புகளும் மறைந்து விடும். மனம் அகநிலை உணர்வு கடந்து அப்பால் சென்றுவிடும்.

"இந்த நிலையை எட்டும்போது ஒரு மனிதன் வெகு ஜாக்கிரதையாக இருக்க வேண்டும்" என்று எச்சரிக்கிறார் விவேகானந்தர். தக்க குரு இல்லாவிடில் அது அவனைப் பேராபத்தில் தள்ளிவிடும். மலையிலிருந்து விழுபவன்போல் மனமானது ஆழங்காண முடியாத பிம்பங்களாகச் சிதறிவிடும். மனம் அகன்று விட்ட நிலையில் உடலானது செயலற்றுவிடும். அந்த நபர் இறந்து விட்டதாகக் கருதி மற்றவர்கள் அந்த உடலை மயானத்துக்கே எடுத்துச்சென்று இறுதிச் சடங்குகளை செய்து எரித்தோ, புதைத்தோ விடுவார்கள்.

இந்து மதத்தில் சமாதி நிலைக்கு முக்கியமான இடம் உண்டு. "இருக்கும்போதே இறத்தல்" என்பார்கள். இந்தச் சமாதி நிலை கைகூடிய பின் எவரும் பூமியில் மேற்கொண்டு வாழ்ந்ததில்லை.

(புத்தர், மஹாவீரர் போன்றோர் பெற்ற ஞானம், பதஞ்சலி, திருமூலர் போன்றோர் பெற்ற சித்தி நிலை, அகத்தியர், போகர் போன்றோர் அடைந்த யோகத்தின் உச்சநிலை ஆகியவை இதுதான் என்றும் அவர்களைப் போன்ற வெகு சிலரே இந்த நிலையை எட்டியபின்னும் மீண்டும் திரும்ப வந்து (திரும்ப எழுந்து) அதுபற்றி விளக்கினார்கள் என்றும் கூறப்படுகிறது.)

சமாதி நிலை பற்றி சில முக்கியமான கதைகள் உண்டு.தேடல்களிலேயே மகா தேடல் புத்தருடையதுதான். அதனாலேயே இறப்புக்குப்பின் என்ன? என்பது குறித்த ஆய்வை புத்த தேடல் என்பார்கள். புத்தருக்கு அடுத்து இத்தகைய தீவிரமான தேடல் விவேகானந்தரிடம்தான் இருந்தது. சாதுக்கள், துறவிகளிடம் போய், "நீங்கள் கடவுளைக் கண்டதுண்டா?" என்று கேட்பார் விவேகானந்தர். அவர்கள் திணறிப்போய் மழுப்பலாக பதிலளிப்பார்கள்.

பரமஹம்சரின் சீடர்கள்

அந்த ஊருக்கு வந்த ராமகிருஷ்ண பரமஹம்சரிடமும் இதே கேள்வியைக் கேட்டார் விவேகானந்தர். அவர் உடனே பளிச்சென்று பதில் சொன்னார். "ஆம். கண்டிருக்கிறேன். வா, உனக்கும் காட்டுகிறேன்" என்றார் அவர். அதன் பின்னரே நரேந்திரன் என்ற பெயருடன் இருந்தவர், பரமஹம்சரின் சீடராகி விவேகானந்தர் ஆனார்.

மற்ற சீடர்களைவிட, விவேகானந்தர் கிடுகிடுவென வேகமாக முன்னேறினார். பரமஹம்சரே வியக்குமளவு யோக சாதனையில் அவரது முன்னேற்றம் இருந்தது.

பரமஹம்சரின் சீடர்களில் ஒருவர் கைலாஷ்பாபு. அவர் விக்ரக வழிபாட்டில் தீவிர ஆர்வமுடையவர். அவரது பூஜையறையில் சாமி விக்ரகங்கள் நூற்றுக்கணக்கில் இருக்கும். அதில் ஒன்றுக்குப் பூஜை செய்து விட்டு, மற்றொன்றுக்குப் பூஜை செய்யாவிட்டால் குற்றமாகி விடுமே என்று எல்லாவற்றுக்கும் அவர் பூஜை செய்து முடிக்கப் பல மணி நேரமாகிவிடும்.

விவேகானந்தர், "இது பக்தி அல்ல. உருவ வழிபாடு செய்ய ஒன்றிரண்டு விக்கிரகங்களே போதும். மற்றவற்றை அகற்றி விடு. இப்போது உன் மனத்தில் எல்லா விக்ரகங்களையும் திருப்தி செய்ய வேண்டும் என்ற எண்ணம்தான் உள்ளதே தவிர பக்தியோ, மன ஒருமைப்பாடோ இல்லை" என்பார். பரமஹம்சரிடம் இதைப்பற்றி சொன்னபோது அவர் சிரித்தபடி, "பக்தியில் பாபு பள்ளிக் குழந்தை நிலையில் உள்ளான். பின்னாளில் மெல்ல மெல்ல அவன் முன்னேறட்டும். அவசரமில்லை" என்றார்.

ஓர் இரவு படுக்கையிலிருந்து விவேகானந்தர் எழுந்தார். சம்மணமிட்டு அமர்ந்து கண்களை மூடினார். மனத்தைக் குவித்து கைலாஷ் பாபுவின் உருவத்தை அகக்கண்ணில் கொண்டு வந்தார். அவரது நெற்றிப்பொட்டை உற்று கவனித்து, மனத்துக்குள் பெயரிட்டழைத்தார். பிறகு உறுதியான குரலில் நிறுத்தி, நிதானமாகக் கூறினார்:

"புஜ்ஜி பாபு! எழுந்திரு. போ. எல்லா விக்கிரக பொம்மைகளையும் மூட்டை கட்டிக் கொண்டுபோய் யமுனையில் வீசு. பிறகு நிம்மதியாகப் படுத்துத் தூங்கு. நாளை முதல் உண்மையான தியான வழிமுறையைத் தேடு."

விவேகானந்தர் இவ்வாறு கூறி முடித்ததும் தூங்கிக் கொண்டிருந்த கைலாஷ் பாபு திடுக்கிட்டு எழுந்தார். பூஜையறைக்குத் தானாகச் சென்று எல்லா சாமி பொம்மைகளையும் எடுத்து இரு கோணிப்பைகளில் போட்டுக் கட்டினார். அந்த மூட்டைகளைத் தூக்க முடியாமல் தூக்கிக் கொண்டு யமுனையை நோக்கிப் புறப்பட்டார்.

அவர் சென்ற வழியில் இருந்த ஒரு வீட்டின் திண்ணையில், அந்த இரவு நேரத்தில் தூக்கம் வராததால் நண்பர் ஒருவருடன் உட்கார்ந்து பேசிக் கொண்டிருந்தார் பரமஹம்சர். அப்போது கைலாஷ் பாபு மூட்டைகளை சுமக்க முடியாமல் சுமந்து கொண்டு தள்ளாடியபடி நதியை நோக்கிப் போவதுகண்டு, "எங்கே போகிறாய் இந்த இரவில்?" என்று கேட்டார்.

"இதையெல்லாம் கொண்டுபோய் ஆற்றில் வீசப் போகிறேன்." என்றார் பாபு.

இதைக்கேட்ட பரமஹம்சருக்குப் பெரும் வியப்பு. காளி, கிருஷ்ணர், கணபதி என ஒவ்வொன்றிலும் ஏராளமாக பல வடிவச் சிலைகளாகப் பார்த்துப் பார்த்து வாங்கி விரும்பிச் சேர்த்தவர்,

திடீரென இப்படிக் கிளம்புவானேன்? என்று யோசித்தவர், ஏதோ பொறி தட்டவே சட்டென்று கண்களை மூடி நிஷ்டையில் ஆழ்ந்தார். மறுகணம் அவர் முகத்தில் கோபம் கொப்பளித்தது.

"உன்னை இப்படி செய்ய வைப்பவன் எவன் என்று எனக்குத் தெரியும். நான் சொல்கிறேன். திரும்பிப்போ. போய் உன் வீட்டில், பழையபடி இருந்த இடத்திலேயே இவற்றை வை."

பரமஹம்சர் கட்டளை இடவும் கைலாஷ் பாபு யந்திரம் போல் திரும்பி வீடு நோக்கி நடந்தார்.

விவேகானந்தரின் இருப்பிடத்துக்கு வேகமாகச் சென்ற பரமஹம்சர், உரத்த குரலில் "நரேந்திரா!" என்று அழைத்தார். தியானத்தில் இருந்த நரேந்திரனின் காதில் இடியென குருநாதரின் குரல் விழவும் அவர் திடுக்கிட்டு எழுந்து வந்தார்.

"நரேந்திரா! என்ன காரியம் செய்கிறாய்? மனமலர்ச்சி ஏற்படாத ஒருவனை உன் மனோ பலத்தால் கட்டுப்படுத்திச் செயல்பட வைப்பதற்குப் பெயர் ஞானமா? வாள் முனையில் ஒருவனை அச்சுறுத்தும் சர்வாதிகாரிக்கும் உனக்கும் என்ன வித்தியாசம்?"

ராமகிருஷ்ண பரமஹம்சர்

கோபத்தில் பொரிந்த ராமகிருஷ்ணர் கூறினார், "எப்போது நீ இந்த ஆற்றலைத் தவறாகப் பிரயோகித்தாயோ அப்போதே நீ இந்த நிலைக்குத் தகுதியற்றவன் ஆகி விட்டாய். இனி எக்காலத்திலும் நீ சமாதி நிலையை எட்ட மாட்டாய்."

பரமஹம்சரின் சொற்கள் விவேகானந்தருக்குத் தாம் செய்த காரியம் எப்பேர்ப்பட்ட தவறு என்பதைப் புரிய வைத்தது. நோக்கம் நல்லதாக இருந்தாலும்கூட அதை நடைமுறைப்படுத்த மேற்கொள்ளப்படும் வழிமுறை என்பது பலாத்காரம் நிறைந்த பாதையாக இருந்தால், அதன் முடிவு எதிர்மறையானதாகத்தான் அமையும் என்பதை அவர் உணர்ந்தார்.

கண்களில் கண்ணீருடன் ராமகிருஷ்ணரின் அடி பணிந்த விவேகானந்தர், தமது தவறை மன்னிக்குமாறு வேண்டினார். யோக சாதனையில் ஈடுபடுபவர்களின் லட்சியமே சமாதி நிலை எய்துவதுதான் என்றும், அது தனக்குக் கிடைக்காது என்றால் யோகப் பயிற்சிகளை மேற்கொண்டதற்கே அர்த்தமில்லாமல் போய் விடும் என்றும் கூறினார்.

ராமகிருஷ்ணர் கூறினார்:

"நரேந்திரா! இயற்கையில் காரணமின்றி எதுவும் நடப்பதில்லை. நடந்தது எல்லாம் நன்மைக்கே. நீ இப்போதைக்கு சமாதி நிலைக்கு முயற்சிக்க வேண்டாம். அதனால் யாருக்கும் எந்தவிதப் பலனுமில்லை. ஏனெனில், ஏற்கெனவே நாங்கள் நான்கைந்து பேர் மரத்தடியில் அமர்ந்திருக்கிறோம். ஆறாவதாக நீ இன்னொரு மரத்தடியில் வந்து அமர்ந்து கொள்வதால் என்ன பயன்? வருவோர், போவோருக்கு உன் உடம்பு மரத்தடியில் அமர்ந்திருப்பதுதான் தெரியுமே தவிர, உன் மனம் எட்டும் எல்லையின் விஸ்தீரணம் அவர்கள் யாருக்கும் தெரியாது? அதைவிட நீ உலகம் முழுதும் பயணம் மேற்கொண்டு இப்படி ஒரு விஷயம் உள்ளது என்பதை அனைவரும் அறியும்படி செய். இனி அதுதான் உன் தலையாய பணியாக இருக்க வேண்டும்."

அந்தக் கணமே குருவின் கட்டளையை சிரமேற்கொள்ள உறுதிகொண்டார் விவேகானந்தர். அதன் பின் சற்று நிறுத்திய ராமகிருஷ்ணர் கூறினார்.

"நீ இந்தக் காரியத்தில் வெற்றி பெறுவாய். உன்னால் இந்த நாடே மறுமலர்ச்சி பெறும். உன் மூலமாக இந்த நாட்டின் ஆன்மீகச் செல்வம் உலகப் புகழ் பெறும். தியானம் என்னும் கலை உன்னால் மக்களிடையே பரவும்" என்று கூறிய அவர், "உன் பணிகள் எல்லாம் முடிவடைந்த பின் கடைசியாக உனக்கு சமாதிநிலை கை கூடும். அதிலிருந்து மூன்றாம் நாள் உன் உலக வாழ்வு முடிவு பெறும்" என்றார்.

அவர் கூறியதுபோலவே விவேகானந்தர் உலகம் முழுவதும் பயணம் செய்து பாரத நாட்டின் ஆன்மீக செல்வத்தைப்

பரப்பினார். இந்திய நாட்டின் ஆன்மாவைத் தட்டியெழுப்பினார். அவரும் உலகப் புகழ் பெற்றார். அவரால் தியானக் கலையும் உலகம் முழுவதும் பரவியது.

ராமகிருஷ்ணரைவிட விவேகானந்தரின் புகழ்தான் பல மடங்கு உலகெங்கும் அதிகமாகப் பரவியது. சொல்லப்போனால், விவேகானந்தரின் குரு என்றுதான் ராமகிருஷ்ணரே புகழ் பெற முடிந்தது. பின்னர் அவர் ஒருநாள் சமாதி நிலையில் ஆழ்ந்தார். அடுத்த மூன்றாம் நாள் அவரது உலக வாழ்வு முற்றுப் பெற்றது.

இந்த இடத்தில் விவேகானந்தர் எட்டியது சமாதி நிலைதான் என்பதை அவரது குரு ராமகிருஷ்ணரின் சொற்களாலேயே அறிய முடிகிறது.

இதேபோல் மற்றொரு சம்பவம். அதுவும் ராமகிருஷ்ணர் சம்பந்தப்பட்டதுதான்.

ஆன்மீக சக்தி என்று வரும்போது அற்புதமான ஆற்றல் படைத்தவர் ராமகிருஷ்ணர்தான். ஆனால் அவரோ அதிகம் கல்வி அறிவோ, பேச்சுத்திறனோ இல்லாதவர். யோக சாதனைகளில் அவரை விட குறைவானவர்தான் விவேகானந்தர். ஆனால் விவேகானந்தர்தான் உலகம் முழுவதும் புகழ் பெற்றார்.

ராமகிருஷ்ணரின் ஆற்றல்களை அறிந்த எண்ணற்ற சீடர்கள் தினமும் அவரைக் காணக் குழுமுவார்கள். அவர்களுடன் பேசிக் கொண்டிருக்கும்போதே, திடீரென ராமகிருஷ்ணர் எழுந்து வீட்டுக்குள் சென்று அன்னை சாரதாதேவியாரிடம், "சமையல் ஆகிவிட்டதா?" என்று கேட்பார். "என்ன சாம்பார்" "என்ன கூட்டு?" என்றெல்லாம் கேட்டு, "பேஷ்! பேஷ்!" என்று சிலாகித்துக் கூறுவார்.

சாரதாதேவியாருக்கு அவரது இந்த சாப்பாட்டு ரசனை, அதிலும் பலர் பார்க்கும்போதே அதுபற்றிக் கவலைப்படாமல் சமையலைப்பற்றி அவர் விவரமாகக் கேட்டறிந்து சந்தோஷப் படுவது கொஞ்சமும் பிடிக்கவில்லை. ஆயினும், கணவரை எதிர்த்து எதுவும் சொல்ல விரும்பாமல் பேசாமல் இருந்தார்.

ஒருமுறை உயர் பதவியில் இருக்கும் பெரியவர்கள் சிலர் பரமஹம்சரைக் காண வந்திருந்தனர். அப்போதும் வழக்கம் போலவே இராமகிருஷ்ணர் எழுந்து உள்ளே வந்து சமையலைப் பற்றி விசாரிக்கவே சாரதா தேவியாருக்குப் பொறுக்கவில்லை.

"நீங்கள் எவ்வளவு உயர்வானவர்? உங்களைத் தெய்வாம்சம் மிக்கவராக மக்கள் கொண்டாடுகின்றனர். பெரிய மனிதர்கள்

எல்லாம் உங்களைக் காண வந்து கூடுகிறார்கள். ஆனால் மற்றவர்களுக்கு முன்னுதாரணமாகத் திகழ வேண்டிய நீங்களோ, இப்படிச் சிறுபிள்ளை மாதிரி சாப்பாட்டு வகைகளைப்பற்றி அடிக்கடிக் கேட்டுச் சந்தோஷப்படுகிறீர்களே?"

சாரதாதேவியார் பளிச்சென்று இப்படிக் கேட்டுவிடவே மனம் புண்பட்டவர்போல் சற்று நேரம் மௌனமாக இருந்தார் ராமகிருஷ்ணர். பிறகு கூறினார்:

"இப்படி வந்து கேட்பதாலேயே நாக்கு சபலம் எனக்கு இன்னும் போகவில்லை என்று எண்ணி விடாதே. மனிதன் பூமியில் பிறக்கக் காரணமாகயிருப்பவை அவனுடைய ஆசை கள்தான். அவனைப் பூமியோடு கட்டிப் போட்டிருப்பதும் இந்த ஆசைகள்தான்.மரணத்துக்குப் பின்னரும் அவன் உயிரோடிருந்தபோது நிறைவேறாத இச்சைகளை நிறைவேற்றிக் கொள்வதற்காகத்தான் மறுபிறவி எடுக்கிறான். நான் எப்போதோ என்னுடைய எல்லா ஆசைக் கயிறுகளையும் துண்டித்து விட்டேன். படகைக் கரையுடன் ஒரு சிறு கயிற்றால் பிணைத்து வைப்பதுபோல், இந்த பூமியுடன் எனக்கு இருக்கும் ஒரே ஒரு பந்தமாக இருக்கட்டுமென்று இந்தச் சாப்பாட்டு ருசியை மட்டும் விட்டு வைத்துள்ளேன். இந்தக் கயிறும் அறுந்து விட்டால், அதன்பிறகு படகு அலையில் அடித்துச் சென்று விடுவதுபோல் என் ஆன்மா விதி வழி பயணம் சென்று விடும். ஆனால் பூமியில் எனக்கு இன்னும் சில கடமைகள் உள்ளன. அவற்றை நான் நிறைவேற்றியாக வேண்டும். நான் பார்க்க வேண்டிய நபர்களைப் பார்த்து, செய்ய வேண்டிய கடமைகளையெல்லாம் செய்து முடித்து விட்டால், அதன்பின் இந்தக் கடைசிக் கயிறையும் நானே அவிழ்த்து விட்டுவிடுவேன்."

பரமஹம்சர் சொன்ன இந்தப் பதிலால் திகைத்துப்போய் சாரதா தேவியார் பார்த்திருக்க, அவர் தொடர்ந்தார். "என்றைக்கு நான் சமையலறைக்கு வந்து உன்னிடம், "என்ன சமையல்" என்று கேட்கவில்லையோ அன்றிலிருந்து மூன்றாவது நாள் நான் இந்த உலகை விட்டுப் போய் விடுவேன்."

அவர் சொன்ன விஷயம் சாரதா தேவியாரின் மனத்தை உலுக்கியது. ஆனால் அதன் பின் நாட்கள், மாதங்கள், வருடங்கள் என உருள அந்த சம்பவத்தையே மறந்து விட்டார் அவர்.

ஒருநாள் சமையலுக்கு ரொம்பவும் தாமதமாகி விட்டது. மதியம் மணி இரண்டரை ஆகி விட்டது அப்போது, "அடடா!

ரொம்ப நேரமாகி விட்டதே! அவர் பசியுடன் காத்திருப்பாரே?" என்று கவலைப்பட்ட சாரதா தேவியார், "வழக்கமாக பதினொரு மணிக்கு மேல் ஆனாலே உடனே சமையல் கட்டுக்கு வந்து விசாரிப்பார். இன்றைக்கு இவ்வளவு நேரமாகியும் காணோமே" என்று எண்ணும்போதே அவரது மனத்தில் சட்டென்று ஒரு மின்னல் வெட்டு. முன்பு ஒருமுறை பரமஹம்சர் சொன்னது நினைவுக்கு வரவும், அவசரமாகக் கூடத்துக்கு வந்தார். அங்கு எங்கும் பரமஹம்சரைக் காணாமல், கடைசியாக உள்ளறைக்குச் சென்று பார்த்தபோது பரமஹம்சர், கட்டிலில் கண்மூடிப் படுத்திருந்தார். பலமுறை குரல் கொடுத்தும், உலுக்கி எழுப்பியும் கூட அவரிடம் சிறு அளவுகூட அசைவே இல்லை.

மருத்துவர்கள் வந்தனர். ராமகிருஷ்ணர் கோமா நிலையில் ஆழ்ந்து விட்டதாகக் கூறினார்கள். அடுத்த மூன்றாம் நாள் ராமகிருஷ்ணர் உலக வாழ்வை நீத்தார்.

சமாதி நிலை என்பது பற்றி கண்கூடான ஆதாரங்களுடன் உள்ள தகவல்கள் இவை இரண்டும்தான். மற்றவை எல்லாம் வெறும் புராணக் கதைகள்தான். அவற்றில் எந்த அளவுக்கு உண்மை உள்ளது என எவருக்கும் தெரியாது. சித்தர்கள் கண்ட ராஜயோகத்தின் எட்டுப் படிகள் பற்றி மக்களிடையே பெரும் ஈர்ப்பு ஏற்பட்டதைத் தொடர்ந்து, மதங்கள் பலவும் இந்த ராஜயோகத்தை சுவீகாரம் எடுத்துக் கொண்டன. எட்டுப் படிகளுக்கும் தங்கள் மதம் சார்ந்த பெயர்களைச் சூட்டி, ஒன்பதாவது படியாகத் தங்கள் கடவுளின்

சமாதி நிலை

இருப்பிடத்தை அமைத்தன. சிவனை வணங்குபவன் பக்தியின் எட்டு நிலைகளைக் கடந்து ஒன்பதாவதாகக் கைலாயத்தை அடைவான் என்கிறது சைவம். விஷ்ணுவை வணங்குபவன் பக்தியின் எட்டு நிலைகளைத் தாண்டி ஒன்பதாவதாக வைகுண்டத்தை அடைவான். பின்னர் இது ஒன்பது படிகளாக மாற்றப்பட்டு பத்தாவது நிலையே வைகுண்டம் எனப்பட்டது. சரணாகதி சாஸ்திரத்தில் விஷ்ணுவின் ஒன்பது அவதாரங்களையும் ஒவ்வொரு படிக்கட்டாக வைத்து, மச்சாவதாரத்தை வணங்கினால் முதல் படியைத் தாண்டலாம், கூர்மாவதாரத்தை வணங்கினால் இரண்டாவது படி என கிருஷ்ணர் வரையிலான ஒன்பது அவதாரங்களை வணங்கி, பத்தாவதாக வைகுண்ட பேறு பெறலாம் என்றனர். (பத்தாவது அவதாரமான கல்கி கலியுக முடிவில்தான் தோன்றுவார். இப்போதைக்கு இல்லை.)

வைணவத்தில் ஒரு கதை உண்டு.

ஒரு அரசன், "ஆன்மா கடைசியாக எங்கே போய்ச் சேரும்?" என்று ஒரு பெரியவரிடம் கேட்டான்.

"வைகுண்டத்தில் உள்ள எம்பெருமானிடம் அது நிலைப்படுகிறது" என்றார் அந்தப் பெரியவர்.

"வைகுண்டம் எங்கே இருக்கிறது?"

ஆகாயத்தை நோக்கிக் கையைக் காட்டினார் அவர்.

"இங்கிருந்து வைகுண்டத்துக்குப் போக மொத்தம் எத்தனை படிக்கட்டுகள்?"

அரசன் இப்படி இடக்காகக் கேட்கவும் அவையோர் சிரித்தார்கள். பெரியவர் அதைப்பற்றிக் கவலைப்படாமல், "மொத்தம் ஒன்பது படிக்கட்டுகள்" என்றார்.

"என்ன? ஒன்பதே படிகள்தானா?" என்றான் அரசன் வியப்புடன்.

"ஆமாம்" என்றார் பெரியவர். "ஆனால் ஒவ்வொரு படிக் கட்டுமே ஏறுவதற்குக் கடினமான படிக்கட்டுகள். முதல்படி விவேகம் என்ற படி. இரண்டாவது படி நிர்வேதம். மூன்றாம் படி விரக்தி. நான்காவது படி பிரசாதஹேது. ஐந்தாவது படி உட்கிரமணம். இந்த ஐந்து படிகளும் நாமாக முயன்று ஏற வேண்டியவை. ஆறாவதுபடி ஆத்மா மேலே எழும் நிலை. ஏழாவது படி அர்ச்சிராதி மார்க்கம். எட்டாவது படி திவ்யதேச பிராப்தி. ஒன்பதாவது படி பரமாத்ம பிராப்தி."

அரசன் எழுந்து நின்று அவரைப் பார்த்துக் கை கூப்புகிறான். அதுபற்றிக் கவலைப்படாமல் பெரியவர் விளக்குகிறார். "முதல் ஐந்தும் நம் உடல் சம்பந்தமானவை. முதல்படி விவேகம். நதியில் படகு போகலாம். படகுக்குள் நதி போனால் என்ன ஆகும்? அதுபோல் இந்த உலக இன்பங்களை அனுபவித்து வாழலாம். ஆனால் அவற்றில் மனம் மூழ்கி விடக்கூடாது. மனத்துள் இச்சைகள் புகுவது முதல் படி. எதுவும் எனதல்ல, எதுவும் நிலையல்ல என்பதை உணர்ந்து இதயத்தில் இறைவனை நிறுத்தி இறங்கினால் உறுதியாக இந்த ஐந்து படிகளையும் தாண்டலாம். அதன் பின் பகவானே இறங்கி வந்து இதர நான்கு படிகளையும் கடந்து அவனை அழைத்துச் செல்வார்."

இவ்வாறு பெரியவர் கூறவும் அரசன் மனம்மாறி தீவிர விஷ்ணுபக்தன் ஆகிறான் என்கிறது இந்தக் கதை.

ராஜயோகத்தில் எட்டாவது நிலையான சமாதி நிலை இங்கு திவ்யதேச பிராப்தி எனப்படுகிறது. இறத்தல் என்பதை திருநாட்டுக்கு எழுந்தருளல் என்று வைணவம் கூறும். அதுவே இங்கு திவ்ய தேசம் எனப்படுகிறது. அடுத்து பரமாத்மாவான நாராயணன் திருவடியை அடைவதே பரமாத்ம பிராப்தி எனப்படுகிறது.

மரணம் என்று வரும்போது வைணவம் சம்பந்தமான ஸ்ரீகருட புராணமும் ராமருக்கு வசிஷ்டர் உபதேசித்ததான யோக வாசிஷ்டமும் மிக முக்கியமானவை. இதில் கருட புராணம் சொல்வது என்ன என்று இப்போது பார்ப்போம்.

21

எமலோகத்தை நோக்கிப் பிரயாணம்

எமன் வருமுன் நெஞ்சே
எவ்வினையுமேவென்று
சாமநடுவதனிற் சார்ந்ததிலே
சேமமுடன்
காலனையும் வென்று
சில காமனையும் சென்று
பாவிக்கலாமது நாம் பார்.
காணுமனமே கரிகாலனை வதைத்துக்
காணு முலகமெல்லாம்
காணுருவாய்த் தானு
மன விரக மானபுலி
மன்றுள் நடனப்
பணவரவின் உற்றபாதம்

– பட்டினத்தார்

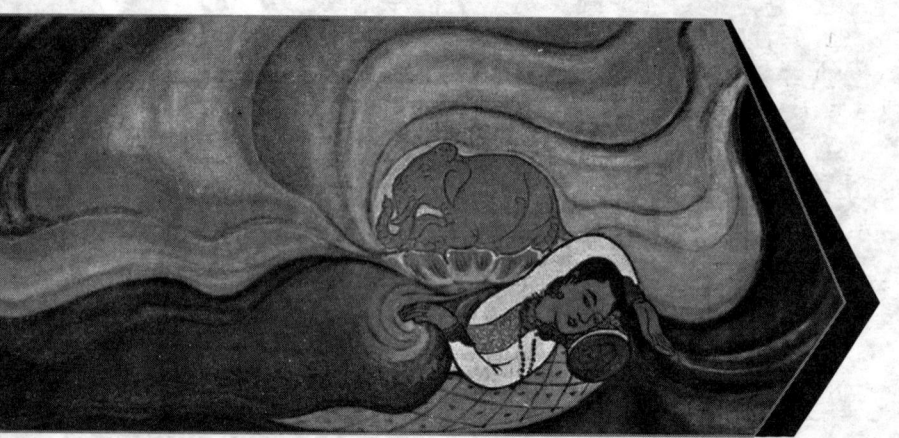

மரணத்துக்குப் பின் மனிதனின் நிலை என்பது பற்றி ஆன்மீக உலகம் பலபடி கூறுகிறது. இதில் சொர்க்கம், நரகம், எமன், எமகிங்கரர்கள் ஆகியன பற்றிக் கூறப்படும் விவரங்கள் முக்கியமானவை. சொர்க்கத்தைப் பற்றிப் புராணங்கள் பலபடியாக வர்ணிக்கின்றன. புண்ணியம் செய்த ஆத்மாக்கள் சொர்க்கம் செல்லும். அங்கு பாரிஜாத மலர்கள், மந்தாகினி நதி என்று எங்கும் செழிப்பும் வளமையும் காணப்படும். ஒளிமயமான உடலுடன் ஆத்மா அங்கு பேரானந்த வாழ்க்கை வாழும் என்கின்றன சில நூல்கள்.

சொர்க்கத்தில் அமிர்தம் கிடைக்கும். அதை அருந்தினால் அமரத்தன்மை கிடைக்கும். அதன்பின் அந்த ஆத்மாக்கள் தேவர்களாகி விடுவர் என்கின்றன சில நூல்கள்.

சொர்க்கம் உண்டா, இல்லையா என்ற விவாதம் ஒருபுறம் இருக்கட்டும். அது உண்டு என்பவர்கள்கூட இந்த சொர்க்கத்தின் வர்ணனைகளில் காணப்படும் முரண்பாடுகளைக் கண்டு குழம்புவார்கள். ஒருபுறம், அவர்களுக்குக் கண்கள் இமைக்காது. கால்கள் தரையில் படாது. உடல் வியர்க்காது. அங்குள்ள மலர் மாலை வாடாது. பசி, தாகம், தூக்கம் என எதுவும் இருக்காது என்கின்றனர். மறுபுறம், அங்கு சுவை மிக்க கனிகளும், தேனாய் இனிக்கும் நதியும் இருப்பதாகக் கூறுகிறார்கள். பசி, தாகம் இவை இல்லாத ஒரு உலகில் இனிப்பான கனிகளும், சுவையான நீரும் இருப்பது எதற்கு? அதனால் என்ன பலன்?

பூமியில் பிறப்பு உண்டு. ஆகவே இறப்பும் உண்டு. இறந்த பின்புதான் ஒருவர் சொர்க்கத்துக்கே செல்ல முடியும். அங்கே

இறப்பு கிடையாது. ஆகவே பிறப்பும் கிடையாது. பிறப்பு, இறப்பு இல்லாத இடத்தில் ஆண், பெண் பேதம் என்பது ஏது? ஆண், பெண் வித்தியாசம் பிறப்பு உறுப்புக்களில் மட்டும்தான் இருக்கும். இறந்தபின் புதைத்த உடல் மக்கிய பின் அந்த எலும்புக் கூட்டில்கூட ஆண், பெண் பேதம் என்பது அதன் தோற்றத்தை வைத்துப் பார்க்கும்போது புலப்படாது. அப்படி இருக்க உயிரில் ஏது பேதம்? சொர்க்கத்தில் ஏது ஆண், பெண் என்ற பேதம்? இந்த பேதங்கள் இல்லையெனில் தேவகன்னியரான "அப்ஸரஸ்" எனப்படுவோர் அங்கு நாட்டியம் ஆடுவார்கள் என்பது ஏன்? இன்ப, துன்பங்களுக்கு அப்பாற்பட்ட இடத்தில் கேளிக்கை இன்பங்களுக்கு ஏது இடம்?

எனினும் இந்த விஷயங்களை யாரும் அவ்வளவாகப் பொருட்படுத்தாததன் காரணமே இது புண்ணியாத்மாக்கள் சமாச்சாரம் என்பதால்தான். "நான் பாவமே செய்யாதவன். புண்ணிய சீலன்" என்று எவரும் கூறமாட்டார்கள். அதனால்தான் ஏசு போன்றவர்கள், "உங்களில் யார் பாவம் செய்யாதவர்களோ அவர்கள் கல்லெறியுங்கள்" என்று தைரியமாகக் கூறுகின்றனர்.

"தீர்ப்பளிக்காதீர்கள். நாம் அனைவருமே பாவிகள்தான்" என்கிறார் ஷேக்ஸ்பியர்.

ஆகவே புண்ணிய சீலர்களுக்கு உரிய சொர்க்கத்தைப்பற்றி யாரும் கவலைப்படவில்லை. "அது நாம் செல்லும் இடம் அல்ல. அங்கு செல்லும் வாய்ப்பு நமக்கு இல்லை" என்பதுதான்

பெருவாரியான நபர்களின் கருத்து. ஆகவே சொர்க்கம் எப்படி இருந்தால் என்ன? அதுபற்றி நமக்குக் கவலை இல்லை. பாவம் செய்தவர்கள் எங்கே செல்வார்கள்? அங்கே பாவிகளுக்குத் தண்டனை உண்டா? அங்கே பாவிகளைத் தண்டிப்பவர் யார்? அங்கே வழங்கப்படும் தண்டனைகள் எப்படிப்பட்டவை? அதற்கு என்ன அளவுகோல்? பொய் சொன்னால் என்ன தண்டனை? பெற்றோரை கை விட்டால் என்ன தண்டனை? ஏமாற்றி மோசம் செய்தால் என்ன தண்டனை? நம்ப வைத்து துரோகம் செய்தால் என்ன தண்டனை?

இப்படி அவரவரும் சிறிதும், பெரிதுமாகத் தாங்கள் செய்த பாவங்களை மனத்துக்குள் எண்ணி, அதற்குரிய தண்டனை என்ன? அதற்கு ஏதாவது பரிகாரம் உண்டா? அதை செய்தால் தப்ப முடியுமா? என்றெல்லாம் யோசிக்கின்றனர்.

இதுபோன்ற விஷயங்களில் மக்கள் அதீத ஆர்வம் காட்டுகின்றனர். எப்படி நவக்கிரகங்களில் சனீசுவரனுக்கு மக்கள் முக்கியத்துவம் தருகின்றனரோ அதுபோன்ற மிகுந்த முக்கியத்துவத்தை எமனுக்கும் தருகின்றனர். அழிக்கும் கடவுள் என்பதாலேயே சிவனுக்கு மிக உயர்ந்த இடம் தரப்பட்டுள்ளது. அழிப்பவன் என்ற பொருளிலான சம்ஹரர் என்பதுதான் சங்கரர் எனத் திரிந்து வழங்கப்படுகிறது.

மரணத்துக்குப் பின்னான மனித வாழ்வு பற்றி விவரிப்பதில் முதலிடம் பெறுவது கருட புராணம்தான். பல்வேறு படங்களுடன், பயங்கர வர்ணனைகளுடன் கூடிய கருட புராணத்தைப் படிக்கும் எவருக்கும் மனம் ஓரளவு கலங்கவே செய்யும்.

வியாசரின் சீடரான சூதமுனிவர் நைமிசாரண்ய வனத்தை அடைந்தபோது அங்கிருந்த ரிஷிகள் எல்லோரும் அவரைச் சூழ்ந்து கொண்டார்கள். அப்போது அவர்கள், "உலகில் ஜீவன்களுக்கு ஜனனமும் மரணமும் எதனால் ஏற்படுகின்றன? மரித்த பின்பு சரீரத்தை விட்ட ஜீவனானது பிரேத ஜென்மம், பைசாச ஜென்மம் என்று அலையாதிருக்க என்ன வழி? மரணமடைந்த பின் அந்த ஆத்மா சந்திக்கும் துயரங்கள் என்ன? இவற்றையெல்லாம் எங்களுக்கு விஸ்தாரமாகக் கூற வேண்டும்" என்கின்றனர்.

இதையடுத்து சூதர் கூறுகிறார்:

"தவசிரேஷ்டர்களே! தேவ தேவனும் எங்கும் வியாபித் திருப்பவனும் பரமபத சோபனனுமான ஸ்ரீமத் நாராயணனிடம்

பட்சிராஜனான கருடன் இதே கேள்விகளை உலக நன்மைக்காகக் கேட்டார். அப்போது அதற்கு நாராயணன் விடை அளித்தார். அவற்றை உங்களுக்குக் கூறுகிறேன். கேளுங்கள்...”

இவ்வாறு தொடங்கி மரணம், மரணத்துக்குப் பிறகான நிலை, எமலோகம், நரகலோகம், ஆத்மாவின் பயணம், தண்டனைகள், பரிகாரங்கள் என அனைத்தையும் பற்றி சூதர் விவரிக்கிறார். இதுவே பிரம்மாண்டமான கருட புராணம் என்னும் நூலாகும்.

மனிதர்கள் வசிக்கும் உலகிலிருந்து எமலோகமானது எண்பத்தாறாயிரம் காதம் இடைவெளியில் உள்ளது. கூற்றுவனான எமதர்மன் மானிடர்களின் ஆயுள் முடிவடையும்போது, அவர்களது உயிரை எடுத்துவரும்படி கிங்கரர்களிடம் கூறுவான். அதன்படியே எமதூதர்கள் செல்வார்கள். கருநிற உடைகள் அணிந்த, கனல் கக்கும் விழிகளுடன் பயங்கரத் தோற்றமுடைய, பாசம், முசலம் முதலான ஆயுதங்கள் அணிந்த மூவர் சென்று ஆயுள் முடிந்த ஜீவனின் உடலின் மீது பாசக்கயிற்றை வீசுவார்கள்.

மனிதனின் உடலின் மையத்தில் கட்டை விரல் பருமனளவுக்கே உள்ள ஆவியை அது சிக்கென்று பற்றியிழுக்கும். அந்த ஜீவனை காற்றின் உருவமான தேகத்தில் அடைத்து, எமபட்டணத்துக்குக் கொண்டுசென்று எமனுக்கு முன்னால் விடுவார்கள். அந்த ஜீவனை எமன் மறுபடியும் கொண்டு சென்று, அவன் வீட்டிலேயே விட்டுவிட்டு 12 நாட்கள் கழித்தபின், முறைப்படி கொண்டுவந்து தன் முன் நிறுத்தும்படி கூறுவான்.

கண் இமைக்கும் நேரத்துக்குள் மீண்டும் அந்த ஜீவன் அதன் வீட்டுக்கே கொண்டு வந்து விடப்படும். (இறந்த ஜீவன் எமபுரிக்குச் சென்று பின்னர் மீண்டும் கொண்டுவந்து விடப்படுகிறது என்பதாலேயே இறந்த எவரது உடலையும் உடனடியாக எரித்துவிடக்கூடாது. சிறிது நேரம் கழித்தே அதை செய்ய வேண்டும் என்கின்றன சாஸ்திரங்கள். சில அபூர்வ தருணங்களில் கொண்டுசெல்லப்பட்ட ஜீவன் “இன்னும் இவன் ஆயுள் முடியவில்லை” என்று திருப்பி அனுப்பப்படலாம் அல்லவா? அப்போது அங்கு உடல் இல்லாமல் போனால் என்ன ஆவது? எனவேதான் எரித்தல், புதைத்தல் விவகாரங்களை எல்லாம் தாமதித்தே தொடங்குவார்கள்.)

ஆவி உருவில் பாசக்கயிற்றில் பிணைத்திருந்த ஜீவனை அவிழ்த்துவிட்டபின், காற்று வடிவமான அது மயானத்தில் தன்

உடல் சிதையில் எரிவதைக்கண்டு பத்து முழ உயரத்தில் மேலே இருந்தபடி ஓலமிட்டு அழும். (புண்ணிய ஆத்மாக்கள் இதற்கு மாறாக தன் உடல் எரிவது கண்டு, "இந்த பூவுலகத் தொடர்பு இத்துடன் முடிந்தது" என்று மகிழ்ச்சி அடையும்.)

"கருடா! சிதையில் பிரேதத்தின் தலையானது எரிந்து சாம்பலாகும்வரை ஜீவனானது அந்த உடல் மீதும், அது தொடர்பான பொருட்கள் மீதும் கொண்ட பாசத்தை விடாது. சரீரம் முழுவதும் எரிந்து சாம்பலான பின்னர் அந்த ஜீவனுக்கு பிண்டத்தாலான சரீரம் ஏற்படும். இறந்தவனின் மகன் முதல் நாளன்று போடும் பிண்டத்தால் தலையும், இரண்டாம் நாளில் போடும் பிண்டத்தால் கழுத்தும், தோளும் மூன்றாம் நாள் பிண்டத்தால் மார்பும், நான்காம் நாள் வயிறும், ஐந்தாம் நாளில் உந்தியும், ஆறாம் நாளில் பிருஷ்டமும், ஏழாம் நாள் குய்யமும், எட்டாம் நாள்

தொடைகளும், ஒன்பதாம் நாள் கால்களும் உண்டாகும். பத்தாம் நாள் போடும் பிண்டத்தால் முழு சரீரமும் ஏற்படும். அந்த நாளில் வீட்டுக்குள்ளே நுழையாமல் வெளியே நின்றபடி பசி, தாகத்தால் "ஆ, ஆ" என போவோர் வருவோரையெல்லாம் அது பார்த்து அலறியபடி நிற்கும். பிண்ட சரீரம் பெற்று 11ம் நாளிலும், 12ம் நாளிலும் புத்திரன் மந்திர பூர்வமாக அளிப்பவற்றை உண்ணும். 13ம் நாள் எமதூதர்கள் பிண்ட சரீரத்தை மீண்டும் பாசக் கயிற்றால் பிணைத்து இழுத்துச் செல்வார்கள். தன் வீட்டைத் திரும்பித் திரும்பிப் பார்த்துக் கதறியபடியே அந்த ஜீவன் செல்லும்."

இவ்வாறு மகாவிஷ்ணு கருடனுக்கு விளக்குகிறார். 86,000 காத தூரம் உள்ள எமலோகத்துக்கு நாளொன்றுக்கு இருநூற்று நாற்பத்தேழு காத தூரம் இரவும், பகலுமாக எம தூதர்கள் ஜீவனுடன் பயணிப்பார்கள். ஆயுள் முழுவதும் சுயநல மேலிட்டால் எந்த நற்செயல்களும் புரிந்திராத அந்த ஜீவன் கதறிக்கதறி ஓலமிட்டபடி வரும் வழியிலுள்ள கூரிய பற்களுடன் கூடிய வாள் போன்ற இலைகள் கொண்ட காட்டைப் பெரும் துன்பத்துடன் கடக்க வேண்டும்.

இறந்த ஜீவனின் வாரிசுகள் முதல் வருடம் முழுவதும் மாதந்தோறும் அந்த ஜீவன் இறந்த திதி நாளில் (அமாவாசையை அடுத்து 14 நாட்களும் வளர்பிறை திதி என்றும், பௌர்ணமியை அடுத்த 14 நாட்களும் தேய்பிறை திதி என்றும் அழைக்கப்படும். 14 நாட்களுக்கும் பிரதமை, துவிதியை, திருதியை, சதுர்த்தி, பஞ்சமி, சஷ்டி, சப்தமி, அஷ்டமி, நவமி, தசமி, ஏகாதசி, துவாதசி, திரயோதசி, சதுர்த்தசி என்றும் பெயர்கள் உண்டு. வளர்பிறையை சுக்ல பட்சம் என்றும், தேய் பிறையை கிருஷ்ண பட்சம் என்றும் கூறுவார்கள். ஒருவன் பௌர்ணமியை அடுத்த ஐந்தாம் நாள் இறந்தால் சுக்லபட்ச, பஞ்சமி திதி அவனுக்குரிய நினைவு நாளாகும்.) மந்திர பூர்வமாக அக்னியில் பிண்டம் இடுவார்கள்.

இறந்த இருபத்தெட்டாம் நாள் முதல் மாசிகம் எனப்படும். அன்று முறைப்படி ஹோமத்தில் இடப்படும் உணவு அக்னி மூலமாக அந்த ஜீவனைச் சென்று சேரும். அதைப் புசித்த ஜீவன், எமதூதர்களுடன் முப்பதாம் நாள் மாமியம் என்னும் நகரை அடையும். பிரேதக் கூட்டங்கள் குடியிருக்கும் அங்கு வட விருட்சமும், புண்ணிய பத்திரை என்ற நதியும் உண்டு. அங்கு சிறிது காலம் இளைப்பாறி, இரண்டாம் மாசிக பிண்டம் அருந்திய பின், அது தன் பயணத்தை மீண்டும் தொடரும்.

வழியில் சங்கமன் என்னும் அரசனுக்குரிய சௌரி என்ற இடம் வரும். அங்கு மூன்றாம் மாசிக பிண்டம் சாப்பிட்ட பின் பயணத்தைத் தொடர்வார்கள். அந்தப் பகுதியில் பொறுக்க முடியாத அளவுக்குக் குளிர் வாட்டும். கிங்கரர்கள் பலரும் அவ்வழியே வரும் ஜீவனை திட்டியபடி கற்களை வீசுவார்கள்.

அடுத்து குரூரனின் ஆளுகையில் உள்ள குரூரபுரத்தை அடைந்து, அங்கு ஐந்தாம் மாசிக பிண்டத்தைச் சாப்பிட்ட பின் அதன் பயணம் தொடரும். கிரௌஞ்சம் என்ற இடத்தில் ஆறாவது மாசிக பிண்டத்தைப் புசித்தபின் ஒரு முகூர்த்த காலம் அது அங்கு தங்க வேண்டும்.

அடுத்து எவருமே அஞ்சும் பயங்கரப் பாதையில் அதன் பயணம் தொடரும். வழியில் நூறு யோசனை தூரம் உள்ள வைதரணி என்ற நதி உள்ளது. இரத்தமும், சீழும், சளியும் போன்று காணப்படும் துர்கந்தம் வீசும் நதி இது. (இது கொதிக்கும் வெந்நீர் நதி என்றும் கூறப்படுகிறது.)

எல்லா ஜீவன்களும் அந்த வைதரணி நதியைக் கடந்தே ஆக வேண்டும். பூமியில் வாழும்போது கோதானம் முதலிய தானங்களை செய்தவர்கள் இந்த நதியைக் கடக்க ஒரு பசு வந்து உதவும். ஒருவன் தானங்களே செய்யாமல் இறந்து போனாலும், அவனுக்காக அவனது வாரிசுகள் அவன் பெயரால் வைதரணி கோதானம் செய்தாலும் அந்த ஜீவன் வைதரணி நதியைக் கடந்து விசித்திரன் ஆளுகைக்கு உட்பட்ட நகரத்தை சேரும்.

மகா விஷ்ணு கருடனிடம் கூறுகிறார்.

"ஓ வைனதேயனே! இறந்த ஜீவன் நற்கதி அடைவதற்காக அந்த ஜீவனின் மைந்தன் மாதந்தோறும் மாசிகம் செய்து பிண்டம் அளிப்பான். வைதரணி கோதானம் உள்ளிட்ட தானங்களை அந்த ஜீவன் தான் வாழும் காலத்தில் செய்திராவிட்டால், ஏழாவது மாசிக பிண்டம் அவனுக்குச் சேராது. அவனிடமிருந்து பைசாசங்கள் அதைப் பறித்து உண்டு விடும். அதனால் நா வறண்டும், பசியாலும் உணவுக்கும், நீருக்கும் அந்த ஜீவன் ஏங்கித் துயர்ப்படும்."

பின்னர் பக்குவபதம் என்ற இடத்தை அடையும் உயிரானது, எட்டாவது மாசிக பிண்டத்தை அருந்தி விட்டு துக்கதம்

என்ற இடத்தை அடையும். மகா துக்கம் அடைந்து அங்கு ஒன்பதாவது மாசிக பிண்டத்தைப் புசித்தபின் பயணத்தைத் தொடர்ந்து, நாதாகினந்தம் என்ற இடத்தை அடையும். அங்கு அநேக ஜீவன்கள் பிரேத ஜென்மத்துடன் கூட்டமாக ஓலமிட்டுத் திரியும். நற்கருமங்கள் புரியாத இவற்றுடன் இந்த ஜீவனும் சேர்ந்து கொண்டு ஓலமிடும். பத்தாவது மாசிக பிண்டத்தைப் புசித்து விட்டுப் புறப்பட்டு, அதப்தம் என்ற இடத்தை சேரும். அங்கு பதினோராவது மாசிக பிண்டம் உண்ட பின் சீதாபரம் என்ற இடத்தை அடையும். அங்கு சீதத்தால் வருந்திய ஜீவன் பனிரண்டாவது மாசிக பிண்டத்தை உண்ணும். பின்னர் அவர்கள் வைவஸ்வதபட்டினம் எனப்படும் எமபட்டினத்தை சேர்வார்கள்.

நைமிசாரண்ய வனத்தில் ரிஷிகளுக்கு இவற்றை விளக்கிய சூத மகரிஷி கூறுகிறார்:

“தவ சிரேஷ்டர்களே! ஊழிக்காலத்தில் அனைத்தையும் தன்னுள் ஒடுக்கிக்கொண்டு மகாவிஷ்ணு அறிதுயிலில் இருந்தார். அப்போது அவரது நாபிக்கமலத்தில் பிரமன் தோன்றி எல்லாவற்றையும் உருவாக்கினார். ஆற்றல் மிக்க எமனும் அந்த நேரத்தில் தோன்றி ஜைமினி நகரை அடைந்து தன் தொழிலைத் தொடங்கினான். ஆனால் அவனுக்கு ஜீவன்களின் பாவ, புண்ணியங்களைக் கணக்கெடுக்க சிரமமாக இருந்தது. இதையடுத்து பிரம்மா பன்னிரண்டு பேரைப் படைத்து எமனுக்கு உதவியாக நியமித்தார். இவர்கள் அனைத்து ஜீவன்களின் மனத்தையும், செயல்களையும், கூட இருப்பவர்கள் போலவே படித்தறிய வல்லவர்கள். இவர்கள் பன்னிரு சிரவணர்கள் எனப்பட்டனர். இவர்கள் மூலம் எமன் தனது தொழிலைச் சிறப்பாகச் செய்கிறான்.”

அறம், பொருள், இன்பம், வீடு என்னும் நான்கு வகை செயல்பாடுகள் புருஷார்த்தம் எனப்படும். அறம் எனப்படும் தர்மகாரியங்களை ஆர்வத்துடன் அளவற்று செய்தவர்கள் உத்தமர்கள். அவர்கள் தர்ம மார்க்கமாக எமபுரிக்குச் செல்வர். பொருள் எனப்படும் பொன், பொருளைப் பெரியோர்க்கும், சான்றோருக்கும் அளித்தவர்கள் விமானங்களில் ஏறிச் செல்வார்கள். இன்பம் என்னும் பெரியோர்களும், மற்றோரும் விரும்பியதை விரும்பியபடி அளித்தவர்கள் குதிரைகளில் செல்வர். வீடு என்னும் முக்தியில் நாட்டம் கொண்டு இறைவழிபாடு, தல யாத்திரை, வேத உச்சாடனம் என எல்லாம் இறைவனுக்கே என வாழ்வோர் தேவ விமானமேறி தேவருலகை அடைவர்.

இந்நான்கு வகைகளிலும் சம்பந்தமில்லாதவர்கள் பாவ ஆத்மாக்கள். இவர்கள் நடந்தே எமபட்டினம் சேர வேண்டும்.

ஜீவன்களின் பாவ புண்ணியங்களை 12 சிரவணர்கள் மூலம் சித்ரகுப்தன் எனப்படும் எமனின் கணக்கன் அறிந்து, எமனுக்குக் கூறுவான். அதன்படி எமன் தீர்ப்புக் கூறுவான். வாக்கினால் செய்த பாவ, புண்ணியங்களை வாக்காலும், உடலால் செய்தவற்றை உடலாலும், மனத்தால் செய்தவற்றை மனத்தாலும் அனுபவிக்கவேண்டும்.

எண்ணம், சொல், செயல் ஆகியவற்றால் நற்செயல் புரிந்தோர் திவ்யமான சரீரம் பெறுவர். இம்மூன்றாலும் தீச்செயல் புரிவோர் குரூரமான தேகம் அடைவர். எல்லோரையும் தீய சொற்களால் அவமதித்துத் துயர்ப்படுத்தியவன் வாயிலிருந்து புழுக்கள் சொரியும்.

எமதர்மன் பாரபட்சமற்றவன். அவனது தீர்ப்பு நியாயத் தராசில் துல்லியமாக நிறுக்கப்பட்டதாகும். எந்த ஒரு ஜீவனும் செய்த சிறு புண்ணியத்தைக்கூட விடாமல் கணக்கிட்டு, அதற்கேற்ற நன்மையும், பாவங்களுக்கேற்ற தண்டனையும் அவனால் துல்லியமாக வழங்கப்படும். முழுக்கப் பாவங்களோ, முழுக்கப் புண்ணியங்களோ செய்பவர்கள் என்று இல்லாமல் ஜீவன்கள் பலரும் மாறி, மாறி பாவ புண்ணியங்களைச் செய்தவர்கள் என்பதால், புண்ணியத்துக்கேற்றபடி இவ்வளவு காலம் சொர்க்கம், பாவங்களுக்கேற்ப இவ்வளவு காலம் நரகம் என்று கலந்தும் தண்டனைகள் வழங்கப்படும்.

சாதாரணமாக கீழ் உலகங்கள் என்று வரும்போது ஏழு உலகங்கள் மட்டுமே குறிப்பிடப்படுகின்றன. அதலவிதல, சுதல, மகாதல, தலாதல, ரசாதல, பாதாளம் என்னும் ஏழு உலகங்களே அவை. அதல பாதாளத்தில் விழுந்தான் என்று கதைகளில் எழுதப்பட்டிருப்பதை நீங்கள் படித்திருக்கலாம். ஆனால் உண்மையில் இவை கீழ் உலகங்களே தவிர இவை மரணத்துக்குபின் எமதர்மனின் ஆளுகைக்கு உட்பட்ட தண்டனை வழங்கப்படுவதற்காக ஏற்பட்ட உலகங்கள் அல்ல.

எமதர்மனின் தண்டனை நிறைவேற்றப்படும் இடம், அதாவது ஆத்மாக்கள் துன்பப்படும் உலகம் நரகம் எனப்படும். பொதுவாக நரகலோகம் என்று ஒருமையில் சொல்லப்பட்டாலும் 28 வகையான நரகங்கள் உண்டு என்கிறது கருட புராணம்.

பாவம் செய்யும் ஜீவன்களுக்கு கால தேவன் நிச்சயித்த நரகங்கள் 84 லட்சம் உள்ளன. ஆனால் இதில் முக்கியமானவை இருபத்தெட்டு.

பிறன் பொருள், பிறன் மனைவி, குழந்தை இவற்றைத் கவர்வோர் அடைவது தாமிஸ்ர நரகம்.

வாழ்க்கைத் துணை (கணவன் அல்லது மனைவி)யை வஞ்சித்து வாழ்வோர் கண்களில் இருள் கவிய மூர்ச்சித்து விழும் இடம் அந்ததாமிஸ்ர நரகம்.

துராக்கிருதமாக பல குடும்பங்களை அழித்துப் பொருள் பறிக்கும் சுயநலவாதிகள் அடையும் இடம் ரௌரவம். பெரும்பாலானவர்கள் அடையும் இடம் இதுதான் என்பதால்

இங்குதான் கூட்ட நெரிசல் அதிகமாக இருக்கும். ராஜா கதைகள் முதல் சமூக நாவல்கள் வரை பலவற்றிலும் "ரௌரவாதி நரகத்துக்குத்தான் போவாய்" என்று கூறப்படுவதைக் காணலாம்.

ருரூ என்னும் ஒருவகை மான்கள் பாவிகளை சூழ்ந்துகொண்டு துன்புறுத்தும் இடம் மகா ரௌரவம் எனப்பட்டது. தன் விருப்பத்துக்காக மற்றவர்களை வதைத்து சந்தோஷிப்பவன் அடையும் நரகம் கும்பீபாகம். பெற்றோர்கள், பெரியோர்களைத் துன்புறுத்துபவர்கள் அடையும் இடம் கால சூத்திரம். தெய்வ நிந்தனை செய்து அதர்ம மார்க்கத்தில் செல்பவன் அடைவது அசி பத்திரம். அநியாயமாகப் பிறரைத் தண்டித்து அகம்பாவமாக செயல்படுபவன் அடைவது பன்றிமுகம். கொலை, கொடுமை, துரோகம் செய்யும் தீயவர்கள் அடைவது அந்த கூபம் என்னும் நரகம்.

தான் மட்டும் உண்டு, பக்தி நியமம் ஏதுமின்றி சுயநலமும் அற்பத்தனமுமாக வாழ்ந்தவர்கள் அடையும் இடம் கிருமி போஜனம். பிறரது உரிமைகளை, உடைமைகளை பலாத்காரமாக அபகரிப்போர் அடைவது அக்னி குண்டம். தகாத ஆண், பெண்ணுடன் கூடி மகிழும் காமுகர்கள் சேருமிடம் வஜ்ர கண்டகம். தராதரம் இன்றி எப்போதும் காமத்தில் திளைக்கும் சிற்றின்ப வெறியர்கள் அடையுமிடம் சான் மலி நரகம். கபடம், நயவஞ்சகம், அதிகார மமதையால் நல்வழிகளைக் கெடுத்து, தர்மத்தை பாதிப்பவர்கள் அடைவது வைதரணியை. (ரௌரவம் போலவே வைதரணியில் ஆழ்த்தப்பட்டு வீழ்ந்து கிடக்கும் ஆத்மாக்கள் ஏராளம் என்கின்றன சாஸ்திரங்கள்.)

இழி செயல்கள் புரிந்து, தீயவர்களுடன் கூடி மிருகங்களைப் போல் திரியும் கயவர்கள் அடைவது பூயோதம். பிராணிகளை வதைப்பவர்கள் சேருமிடம் பிராணரோதம். பசுவதை செய்வோர், வீண் பெருமைக்காக யாகங்களைச் செய்து மிருக பலியிடும் பித்தலாட்டக்காரர்கள் அடைவது விசஸனம். மனைவியை இம்சித்து, வதைத்து மகிழ்வோர் அடையும் நரகம், லாலா பட்சம்.

வீடுகளுக்குத் தீ வைப்பது, கொள்ளையடிப்பது, கூட்டமாகக் குடிகளை அழிப்பது போன்ற பாவங்களைப் புரிந்தோர் அடைவது சாரமேயாதனம்.

பொய் சாட்சி கூறுவது முதலிய அகம்பாவச் செயல்களுக்கு கிடைப்பது அவீசி நரகம். போதை வஸ்துகளை அளிப்பது, அருந்துவது போன்ற செயல்களுக்குக் கிடைக்கும் நரகம், பரிபாதனம். தான் என்ற இறுமாப்புடன் நல்லோர், பெரியோரை அவமதித்து புண்படுத்துவோர் அடைவது க்ஷார கர்த்தமம். மனிதர்களைப் பலியிடுவது, புசிப்பது, சாதுவான விலங்குகளைக் குரூரமாக இம்சிப்பது ஆகியவற்றை செய்வோர் அடைவது ரக்ஷோகணம். (இங்கு பாவாத்மாக்களால் வதைக்கப்பட்ட மனிதர்களும் பிராணிகளும் வந்து தங்களை இம்சித்த ஆத்மாக்களைப் பதிலுக்கு இம்சிப்பார்கள்.)

ஒரு தீமையும் செய்யாதவர்களைக் கொல்வது, நயவஞ்சகமாகக் கொலை செய்வது, தற்கொலை செய்துகொள்வது, நம்பிக்கை துரோகம் போன்ற பாவங்களுக்கு சேரும் நரகம் சூலரோதம். தீமையும் வஞ்சனையுமே வாழ்வாகக் கொண்ட துரோகிகள்

சென்று சேருமிடம் தந்த சூகம். விலங்குகளைக் கொடூரமாகச் சித்ரவதை செய்வோர் அடையும் நரகம், வடாரோதம். வீடு தேடி வந்த விருந்தினரை நிந்தித்து அவமதிப்பவர்கள், உலோபிகள் அடைவது பர்யா வர்த்தனம் என்ற நரகம். வசதி, செல்வாக்கினால் பிறரைத் துன்புறுத்துவோர், அறவழி அல்லாமல் அநீதியாகப் பொருள் ஈட்டுவோர், கள்ளத்தனமாகப் பதுக்கி வைப்போர் அடையும் நரகம் சூசி முகம் என்பதாகும்.

இறந்த பின்னர் ஒருவனுக்கு அவனது புத்திரர்கள் மாதந்தோறும் மாசிகம் முதலிய கர்மங்களைச் செய்து, உதக கும்ப தானம் (எள், நீர் நிரம்பிய பாத்திரத்தை மந்திரம் ஓதி தானம் செய்தல்) உள்ளிட்டவற்றைச் செய்துவந்தால், அந்த ஜீவன் ஓராண்டு முடியும்போது பிண்ட சரீரத்துடன் யமபுரியை அடையாமல், பிண்ட சரீரம் நீங்கி அங்குஷ்ட பரிமாணமுள்ள புது வடிவம் பெற்று, ஒரு வன்னி மரத்தில் சிறிது காலம் தங்குவான். அப்போது அவன் கர்மத்தாலான புது சரீரத்தை பெறுவான். அதன் பின் யமன் முன்பு அவனை "கிங்கரர்கள்" நிறுத்துவார்கள்.

வன்னி மரத்திலிருந்து இருபது காத தூரமுள்ள யமபுரிக்கு சித்ரகுப்தனின் பட்டினம் வழியே செல்வார்கள். கர்மசரீரம் பெற்றவனுக்கு யமபுரி ரம்மியமாகக் காணப்படும். இறந்தவனை நினைத்து அவன் நற்கதி அடைய வேண்டி பூவுலகில் இரும்பாலான ஊன்றுகோல், உப்பு, பருத்தி, எள் நிரம்பிய பாத்திரம் ஆகியவை தானங்கள் செய்யப்பட்டால், அந்த ஜீவன் பிண்ட சரீரம் நீங்கி, நிம்மதியான பயணம் செய்து, தாமதமின்றி எமனின் அவைக்கு அழைத்துச் செல்லப்படும்.

எமன் அருகே சதாசர்வகாலமும் இருப்பவனான தர்மத்வஜன் (துவஜம் என்றால் கொடி) பூமியில் இறந்தவன் பெயரால் கோதுமை, கடலை, மொச்சை, எள், கொள், பயறு, துவரை ஆகிய ஏழு தானியங்கள் பாத்திரங்களில் வைத்து தானம் செய்யப்பட்டால் மகிழ்ந்து, "இந்த ஜீவன் புண்ணியன். இவன் பெயரால் பூமியில் நற்காரியங்கள் நிகழ்கின்றன." என்று கூறுவான்.

புண்ணிய ஜீவனை சூரிய மண்டலத்தின் வழியே பிரம்மலோகம் கொண்டுசேர்க்குமாறு, தனது ஆசனத்திலிருந்து எழுந்து மரியாதையுடன் எமன் கூறுவான்.

பாவ ஆத்மாக்கள் பிண்ட சரீரத்துடன் எமனைக் காணவும் அஞ்சுவர். எமனின் கட்டளைக்கேற்ப, ஏற்ற நரகத்தில் விழுந்து பின்னர் மீண்டும் புழு, பூச்சிகளாகப் பிறவிகளைத் தொடங்குவர். புண்ணியம் மீதம் இருந்தால் மீண்டும் மானிடப் பிறவி அடைவர். எந்த இடத்தில் பிறவி எடுத்தாலும், முன்பு செய்த தான தர்மங்களுக்கேற்ப நற்பலன்கள் அந்தப் பிறவியில் அவர்களுக்குக் கிட்டுவது உறுதி.

சூத முனிவர் கூறுகிறார்.

"பிரேத ஜென்மம் அடைந்தவன் தன் குடும்பத்தாரையே அதிகம் துன்புறுத்துவான். காற்று சரீரமாக அவன் பசி, தாகத்தால் வாடுவான். முன்னோர்களின் ஆசி அந்த வீட்டுக்கு அவனால் தடைபடும். மூதாதையர்களுக்கு திவசம் செய்து, அக்னி மூலம் அளிக்கும் உணவான "ஹவிஸ்களை அவனே புசிப்பான். அவன் வம்சம் குடும்பச் சொத்துகளை அனுபவிக்க முடியாமல், பிணி, பீடை, வீண் செலவுகள் என வாழ்வில் முன்னேற்றம் இன்றி இருப்பார்கள்."

இவ்வாறு கூறிய சூதர் கருடன்- மகாவிஷ்ணு இடையே நடந்த விவாதத்தைப் பற்றி மேலும் விளக்கமாகக் கூறினார்.

அப்போது கருடனானவன் பெருமாளை நோக்கி, "ஆதி மூர்த்தியே! ஒருவன் பிரேத ஜென்மம் அடைந்ததை அவனது வம்சத்தில் உதித்தவர்கள் எப்படி அறிவது?" என்று கேட்க அதற்கு நாராயண மூர்த்தி கூறுகிறார்.

"பட்சிராஜனே! குழந்தைகளே பிறக்காமல் இருப்பது, குழந்தைகள் பிறந்து, பிறந்து இறப்பது, உறவினர்கள் ஒற்றுமையின்றி ஒருவரோடொருவர் வழக்காடுவது, பசுக்களைப் பராமரிக்க இயலாது மரிப்பது, அரசு, அக்னி, கனவு ஆகியவற்றால் சொத்துகள் இழப்பு, பரம்பரை நோய்கள், இழிதொழில் புரிந்து

ஜீவித்தல் போன்ற பலவற்றால், மூதாதையரில் எவரேனும் பிரேத ஜென்மம் எய்தி இருக்கலாம் என்பதை ஒருவன் உணர முடியும்.”

“சில சமயம், சிலரது கனவில் விளங்காத உருவத்துடன் அவர்கள் தோன்றி முறையிடுவதும் உண்டு. அவ்வாறு செய்யாமலும் இருப்பதுண்டு. முறைப்படியும் தவறாமலும் முன்னோர்களுக்குத் தர்ப்பணம், திவசம் என நீத்தார் கடன் ஆற்றி, புண்ணிய தலங்களை தரிசித்து, தான, தர்மங்கள் செய்பவர்களிடம் பிரேத ஜென்ம பாதிப்புகள் அண்டாது. மா, தென்னை, அரசு, செண்பகம் உள்ளிட்ட மரங்களை நட்டு வளர்த்தல், பசுக் களுக்குப் புல், அகத்திக்கீரை போன்றவற்றை அளித்தல், கங்கை, யமுனை, காவிரி உள்ளிட்ட புண்ணிய நதிகளில் நீராடி முன்னோர்க்குத் திதி அளித்தல் முதலியவற்றால் அவனது வம்சத் தினரும் துன்பங்களிலிருந்து விடுபடுவதுடன், பிரேத ஜென்மம் எடுத்தவனும் அதிலிருந்து விடுபடுவான்.”

இவ்வாறு கருடனுக்கு நாராயணன் கூறியதை சூத முனிவர் ரிஷிகளுக்கு விளக்கிக் கூறினார்.

இந்த கருட புராணத்தில் இறந்தவர்கள் தற்கொலை செய்து கொண்டால் எப்படிக் காரியங்கள் செய்வது? கொலையுண்டால் எப்படிக் காரியங்கள் செய்வது? என்பன உள்ளிட்ட பரிகாரங்களும், மரணமடைந்தவன் உயிர் உடலிலிருந்து எப்படி நீங்கும் என்பதும் நரகங்களில் எப்படிப்பட்ட இம்சைகள் இவர்களுக்குக் காத்திருக்கும் என்பதும் விரிவாக விளக்கப்படுகிறது.

விதையானது விதைக்கும்போது அளவில் சிறியதாயிருந்தாலும், பின்னர் வளர்ந்து மரமாகிப் பெருமளவில் பலன் தருவதுபோல், தர்மமாயினும், அதர்மமாயினும் பலன்களைப் பெருமளவில் தருகின்றன. சனீசுவரனான கலிபுருடனால் பீடிக்கப்பட்டுள்ள கலியுகத்தில் தான தர்மங்கள் செய்வதும், இறைவனின் நாமத்தை உச்சரிப்பதுமே நற்பலன்களைத் தரும். முன்னோர்களுக்கு நீர்க்கடன் ஆற்றி, தான தர்மம் செய்து, இறைவழிபாடும் செய்தால் அவனுக்கு இம்மை, மறுமை இரண்டிலும் நற்பலன்கள் ஏற்படும் என்கிறது கருட புராணம்.

தாயும், தந்தையும் கூடிய விநாடி முதல் படிப்படியான கரு வளர்ச்சி பற்றி விவரிக்கும் கருட புராணம், குழந்தை பூமியில் பிறப்பது வரையிலான கர்ப்பகால நிகழ்வுகளைக் கூறுகிறது. இறந்த விநாடி முதல் மறுபிறவி வரையிலான ஆத்மாவின்

பயணத்தைத் துல்லியமாக விவரிப்பதுடன், யமனின் பட்டணம் மற்றும் வழி இடங்கள், அவற்றின் சூழல், விஸ்தீரணம் என்று அனைத்தைப் பற்றியும் விவரிக்கிறது.

இது தவிர, வாரிசு உள்ளோர், வாரிசு அற்றோர் என பலதரப் பட்டவர்களும் இறந்த பின் செய்ய வேண்டிய கிரியைகளை விவரிப்பதுடன், எந்தெந்தநாட்களில் கூடினால் எத்தகைய குழந்தை பிறக்கும் என்பதையும், குழந்தைகளின் பாவம் யாரைச் சேரும்? மணமானவர்களின் பாவம் யாரைச் சேரும்? முன்னோரின் பாவம் யாரைச் சேரும்? ஒரு மனிதன் இதுபோன்ற பாவங்களிலிருந்து எப்படி விடுபடுவது? எந்தெந்தப் பாவங்களுக்கு என்னென்ன பரிகாரங்கள் செய்வது போன்றவற்றையெல்லாம் கருட புராணம் தெளிவாக விவரிக்கிறது.

கருட புராணத்தை மட்டும் ஒருவன் விரிவாகப் படிப் பானேயானால், அவன் மனம் எந்தக் காலத்திலும் பாவங்களிலோ, அதர்மங்களிலோ, ஏன் சாதாரண கேளிக்கைகளிலோகூட நாட்டம் கொள்ளாது என்கின்றன புராணங்கள்.

22

ஜோதிடங்களில் மரணம்

பிறந்தன இறக்கும்;
   இறந்தன பிறக்கும்;
தோன்றின மறையும்;
   மறைந்தன தோன்றும்
பெருத்தன சிறுக்கும்;
   சிறுத்தன பெருக்கும்
உணர்ந்தன மறக்கும்;
   மறந்தன உணரும்
புணர்ந்தன பிரியும்;
   பிரிந்தன புணரும்
அருந்தின மலமாகும்;
   புனைந்தன அழுக்காம்;
உவப்பன வெறுப்பாம்;
   வெறுத்தன உவப்பாம்;
என்றிவை அனைத்தும்
   உணர்ந்தனை; அன்றியும்
பிறந்தன பிறந்தன
   பிறவிகள் தோறும்...

—பட்டினத்தார்

மரணம் மனித குலத்துக்கே ஒரு நிரந்தர அச்சுறுத்தலாயிருந்த போதிலும், அதனை ரசனையுடன் வரவேற்றவர்கள் நிறைய பேர் உண்டு. கவிஞர்களும் இலக்கிய கர்த்தாக்களும் அதனை வித்தியாசமான கோணங்களில் பார்க்கின்றனர்.

காலத்துக்கும் மரணத்துக்கும் நெருங்கிய தொடர்பு உள்ளது. காலம் செல்லச் செல்ல மரணம் நெருங்கி, நெருங்கி வருகிறது.

ஒருநாள் கழிந்தால் மரணம் நம்மை நோக்கி ஒரு மெல்லிய அடி எடுத்து வைக்கிறது. (கூடவே தீய பழக்க வழக்கங்களால் நாமும் அதை நோக்கிப் பல அடிகள் எடுத்து வைக்கிறோம்.)

காலமும் மரணமும் ஒன்றோடொன்று நேர்விகிதப்(அல்லது எதிர் விகிதம் என்றும் கூறலாம்) பொருத்தத்தில் இருப்பதால், காலத்தின் அதிபதியான காலதேவனே மரண தேவனாகவும் கருதப்படுகிறான்.

"மெல்லிய பனி வந்து போர்த்தியதுபோல் சாவு அவனை மூடிக்கொண்டது" என்கிறார் ஷேக்ஸ்பியர், ரோமியோ ஜூலியட் நாடகத்தில்.

வயோதிகன் ஒருவனைப் பற்றிக் கூறுகையில் கவிஞர் கண்ணதாசன், "கால நதி ஓடி முடிந்து வண்டல் மண் படம் போட்ட கன்னங்கள்" என்கிறார்.

"ஓ, மரணமே! மெல்ல என் அருகில் வந்து ரகசியம் இரவில் பேசு" என்கிறார் தாகூர்.

"அட காலா! உன்னை நான்
சிறு புல்லென மதிக்கிறேன்

"சற்றே என் அருகில் வாடா!
உன்னைக் காலால் உதைக்கிறேன்"
என்கிறார் பாரதியார் கம்பீரமாக.
"நாமார்க்கும் குடியல்லோம்!
நமனை அஞ்சோம்!
நரகத்தில் இடர்ப் படோம்"
என்கிறார் அப்பர் பெருமான்.
"பொலிக பொலிக போயிற்று வல்லுயிர்ச் சாபம்
நலியும் நரகமும் நைந்த நமனுக்கிங்கு ஆவதொன்றில்லை"
என்கின்றனர் ஆழ்வார்கள்.

பிறப்பு முதல் இறப்பு வரை மனிதனுக்கான அதிகபட்ச ஆயுள் காலம் 120 ஆண்டுகள் என நிர்ணயித்த முன்னோர், காலத்தையே தேவனாக்கிய பின், காலனை வழிபடும் வழக்கம் ஏற்பட்டது. (இப்போதும் எத்தனையோ ஊர்களில் தர்மராஜா கோயில் என்ற பெயரில் பெரிய மீசை, பயங்கர விழிகளுடன் எமனுக்கு ஆலயம் இருப்பதைக் காணலாம்.)

காலம் என்ற ஒன்று இருக்கும்போது காலத்துக்கு அப்பாற்பட்டதும் உண்டு என்பதை நமது முன்னோர்கள் உணர்ந்திருந்தனர். அவரை காலாதீதன் என்றும் காலாந்தகன் என்றும் காலகண்டன் என்றும் குறிப்பிட்டனர். பின்னர் அவர் சிவன் என்றும், அவர் எமனைக் கடிந்த கதையும் உண்டானது.

புராணத்தின் பல இடங்களில் மரணம் என்பது குறித்த சமயத்தில் வந்தே தீரும் என்று குறிப்பிடப்பட்டுள்ளது. அர்ஜுனனின் பேரனும் அபிமன்யுவின் மகனுமான பரீட்சித்து ஒரு முனிவரை அவமதித்ததால், ஒரு வாரத்தில் நாகம் தீண்டி இறப்பான் என சபிக்கப்பட்டான். தண்ணீருக்கு நடுவே உயரமான ஒற்றைத் தூண் மீது ஒரு மாளிகை எழுப்பி அதன் உள்ளே பாதுகாப்பாகத் தங்கியிருந்தும், ஏழாம் நாள் அவனை நாகம் தீண்டியது என்கிறது மகாபாரதம்.

திருவிளையாடற் புராணத்தில் ஒரு கதை உண்டு. அந்தணர் ஒருவர் காட்டு வழியே பயணம் செய்கிறார். அவர் மனைவி கைக்குழந்தையை ஏந்திக்கொண்டு வருகிறார். வழியில் அவர்களைத் தாகம் வாட்டுகிறது. ஒரு ஆலமரத்தடி நிழலிலே மனைவியை தங்க வைத்த பின்னர், அந்தணர் தண்ணீரைத் தேடிச் செல்கிறார். வெகுதூரம் சென்ற பின் ஒரு சுனையைக் காணும் அவர். தாமரை இலையால் தொன்னை ஒன்றைச் செய்து அதில் தண்ணீர் எடுத்துக் கொண்டு திரும்பி வருகிறார்.

ஆலமரத்தடியில் அவர் மனைவி மார்பில் அம்பு பாய்ந்து ரத்தம் வழியப் பிணமாகக் கிடக்கிறாள். கீழே தரையில் அவர்களது குழந்தை எதையும் அறியாமல் விளையாடிக் கொண்டிருக்கிறது. திடுக்கிட்ட அவர் சுற்று முற்றும் பார்க்கிறார். மரத்தின் மறுபக்கம் வேடனொருவன் குத்துக்காலிட்டுப் பதுங்கி இருப்பது கண்டு, "பாவி! ஏண்டா என் மனைவியைக் கொன்றாய்?" என்று கூவுகிறார்.

"ஐயோ சாமி, நான் எதுவும் செய்யல்லீங்க" என்று அலறுகிறான் வேடன்.

வழக்கு பாண்டிய மன்னனிடம் போகிறது. வேடன் கண்ணீர் வழியக் கதறுகிறான்: "இவர் மனைவியைக் கொல்வதால் எனக்கென்ன லாபம்? இவர்கள் மரத்தின் மறுபக்கம் இருந்ததே எனக்குத் தெரியாது. காற்றில் மிருக வாடை வீசவே அவற்றை எதிர்பார்த்து மரத்தின் மறைவில் பதுங்கினேன். மற்றபடி நான் ஒருபாவமும் அறியாதவன்."

மன்னன் குழம்புகிறான். "அந்தப் பிராமணப் பெண்ணின் மார்பில் அம்பு பாய்ந்துள்ளது. இவன் வில் அம்புடன் அங்கே இருந்திருக்கிறான். ஆனால் இவன் அவளைக் கொல்லவும் எந்தக் காரணமும் இல்லை. அங்கே என்னதான் நடந்திருக்கும்?"

அன்றிரவு படுக்கப் போன மன்னன் மனதுக்குள், "சிவபெருமானே! இதுவரையிலும் பாண்டிய மன்னர் செங்கோல் வளைந்ததில்லை. இனியும் நடுநிலை பிறழாது நீதி வழங்க எனக்குக் கருணை செய்" என்று மனம் உருகி வேண்டுகிறான்.

அன்றிரவு அவன் கனவில் சிவன் தோன்றி "நாளை வணிகர் வீதியில் நடக்கும் திருமணத்துக்குச் செல். உண்மையை அறிவாய்" என்று கூறி மறைகிறார். திடுக்கிட்டு எழுந்த மன்னன், பொழுது விடிந்ததும் அந்தணனையும் அமைச்சரையும் வரவழைத்து நடந்ததைக் கூறுகிறான். மூவரும் வியாபாரிகள் போல் வேடமிட்டுக் கொண்டு திருமணம் நடைபெறும் இடத்துக்குச் செல்கின்றனர்.

திருமண இல்லத்தில் எக்கச்சக்கமான கூட்டம். மூவரும் ஒரு ஓரமாக ஒதுங்கி நிற்கின்றனர். முகூர்த்த நேரம் நெருங்குகிறது. அப்போது இரண்டு கருத்த, நெடிய உருவங்கள் அந்த வீட்டிற்குள் நுழைகின்றன. இவர்கள் மூவரைத் தவிர வேறு யார் கண்ணுக்கும் அவை தென்படவில்லை.

அவற்றில் ஓர் உருவம் மற்றொன்றிடம் சொல்கிறது.

"இந்த மணமகனின் உயிரைக் கவர்ந்து வரும்படி எம தர்மராஜா சொல்லியனுப்பியுள்ளாரே! இவன் ஒரு நோயும் இல்லாமல் ஆரோக்கியமாகக் காணப்படுகிறானே! எப்படி இவன் உயிரைக் கவர்வது?"

"அதனாலென்ன? அன்றைக்கு மரக்கிளையில் சிக்கியிருந்த அம்பைக் காற்றால் அசைத்து விழச் செய்து அந்தப் பிராமணப் பெண்ணின் உயிரைக் கவரவில்லையா? அதுபோல் இன்னும் கொஞ்ச நேரத்தில் வாசலிலே கட்டப்பட்டிருக்கிற பசு, மேளம் கொட்டும்போது மிரளும். அதை மணமகன் மீது பாய வைத்து, அதன் கொம்பால் இவன் உயிரைக் கவர்வோம்."

மற்றொரு உருவம் சொன்ன இந்த பதிலால் இவர்கள் மூவரும் திகிலுடனும் பீதியுடனும் அங்கு நடப்பவற்றைப் பார்த்தபடி இருக்க, உள்ளிருந்து ஒருவர் "கெட்டி மேளம்! கெட்டி மேளம்" என்று கத்தினார். மறுகணம் டம, டமவென்று உச்சஸ்தாயியில் மேளம் முழங்கியது. அதைக்கேட்டு வெகுண்ட பசு, தும்பை அறுத்துக் கொண்டு கூட்டத்தில் பாய அனைவரும் பக்கவாட்டில் ஒதுங்கினர்.

அந்த நேரம் பார்த்து மணமேடையிலிருந்து மாப்பிள்ளை எழவும், மாட்டின் கொம்பு அவன் மார்பில் பாயவும் சரியாக இருந்தது.

மணமேடை பிணமேடையானது. ஓலமும் ஒப்பாரியும் அந்தப் பகுதியை நிறைத்தன. அரசன், அமைச்சர், அந்தணர் மூவர் கண்களுக்கு மட்டும் இரு கருத்த உருவங்கள் மணமகனின் உயிரைக் கவர்ந்து தோளில் போட்டுக் கொண்டு போவது தெரிந்தது.

உண்மையை உணர்ந்த மன்னன் வேடனை விடுதலை செய்தான். நடந்ததைக் கூறி வேடனிடம் மன்னிப்பு கேட்டார் அந்தணர். மரணம்தான் சாசுவதமானது என்பதை உணர்ந்த அந்த நால்வரும் உலகப்பற்றுகளை விட்டு சிவனை வழிபட்டு நற்கதி பெற்றனர்.

எமனுக்குப் பல இடங்களில் கோயில் எழுப்புவதுபோன்றே எமதர்மனின் கணக்கப்பிள்ளையான சித்ரகுப்தனுக்கும் பல இடங்களில் தனி சந்நிதிகள் ஏற்படுத்தியிருக்கிறார்கள். எமன் எருமை வாகனத்தின் மீது பாசக்கயிற்றுடன் காட்சி தருவதுபோல் சித்ரகுப்தன் கையில் எழுத்தாணியுடன் அங்கு காட்சி அளிப்பார். காஞ்சிபுரத்தில் இவருக்குத் தனியாக ஒரு ஆலயமே உண்டு.

புகழ்பெற்ற திருவண்ணாமலை அண்ணாமலையார் ஆலயத்தில் நவக்கிரக சந்நிதி அருகே சித்ரகுப்தனுக்குத் தனி சந்நிதி உள்ளது. நீண்ட ஆயுளை வேண்டுவோர், தீர்க்க சுமங்கலியாக இருக்க விரும்பும் பெண்கள் போன்றோர் இங்கு சித்ரகுப்தனை வழிபட்டு, சித்ரா பௌர்ணமியன்று விரதம் தொடங்குவார்கள். மாதா மாதம் பௌர்ணமியன்று விரதம் இருந்து அடுத்த சித்ரா பௌர்ணமியில் விரதத்தை நிறைவு செய்வார்கள்.

விதிமுறைகளை நன்கு அறிந்த ஒரு கணக்கப்பிள்ளை சரிவரக் காரியத்தை முடிக்க வழி சொல்லித் தருவதுபோல், எமனின் கணக்கனான சித்ரகுப்தன் சட்டத்தின் சந்து, பொந்துகளைப் பயன்படுத்தி நம்மைக் காப்பாற்ற வழிவகை செய்வான் என்று ஒரு நம்பிக்கை நிலவுகிறது.

சித்ரகுப்தனை நோக்கி மேற்கொள்ளப்படும் விரதம் சித்ராபுத்ரர் விரதம் எனப்படும். அன்று பாராயணம் செய்வதற்காக சித்ரபுத்ரர் வரலாறு என்ற நூலே உண்டு.

சித்ரகுப்தனை எமனுக்குத் துணையாக இருந்து அவனுக்கு உதவி செய்வதற்காக பிரம்மா படைத்தார். துணியில் ஒரு சித்திரம் வரைந்து, அதற்கு தன் மூச்சை ஊதி உயிரூட்டியதால் அதற்கு சித்ரகுப்தன் என்று பெயர் ஏற்பட்டது. இவருக்கு பிரபாவதி, நீலாவதி, கர்ணிகை என மூன்று மனைவியர் உண்டு.

புராணத்தில் ஒரு கதை உண்டு.

ஏழைப் பெண் ஒருத்தி இருந்தாள். அவளது கணவன் இறந்துவிட்டான். அவளுக்கு ஒரு மகன். பெரும்பாடுபட்டு மகனை அவள் வளர்த்து வந்தாள். அவளது உலகமே அவன்தான்.

ஆனால் அந்த மகனோ தன் தாயின் கஷ்டத்தைப் புரிந்து கொள்ளவில்லை. தறுதலையாக வளர்ந்தான். அவனிடம் இல்லாத கெட்ட பழக்கங்களே கிடையாது. ஒரு வேலைக்கும் போகாமல் கீழ்த்தரமான குணங்களுள்ள போக்கிரியாக அவன் திரிந்தான்.

காலப்போக்கில் அந்தத் தாயின் உடல் நலம் குன்றியது. முதுமையும் நோயும் அவளை வாட்டின. தன் முடிவு நெருங்குவதை உணர்ந்த அவள் மகனை அழைத்தாள். "எனக்கு ஒரே ஒரு வாக்குறுதி கொடு" என்றாள். மகன் சம்மதித்ததும், "தினமும் காலையில் குளித்த பின்னர் "ஓம் சித்ர குப்தாய நமஹ" என்று கூறி வணங்கிவிட்டு, உன் அன்றாட அலுவல்களைத் தொடங்கு" என்றாள்.

விரைவில் அந்தத் தாய் மரணமடைந்தாள். மகன் முன்னிலும் சோம்பேறியாகத் திரிந்தான். கண்டபடி தறிகெட்டு வாழ்ந்தான். ஆனாலும் தாயாருக்குக் கொடுத்த வாக்கை அவன் மறக்கவில்லை. விடாமல் நிறைவேற்றினான்.

அவனது இறுதி நாளும் நெருங்கியது. ஒரு ஜீவனின் ஆயுட் காலம் முடிவதற்குச் சில நாட்களுக்கு முன்பாகவே, அவனது

ஆயுள் ஓலை சித்ரகுப்தன் கைக்குப் போய் விடும். அதைக் கொண்டுதான் அவனது உயிரைக் கொண்டுவர அவர் ஏற்பாடு செய்வார்.

இவனது ஓலையும் சித்ரகுப்தன் கைக்குப் போனது. அவனது பாவக் கணக்கு அதில் பக்கம், பக்கமாக நிரப்பப்பட்டிருந்தது. புண்ணியக் கணக்கில் எதுவுமே இல்லை, ஒரே ஒருவரியைத் தவிர. அந்த ஒரு வரியில், "இவன் தினமும் காலையில் குளித்து விட்டு பக்தியுடன் "ஓம் சித்ரகுப்தாய நமஹ" என்று வணங்குவான்" என்று இருந்தது.

சித்ரகுப்தன்

சித்ரகுப்தன் அதைப் பார்த்து வியப்படைந்தார். தன்னை ஒருவன் தினமும் வணங்குகிறானா? அவன் யாராக இருக்கும் என்று அவனது வரலாற்றை முழுதும் ஆராய்ந்தார். அதில் அவன் தாய் அவனுக்கு விடுத்த வேண்டுகோளும், மகனைப் பற்றி அவளது மனத்திலிருந்த ஆதங்கமும் தெரிந்தது. சித்ரகுப்தன் மனம் உருகினார். உடனே பூலோகம் சென்றார். ஒரு துறவி வடிவில் சென்ற அவர், அவனிடம் சென்று வாழ்க்கையின் நிலையாமையைப் பற்றி உபதேசித்தார். பூமியில் பிறந்ததற்கு மனிதன் ஏதாவது சாதிக்க வேண்டும் என்று அவனிடம் கூறிய அவர், "நீ உடனே ஒரு குளம் வெட்டு" என்றார்.

அவரது அறிவுரையை ஏற்ற அவன் ஊருக்கு வெளியே சாலையோரமாக ஒரு குளத்தை வெட்ட ஆரம்பித்தான். திடீரென

அவன் குளம் வெட்ட ஆரம்பித்தது கண்டு ஊர் மக்கள் சிரித்தனர். "என்ன திடீரென்று பொதுத்தொண்டு செய்ய ஆரம்பித்து விட்டாய்?" என்று கேலி பேசினர். அவன் எதைப் பற்றியும் கவலைப்படவில்லை. இரவு பகலாக முழு மூச்சாக அந்த வேலையில் ஈடுபட்டான்.

ஆறாம் நாள் இரவு அவன் வெட்டிய குளத்தில் நீர் ஊற ஆரம்பித்தது. ஒரு பசு வந்து அதில் தண்ணீர் குடித்தது. ஏழாம் நாள் அவன் இறந்து போனான். அவனது உயிரை எமகிங்கரர்கள் கொண்டு சென்றனர். எமனின் அரசவையில் எமகிங்கரர்களால் கொண்டு வரப்பட்ட எல்லா ஜீவன்களும் வரிசையாகச் சென்று கொண்டிருந்தன. அவனும் அந்த வரிசையில் நின்றிருந்தான்.

சித்ரகுப்தனைப் பார்த்ததுமே துறவி வடிவில் தன்னைக் காண வந்தவன் அவன்தான் என்று அடையாளம் கண்டுகொண்டான். சித்ரகுப்தனும் சிரித்தபடி, "ஆமாம். அன்று வந்தது நான்தான். உன் தாய் உத்தமி. அவளுடைய மன ஆதங்கத்தைத் தீர்க்கத்தான் நான் அன்று துறவி வடிவில் வந்தேன்" என்றவர், "எம தர்மராஜா உனது பாவ, புண்ணியக் கணக்குகளின்படி எவ்வளவு காலம் உனக்கு சொர்க்க, நரக வாசம் என்பதைக் கூறி விட்டு, "முதலில் நரகத்துக்குப் போகிறாயா? சொர்க்கத்துக்குப் போகிறாயா?" என்று கேட்பார். "முதலில் சொர்க்கத்துக்குப் போகிறேன்" என்று சொல். மற்றவற்றை நான் பார்த்துக் கொள்கிறேன்" என்றார்.

இவனை விசாரணை செய்வதற்கான நேரம் வந்தது. முதலில் இவனது பாவக்கணக்கு படிக்கப்பட்டது. பின்னர் இவனது புண்ணியக் கணக்கைப் படிக்கையில், "இவன் ஒரு குளம் வெட்டினான். அதில் ஒரு பசு தண்ணீர் குடித்தது" என்று படித்தனர்.

"உனக்கு ஆயிரம் ஆண்டுகள் நரகம். மூன்றே முக்கால் நாழிகைகள் சொர்க்கம்" என்றார் எமதர்மன். தொடர்ந்து "முதலில் எங்கு செல்ல விரும்புகிறாய்? சொர்க்கத்துக்கா? நரகத்துக்கா?" என்று எமன் கேட்டார். சித்ரகுப்தன் சொன்னபடி முதலில் தான் சொர்க்க வாசம் செய்ய விரும்புவதாக அவன் கூறவும் அதன்படியே அவன் சொர்க்கத்துக்கு அனுப்பப்பட்டான்.

சொர்க்கத்தில் அவன் இருந்தபோது பூமியில் அவன் தோண்டிய குளத்தில், இன்னொரு காளை நீர் அருந்தியது. அதனால் அவனது சொர்க்கவாசம் மேலும் மூன்றே முக்கால் நாழிகை நீண்டது. அது முடிவதற்குள் ஒரு பசுவும், கன்றும் அங்கே வந்து தண்ணீர்

குடித்தன. அவனது சொர்க்க வாசம் மேலும் ஏழரை நாழிகை காலம் நீண்டது. அதற்குள்ளாக வழிப் போக்கர்கள் சிலர் அந்தக் குளத்தில் தண்ணீர் குடித்தனர். அவனது சொர்க்க வாசம் மேலும் நீண்டது. இதனிடையே சாலை வழியே சென்ற ஒரு திருமண கோஷ்டி அந்தக் குளத்தில் இறங்கி முகம், கை, கால் கழுவித் தண்ணீர்க் குடித்ததுடன், குடங்களிலும் தண்ணீரை நிரப்பிக் கொண்டது.

இப்படியாக அவனது சொர்க்க வாசம் நாள் கணக்கில் கொஞ்சம் கொஞ்சமாக நீண்டு கொண்டிருந்தது. கீழே ஜீவன்கள் நீர் அருந்த, அருந்த, அவனது சொர்க்க வாசத்துக்கான நாட்களின் கணக்கு கூடிக்கொண்டே போனதால் கடைசி வரையில் அவன் நரக வாசலை எட்டிக்கூடப் பார்க்கவில்லை.

படிப்பதற்கு விறுவிறுப்பான கதையாக இது இருப்பினும், ஒன்றையொன்று சார்ந்து வாழும் இந்த உலகில் இதர ஜீவன்களுக்கு எந்த அளவுக்கு நாம் உதவுகிறோமோ அந்த அளவுக்கு நமக்கு நல்லது நடக்கும் என்பதை உணர்த்தும் கதை இது.

வெட்ட வெளியின் ஆதாரப்புள்ளியே குவி மையம். அந்த மையத்தைப் பரம்பொருள் என்று கொண்டால், அதன் எட்டு திசைகளும் எல்லையற்றதாக, முடிவில்லாததாக நீள்கின்றன. இந்த எட்டு திசைகளின் அதிபதிகளாக அஷ்ட திக்குபாலகர்கள் குறிப்பிடப்படுகின்றனர். எண்டிசைப் பாலர் என்னும் இவர்கள் முறையே இந்திரன், அக்னி, எமன், நிருதி, வருணன், வாயு, குபேரன், ஈசானன் ஆகியோர். இதில் தென்திசையின் அதிபதி எமன்.

புராண ரீதியாக சூரியனின் மகன்களே எமன், சனி இருவரும். சூரிய பகவானின் மனைவி பெயர் சஞ்சனாதேவி. சூரியனின் அனல் தாள முடியாமல் தவித்த அவள், தன் நிழலைக் கொண்டு தன்னைப்போல் ஓர் உருவம் உண்டாக், தனக்குப் பதிலாக வைத்துவிட்டு, ரகசியமாகப் பிறந்தகம் சென்று விடுகிறாள். சாயாதேவி என்று பெயர் பெற்ற அந்த நிழல்தான் எமனையும் சனியையும் பெற்றெடுக்கிறாள். பின்னர் உண்மை அறிந்த சூரியன், சஞ்சனாவைத் தண்டிக்கிறார்.

பின்னாளில் கிரக அந்தஸ்து பெற்ற சனி தவம் செய்து ஈசுவரப்பட்டமும் பெறுகிறான். சிவனுக்கு நிகராக ஈசுவர பட்டம் பெற்றவர்கள் சனீசுவரன், ராவணேசுவரன், நந்தீசுவரன், சண்டிகேசுவரன் ஆகிய நால்வர் மட்டுமே என்கிறது புராணம்.

(இதை மறுப்பவர்களும் உண்டு. ராவணன், நந்தி இவர்கள் இருவரும்தான் தவத்தால் ஈசுவரப்பட்டம் பெற்றவர்கள் என்றும், மற்ற இருவரும் அவ்வாறு பெறவில்லை என்றும் அவர்கள் கூறுகின்றனர். சனைச்சரன் என்றால் மந்தமானவன் என்று பொருள். இந்த சனைச்சரன் என்பதே பாமர மக்கள் வாய் மொழியில் சனீசு வரன் ஆனது என்றும், சண்டேசர் என்பதே சண்டிகேசுவரர் என்று ஆனது என்றும் கூறுகின்றனர்.)

கிரகங்களிலேயே மகாவலிமை படைத்த சனிதான் ஒரு மனிதனின் ஆயுளை நிர்ணயிப்பவர். ஒவ்வொரு மனிதனின் ஜாதகத்திலும் எட்டாமிடம் ஆயுள் ஸ்தானமாகக் கருதப்படுகிறது. அந்த எட்டாமிடம் எந்த ராசியில் அமைந்துள்ளது, அதில் என்ன கிரகங்கள் உள்ளன, அவற்றின் மீது எந்த கிரகங்களின் பார்வை விழுகிறது, அந்த ராசிக்குரிய கிரகம் எந்த வீட்டில் உள்ளது என்பன போன்ற அம்சங்களைக் கொண்டும், சனியின் இருப்பிடத்தைக் கொண்டும் ஒரு மனிதனின் ஆயுளை ஜோதிடர்கள் நிர்ணயிக்கின்றனர்.

மரணம் என்ற மகத்தான விஷயம் பற்றிக் கூறும்போது அதில் குறிப்பிடத்தக்க தனி இடம் பகவத்கீதைக்கு உண்டு. 'பருப்பில்லாமல் கல்யாணமா?' என்பதுபோல் 'கீதை இல்லாமல் வாழ்க்கைத் தத்துவமா?' என்ற கேள்வி எழும். அந்தப் பிரசித்தி பெற்ற கீதை, மரணத்தைப் பற்றி என்ன சொல்கிறது என்பதை அடுத்த அத்தியாயத்தில் பார்ப்போம்.

23

ராமருக்கு வசிஷ்டரின் விளக்கம்

பீளையும், நீரும்
புறப்படும் ஒருபொறி;
மீளும் குறும்பி வெளிப்படும்
ஒரு பொறி;
சளியும் நீரும் தவழும்
ஒரு பொறி;
உமிழ் நீர் கோழை
ஒழுகும் ஒரு பொறி;
வளியும் மலமும்
வழங்கும் ஒருவழி;
சலமும், சீழும்
சரியும் ஒருவழி;
உள்ளூறத் தொடங்கி
வெளிப்படநாறும்;
சட்டகம் முடிவில்
சுட்டெலும்பாகும்...

–பட்டினத்தார்

எதிரே கண்ணுக்கு எட்டிய தூரம் வரை விரிந்து பரந்து கிடக்கிறது படை வீரர்களின் சேனா சமுத்திரம். யானைகளும் குதிரைகளும் ரதங்களுமாக நெடுந்தூரம் அணிவகுத்து நின்ற கௌரவப்படைகளைக் கண்ட அர்ஜுனனின் மேனி நடுங்கியது. பயத்தால் அல்ல, பாசத்தால். அவன் கண்கள் இருண்டன.

"கிருஷ்ணா! அதோ பார், என் தாத்தா பீஷ்மர். என் குரு துரோணர். குலகுரு கிருபர். குருபுத்ரன் அசுவத்தாமா. மாமா சல்லியன். நண்பர்கள், உறவினர்கள் இவர்களையெல்லாம் கொன்று குவித்துவிட்டா இந்த ராஜ்யத்தை அடைவது? எதிரணியில் உள்ள அவர்களைக் கண்டதும் என் கைகள் துவள்கின்றன. காண்டீபம் நழுவுகிறது."

வில்லையும், அம்பறாத்தூணியையும் கழற்றி விட்டு, தேர்த்தட்டில் சாய்ந்துவிட்ட அர்ஜுனனைப் பார்த்து சிரித்த கிருஷ்ணர், அர்ஜுனனுக்கு வாழ்வின் நீதியை, நியதியை, அர்த்தத்தை, சூட்சுமத்தை விளக்குகிறார். அதுவே மகத்தான பகவத்கீதை என்ற பெயருடன் காலங்களைக் கடந்து நின்று கொண்டிருக்கிறது.

கீதையில் எந்தக் காலத்துக்கும் பொருந்தக்கூடிய வாழ்வியல் தத்துவங்கள் உள்ளன. அது செயலைப் போதிக்கிறது. செயலின்மையைச் சுட்டிக்காட்டுகிறது. அது போரையும்

தூண்டுகிறது. அமைதியையும் வலியுறுத்துகிறது. முரண்பாடான இரண்டுமே ஒன்றையொன்று சார்ந்தவை என்று விளக்குகிறது.

எல்லாவற்றையும் போதித்த பகவத்கீதை மரணத்தைப் பற்றிச் சொல்லாமலில்லை.

குருஷேத்திரப் போர்க்களத்தில், நிகரற்ற வீரனான அர்ஜுனனே மயங்கி நின்றபோது அவனுக்கு கிருஷ்ணர், "கடமையைச் செய்யத்தான் உனக்கு உரிமை உண்டு; அதன் பலன்கள் உன் கையில் இல்லை" என்கிறார். நம்மைப் பொறுத்தவரை அது உலகம் சார்ந்த லோகாயதக் கொள்கை. அது நமக்கு முக்கியமல்ல.

"மண்ணும் நானே; மரமும் நானே; மலையும் நானே; மலர்களும் நானே;" என எல்லாமாகி நின்று தனது விசுவரூபத்தைக் காட்டுகிறார் கிருஷ்ணர். நமக்கு அதுவும் முக்கியமல்ல. பக்தி சார்ந்த விஷயம் அது.

"சகலத்தையும் விட்டு என்னைச் சரணடை. நான் உன்னை விடுவிக்கிறேன்" என்கிறார். அது சரணாகதி தத்துவம். துவைதம், அத்வைதம் மாதிரி கோட்பாடு சார்ந்த விஷயம். புதிய சித்தாந்தம்.

"மரணம் என்ற ஒன்று கிடையாது. நீ எதற்காக அழப் போகிறாய்? உடலுக்காகவா? உள்ளே இருக்கும் ஆத்மாவுக்காகவா? உடலுக்காக நீ அழுகிறாய் என்றால், உடல் எப்படியும் அழியக்கூடியது. ஆத்மாவுக்காக அழுகிறாய் என்றால் ஆத்மா அழிவற்றது. அதனை நீரால் நனைக்க முடியாது. காற்றால் உலர்த்த முடியாது. நெருப்பினால் எரிக்க முடியாது. கிழிந்த ஆடைகளை உதறிவிட்டு, ஒருவன் புது உடைகளை அணிவதுபோல், ஆத்மாவானது நைந்து போன உடலை விட்டுவிட்டு, புதிய உடல்களை ஏற்றுக் கொள்கிறது."

சிந்தனைகளிலெல்லாம் உச்சகட்ட, உரத்த சிந்தனையை, காலம், காலமாகத் தவம் செய்த முனிவர்கள் கூறாத உண்மையை போர்க்களத்தின் நடுவே அர்ஜுனனுக்கு உபதேசிக்கிறார் கிருஷ்ணர்.

மரணம் உண்மையானது. பிறப்பைப் போலவே அதுவும் தவிர்க்க முடியாதது. உயிர்களுக்கு மரணம் ஏற்கனவே விதிக்கப்பட்டது. அதாவது, இதற்கு முன்பு மரணம் என்பது இல்லையென்றால் உன்னால் அதைக் கொண்டுவர இயலாது. அது இருக்கிறது என்றால் நீ கொண்டு வராவிட்டாலும் மரணம் நிச்சயம் ஏற்படும்.

ஆகவே அந்தக் காரியத்தை "நான் செய்கிறேன்" என்று எண்ணி அர்ஜுனன் கலங்கியது பேதைமை. தவிரவும், மரணம் நிச்சயம் வரும் என்பது உண்மை என்றாலும், மரணம் ஏற்படுவது உன் உடலுக்குத் தானே தவிர உனக்கல்ல. "நீ பிறப்புக்கு முன்பும் இருந்தாய். இறப்புக்குப் பின்னும் இருப்பாய். "உன் உடல்" பிறப்புக்குப் பின்பே வந்தது. இறப்புடன் அது காணாமல் போய்விடும். எனவே அழிவற்ற ஆன்மாவாகிய நாம், அழியக்கூடிய உடல்களுடன் நம்மை இணைத்துப் பார்த்து, "எனக்கு நோய் வந்து விட்டதே" என்று அஞ்சுகிறோம். "எனக்குத் தோல்வி வருமோ?" என்று பயப்படுகிறோம். "எனக்கு மரணம் நேரிடுமோ" என்று கலங்குகிறோம்.

இந்த மூன்றும் வரக்கூடியவைதான். நோய்வரும். தோல்வி வரும். மரணம் வரும். மூன்றும் வருவது நமக்கல்ல. நமது உடலுக்குத்தான்.

மனிதனுக்குள் "ஏதோ ஒன்று" உள்ளது. அது அழிவற்றது. என்றும் இருப்பது. அது கொல்லும் என்றோ கொல்லப்படும் என்றோ எண்ணுபவன் உண்மையை உணராதவன்.

உடல் சார்ந்த வாழ்வு மரணத்துடன் முடிவதாகவும் தொடர்பற்றதாகவும் உள்ளது. ஆன்மா சார்ந்த வாழ்வு முடிவற்றது. அண்டங்கள் சார்ந்த தனித்தன்மை உடையது. எவர் இதனைத்

தெளிவாக உணர்கிறாரோ அவர் துயரங்களிலிருந்து விடுதலை பெற்றவராகிறார்."

சந்தேகத்தின் மேல் சந்தேகமாக அர்ஜுனன் எழுப்பும்போது கிருஷ்ணர் விவரிக்கும் இந்தக் கருத்துகள் முன்னதாகக் கடோப நிஷத்தில் கூறப்பட்டவையே. மரணம் என்பது வெறுத்து ஒதுக்கும் அம்சம் அல்ல. ஒரு கதைக்குத் தொடக்கம் என்று ஒன்று இருக்கும்போது, முடிவு என்ற ஒன்றும் கண்டிப்பாக இருக்கும். பிறப்பு தொடக்கம் என்றால் அதன் முடிவு இறப்பு. ஒரு கதவைத் திறந்து கொண்டு உள்ளே வருபவன் மறுகதவு வழியே வெளியேறுகிறான். அவன் வெளியே வந்த இடம் உள்ளே நுழைவதற்கு முன்பு இருந்த அதே இடத்துக்குத்தான் சென்று சேருகிறது.

சுழலும் ஒரு சக்கரத்தில் பயணிப்பவன் அதிலிருந்து விடுபட வேண்டுமானால், முதலில் அதன் சுழற்சியோடு ஒன்றி, பின்னர்தான் அதிலிருந்து விலக முடியும். ஒரு செயலுக்கும், மற்றொரு செயலுக்கும் இடைப்பட்டதே காலம் எனப்படுகிறது. இந்த உலகில் நடைபெறும் ஒவ்வொரு செயலும் காலத்தோடு பின்னப்பட்டுள்ளது. உலகில் நடக்கும் செயலில் தீவிரமாக ஒன்றுவதன் மூலமே காலத்திலிருந்து விடுபடலாம்.

இதனையே கர்மயோகம் என்று கீதையில் கிருஷ்ணர் விளக்குகிறார். தான் என்ற உணர்வற்றுக் கடமைகளைப் புரிவதே நிஷ்காமிய கர்மம் என்கிறார் அவர். "எவனொருவன் விருப்பு வெறுப்பற்றுக் கடமைகளைப் புரிகிறானோ அவனைக் கர்ம வினைகள் அணுகுவதில்லை" என்கிறார் அவர்.

இதற்கு முன்பே வேதங்களிலும் உபநிடதங்களிலும் ஆத்மா பற்றிய பல கருத்துகள் இருந்தன. அவை பெரும் பாலும் பண்டிதர்களாலும், வயதிலும் அனுபவத்திலும் முதிர்ந்தவர் களாலும் மட்டுமே விவாதிக்கப்பட்டன. அதனாலேயே அது வயோதிகர்களுக்கு மட்டுமே உரியது என்ற கருத்து பரவி இருந்தது. (இப்போதும் இப்படிப்பட்ட கருத்துதான் உள்ளது.)

"கிழவா! ஆத்ம விசாரத்தில் ஈடுபட வேண்டிய வயதில் உனக்கேன் இந்த வேண்டாத வேலை?" என்று பல கதைகளில் வசனங்கள் வருவதை நீங்கள் கேட்டும், படித்தும் இருக்கலாம். வயதானவர்களிடம் மட்டுமே மரணபயமும், அதைத் தொடர்ந்து, "உயிர் எங்கே போகிறது? இறப்புக்குப்பின் என்ன நேரிடுகிறது?"

என்ற கேள்விகளும் எழுகின்றன என்று கருதும் வழக்கமும் ஏற்பட்டது. ஆத்ம விசாரம் என்ற சொல்லே கிழட்டுக் களம் என்றுதான் குறிப்பிடப்பட்டது.

இவ்வாறு வயோதிகர்களுக்காக ஒதுக்கப்பட்ட ஆத்மா என்ற சொல்லை, எல்லாத் தரப்பினரும் அறியும்படி செய்தவர் கிருஷ்ணர். மலை உச்சிக்கு, குறிப்பிட்ட ஒரு வழியாகத்தான் செல்ல வேண்டும் என்பதில்லை. மலை அடிவாரத்தில் யார், யார் எங்கெங்கு இருக்கிறார்களோ, அங்கங்கிருந்தபடியே அப்படியே அவர்களால் மலை மீது ஏற முடியும். அதேபோல் முக்தி என்பதும் ஜீவாத்மா உச்சத்துக்குச் சென்று பரமாத்மாவுடன் கலப்பதுதான். அதற்காக எல்லோரும் அனைத்தையும் துறந்து ஆண்டிகளாய்க் காட்டுக்குச் செல்ல வேண்டியதில்லை. ஓர் இசைக்கலைஞன் தன் இசையில் முழுமையாக லயிப்பதன் மூலமே முக்தியை எட்ட முடியும். தவசி தவத்தில் மனதை ஒருமுகப்படுத்துவதுபோல், பாடகனால்தான் பாட்டில் மனத்தைக் குவிக்க முடியும். போர் வீரன் முழுமையாகப் போர்த் தொழிலில் ஒன்றுவதன் மூலமாகத்தான் விடுதலை பெற முடியும்.

உலக வாழ்வை உதறி விட்டு காட்டுக்குப்போ என்று துறவறத்தை மேற்கொள்ள வேதங்கள் வலியுறுத்த, குடும்பத்தை உதறிவிட்டு காட்டுக்கும் போக முடியாமல், மனத்தில் எழும் ஆன்மீக நாட்டத்தைத் தவிர்க்கவும் முடியாமல் அரசன் முதல் குடியானவன் வரை அனைவரும் மனத்தளவில் இரண்டாகப் பிரிந்து இரட்டை ஆத்மாக்களாக அவதிப்பட்டபோது, "எங்கும் செல்ல வேண்டாம். நீங்கள் இப்போது இருக்கும் நிலையிலேயே உங்களுக்கு முக்தி சாத்தியமானதுதான்" என்ற கிருஷ்ணரின் பாதை அனைவருக்கும் வரப்பிரசாதமாக அமைந்தது. உலகியல் வாழ்வு தடைபடாமல் நடக்கவும் இது வழி வகுத்தது.

முடிவற்ற பிறப்பு, இறப்பு சங்கிலி பற்றி கிருஷ்ணர் தெளிவாகக் கூறுகிறார். "அர்ஜுனா! இதற்கு முன்பே நீயும் சரி, நானும் சரி, எண்ணற்ற பிறவிகள் எடுத்துவிட்டோம். மாயை உன் மனத்தை மூடி இருப்பதால், உன் முந்தைய பிறவிகளைப் பற்றி நீ அறியவில்லை."

உடல் சார்ந்த வாழ்வில் மனம் தளம் கொண்டு இயங்கும்வரை, உடலின் சுக துக்கங்கள் அனைத்தும் நம்மைப் பாதிக்கும். உடல் மரணம் அடையும்போது நாம் இருளில் தள்ளப்படுவோம். அப்போது நம் நினைவு நம்மிடம் இருக்காது. உடலானது மறுபிறப்பு

எடுத்தபின், அப்போது வாழ்வதுதான் தனது உண்மையான வாழ்க்கை என்று நம்பிப் புதிதாக ஒரு வாழ்வை, அதன் மூலம் அனைத்தையும் புதுப்பித்துக்கொண்டு தொடர்வோம். பிறப்பு, வாழ்வு, மரணம், இருள், மீண்டும் பிறப்பு என ஒரு அறையில் வெளிச்சமானது போய் போய் வருவதுபோல், நம் பிறவிகளுடன் கூடிய வாழ்க்கையும் இறப்பும் பிறப்பும் மாறி மாறி நிகழ்வதாக இருக்கும்.

நீரில் செல்லும் படகு நீரில் இருந்தாலும், தனக்குள் நீர்புக அனுமதிக்காமல் கடலைக் கடப்பதுபோல், உலகில் வசித்தாலும் உலக சுகங்களில் மூழ்காமல், உடலால் வாழ்க்கை நடத்தினாலும், இந்திரிய இன்பங்கள், புலன் நுகர்ச்சிகளில் மூழ்கித் திளைக்காமல், மேலாகக் கடந்து செல்பவன், "உடலல்ல நான்" என்பதை வாழும் போதே உணர்ந்திருப்பான். இறக்கும்போதும் இறப்பது தனது உடல்தானே ஒழிய அந்த இறப்பானது தனக்கு ஏற்பட்டதல்ல என்பதை அவன் தெளிவாக உணர்ந்திருப்பான். உடலுடன் ஒன்றாமல் தனித்தியங்குவதால் தனது புதுப் பிறவியின்போதும் அவன் தெளிவுடன் இருப்பான். உழைத்துச் சம்பாதித்துக் கடனை அடைப்பவன் போல், வாழ்ந்து கர்ம வினைகளை கழிப்பானே தவிர புதிய கர்மங்களைத் தன் மீது சுமத்திக் கொள்ளமாட்டான்.

முண்டகோப நிஷத், சதபத பிராம்மணம், யோக வாசிஷ்டம் போன்றவையும் ஆத்மா பற்றிய தெளிவான கருத்துகளைக் கொண்டுள்ளன.

உபநிடதங்களில் ஒரு புதிய கருத்து கூறப்படுகிறது. பூவுலகில் ஒருவிதமான வாழ்க்கையை ஜீவனானது வாழ்கிறது. நல்லதும், கெட்டதுமான வாழ்க்கையின் பயனாக மறு உலகில் சொர்க்கம், நரகம் என இருவகையாகத் தண்டனை அல்லது வெகுமதியை அது பெறுகிறது. அதன் பின் மீண்டும் அது பூமிக்குத் திரும்புகிறது. இந்தத் திரும்புதல் மூன்று வகைகளில் நிகழ்கிறது.

அனைத்தையும் தெளிவாக உணர்ந்து கொண்ட ஆத்மா விடுதலை பெற்று விடுகிறது. அதுதான் முக்தி என்னும் மோட்ச நிலை. ஒரு பகுதி தெளிவடைந்த ஆத்மா மீண்டும் பிறந்து, விதியை அனுபவிக்கிறது. படிப்படியாக முழுத் தெளிவு பெறும்வரை அதன் பயணம் தொடரும். தெளிவு பெறாத ஆத்மா தொடர்ந்து பிறவிச் சங்கிலியில் சிக்கிப் பிறந்து... இறந்து... எண்ணற்ற ஜென்மங்கள் எடுத்தபடியே இருக்கும்.

பிருஹதாரண்ய உபநிடதத்தில் ஒரு விவாதம்:

அர்த்தபாகா கேட்கிறார். "யாக்ஞவல்கியரே! உடலின் மரணத்துக்குப் பின்னரும் ஆத்மா தொடர்ந்து வாழ்கிறதா? மனிதன் மறைந்த பின்னர் அவனது ஆன்மா நெருப்புக்குள்ளும் அவனது மூச்சுக் காற்றுக்குள்ளும் அவனது கண்கள் சூரியனுக்குள்ளும் அவனது மனம் சந்திரனுக்குள்ளும் அவனது உடல் செடிகளுக்குள்ளும், அவனது தலைமுடி மரங்களுக்குள்ளும் இரத்தமும் சக்தியும் நீருக்குள்ளும் செல்கின்றன என்றால் அப்போது மனிதனுக்கு என்ன நேரிடுகிறது?""

இந்தக் கேள்வியை ஊன்றிப் படித்தால், நம் மனத்தில் ஓர் அதிர்ச்சி தோன்றும். நாம் சராசரி மனிதன் மட்டும் அல்ல. நமது உடலின் ஒவ்வொரு பகுதியும் இயற்கையின் ஒவ்வொரு பகுதியிலிருந்து பெற்றது. "பிண்டத்தில் மறைந்தது அண்டம்" என்பது சாதாரண வாக்கியம் அல்ல. அது ஆழமான பொருள் கொண்டது.

அதேபோல், இறப்புக்குப்பின் எல்லாம் அதனதன் கூட்டத்தோடுபோய் இணைந்து விடும். "அண்டத்துள் மறைந்தது பிண்டம்." இங்கே கேள்வி என்னவெனில், பிறப்பின்போது இயற்கையின் எல்லாப் பகுதிகளும் ஒன்று சேர்ந்து ஒரு மனிதனாக உருப்பெற்றால், அவனது இறப்புக்குப் பின் அவை எல்லாம் மீண்டும் பிரிந்து, தனித்தனியாக விலகி, தத்தம் கூட்டத்துடன் சேர்ந்தன. அண்டத்தின் ஒவ்வொரு பகுதியையும் எடுத்து,

இணைத்து இந்தப் பிண்டத்தை உண்டாக்கியது யார்? ஒவ்வொன்றாகப் பிரித்து மீண்டும் பிண்டத்தைக் காணாமல் போக வைத்தது யார்?

வேறொரு இடத்தில் யாக்ஞவல்கியர் தமது மனைவி மைத்ரேயிக்கு மரணம் பற்றி விளக்குகிறார். அவள் அவரது சிஷ்யையும்கூட. "மரணம் இன்றி உன்னால் ஒருபோதும் ஆத்மாவை உணரவே முடியாது. ஆத்மாவை உணர வேண்டுமானால், அதற்கான எளிய நிபந்தனை மரணமடைவதன் மூலம் அதனை உணர்வது. ஒரு உப்புக்கட்டியை நீரில் எறிந்தால் அது கரைந்து விடும். அதை மீண்டும் நீரிலிருந்து எடுக்க இயலாது. ஆனால் அந்த நீரை மேலே, நடுவே, கீழே, அதன் பக்கவாட்டில் என எங்கு குடித்துப் பார்த்தாலும் அதில் உப்பின் சுவை காணப்படும். இங்கு உப்பு தன் உரு, தன் சுயம் இழந்து விட்டது. நீரின் அனைத்துப் பகுதிகளிலும் நீக்கமற அது கலந்து விட்டது. அதுபோல் மனிதன் மரணத்துக்குப் பின் முடிவில்லாத, அளவில்லாத இடத்துக்குச் திரும்பிச் செல்கிறான். எங்கே ஒன்று, மற்றொன்று என்ற இரட்டை நிலை உள்ளதோ அங்கு ஒருவரால் இன்னொருவரைப் பார்க்க முடியும். ஒருவர் மற்றவர் பேசுவதைக் கேட்கவும், அதற்குப் பதில் பேசவும்கூட முடியும். ஆனால் எல்லாம் முடிவற்ற ஆத்மாவுக்குள் சென்று விட்டால் அங்கு பார்ப்பவன் யார்? பார்க்கப்படுபவன் யார்?"

இவ்வாறு தெளிவாக யாக்ஞவல்கியர் தன் மனைவி மைத்ரேயிக்கு உபதேசிக்கிறார்.

இறப்புக்குப்பின் உள்ளநிலை பற்றி யோக வாசிஷ்டம் இன்னும் தெளிவாக விளக்குகிறது. இதில் வேடிக்கை என்னவென்றால், இங்கு மரணத்துக்குப் பின் உள்ள நிலை பற்றி கேள்வி எழுப்புபவர் ராமர். அதற்குப் பதிலளிப்பவர் குலகுருவான வசிஷ்டர். அந்தத் தத்துவத்தை அவர் விளக்கியதாலேயே வாசிஷ்டம் என்று அது பெயர் பெற்றுள்ளது.

பகவத்கீதையில் கேள்வி கேட்பவன் அர்ஜுனன். அவன் நம்மைப்போன்ற ஒரு சராசரி மானிடன். உணர்ச்சிக் குவியலில் புரளும் ஓர் அரசகுமாரன். அவனுக்குப் பதிலளிப்பவர் கிருஷ்ணர். அவர் மாயைகளுக்கு அப்பாற்பட்ட பரமாத்மா. எல்லாம் அறிந்தவர் அவர், ஒன்றும் தெரியாத அர்ச்சுனனுக்கு உபதேசிக்கிறார்.

யோக வாசிஷ்டத்தில் கேட்பவர் கோடிக்கணக்கானவர்களால் தெய்வமாக வணங்கப்படும் ராமர். எந்த ராமரின் பெயரை உச்சரித்தாலே சகல பாவங்களும் நீங்கி, பிறவித்தளை அகலும் என்று கூறப்படுகிறதோ அந்த ராமருக்கு, மரணத்துக்குப் பின் ஏற்படும் நிலையைப் பற்றி முனிவரான வசிஷ்டர் கூறுகிறார்.

ராமனைக் காண வேண்டும் என்று நெடுங்காலம் காத்திருந்தவள் மூதாட்டி சபரி. (அவள் வசித்த இடமே இன்றைய சபரி மலை. வனவாசம் பூண்ட ராமர், சீதையுடனும் லட்சுமணனுடனும் அந்தப் பகுதிக்கு வந்தபோது அவள் அவர்களை மனமகிழ்ந்து உபசரிக்கிறாள்.

"ரகுவீரகத்யம்" என்ற நூல் கூறுகிறது.

"ஹே ராமா! ரிஷிகளும், புண்ணிய சீலர்களும் இறுதியாக எதனை அடைவார்களோ, எது அனைத்து ஜீவன்களின் இறுதி இலக்காக உள்ளதோ, அத்தகைய, மீண்டும் திரும்பி வருதல்

என்பது இல்லாத உலகை நோக்கி, உன் கடைக்கண் பார்வை பட்டதால் இதோ நான் போய்க்கொண்டே இருக்கிறேன்" என்கிறாள் சபரி.

அப்பேர்ப்பட்ட ராமர், தன்கால் தூசிபட்டதால் அகலிகைக்கு விமோசனம் தந்தவர், தன் கண்பார்வையால் சபரிக்கு மோட்சம் தந்தவர். அவர் வசிஷ்டரிடம் மறு உலகம் பற்றிக் கேள்வி கேட்கிறார். இதில் கவனிக்கத்தக்கது என்னவெனில், ராமனின் புகழ் பாடும் நூல்கள் கி.பி.பத்தாம் நூற்றாண்டுக்குப் பிற்பட்டவை. யோக வாசிஷ்டம் கி.மு.ஐந்தாம் நூற்றாண்டுக்கு முற்பட்டது. எனவே உத்தம குணங்கள் நிரம்பிய அரச குமாரனாக முதலில் கருதப்பட்ட ராமர், படிப்படியாக தெய்வத்தன்மை பெற்றவராக சித்தரிக்கப்பட்டார் என்பதுதான் வரலாற்று உண்மை. அதிலும் அவரை விஷ்ணுவின் அவதாரமாக மிக, மிக உயரத்தில் வைத்த பெருமை கம்பருக்கே உண்டு.

யோகவாசிஷ்டத்தை எழுதியவரும் வால்மீகிதான். ஆனால் ராமாயணத்தின் ஒரு பகுதியாகவோ, அடுத்த பாகமாகவோ அவர் அதை இயற்றவில்லை. பின்னாளில் ராமாயணத்தின் அநுபந்தம் (பிற்சேர்க்கை) என்பதுபோல் அதை அவர் எழுதினார் என்கின்றனர்.

அரிஷ்டநேமி என்ற மன்னன் அரச பதவியைத் துறந்து கடும் தவம் செய்தான். அவன் தவத்துக்கு மகிழ்ந்த இந்திரன், அவனுக்கு சொர்க்கம் தர முன்வந்தான். அவன் சொர்க்கத்தையும் அலட்சியம் செய்து அரிஷ்டநேமி தவத்தைத் தொடரவே, இந்திரன் அவனை வால்மீகி முனிவரிடம் அனுப்பினான்.

மனிதன் உலகப் பற்றுகளால் ஏற்படும் சம்சார பந்தத்தை விலக்கி மீள்வது எப்படி என்று அரிஷ்டநேமி கேட்க, "மனிதன் உண்மையான விடுதலை பெறும் வழி பற்றி ராமருக்கு வசிஷ்ட முனிவர் உபதேசித்ததைப் பற்றி உனக்குக் கூறுகிறேன். கேள்" என்றார் வால்மீகி.

"ஞானமே அவதரித்ததுபோல் வந்த ராமருக்கு எப்படி இந்தச் சந்தேகம் ஏற்பட்டது?" என்ற கேள்வியை எழுப்பினான் அரிஷ்டநேமி.

"ராமர் மனிதனாகப் பிறந்தவர். விஷ்ணுவை சனத்குமாரர், பிருகு ஆகியோர் முன்பு சபித்திருந்தனர். அவற்றை மெய்ப்பிக்க பூமியில் பிறந்ததால், மனிதர்களுக்குரிய சஞ்சலங்களும் மயக்கங்களும் அவருக்கும் ஏற்பட்டன" என்ற வால்மீகி, "மனிதனை சரீரத்துடன் பிணைக்கும் தூய்மையற்ற எண்ணங்களை விடுத்தால், மனிதன் ஜீவன் முக்தி பெறலாம். மனிதனாக வாழ்ந்த ராமர் அதை எவ்வாறு

பெற்றார் என்பதை என் சீடன் பரத்வாஜனுக்குக் கூறினேன். அதை உனக்கும் கூறுகிறேன்" என்று கூறி அதைப்பற்றி விவரிக்கிறார்.

ராமருக்கும் வசிஷ்டருக்கும் இடையே நடந்த உரையாடல் பற்றி வால்மீகி பரத்வாஜருக்குக் கூறுவதுதான் யோக வாசிஷ்டம்.

இந்த நூலில் ஏராளமான விஷயங்கள் இருப்பினும் மரணம் பற்றி அது என்ன கூறுகிறது என்பதை மட்டும் சுருக்கமாக இங்கே பார்ப்போம்.

தசரதனின் அரண்மனைக்கு வந்த விசுவாமித்திரர், தனது யாகத்துக்கு அசுரர்கள் இடையூறு செய்வதாகவும், எனவே காவலுக்கு இளவரசன் ராமனை அனுப்பும்படியும் வேண்டுகிறார். தயங்கிய தசரதனுக்கு வசிஷ்டர் தைரியம் கொடுத்து, அனுப்பி வைக்குமாறு கூறுகிறார்.

மன்னரின் கட்டளைப்படி அரசவைக்கு வந்த இளைஞனான ராமன், மனிதர்கள் ஏன் ஆசையில் உழல்கிறார்கள்? அவர்களை மரணம் எவ்விதம் பாதிக்கிறது? மரணத்தின் பின் அவர்கள் நிலை என்ன? இந்த மரணம் என்னும் வளையத்திலிருந்து மனிதன் எப்படி விடுபடுகிறான்? என எண்ணற்ற சந்தேகங்களை எழுப்புகிறார்.

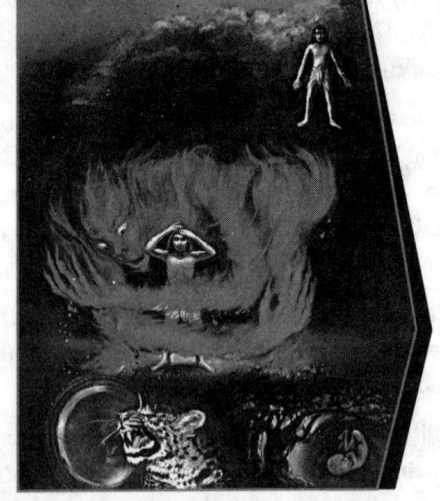

இதையடுத்து விசுவாமித்திரர் கேட்டுக்கொண்டதற்கு இணங்க வசிஷ்டர் வாழ்வியல் உண்மைகளை அவனுக்கு விளக்குகிறார். (மிகப்பெரிய அளவில் நீளும் அதன் சாராம்சத்தை மட்டும் இப்போது காண்போம்.)

"ராமா! இறந்தவர்கள், இனி இறக்கப் போகிறவர்கள் எல்லோருமே அவர்கள் வாழ்ந்தபோது மனத்தில் கொண்டிருந்த எண்ணங்களுக்கேற்ப பிறவிகளை எடுப்பார்கள். உலகம் என்பது நம் எண்ணங்கள், ஆசைகள் இவற்றின் பிரதிபலிப்புதான். நம் செயல்களின் விளைவுகள்தான் நாம் இப்போது எதிர் கொள்பவை. இவை விதியின் விளையாட்டு அல்ல."

செயல்கள் இருவகைப்படும். முற்பிறவிச் செயல்கள், இப்பிறவி செயல்கள். இந்த இரண்டில் இப்பிறவிச் செயல்களை முயற்சியின் மூலமாக மேலோங்கச் செய்யலாம். முப்பிறவிச் செயல்களின் விளைவுகளுடைய கடுமையைத் தணிக்கலாம்.

பொருட்களில் காணும் பலவகை நிறங்கள் ஒளியின் பிரதிபலிப்புகளே. அதுபோல் செயல்களாக நாம் காண்பது மனத்தின் தீர்மானங்களே. இரு ஆடுகள் ஒன்றோடொன்று முட்டுவதுபோல் முன்ஜென்ம வினைகளும் இப்பிறவிச் செயல்களும் மோதிக் கொள்கின்றன. இதில் பலமுள்ள ஆடு வெல்கிறது.

சரியான வழியில் முயன்றும் தோல்வி வருகிறது என்றால் முன் வினைப்பயனின் கடுமை அதிகம் என உணர்ந்து, செயல் முனைப்பை அதிகப்படுத்த வேண்டும். நேற்றைய தவறை இன்று நாம் திருத்திக் கொள்வதுபோல் முற்பிறவி செயல்களின் விளைவுகளை இப்பிறவியில்தான் திருத்திக் கொள்ள முடியும்."

ராமனிடம் முயற்சியைப் பெரிதும் வலியுறுத்துகிறார் வசிஷ்டர். முயற்சி, அதன் விளைவான செயல்கள், அதன் பலன்கள், எதிர்விளைவுகள் ஆகியவற்றுக்கிடையேயான ஒழுங்குமுறைதான் விதி என்கிறார் அவர். விதியே எல்லாவற்றையும் நிர்ணயிக்கும் என்றால் மனிதன் ஏன் செயல்பட வேண்டும்? எல்லாவற்றையும் விதி பார்த்துக்கொள்ளும் என்று சும்மா இருக்கலாமே!

மனித விருப்பங்களே செயல்களாகின்றன. சென்ற பிறவியின் அவனுடைய தீவிர விருப்பமே இப்பிறவியில் அவனுடைய விதியாகிறது. விருப்பம் மனம் சார்ந்தது. மனம் ஜீவனாகிறது. இதயம், மனம், விதி ஆகியவை எல்லாமே ஜீவன்களைக் குறிப்பவைதான். ஜீவன், ஜீவாத்மா, பரமாத்மா எல்லோரிடத்திலும் வாழும் இறைவனின் அம்சம். அது இதனால் பாதிக்கப்படுவதில்லை.

முன் ஜென்ம விருப்பங்களில் தூய எண்ணங்களும் உண்டு. தீய இச்சைகளும் உண்டு. தூய எண்ணங்கள் நம்மை நல்வழியில்

செலுத்தும். அது முயற்சிகளை எளிதாக்கி, மேன்மையுறச் செய்யும். தீய எண்ணங்கள் நம்மைத் தவறான வழியில் செலுத்தும். கடும் முயற்சிகளின் மூலமாக அதனைத் தவிர்த்து, அதிலிருந்து நாம் விடுபட வேண்டும். இந்த இடத்தில்தான் முயற்சி முக்கியத்துவம் பெறுகிறது.

மனம் குழந்தை போன்றது. அதை பலவந்தமாக அடக்க முயன்றால், ஏறுமாறான பலன்களே ஏற்படும். மெல்ல அதைத் திசை திருப்பிக் கொண்டு வரவேண்டும். மனம் பக்குவமடையாத வரைக்கும், உண்மையின் இயல்பு அறியாதவரைக்கும் தக்க குருவை நாடி உபதேசம் பெறுவதே சிறந்தது.

சாஸ்திர பூர்வமான கர்மாக்களைச் செய்வது வெயிலுக்குக் குடை பிடிப்பது போல் பூர்வ ஜென்ம வினைகளின் கடுமையைக் குறைக்க உதவும். மனம் பக்குவப்பட்டபின் பரம்பொருளை நாட வேண்டும். யாகம் போன்ற கர்மாக்களில் அதிகம் மூழ்கி ஞானத்தேடல் இல்லாமல் போனால் சுழலில் சிக்கிய படகு போன்று மனம் ஆகிவிடும்.

சாந்தம், ஞானம் பற்றிய சிந்தனை, திருப்தி, நல்லோர் சேர்க்கை என்ற இந்த நான்கும்தான் முக்தியின் வாயில் காப்போர். ஒருவரிடத்தில் இந்த நான்குமோ அல்லது மூன்றோ அல்லது இரண்டோ, ஒன்றோ இருந்தால்கூட, அதன்மூலம் மற்றவற்றை அவர் பெற்றுவிடலாம். பின்னர் முக்தி என்பதும் எளிதாகி விடும்."

ராமருக்கு வசிஷ்டர் செய்த இந்த உபதேசத்தில் படைப்பு, ஆன்மா பற்றிய உணர்வு, உலகின் மாயத்தோற்றம், மனத்தின் இயல்பு, கனவுகளின் தன்மை, அறியாமையின் விளைவு, இன்ப துன்பங்களின் பாதிப்பு என எல்லாவற்றைப் பற்றியும் விளக்குகிறார்.

"புனிதத் தலங்களுக்குப் போவதாலோ, உடலை வருத்திக் கொள்வதாலோ யாரும் இறுதி விடுதலையைப் பெற்றுவிட முடியாது. ஆசைகளை வென்று, விருப்பு வெறுப்பற்ற மனநிலை கொண்டு, அனைத்தையும் சமமாகக் கருதி, இறுதி உண்மையைப் புரிந்துகொள்ள முயல்பவனுக்கே மோட்சம் கிட்டும். அறியாமையை அகற்றி, தவறுகளைத் திருத்தி, முக்தி பெற முனைபவனுக்கு மோட்சம் எளிது. முயற்சிகளால் முற்பிறவி வினைகளை வெல்ல முயலும்போது, சில நேரம் இன்ப துன்பங்கள் மாறி, மாறி வரும். இரண்டையும் சமமாக உணர்பவர் விரைவில் மீண்டும் பிறவி அற்ற நிலையை அடைவார்."

ஞானத்தை அடைய முற்படுபவன் ஏழு நிலைகளைச் சந்திக்கிறான். நல்ல எண்ணங்களைக் கொள்வது முதல் நிலை. அதன்மூலம் நல்லோரிடமிருந்து சாஸ்திரங்கள் உள்ளிட்ட உண்மைகளை அவன் அறியலாம். இரண்டாவது, காரண, காரியங்களை ஆராய்ந்தறிதல். இந்த நிலையில் நல்லவை, தீயவை என பாகுபடுத்தி, வேண்டாதவற்றை விலக்கலாம். மனத் தூய்மை பெறுதல் மூன்றாவது நிலை. இந்த நிலையில் புலன் இன்பங்களிலிருந்து மனத்தைத் திருப்ப முடியும். நான்காவது, தன்நிலை உணர்தல். இதில் பரம்பொருளே இறுதி என உணர்ந்து மனம் அதில் ஒன்றும். ஐந்தாவது, விருப்பு வெறுப்பற்ற நிலை. இது தன்னில் தான் லயிக்கும் நிலை. ஆறாவது, சாரத்தை கிரகிக்கும் தன்மை. இந்த நிலையில் விஷயங்களின் சாரத்தை அறிந்து, மெய்யறிவை நோக்கி மனம் நகரும். ஏழாவது நிலையானது மேற்கண்ட அனைத்தையும் ஒருமுகப்படுத்தும் நிலை. இந்த நிலையில் அனைத்தையும் ஒருங்கிணைத்து, எல்லாம் இறைவனே என்ற உணர்வைப் பெறுவது. இந்த ஏழாவது நிலையை எட்டியவர்கள் விடுதலை என்னும் மோட்சத்தை அடைவார்கள். எட்டாதவர்களும் அவர்கள் எந்த நிலைவரை எட்டினார்களோ அதற்கேற்ப நற்பிறவிகளை அடைவார்கள்."

மரணத்தைப் பற்றி ராமருக்கு வசிஷ்டர் இவ்வாறு கூறுகிறார்.

"மூச்சு நிற்கும்போது உடலின் இயக்கம் நிற்கிறது. அந்த நிலையே மரணம் எனப்படுகிறது. உடல் அழிந்தாலும் ஜீவன் அழிவதில்லை. வாழ்ந்து கொண்டிருந்தபோது அதனிடம் இருந்த எண்ணங்களுக்கு ஏற்ப, வெவ்வேறு நிலைகளை அடைகிறது. அந்த நிலையில் அது பிரேதம் எனப்படுகிறது. அது தன் உலக வாழ்வு அனுபவங்களை மறப்பதில்லை. தன் எண்ணங்கள், அனுபவங்களுக்கு ஏற்ப அது மற்றொரு சரீரத்தை அடைகிறது. அதற்கு முன்பாக தனது பாவங்களுக்கு ஏற்ப நரக வாழ்வை அனுபவித்த பின்பே அது மீண்டும் பிறக்கும். பாவ வாழ்க்கை நடத்துவோர் பிறவிச் சுழலில் மீண்டும் மீண்டும் ஈடுபட நேரிடும்."

அதிக பாவங்கள் செய்யாத ஜீவன்கள் மறுபிறவி எடுக்கையில், தனது முந்தைய பிறவிகளின் விடுபட்ட மிச்சங்களைப் பூர்த்தி செய்ய மட்டுமே பிறவி எடுக்கும். தனது நல்வினைகளுக்கு ஏற்ப சொர்க்கம் சென்று, பின்னர் திரும்பி வந்து, நற்பிறவி எடுக்கும். மேலும் பல நற்செயல்களைப் புரிந்து இறுதியில் முக்திநிலை என்னும் நற்கதி அடைந்து, அங்கேயே நிலை கொள்ளும்.

இவ்வாறு ஒருமனிதன் வாழ்ந்த விதத்துக்கு ஏற்ப அவனது ஜீவன் பல நிலைகளை எட்டும். ஒவ்வொரு ஜீவ ராசியிலும் உறையும்

பரமாத்மாவானவர் அவற்றுக்கெல்லாம் சாட்சியே தவிர அவற்றில் அவர் தொய்வதுமில்லை. அவற்றால் அவர் பாதிக்கப்படுவதும் இல்லை.”

அப்போது ராமர் கேட்கிறார். “மரணமடைந்த மனிதனுக்கு அவனது சந்ததிகள் செய்யும் சிரார்த்தங்களால் என்ன பயன் ஏற்படும்?”

அதற்கு வசிஷ்டர் கூறுகிறார்:

“மனிதன் மரணமடைந்த பின் அவனுக்காகச் செய்யப்படும் சிரார்த்தமானது, அவனது செயல்போல் அவனைச் சார்கிறது. அதனால் அந்த ஜீவன் புதிய நம்பிக்கையுடன் மறுவிறவிக்குத் தயாராகி நல்லெண்ணங்களை வளர்த்துக் கொள்கிறது. அதனாலேயே பிரேத கர்மா, சிரார்த்தம் போன்றவற்றை செய்ய வேண்டுமென்று சாஸ்திரங்கள் வலியுறுத்துகின்றன.”

பிறப்பு பற்றி உபதேசித்த வசிஷ்டர் கூறுகிறார்:

தோன்றி மறையும் கடலலைகள் போல் மக்கள் கூட்டம், கூட்டமாகப் பிறந்து, மடிந்து, மீண்டும் பிறக்கின்றனர். அனுதினமும் பிறந்து, மடியும் இவர்களுக்காக வருந்துவதா? ஒவ்வொரு கணமும் பலமாக காற்று வீசினாலே அழிந்து போகும் பூச்சிகளுக்காக வருந்துவதா? மீன்களால் விழுங்கப்படும் புழுக்களுக்காக அழுவதா? ஈக்களால் உண்ணப்படும் கிருமிகளுக்காக அழுவதா? ஈக்கள், பூச்சிகளை உண்ணும் தவளைகளுக்காக அழுவதா? தவளைகளைப் பாம்புகள் உண்ணுகிறதே, அதற்காக அழுவதா? பாம்பை ஒரு மயில் கொல்கிறதே, அதற்காக அழுவதா? பெரிய மிருகங்கள் சிறிய மிருகங்களைத் தங்களுக்கு இரையாக்கிக் கொள்கின்றனவே, அதற்காக அழுவதா? அட்டைகளும் உண்ணிகளும் அந்தப் பெரிய மிருகங்களின் ரத்தத்தை உறிஞ்சுகின்றனவே, அதற்காக அழுவதா?

இந்தப் பிரபஞ்சம் எனும் மாபெரும் வேள்வியில் விழுந்து, ஒவ்வொரு வினாடியும் எத்தனையோ ஜீவன்கள் பலியாகிக் கொண்டிருக்கின்றன. அதேநேரம், அவை உற்பத்தி ஆனபடியும் உள்ளன. மிகுந்த இரக்க மனம் உள்ளவர்கள்கூட இவை பிறந்ததற்காக மகிழ்வதும் இல்லை. இறந்ததற்காக வருந்துவதும் இல்லை. அப்படி வருந்துவதால் அந்த ஜீவராசிக்கு எந்தப் பயனும் விளைவதும் இல்லை. ஆகையால் பிறப்புக்காக மகிழ்வதோ, இறப்புக்காக வருந்துவதோ அர்த்தமற்றது."

பற்றற்றுக் கடமை புரிதல் மற்றும் ஆசை, வைராக்கியம் போன்றவற்றைப் பற்றி விளக்கிய பின்பு வசிஷ்டர் கூறுகிறார்:

"களிமண்ணால் செய்யப்பட்ட பல பொம்மைகள் ஒரே கூடையில் அடுக்கப்பட்டாலும், அவை ஒன்றோடொன்று இணைவதில்லை. அதுபோல் ஒரே உடலில் இருப்பினும் ஆத்மா, மனம், புத்தி, ஐம்புலன்கள் போன்றவை ஒன்றோடொன்று இணைவதில்லை. கடலில் மிதக்கும் பல பொருட்கள் முதலில் ஒன்றாகக் கூடினாலும், சிறிது நேரத்தில் பிரிந்து தனித்தனியே செல்வதுபோல், இவையும் முதலில் ஒன்று சேர்ந்து பின்னர் பிரிகின்றன. கடல் அவற்றை ஒன்று சேர்ப்பதுபோல் பரமாத்மா இவற்றை ஒன்றாக்குகிறது."

பற்றற்ற நிலையில் மனத்தைக் கட்டுப்படுத்துதல் அல்லது மனத்தைத் துறத்தல் மூலம் ஒருவன் முக்தி நிலை பெற முடியும் என்ற வசிஷ்டர், அவ்வாறு ஞானநிலை எட்டுபவன்

முன்வினைகளால் அதன் பின்னும் பூமியில் வாழ நேரிட்டாலும், அவன் வாழ்நாளிலேயே முக்தி பெற்றவன் என்கிறார்.

"இதோ இருக்கும் விசுவாமித்திரர் வாழ்நாளிலேயே முக்தி பெற்ற "ஜீவன் முக்தர்"தான். ஆனாலும் சாஸ்திரங்களின்படி யாகங்களை செய்துவருகிறார். ராமா! உன் பாட்டன் திலீபன் முழு கவனத்துடன் ராஜபரிபாலனம் செய்தவன். ஆனால் பற்றற்ற தன்மையால் வாழும்போதே முக்தன் ஆனான். காற்று நான்கு திசைகளுக்கும் வீசி பலவற்றுக்கும் அலைவைத் தரும். ஆனால் அவற்றின் தன்மையை அது அடைந்து விடாது. அசுரர்களைப் பலமுறை வீழ்த்திய விஷ்ணு அவற்றைத் தன் விருப்பத்துடனோ அல்லது தன் விருப்பத்துக்கு எதிராகவோ செய்யவில்லை. அந்தச் செயல்களால் அவர் தளைப்படவில்லை. தன் இடப்புறத்தை உமையவளுக்கு அளித்த முக்கண்ணனிடம், எல்லாவற்றையும் கடந்த தன்மை மாறவில்லை."

அதன்பின் மனத்தை அடக்குவது, சுவாசத்தைக் கட்டுப்படுத்துவது, ஒரே நிலையில் சிந்தையை நிறுத்துவது போன்றவற்றைப்பற்றி விளக்கிய வசிஷ்டர், இடைவிடாது யோகத்தைப் பயின்றும், ஓம் எனும் பிரணவத்தை தியானம் செய்தும் மனத்தை அடக்கலாம் என்று கூறுகிறார். யோகத்தைப் போலவே ஞானத்தின் மூலமும் மனத்தை அடக்க முடியும் என்கிறார். மனத்தை ஒரு நிலையில் நிறுத்தியவனே பிறவியைக் கடந்து முக்தி பெற முடியும் என்கிறார்.

மரணம் ஒரு மனிதனின் முழுமையான அழிவு அல்ல. ஒரு மனிதனின் எண்ணத்தொடரில் ஏற்படும் தாற்காலிக நிறுத்தமே

அது. அந்த நிலையில் ஆத்மாவானது விருப்பங்களின் உந்துதலால் வேறொரு நிலைக்குச் செல்கிறது. அந்த நிலையில் அதன் இட, கால, பரிமாணங்கள் வேறானவை. இதுதான் ஜீவன். உடல் உணர்விழந்து கிடப்பதைத்தான் நாம் மரணம் என்கிறோம். அந்த மரணம் எனும் மாயை நிலையில் ஜீவன் அதிலிருந்து விடுதலையாகி, வேறு ஒரு உலகுக்குச் செல்லும். உறங்கும்போது நாம் கனவில் கண்ட உலகம் விழித்தபின் நமக்கு அந்நியப்பட்டு விடுவதுபோல், இந்த உலக வாழ்க்கை மரணத்துக்குப் பின்னர் நமக்கு முற்றிலும் அந்நியமானதாக, மாயத் தோற்றம் போல் இருக்கும்.

மரணத்தின்போது வெளியேறிய அந்த ஜீவன் உயிருடன் இருந்தபோது தான் செய்தவற்றின் விளைவை அனுபவிக்கிறது. பின்னர் அது மற்றொரு மனிதனின் இதயத்துக்குள் சென்று அவரது இனப்பெருக்க "சுக்ல அணு" எனப்படும் விந்தணுவுடன் இணைந்து ஒரு தகுதியான தாயின் கருப்பையை அடையும். அதன் மனத்திறன் அடங்கி, உணர்வற்ற நிலையில் விதையாக மாறி, கருப்பையில் கருவாக வளரும். எண்ணற்ற ஆசைகளாலும் நம்பிக்கைகளாலும் பந்தப்பட்டுள்ள அந்த ஜீவஅணு, மலருக்கு மலர் சிறகடித்துப் பறக்கும் வண்ணத்துப் பூச்சி போல், ஒரு உடலிலிருந்து மற்றொரு உடல், பின்னர் அந்த உடலிலிருந்து வேறொரு உடல் என்று பிறவி தோறும் தாவிக் கொண்டே இருக்கிறது.

ஆன்ம வேட்கை உள்ளவர்கள், கொஞ்சமாவது ஜீவ மூலத்தைத் தேடுபவர்கள் நல்ல, அதற்கேற்ற சூழலில் பிறந்து, விட்ட இடத்திலிருந்து தேடலைத் தொடர்வார்கள். இப்போதிருந்த நிலையிலிருந்து மேலும் உயர் நிலைக்கு நகர்வார்கள்.

மரணத்துக்கும் மறுபிறப்புக்கும் இடையே எவ்வளவு கால இடைவெளி உள்ளது என்பதைக் கணக்கிடுவது கடினம். ஏனெனில், பூலோக காலத்திலிருந்து இந்தக் காலம் மாறுபட்டுக் காணப்படுகிறது. அங்குள்ள காலநிலை இங்குள்ளதுபோல் சூரியனைச் சார்ந்த காலமல்ல. இரவு, பகல் என்பது இங்கு ஒருநாள் 60 நாழிகை என்று கொண்ட காலமல்ல. இத்தகைய காலநிலையில் காலத்தைக் கணக்கிடப் பின்பற்ற வேண்டிய முறைகளையும் வேதகால ரிஷிகள் கூறியுள்ளனர்.

இவை ஒரு மனிதன் பூமியில் வாழும்போது அவனது எண்ணம், சொல், செயல் ஆகியவை எப்படியிருந்தன? அவற்றால் யாருக்கு

என்னபாதிப்புஏற்பட்டது என்பதையெல்லாம் இவற்றையெல்லாம் கணக்கில் கொண்டு தீர்மானிக்கப்படுகிறது. சரியான வாழ்க்கை வாழ்ந்தவர்களின் வழிகள் வேறு வேறாயிருப்பினும், ஆன்ம நாட்டத்துடன் தேடுதலில் ஈடுபட்டவர்கள் போன்றோர் "ஞானம்" என்னும் முழுமையான தன்னுணர்வு அல்லது மெய்யறிவு பெறாவிடில் சொர்க்கம் அல்லது பிரம்மயோகம் சென்று தங்கியிருந்து விட்டுப் பின்னர் குறித்த காலத்தில் முக்தி என்னும் சம்பூர்ண விடுதலையை அடைகின்றனர்.

ஞானத்தின் பாதையில் ஓரளவே சென்றவர்கள் இவ்வாறு எளிதில் முக்திபெற முடியாது. அவர்கள் மீண்டும் பிறந்தாக வேண்டும். இந்தப் பாதை தேவாயனா (கடவுளின் பாதை) எனப்படும். இவர்கள் சந்திரலோகத்துக்குச் செல்கின்றனர். இந்தப் பாதை மூதாதையர் வழி (பித்ரியானா) எனப்படும். இங்கு சிறிது காலம் வசித்தபின் இவர்கள் மீண்டும் பூமிக்குத் திரும்புகின்றனர்.

தீய வாழ்க்கை நடத்துவோர் மனித இனத்துக்குக் கீழான உடல்களைப் பெற்று, மரணத்துக்குப் பின்பு நரகத்தில் வாழ்கின்றனர். அவர்களுக்கான தண்டனைக் காலம் முடிந்த பின் மீண்டும் அவர்கள் பூமியில் பிறக்கின்றனர். முற்பிறவியில் அளவில்லாத தீய வாழ்வு வாழ்ந்தவர்கள் நரக வாழ்வுக்குப் பின் ஈக்கள், கொசுக்கள் என கடைநிலைப் பிறவியில் தொடங்கி, படிப்படியாக எண்ணற்ற பிறப்புகள் எடுத்து, கடைசியாக மீண்டும் மானிடப் பிறவியை அடைகின்றனர். அதிலிருந்து மீண்டும் நல்வினை தீவினைக்கேற்ப இதே போன்று அவர்களது பிறவிச் சக்கரம் சுழல்கிறது.

யோகவாசிஷ்டம் பிறவியின் பல்வேறு நிலைகளை விவரிப்பதுடன் ஞானம், யோகம், பக்தி ஆகியவை முக்திக்கான மார்க்கங்கள் என விளக்குவதன் மூலம் கிருஷ்ணரின் கீதைக்கான ஒரு முன்னோடி நூலாகவே விளங்குகிறது எனலாம்.

24

சித்தர்கள் கண்ட வானம்

எட்டிரண்டும்
　　ஒன்றுமதுவாலை யென்பார்
இதுதானே பரிதி மதி
　　சுழுமுனை யென்பார்
ஒட்டி முறித்தெழுந்தது
　　முக்கோண மென்பார்
உதித்தெழுந்த மூன்றெழுத்தை
　　அறியாரையோ!
கொட்டுமொரு தேளுருவாய்
　　நிற்கும் பாரு
கூட்டமிட்டுப் பாராதே
　　குறிகள் தோன்றும்
சுட்ட சுடுகாடு மது
　　வெளியுமாகும்
சொல்லுதற்கு வாய்
　　விளங்கா சூட்சுமந்தானே!
வீடுமது தலைவாசல்
　　அது மேல் வாசல்
வெளியான சுழிக்கதவு
　　அடைக்கும் வாசல்
தேடுகின்ற மூவருமே
　　வணங்கும் வாசல்
திறமையான பன்னிருவர்
　　காக்கும் வாசல்

–கருவூர்ச் சித்தர்

மரணத்துக்குப் பின் மனிதன் என்னவாகிறான் என்ற சிக்கலான கேள்விக்கு எண்ணற்ற மதங்கள் எத்தனையெத்தனையோ கருத்துகளைக் கூறிவிட்டன. ஆனால் மக்களில் யாரும் அவற்றில் சிறிதளவுகூட ஆர்வம் காட்டுவதில்லை.

ஒரு கிறிஸ்தவனிடம்போய், "மரணத்துக்குப் பின் நீ என்ன ஆவாய் என்பது பற்றி கிறிஸ்தவம் கூறுகிறது என்ன?" என்று கேட்டால், அவனுக்கு அதற்குப் பதில் சொல்லத் தெரியாது. ஏசுகிறிஸ்து மீதான விசுவாசம் மட்டுமே அவனிடம் இருக்கும். ஒரு முஸ்லிம், ஒரு பௌத்தன், ஒரு சமணன் என யாரிடம் போய்க் கேட்டாலும், தங்களது மத ஸ்தாபகர் மீதான விசுவாசம் அவர்களுக்கு இருக்குமே தவிர பிறப்பு, மரணம் ஆகியன பற்றித் தங்களது மதம் என்ன கூறுகிறது என்பதைப்பற்றி அவர்கள் கவலைப்படமாட்டார்கள்.

விஞ்ஞானி மார்க்கோனி கஷ்டப்பட்டு வானொலியைக் கண்டுபிடித்தார். அவரைப்போல் நாமும் கடினமாக முயன்று விஞ்ஞானி ஆவோம் என எவரும் எண்ண மாட்டார்கள். ஆனால் மார்க்கோனியைப் புகழ்வார்கள். அவரது பிறந்த நாள், நினைவு நாளில் அவரது படத்துக்கு மாலை போடுவார்கள். படாத பாடுபட்டு அவர் கண்டுபிடித்த ரேடியோவை மிகவும் சுலபமாக 200 ரூபாய் கொடுத்து வாங்கிவந்து, அதன் பயனை அனுபவிப்பார்கள்.

ஆன்மீகத்திலும் அப்படித்தான். ஆதிசங்கரர், மகாவீரர், புத்தர், ஏசு, நபி, மோசஸ், குருநானக் உள்ளிட்ட எல்லோருமே நம்மைப் போன்றவர்கள்தான். அவர்கள் ஒரு குறிப்பிட்ட சிகரத்தை எட்டிக் காட்டினார்கள். நாமும் முயன்றால் அவர்களைப்போல் ஆகலாம். ஆனால் நாம் அப்படிச் செய்ய மாட்டோம். அந்த மகான்களின் பெயரால் அமைந்த மதங்களில் ஈடுபாடு காட்டுவோம். அவர்களது பிறந்த தினம், நினைவு தினங்களைக் கொண்டாடுவோம்.

ஒரு விஞ்ஞானி பல ஆராய்ச்சிகளைச் செய்து கண்டுபிடித்ததை நாம் சுலபமாகக் கடையில் சொற்ப விலை கொடுத்து வாங்கி உபயோகிப்பதுபோல், மகான்கள் தவம், வேள்வி, யோகம், வழிபாடு என எத்தனையோ முறைகளைக் கையாண்டு பெற்ற முக்தியை, நாம் அவர்களைப் புகழ்ந்து, போற்றிக் கொண்டாடுவதன் மூலம் சுலபமாக அடைந்து விடலாம் என எண்ணுகிறோம்.

இதெல்லாம் நடக்காத கதை என்கிறது சித்தயோக முறை. தந்த்ரா யோகம், சித்தயோகம், பிராணாயாமம் எனப் பல்வேறு நாமகரணங்கள் சூட்டப்பட்ட இம்முறை ஒன்றுதான் பிறவிப் பிணியை அறுக்கும் ஒரே மருந்து என்பதால் இதனை சித்தயோகம் என்றும், மோட்ச சூத்திரம் என்றும் கூறுகின்றனர்.

யோகமுறை "மதம்" என்ற அமைப்பை முதலில் கண்டிக்கிறது. அது கூறும் முதல் உண்மை "அவரவர் பசிக்கு அவரவரே உணவு உண்ண வேண்டும்" என்பதுதான்.

எவ்வளவுதான் தன் குழந்தை மீது தாயானவள் அன்பு கொண்டிருந்தாலும், அவளது அன்பு ஒரு பழத்தை உரித்து அதன் வாயில் ஊட்டும்வரைதான் வர முடியும். அதற்குப் பின்பு அதை உண்ண வேண்டியது அந்தக் குழந்தைதான். குழந்தைக்குப் பதிலாக தாய் அந்த உணவை உண்ண முடியாது.

புத்தர், ஏசு, சங்கரர் என மக்கள் கொண்டாடுபவர்களை சித்தர்கள் ஏற்பதில்லை. கடவுளின் தூதர், கடவுளின் அவதாரம், கடவுளின் குமாரர் என்பதையெல்லாம் சித்தர் மரபு ஏற்காது. சித்தர் மரபில் இரண்டே இரண்டு பிரிவுகள்தான். பிறந்தது மற்றும் இதுவரைப் பிறவாதது. அவ்வளவுதான்.

அவர்கள் கடவுள் என்பதைக்கூடப் பொருட்படுத்துவதில்லை. பிறவாத சக்தி கடவுள். இந்த உலகில் பிறந்த எல்லா ஜீவன்களுமே கடவுளின் குமாரர்கள்தான். இவர்கள் ஒருவரை விட்டு ஒருவரை மட்டும் கொண்டாடுவது ஏற்கத்தக்கதல்ல.

எல்லோராலும் முயன்றால் இறை தூதராக அல்ல, இறைவனாகவேகூட ஆக முடியும். இறைவன் என்பவன் யார்? பிறப்பற்றவன். உன் மறுபிறவியை வெற்றி கொண்டால் நீயும் இறைவன்தான். மறுபிறவியை வெல்வதென்பது உன் கையில்தான் உள்ளது.

ஆக, முயன்றால் உன்னால் ஆதிசங்கரர் ஆக முடியும். ஏசு ஆக முடியும். புத்தர் ஆக முடியும். அவர்கள் எட்டிய இலக்குகளைத் தாண்ட முடியும். பிறகு நீ ஏன் அபத்தமாக மற்றவர்களைத் தொழுது கொண்டிருக்கிறாய்?

இப்படி ஆணித்தரமாகக் கேள்விகளை வீசுகிறது சித்தயோகம். சித்தர் யோக மரபில் ஒரு பொன்மொழி காலம் காலமாக வழக்கத்தில் உண்டு. "கங்கையில் ஒருவன் ஒருமுறைக்கு மேல் மூழ்க முடியாது."

இதற்கு அநேகர் அநேக விளக்கங்கள் கொடுத்து விட்டனர். "கங்கை அந்த அளவுக்குப் புனிதமானது" என்கின்றனர் சிலர். ஒருவன் ஒருமுறை அதில் குளித்தாலே அவனது 21 தலைமுறைக்கான பாவம் நீங்கி விடுகிறது. அதன் பிறகு மறுமுறை அவன் எதற்காக அதில் மூழ்க வேண்டும்?

இன்னொரு வகை விளக்கம் இது. ஒரு லிட்டர் கொள்ளளவுள்ள பாத்திரத்தில் அந்த அளவு கொள்ளளவுள்ள நீரை ஊற்றினாலே

அது நிரம்பி விடும். அதற்குமேல் எவ்வளவு நீரை அதில் ஊற்றினாலும் அது வீணாக வழிந்து கீழேதான் ஓடும். அதுபோல் கங்கையில் ஒருமுறை குளித்தாலே அதுவரை அவன் எடுத்த அத்தனை பிறவிகளின் கர்மவினைகளும் நீங்கி விடும். நோய் நீங்கிய பின் அந்த நோய்க்கான மருந்தை யார் அதற்குப் பிறகு சாப்பிடுவார்கள்? அதேபோல, ஒருமுறை கங்கையில் குளித்துத் தன் பாவங்களைப் போக்கியவனுக்கு மறுமுறை கங்கையில் குளிக்க வேண்டிய அவசியமே ஏற்படாது.

இதற்கு அளிக்கப்படும் மற்றொரு வகை விளக்கம் என்னவெனில், ஒருவன் ஒரு முறை கங்கையில் மூழ்கியதுமே அந்த வினாடி வரை அவனிடம் இருந்த எல்லா அழுக்குகளும் நீங்கிவிடுகின்றன. அதில் மூழ்கும்போது இருந்த அவனுடைய நிலை வேறு. மூழ்கி எழும்போது இருக்கும் அவனுடைய நிலை வேறு. இது முற்றிலும் புதிய தோற்றத்தை அவனுக்கு அளிக்கிறது. அதாவது, அவனுக்கு இது ஒரு புனர் ஜென்மம். ஆகவே, மூழ்கியவன் மூழ்கிய அந்தக்கணமே மறைந்துவிட்டான். இனி அவன் அங்கே இல்லை. புதிய நபர் ஒருவர்தான் அங்கே இருக்கிறார். ஆகவே, இல்லாத ஒரு நபர் எப்படி மறுமுறை கங்கையில் மூழ்க முடியும்?

வேறொரு வகையினர் இதற்குப் புது வியாக்கியானம் செய்கிறார்கள். வாமன அவதாரத்தில் மகாவிஷ்ணு இரண்டே அடிகளால் வானம், பூமி இரண்டையும் அளந்தார். அவர் மூன்றாவது அடி வைக்க இந்த பிரபஞ்சத்தில் எங்குமே இடமில்லை. அதுபோல் கங்கையில் குளிப்பது என்ற ஒரே அடியில், ஒரு முழுக்கில் முன் வினைப்பயன்கள் நீங்கி, மோட்ச சாம்ராஜ்யமே அவனுடையதாகி விடுகிறது. அதற்கு மேல் அவன் கங்கையில் மூழ்கினால் அவனுக்குத் தருவதற்கு ஏதுமின்றி கடவுளே அவனுக்குக் கடனாளியாகி விடுவாராம். எனவே இறைவன் மீது கொண்ட அன்பினால், அவரை சங்கடத்துக்கு உள்ளாக்க மனமில்லாது மெய்யன்பர்கள் யாருமே இரண்டாம் முறை கங்கையில் குளிக்க மாட்டார்களாம்.

இப்படி எத்தனையோ ருசிகரமான விளக்கங்கள் அளிக்கப்பட்டாலும், இவை எல்லாமே கவிஞர்களின் கற்பனைத் திறனின் வெளிப்பாடே தவிர நிஜமான, சித்தர்களின் கருத்தைப் பிரதிபலிக்கும்படியான கருத்துகள் அல்ல என்கின்றனர்.

சித்தர்களின் கருத்துப்படி கங்கை என்பது ஜீவநதி. இடைவிடாமல் அது ஓடிக்கொண்டேயிருக்கிறது. ஒரு குளம்,

கிணறு அல்லது ஏரி என்றால் அதிலிருக்கும் நீர் வெளியேறாது. அங்கிருக்கும் பழைய நீர் கழிவதும் இல்லை. அதற்குள் புதிய நீர் புகுவதும் இல்லை. நேற்றுப் பார்த்த அதே நீர்தான் இன்றும் அதில் இருக்கிறது. இன்றிருக்கும் அதே நீர்தான் நாளையும் அதில் இருக்கப்போகிறது. இருக்கும்.

கங்கையின் நிலை அப்படிப்பட்டதல்ல. அதில் நாம் கால் வைக்கும்போதே நம் காலடிபட்ட நீர் அந்த இடத்திலிருந்து ஓடி விட்டது. தொடர்ந்து நீர் வெள்ளமாக வந்துகொண்டே இருக்கிறது. நம்மீது அது படுகிறது. நம்மைக் கடந்து செல்கிறது. அதில் ஒருமுறை முழுகி எழுந்தவன், அப்போதே இரண்டாம் முறை மூழ்கினாலும்கூட அது அவன் முதல் முறை மூழ்கியபோது இருந்த நீர் அல்ல. அது அவனைக் கடந்து சென்றுவிட்டது. இப்போது உள்ள நீரும் அடுத்த விநாடி அங்கிருந்து ஓடி மறைந்து விடும்.

அதனால்தான் "கங்கையில் ஒருவன் இரண்டு முறை மூழ்க முடியாது" என்று கூறிச் சென்றார்கள் சித்தர்கள். அதில் ஒவ்வொரு முறை மூழ்கும்போதும் அது ஒரு புதிய நீராட்டுதான். அந்த நீராடல் அதற்கு முன்பும் இல்லை. அதன் பின்பும் இருக்க வாய்ப்பில்லை.

அதேபோல்தான் மகான்கள் விவகாரமும். ஏசு என்றால் ஒரே ஒரு ஏசுதான். அவரைப்போல் இன்னொருவர் வர முடியாது. புத்தர் என்றால் அவர் ஒருவர்தான். ஆதிசங்கரர் என்றால் அவர் ஒருவர் மட்டும்தான். என்னதான் இவர்களைக் காப்பியடித்தாலும் இவர்களைப்போல் இன்னொருவர் வர முடியாது. இவர்களே கூட மறுமுறை அந்த நிலையை எட்ட முடியாது.

ஆச்சாரிய வினோபா பாவே

அதனால்தான் சித்தர்களும், ஞானிகளும் "எவரையும் பின்பற்றாதே" என்கிறார்கள் உறுதியாக. இன்னொருவரைப் பின்பற்றினால், அவராகவும் ஆக முடியாமல், நாமாகவும் இருக்க இயலாமல் இரண்டும் கெட்டான் நிலைக்கு நாம் தள்ளப்பட்டு விடுவோம்.

ஆச்சாரிய வினோபா பாவேயிடம் ஒருவர் வந்து ஆசி வேண்டினார். அவரும் ஆசி அளித்தார். "என் தலையைத் தொட்டு ஆசீர்வதியுங்கள்?" என்று கேட்டுக் கொண்டார் வந்தவர்.

"நரேந்திரனை ராமகிருஷ்ண பரமஹம்சர் தலையில் கை வைத்து ஆசீர்வதித்தார். அவரது கை பட்டதுமே அகமலர்ச்சி ஏற்பட்டு நரேந்திரன் விவேகானந்தர் ஆனார். அதுபோல் உங்கள் புனிதமான கைபட்டு என்னுள் மாறுதல் ஏற்பட வேண்டும்" என்றார் அவர்.

இதைக்கேட்ட வினோபா சிரித்தார். "என் கைபட்டு நீ ஒரு மாற்றத்தை அடைந்தாய் என்றால் என்னைவிட வலிமையான இன்னொருவர் கை பட்டால் நீ வேறுவிதமாக மாற்றம் அடைவாய். அதனால் யார் கைபட்டும் யாரும் எதுவும் ஆக வேண்டாம். நீ நீயாகவே இரு. உன் இயல்போ, மாற்றமோ, அது உனக்குள்ளிருந்தே ஏற்படட்டும்" என்றார்.

அவரவரும் அவரவரின் சுயத்தைத் தேட வேண்டும். அவ்வாறு தேடும்போது அந்தத் தேடலே அவர்களுக்கான போதி மரமாகிறது. அவரவருக்குள்ளும் ஒளிந்திருக்கும் புத்தர் அப்போதுதான் வெளிப்படுகிறார்.

எவரையும் பின்பற்றாமல் ஒரு மனிதன் தன்னையே தனக்குள் தேடி அடைவதுதான் ஆத்மஞானம். அவ்வாறு அடைய சித்தர்கள் காட்டும் பாதையே மோட்ச சூத்ரம் அல்லது சித்த யோகம் ஆகும்.

மனத்துக்கு சித்தம் என்று பெயர். சித்தத்தைக் கட்டுப்படுத்தியவன் சித்தன். எவராலும் மற்றவர்களை வெல்ல முடியும். ஆனால் யாராலும் தன்னைத்தானே வெல்ல முடியாது. அவ்வாறு தன்னை வென்றவர்களால் தான் எதையும் வெல்ல முடியும்.

உலகம் என்பது ஒரு மாயை. மனம் என்னும் மாயையால் உருவாக்கப்பட்டதுதான் இந்த உலகம். மனத்தை வென்றவனால் மட்டுமே உலகைக் கடந்து செல்ல முடியும். மனத்தை வெல்லாமல், பிறவித்தளையை அறுக்காமல், இந்த உலகைத் தாண்ட எவராலும் இயலாது.

வேதங்களும் இதிகாசங்களும் ஏழு பிறவிகள் உண்டு என்கின்றன. ஏழு கடல்கள், ஏழு மலைகள், ஏழு ஆகாயங்கள் என்றெல்லாம் கூறப்படுபவை எல்லாம் நம் உள்ளே இருப்பவற்றைக் குறிப்பவைதான். ஏழு உலகங்கள் என்பதும் இவைதான்.

வெளியே உள்ளவற்றைப் படிப்படியாக உதறி, மனத்தை உள்முகமாகத் திருப்பி இந்த ஏழு நிலைகளைப் படிப்படியாகத் தாண்டுபவன்தான் இறுதியில் பிறப்பு, இறப்பு, காலம், இடம் போன்ற சூழ்நிலைகளைக் கடந்து, அனைத்தின் மையமான "ஆதார வெறுமை"யில் லயிப்பான். அதாவது, அவன் கடைசியில் சச்சிதானந்தப் பரம்பொருளில் கலந்துவிடுவான்.

இந்தத் தத்துவப்படி ஒவ்வொருவரும் தாமே சுயமாக முயல வேண்டும். அதாவது மகான்கள் நம்மைக் கரை சேர்ப்பார்கள் என்பதெல்லாம் நமது அபத்தமான நம்பிக்கைதான். எப்படி ஒருவனுக்கு பதில் இன்னொருவன் சாப்பிட முடியாதோ, எவ்வாறு ஒருவனுக்குப் பதில் இன்னொருவன் தூங்க முடியாதோ, அவ்வாறே ஒருவனின் கர்ம வினையை இன்னொருவன் ஏற்கவும் இயலாது. நீக்கவும் இயலாது. ஒரு தாயின் வயிற்றிலிருந்து பிறந்த சிசுவாயினும் அந்தக் குழந்தைக்குப் பதிலாக தாய் சாப்பிட முடியாது. இருவருமே அவரவர்க்கு வேண்டியதை அவரவர்தான் சாப்பிட்டாக வேண்டும்.

முக்தியும் அப்படிப்பட்டதே. யாரும் அடுத்தவரை மோட்சத்துக்குக் கொண்டு சேர்க்க இயலாது. அவருக்கு அதற்கான வழியைக் காட்டலாம். அறிவுரைகளைக் கூறலாம். பாடத்தை ஆசிரியர் போதித்தாலும், பரீட்சையை மாணவன்தானே எழுத வேண்டும்.

சித்தயோக வழியின்படி உலக வாழ்க்கை என்னும் மாபெரும் தேர்வு மையத்தில் நாம் எல்லோருமே மாணவர்கள்தான். படுமோசமான மதிப்பெண்களுடன் ஃபெயில் ஆகும் மாணவர்கள்தான் இங்கு அதிகம். புத்தர், சங்கரர், மகாவீரர் போன்றோரும் மாணவர்களே. அந்த மாதிரி சிலர்தான் எங்கும் இடை தங்காமல், நூற்றுக்கு நூறு மதிப்பெண்களுடன் முதல் வகுப்பில் தேர்ச்சி பெற்று வெளிவந்தவர்கள்.

அவர்களை ஒரு முன்னுதாரணமாக (Role model) வைத்துக்கொண்டு நாம் முயற்சித்து நற்கதி பெறலாமே தவிர, அவர்களது பெயர்களை உரக்க கோஷமிட்டுக்கொண்டு ஊர்வலம் போவது, அவர்களைத் தொழுவது, உபசரிப்பது, பாடிப்பரவசமாவது போன்றவற்றால் ஒருவருக்கு மனத்திருப்தி கிடைக்கலாமே தவிர ஓர் அடிகூட ஆன்மீக முன்னேற்றம் ஏற்படாது என்கிறார்கள் சித்தர்கள்.

இந்த ஏழு பிறவி, ஏழு மலை, ஏழு கடல், ஏழு உலகம் இவையெல்லாமே ஒருவன் தன் மனத்தால் கடக்க வேண்டியவை. இதைப்பற்றி விளக்கும் முன்பாக முதலில் ஏழு உலகங்கள் என்று புராணங்கள் கூறுவதைப் பார்ப்போம்.

நாம் வாழும் இந்த பூமிதான் பூலோகம். இங்கிருந்து மேல் நோக்கி எழும்போது புவர்லோகம், சுவர்லோகம், மஹர்லோகம், ஜனலோகம், தபலோகம், கடைசியாக சத்யலோகம் ஆகியன இருக்கின்றன. இதையே முறைப்படி பூ, புவா, ஸ்வா, மஹா, ஜனா, தபா, சத்யா என்கின்றனர்.

பூலோகம் என்பது ஜீவன்கள் வசிக்குமிடம். நல்லதும் கெட்டதுமான காரியங்களை நிகழ்த்துமிடம். மூன்றாவது உலகமான ஸ்வா என்பதுதான் ஸ்வர்கா எனப்படும் சொர்க்கம். பூ மற்றும் ஸ்வா இரண்டுக்கும் இடைப்பட்டது புவா. முதல் மூன்று உலகங்களுக்கும், கடைசி மூன்று உலகங்களுக்கும் இடையில் உள்ளது மஹர் லோகமான மஹா. இறுதி மூன்றான ஜனா, தபா, சத்யா ஆகியவையே பிரும்மா அல்லது பிரம்மலோகாவை

உண்டாக்குகின்றன. மரணத்துக்குப் பின் புண்ணியம், நற்செயல், அதிருஷ்டம் நிரம்பிய ஆத்மாக்கள் கடவுளுடன் நிரந்தரத் தொடர்பு கொள்ளும் மிக உயர்வான இடம் இவை.

ஏழு சுவர்க்கங்கள் போலவே கீழ் உலகங்கள் ஏழு உண்டென்கின்றன ஆதிமறை நூல்கள். இவை இருள் உலகங்கள் என்றும் சில இடங்களில் கூறப்பட்டுள்ளன.

"பாதாளம் ஏழினும் கீழ் சொற்கழிவு பாதமலர்..." என்று திருவெம்பாவையில் பாடுகிறார் மாணிக்கவாசகர். அதனால் இவற்றை ஏழு பாதாள உலகங்கள் என்றும் கூறலாம்.

சூழ்ச்சியால் பிரிட்டிஷார் ஒவ்வொரு நாடாக, கைப்பற்றிக் கொண்டே வந்தது பற்றிக்குறிப்பிடும் நூல்கள் பலவும், "அவர்களை நம்புவோர் கதி, அதலபாதாளத்தில்தான் போய் முடியும்" என்று குறிப்பிடுகின்றன. ஆழமான படுகுழி என்ற பொருளில் இந்த அதலபாதாளம் என்ற சொல் பயன்படுத்தப்பட்டாலும், உண்மையில் இதுதான் கீழ் உலகங்களில் முதலாவது உலகம். அதல, விதல, சுதல, தலாதல, ஏசாதல, மஹாதல, பாதாளம் என்னும் ஏழு உலகங்களில் கடைசியானது பாதாளம்.

புண்ணியாத்மாக்கள் மேல் உலகை அடைவது போல் பாவாத்மாக்கள் கீழ் உலகை அடைகின்றன. தங்களது தீமைக்கு வெகுமதியாக, அவற்றின் தன்மைக்கு ஏற்ப இந்த உலகங்களுக்கு அனுப்பப்படுபவை இவை. உரிய காலம் தண்டனை அனுபவித்த பின்பு மீண்டும் இவை பூமியில் பிறக்கின்றன.

இங்கு பூமி என்பது எல்லாவற்றுக்குமான இடையில் தங்கும் ஓர் இடம். பூமியில் மட்டும்தான் இஷ்டப்படி செயல்படும் உரிமை ஜீவன்களுக்கு உண்டு. கடவுளுடன் இரண்டறக் கலந்து முக்தி பெறுவதாயினும் அதற்கான செயல்களை இங்குதான் ஜீவன்கள் செய்யவேண்டும். முழுமையாக "தன்னுணர்வு" பெற்று, தன்னுள் ஆத்மாவுக்குள் அந்தராத்மாவாக இலங்கும் (சுடர் விடும்) பிரும்மத்தை அறிவதுடன், ஜீவாத்மாவின் ஜென்மாதி ஜென்மயாத்திரை, பிறவிச் சங்கிலி முடிவடைகிறது.

விஞ்ஞானிகள் ஆராய்ந்து, கண்டுணர்ந்துகொண்டிருப்பது இந்த உடலை மட்டுமே. தோல், எலும்பு, தசை, நரம்புகள், ரத்தக் குழாய்கள் என பல்வேறு விஷயங்கள் இணைந்த சிக்கலான யந்திரம் இது. இதன் உள்ளே இருந்து இதனை இயக்குவது மனம்தான். அதற்கு அடிப்படையாக உள்ளது ஆத்மா.

உடல், உள்ளம், ஆன்மா என்னும் மூன்றையும் சித்தர்கள் ஸ்தூல சரீரம், சூட்சும சரீரம், காரண சரீரம் என்கின்றனர். உடலாகிய ஸ்தூல சரீரம் தொட்டு உணரக்கூடியது. கண்ணுக்குப் புலப்படும் பருப்பொருளால் ஆனது. இது வளரவும் நீடிக்கவும் உணவு தேவை. அதனால் இதை அன்னமய கோசம் என்கின்றனர். மனம் என்பது "நான்" என்னும் தன் முனைப்பு. இந்த நான் என்ற உணர்வு மூலம்தான் என் தாய், என் மனைவி, என் வீடு, என் தொழில் என உலகின் அனைத்து தொடர்புகளும் நிறுவப்படுகின்றன. கண்ணுக்குப் புலப்படாது உடல் முழுவதும் பரவி நிற்கும் இதை சூட்சும சரீரம் என்கின்றனர். காற்று வடிவிலான இது தொடர்ந்து இயங்கப் பிராண வாயு தேவை. அதனால் இதைப் பிராணமய கோசம் என்கின்றனர்.

மூன்றாவதாக உள்ளது ஆத்மா. உடலில் இது எங்கு உள்ளது? எப்படி இது உடலிலிருந்து வெளியேறுகிறது? என விஞ்ஞானிகளால் இன்னமும் உணர முடியவில்லை. உடலின், மனத்தின் ஆதார அடிப்படையான இதை காரண சரீரம் என்கின்றனர். இது வெளியே உள்ள ஆகாயத்துடன் தொடர்புடையது. ஆகாயம் என்னும் வெட்ட வெளியின் ஒரு சிறு துண்டு உடலுக்குள் இருந்து அதனை இயக்குவதால் இதனை ஆகாச மய கோசம் என்கின்றனர்.

"உள்ளம் பெருங்கோயில்" என்னும் வழி வந்த சித்தர்களைப் பொறுத்தவரை "இப்போது" என்பதுதான் முக்கியமானது. இந்த கணத்தில், இந்த வாழ்வில், இந்த உடம்பைக்கொண்டு அறிய முடியவில்லை என்றால் வேறு எந்தக் காலத்தில், எதைக் கொண்டு அறிய முடியும்?

உடலின் செயல்களைத் தவிர்த்துவிட்டு, ஒரு நிலையில் அமர்ந்து, மனத்தின் சலனங்களை விட்டுவிட்டு ஒரு புள்ளியில் குவித்து, உள்நோக்கி தன்னைத்தானே கண்டறிதல்தான் சித்தர்கள் கூறும் வழி.

அவ்வாறு கண்டறிந்த மெய்ஞ்ஞானிகள் உடலுக்குள் ஆத்மாவானது மிக, மிகச் சிறியதாக, சுருண்டு வளையம் போல் உள்ளதைக் கண்டனர். எப்படி ஒரு சக்கரத்துக்கும் அச்சுக்கும் இடையே வட்டமான ஒரு வெற்றிடம் இருக்குமோ, அந்த வட்டமான வெற்றிடம்போல், வெறுமை வளையம் இருப்பதைக் கண்டனர். இந்த வளையம் முழுதாக இருக்கும்வரை மனித உடல் சீராக இயங்குகிறது. இது பாதிக்கப்பட்டு வளையம் சேதப்பட்டால் நீரில் குமிழியானது நீந்தி மேலே வந்து வெளிக்காற்றுடன் கலப்பதுபோல் இந்த வெறுமை உடலிலிருந்து வெளியேறி, வெளியே உள்ள வெறுமையுடன் கலந்து விடுகிறது.

அவ்வாறு ஆத்மா அல்லது காரண சரீரம் எனப்படும் ஆகாசமய கோசம், உடல் எனும் ஸ்தூல சரீரமான அன்னமய கோசத்திலிருந்து வெளியேறும்போது, அதனுடன் கூடவே மனமும் வெளியேறுகிறது. சூட்சும சரீரம் அல்லது பிராணமய கோசம் என்னும் இந்த மனம் கூட செல்லும்போது, அது ஆத்மாவுடன் சேர்ந்து வேறொரு கருப்பையைத்தான் அடையும்.

எனவே ஆத்மா வெட்ட வெளியுடன் கலக்கவேண்டுமானால், மனம் என்பதை முதலில் உதற வேண்டும். அதுதான் ஜீவன் முக்திக்கு வழி என்பது சித்தர்கள் கோட்பாடு.

வளையமென சுருண்டிருக்கும் ஆத்மாவை, மரணமடையும் போது எப்படி வளையம் பிரிந்து உடலிலிருந்து வெளியேறுமோ அதுபோல் உயிரோடிருக்கும் நிலையிலேயே வெளியேற்ற முடியும் என்று சித்தர்கள் கண்டறிந்தனர். அதன் குறியீட்டாகவே பாம்பு ஒன்று தன் வாலைத் தானே தன் வாயால் கவ்விக் கொண்டிருக்கும் தோற்றம் கூறப்பட்டது. (இதன் எதிரொலிதான் நம் நாட்டில் பாரம்பரியமாக இருந்து வரும் நாக வழிபாடு. இங்கு நாகம் என்பது பாம்பு அல்ல. அது ஜீவாத்மாவின் உருவகமே. பின்னாளில் நிறையப் புராணக் கதைகள் சேர்ந்து, நாக பிரதிஷ்டை, பால் ஊற்றுவது என்றெல்லாம் இதில் சேர்க்கப்பட்டு இது ஒரே சடங்குகள் மயமாகிவிட்டது.)

காதில் தொங்கும் வளையமான குண்டலம்போல் வட்ட வலயமாக (வட்ட வலயம் என்றால் இரண்டு வட்டங்களின்

நடுவே உள்ள வெற்றிடப்பாதை) உள்ளதால் இதை குண்டலினி மஹாசக்தி என்றனர். இதுதான் உண்மையில் நாம்.

நமது உடல் அழியும். பொருள் அழியும். உலகம், வாழ்வு எல்லாம் அழியும். ஆனால் நம்மிடம் உள்ளதில் அழியாததாக இது ஒன்றுதான் இருக்கும். அதனால்தான் இதை மஹாசக்தி என்றனர். இறுதியாக எங்கும் இருக்கும் பரம்பொருளுடன் இது இரண்டறக் கலந்துவிடும்.

அவ்வாறு கடவுளுடன் கலக்கக்கூடியது என்பதாலேயே இதை வணக்கத்துக்கும் வழிபாட்டுக்கும் உரியதாகக் கருதினார்கள். இத்தகைய மகத்தான குண்டலினியை எழுப்பும் முறை குண்டலினி மகாயோகம் எனப்பட்டது.

மூச்சை அடக்கி, எண்ணங்களைக் குவித்து, மனத்தை உள்முகமாகத் திருப்பிய சித்தர்கள் உடலின் அற்புதமான செயல்பாடுகளைக் கண்டறிந்தனர். விண்ணில் இருக்கும் அனைத்தும் உடலில் இருப்பதையும், உடலில் இருக்கும் அனைத்தும் விண்வெளியில் இருப்பதையும் அப்போது உணர்ந்தனர். மனிதன் என்பவன் பிரபஞ்சத்தின் ஒரு சிறிய

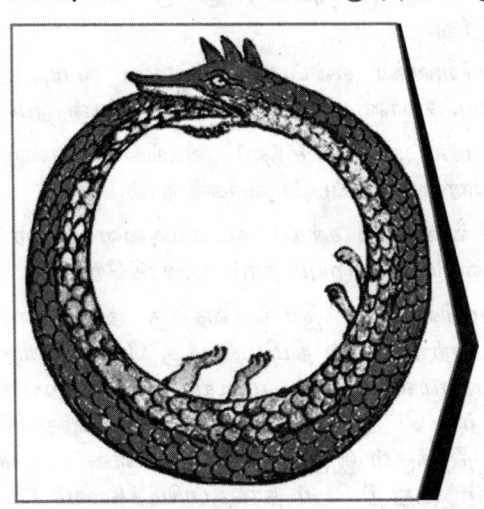

மாதிரி வடிவம் (மினியேச்சர் மாடல்) என்று அந்த நேரத்தில் கண்டதாலேயே வியப்புடன்,

‘அண்டத்துள் மறைந்தது பிண்டம்
பிண்டத்துள் மறைந்தது அண்டம்”

என்று பாடினர்.

நிலம், நீர், நெருப்பு, காற்று, ஆகாயம் என்னும் ஐந்தின் கலவையே நமது ஸ்தூல சரீரம் என்னும் உடல். இதில் எலும்பு, தோல், நாடி, மயிர், சதை ஆகியவை நிலத்தின் அம்சமாகும்.

ரத்தம், வியர்வை, சளி, சிறுநீர், சுக்கிலம் எனப்படும் விந்து ஆகியன நீரின் அம்சம் ஆகும்.

பசி, தாகம், சோகம், மோகம், மைதுனம் இவை நெருப்பின் அம்சம் பெற்றவை.

நடத்தல், சீறுதல், கண்களை மூடுதல், திறத்தல் ஆகியவை காற்றின் அம்சம். ஆகாயத்தின் அம்சம் அனைத்தின் ஆதார அடிப்படை.

இந்த உடலை இயக்குபவை 24 தத்துவங்கள் ஆகும்.

அவை பஞ்ச பூதங்களான நிலம், நீர், நெருப்பு, காற்று, ஆகாயம் என்னும் ஐந்து.

கன்ம இந்திரியங்கள் எனப்படும் நாக்கு, கை, கால், பிறப்பு உறுப்பு, விசர்ஜன (மலம், சிறுநீர்) உறுப்பு என்னும் ஐந்து.

ஞான இந்திரியங்கள் எனப்படும் மெய் (ஸ்பரிசம்), வாய் (சுவை), கண் (ரூபம் அறிதல்), மூக்கு (வாசனை), செவி (ஓசை) என்னும் ஐந்து.

பஞ்ச' பிராணன் எனப்படும் பிராண வாயு, அபான வாயு, உதான வாயு, சமான வாயு, வியான வாயு என்னும் ஐந்து.

மற்றும் மனம், புத்தி, சித்தம், அகங்காரம் என்று மொத்தம் 24 தத்துவங்களால் ஆக்கப்பட்டவர்கள் நாம்.

இவையனைத்தும் தத்தம் கடமைகளை சரிவர இயற்றுவதன் மூலமே ஒவ்வொன்றையும் நாம் உணர்கிறோம்.

உண்மையில் நாம் இயங்குவதற்கு அடிப்படை ஆதாரமாக இருப்பது காற்று. ஐந்து நிமிடத்துக்கு மேல் மனிதனால் பிராண வாயு இல்லாமல் ஜீவிக்க முடியாது. (முறையான ஆழ்நிலை மூச்சுப்பயிற்சி பெற்ற பலர் பத்துப் பதினைந்து நிமிடங்கள்கூட மூச்சடக்கி நீருக்குள் இருந்து காட்டியுள்ளனர். சராசரி மனிதர்கள் அதிகபட்சம் ஐந்து நிமிடம் தாக்குப்பிடிக்கலாம்.)

உள்ளும் வெளியுமாக நமது உடலில் காற்று வடிவில் உயிர் இயங்குவதாலேயே மூச்சுக்காற்று பிராண வாயு என்றே பெயர் பெற்றது.

உயிரின் உதவியைக் கொண்டு இந்த 5 வாயுக்களும் உடலின் இயக்கத்தை நடத்துகின்றன. இந்த ஐந்து வாயுக்களுக்கு

உறுதுணையாக, மேலும் ஐந்து துணை வாயுக்கள் உள்ளன. இந்த பத்தையும் தசவித வாயுக்கள் என்கின்றனர்.

இந்த பத்து வகை வாயுக்களில் முதன்மையானது பிராண வாயு. இதன் பணி உணவை செரிப்பது, உயிரைப் பாதுகாத்து உதவுவது ஆகியவை.

இரண்டாவது அபானவாயு. இதன் பணி மலம், சிறுநீர் கழிக்க உதவுவது. ஆசன வாயைச் சுருங்கி விரியச் செய்வது, உணவின் சாரத்தை உடலின் பல பகுதிகளுக்கும் எடுத்துச் செல்வது ஆகியவை.

வியான வாயு உடல் உறுப்புக்களை நீட்டவும் மடக்கவும் உதவுகிறது. உதான வாயு வயிற்றின் ஜீரணத்தன்மையை நன்கு செயல்படச் செய்வதுடன், உணவில் உள்ள சத்துகளைப் பிரிக்கிறது.

சமான வாயு இதர வாயுக்களைக் கட்டுப்படுத்தும். நீரையும், அறுசுவைகளையும் சீராகப் பரவச் செய்யும்.

இந்த ஐந்தும் உடலின் செயல்பாட்டுக்கு இன்றியமையாதவை. இதுதவிர, நாகன் வாயு, கூர்ம வாயு, கிருகரன் வாயு, தனஞ்செய வாயு, தேவதத்தன் வாயு என ஐந்து துணை வாயுக்கள் உண்டு.

இதில் நாகன் வாயு தொண்டையை இயக்குதல், கண் விழித்தல், மயிர் சிலிர்ப்படைதல் ஆகியவற்றைச் செய்கிறது.

கூர்ம வாயு கொட்டாவி விடுதல், வாய் மூடுதல், காட்சிகளைக் காணுதல், கண்ணீர் வெளிவர உதவுதல்

முதலியவற்றைச் செய்கிறது. கிருகரன் வாயு ஜீரண நீர் சுரத்தல், பசியைத் தூண்டுவது, தும்மல், இருமலை உண்டாக்குதல் முதலியவற்றை செய்கிறது.

தேவதத்தன் வாயு தெம்பு உண்டாக்குவது, சண்டை போடுவது, அடிப்பது, கூச்சலிடுவது, கோபம் கொள்வது போன்றவற்றைச் செய்கிறது. தனஞ்செய வாயுவின் வேலை ஒலியைப் பிறப்பிப்பது.

உடல் மரணமடைந்து விட்டால் மற்ற எதுவும் இயங்காது. அந்த நிலையில் தனஞ்செய வாயு மட்டும் மூன்று நாள் உடலில் இருந்துவிட்டு, பின்னர் மறையும்.

இவை அனைத்துக்கும் ஆதாரமாக இருந்து, இவற்றை இயக்கும் ஆத்மா சிறிய வெற்றிடமாக அல்லது சிறு ஒளியாக நமது முதுகுத் தண்டின் உட்புறத்தில் உள்ள தண்டு வடத்தின் அடியில் உள்ளது என்கின்றனர் சித்தர்கள்.

தன் வாலை தன் வாயால் கவ்வியிருக்கும் பாம்பு போல் உள்ள இது, எதனாலும் பாதிக்கப்படாமல், எதற்கும் அசையாமல் அங்கேயே உள்ளது. அதனை மையமாக வைத்து இந்த சரீரத்தை ஆறு ஆதார சக்கரங்கள் இயக்குகின்றன.

ஒரு நுட்பமான இயந்திரத்தை இயக்கும் சக்கரங்கள் போல் இந்தச் சக்கரங்கள் அதிநுட்பமான உடல் என்னும் இயந்திரத்தை இயக்குகின்றன.

இந்த சக்கரங்கள் எலும்பு, சதை போன்ற திட வடிவம் கொண்டவை அல்ல. ரத்தம், நிணநீர், சளி போன்ற திரவ வடிவினதும் அல்ல. இவை காற்று வடிவிலானவை.

மரணத்தின்போது இந்தச் சக்கரங்கள் நசுக்கப்பட்டு, ஆத்மாவானது அந்த வழியே வெளியேறுகிறது.

சித்தர்களின் வாசியோகம் எனப்படும் பிராணாயாம முறையில் முதுகுத்தண்டின் அடியில்உள்ள குண்டலினியானது மெல்ல, மெல்ல அசைக்கப்பட்டு, வாலைக் கவ்வியிருக்கும் பாம்பு பிரிவதுபோல் வட்ட வலய அமைப்பிலிருந்து பிரிகிறது.

பிரிந்தபின் இடைவிடாத பயிற்சிகள் மூலமாக, பாம்பு மேலே ஏறுவதுபோல், முதுகுத்தண்டு வழியாக மெல்ல மேலே ஏறுகிறது. ஒவ்வொரு சக்கரமாக மெல்லக் கடந்து மேலேறி, நெற்றிக்குள் சென்று அதேபோல் சுருண்டு கொள்கிறது.

இதுதான் புத்தரின் "பரி நிர்வாணா" நிலை. இதுவே மகாவீரரின் கைவல்ய நிலை. இதுவே ஆதிசங்கரரின் அத்வைத நிலை. ஏசு கூறிய "கடவுளின் ராஜ்யம் பூமிக்கு வருதல்", முகமது நபி கூறிய 70 ஆயிரம் திரைகளை விலக்கி அல்லாவைக் காணுதல்.

ஞானிகள் கூற்றின்படி காலங்களைக் கடந்த காலாதீத நிலை இது. படைப்புக்கு முன் இருந்த நிலை இதுதான்.

சித்தர்கள் கண்ட ஞானம் ஒரு வகை ஞானம். அந்த ஞான நிலையில் சித்தர்கள் கண்ட வானம் வேறு வகையானது.

ஒரே இடத்திலிருந்து சமச்சீரான அலைவு ஏற்பட்டால் அது எல்லா இடங்களிலும் தொடர்ந்து பரவியபடி இருக்கும். அவ்வாறே மூச்சானது முறைப்படி ஒழுங்குபடுத்தப்படும்போது, உடலின் எல்லா மூலை முடுக்குகளுக்கும் பிராண வாயு சமச்சீராகச் சென்று சேரும். அதன்மூலம் உடலின் இயக்கம் முதலில் சீரடையும். அடுத்து உடல் உறுப்புகள் அனைத்தும் சுத்தப்படுத்தப்பட்டு சீராகும். இதை நாடி சுத்தி என்கின்றனர்.

மூச்சைப் போலவே இதயத்துடிப்பினால் இயங்கும் ரத்த ஓட்டம்தான் நாடி என்பது. நாடித் துடிப்பு கண்டபடி எகிறினாலும் ஆபத்து. நாடி விழுந்தாலும் ஆபத்து. கூடாமல், குறையாமல் சமச்சீராக நாடி ஓடுவதே ஆரோக்கியத்தின் அறிகுறி.

இந்த நாடி 10 வகைப்படும். இவற்றை "தசவித நாடி" என்பார்கள். இடகலை, பிங்கலை, சுழுமுனை, சரஸ்வதி, லக்ஷ்மி, வேதா, காந்தாரி, அலம்புடை, சங்கினி, குரு என்னும் இந்த 10 நாடிகளில் சுழுமுனை நாடி, மேதா நாடி ஆகியவை விசேஷமானவை.

இடகலை நாடி, பிங்கலை நாடி இவை இரண்டும் முதுகுத் தண்டை ஒட்டி இடப்புறமும், வலப்புறமும் உள்ளன.

முதுகுத்தண்டிலிருந்து நரம்புகள் கிளை, கிளையாகப் பிரிந்து, உடல் முழுவதும் பரவிச் செல்கின்றன.

இந்த முதுகுத் தண்டின் அடியில் தொடங்கி புருவத்தின் மத்தியான நெற்றிப் பொட்டுப் பகுதிவரை ஆறு இடங்களில் ஆதார சக்கரங்கள் அமைந்துள்ளன. முதுகுத்தண்டைச் சுற்றிச் செல்லும் இந்த இரு நாடிகளுமே இந்த ஆதாரத் தளங்களில் ஒன்றையொன்று சந்திக்கின்றன. இவ்வாறு பின்னிச் செல்லும் அவை புருவ மத்தியை அடைகின்றன. அங்கிருந்து இடங்கலை நாடி இடது மூக்கின் சுவாசம் மூலமாகவும், பிங்கலை நாடி வலது மூக்கின் சுவாசத்தைக் கொண்டும் செயல்படுகின்றன.

சுழுமுனை நாடி என்பது முதுகுத் தண்டின் அடியில் முனைபோன்ற பகுதியில் உள்ளது. இதுதான் குண்டலினி

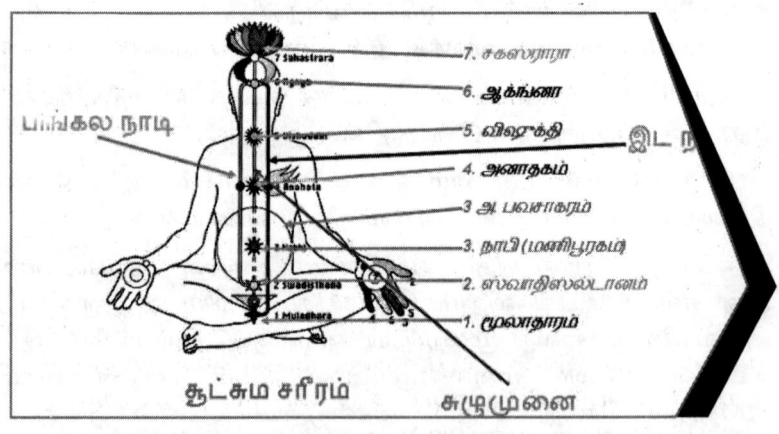

சக்தியின் நடுவே பொருந்தியிருப்பதாகும். அங்கிருந்து புறப்பட்டு, முதுகுத்தண்டின் மையமாக ஊடுருவிச் செல்லும் சுழுமுனை நாடிக்குத் துணையாக சித்ரநாடி, வஜ்ரநாடி என இரண்டு நாடிகள் உள்ளன. சுழுமுனை நாடியை விட சித்ரநாடி சிறியது. வஜ்ர நாடி என்பது அதற்குள் அமைந்து, மேல் நோக்கி செல்லும். இந்த மூன்றும் கீழே உள்ள முதல் ஆதார சக்கரம் தொடங்கி மேலே நெற்றி முனையில் உள்ள ஆதார சக்கரம்வரை ஊடுருவி நிற்கும்.

ஆறு ஆதார சக்கரங்களில் முதலாவது சக்கரம் முதுகுத் தண்டின் அடிப்புறம் உள்ளது. இதை மூலாதாரம் என்பார்கள். இது ஆசன வாய்க்கும், லிங்கக் குறிக்கும் நடுவே உள்ளது. இதற்குப் பிரம்மாந்திரம் என்று பெயர்.

இரண்டாவது சக்கரம் மூலாதாரத்துக்கு 4 விரற்கடை மேற்புறமாக உள்ளது. அதற்கு சுவாதிஷ்டானம் என்று பெயர். அடுத்ததாகத் தொப்புளுக்கு நேராக உள்ள மூன்றாவது சக்கரம் மணிபூரகம் எனப்படும். நான்காவது சக்கரம் நமது இதயத்துக்கு அருகில் உள்ளது. இந்த சக்கரம் அதாகதம் எனப்படும். கழுத்தில் தொண்டைப் பகுதிக்கு அருகே உள்ள ஐந்தாவது சக்கரம் விசுத்தி எனப்படும். அதற்கு மேலே புருவ மத்தியில் உள்ளது ஆக்ஞை எனப்படும்.

இந்த ஆறு ஆதாரங்களையும் கடந்தால் சஹஸ்ராரம் எனப்படும் ஏழாவது இடம் வருகிறது. இதுதான் குண்டலினி இறுதியாகச் சென்று சேருமிடம். கபாலத்தில் உள்ள இடத்தை துரியம் என்றும் குண்டலினி அதற்குமேல் உயரும்போது அதை துரியேந்திரம் அல்லது துவாதசாந்தம் என்றும் கூறுவார்கள்.

சுழுமுனை நாடியிலிருந்து இரு நாடிகள் சஹஸ்ராரம் வரை சென்று சேர்வதுபோல் இடகலை, பிங்கலை நாடிகளில் இருந்து இரு நாடிகள் இடம், வலம் என்று பயணம் செய்கின்றன. இவ்வாறு சென்று கண்ணை அடைவது காந்தாரி நாடி. காதுகளை சென்று சேர்பவை அலம்புடை நாடி.

நாக்கின் அடியில் ஒரு நாடி உள்ளது. இதை சிங்குவை நாடி என்பார்கள். இது சுழுமுனையுடன் தொடர்பு கொண்டது.

மூலாதாரத்தை அடுத்த சுவாதிஷ்டான சக்கரம் முக்கோண வடிவமானது. இதன் இடது, வலது முனைகளில் இருந்து இரு நாடிகள் புறப்பட்டு பிறப்பு உறுப்பையும், மற்றொரு நாடி புறப்பட்டு ஆசன வாயையும் அடைகிறது. இவற்றை சங்கினி நாடி மற்றும் குருநாடி என்பார்கள்.

இடகலை, பிங்கலை, சுழுமுனை நாடிகளுக்கு இணையாக அமைந்தவை சரஸ்வதி, லக்ஷ்மி, மேதா நாடிகள்.

பொதுவாக மனிதன் மூச்சு விடும்போது வலப்புறமும் இடப்புறமும் மாறி, மாறி இயங்கும். ஒரே நேரத்தில் இரண்டிலும் மூச்சு இயங்காது. இவ்வாறு மூச்சு இயங்குவதை சந்திரக்கலை, சூரியக்கலை என்பார்கள். இந்த இரு மூச்சு இயக்கங்களுக்கு ஏற்ப நமது உடலில் வெப்பமும் குளிர்ச்சியும் மாறி மாறி ஏற்படும்.

பிராணயாமம் பயில்வோர் பத்மாசனம் இட்டு அமர்ந்து, இடது மூக்கை ஆள்காட்டி விரலால் மூடி, வலது மூக்கால் காற்றை நிதானமாக இழுப்பார்கள். பின்னர் வலது மூக்கை மூடிக்கொண்டு,

இடது மூக்கால் அதை வெளியேற்றுவார்கள். இப்படி பத்து, பதினைந்து தடவை செய்தபின், இடம் மாற்றி, இடது மூக்கால் மூச்சிழுத்து வலது மூக்கால் வெளிவிடுவார்கள்.

இவ்வாறு சிறிது காலம் பயிற்சி எடுத்தால் அவர்களது உடலில் வெப்பநிலையை சீராக வைத்திருக்கும் பயிற்சி அவர்களுக்கு வசப்பட்டுவிடும். அதன்மூலம் கோப, தாப உணர்வுகள் கட்டுப்படத் தொடங்கும்.

பயிற்சி பெற்ற யோகிகள் சுழுமுனை நாடியை இயங்கச் செய்வார்கள். அப்போது வெப்பம், குளிர் அனைத்தும் உடலில் சம அளவில் இருக்கும். எதையும் சமமாக பாவிக்கும் இயல்பு அவர்களிடம் இருக்கும். மேதா நாடி புலனடக்கம், யோக சாதனைமிக்க யோகிகளிடம் இயங்கும்.

யோக சாதனை மூலம் சித்தர்கள் குண்டலினி என்னும் சக்தியை எழுப்புவார்கள். பாம்புபோல் சுருண்டு படுத்திருக்கும் ஆத்மா புறப்பட்டு மூலாதாரத்திலிருந்து முதுகுத் தண்டு வழியே சுவாதிஷ்டானத்தை அடையும். அதிலிருந்து படிப்படியாக ஒவ்வொரு சக்கரமாகக் கடந்து சஹஸ்ராரத்தை அடையும்.

சஹஸ்ராரம் எனும் ஏழாவது நிலையை எட்டிவிட்டால், அவர் பிரம்மத்தில் லயித்து விடுகிறார். இப்போது ஜீவாத்மா பரமாத்மாவில் சங்கமித்து விடுகிறது. அதுவரை பல்லாயிரம் பிறவிகளாக அவரது ஜென்மம் தொடர்ந்து கொண்டே இருக்கும்.

ஏழு மலைகள், ஏழு கடல்கள், ஏழு உலகங்கள், ஏழு பிறவிகள் என்று சொல்லப்படுபவை எல்லாமே இவைதான்.

சித்தர்களின் கொள்கைப்படி ஒரு மனிதன் ஆத்ம விசாரத்தில் ஈடுபடாமல், எந்த ஞான வேட்கையும் இன்றி உணவு, உடை, குடும்பம், கேளிக்கை என உலகியல் வாழ்க்கைகளை அனுபவித்து வாழ்ந்துவிட்டு இறந்தால், அவன் மீண்டும் அதே மாதிரியான பிறவியைத்தான் எடுப்பான். இம்மாதிரியாக அவன் ஆயிரம் பிறவிகள் எடுத்தாலும் அது ஒரே பிறவியாகத்தான் எடுத்துக்கொள்ளப்படும். சரியாகப் படிக்காத மாணவன் ஒரே வகுப்பில் பெயிலாகி இரண்டு, மூன்று வருடம் படிப்பது போன்றது இது.

எப்போது அவன் யோக சாதனையைக் கைக்கொண்டு, மூலாதாரத்திலிருந்து குண்டலினியை இரண்டாவது சக்கரமான சுவாதிஷ்டானத்துக்கு உயர்த்துகிறானோ அப்போதுதான் அவன் இரண்டாவது பிறவியை எட்டுகிறான். முதல் நிலையில் அவன் எடுத்த நூறு பிறவிகளிலும் அவனது ஆத்மா மூலாதாரத்தில்தான் சுருண்டு படுத்திருக்கும்.

இரண்டாம் நிலையை எட்டியபின் அவன் இறந்தால் அடுத்த பிறவியிலும் அவனுடைய குண்டலினி இரண்டாவது சக்கரத்தில் பிறக்கும்போதே அமைந்திருக்கும்.

அதேபோல் இரண்டாம் நிலையை எட்டியவன் அதே பிறவியில் மூன்றாவது நிலையை எட்டிவிட்டால், அவன் இறந்தாலும் மூன்றாவது நிலையில் குண்டலினி தங்கி இருக்கும்படிதான் பிறப்பான்.

ஆக மொத்தம் ஏழு நிலைகள் உள்ளன. ஒரே பிறவியில் இந்த ஏழு நிலைகளையும் தாண்டியவர்களும் உண்டு. ஒவ்வொரு நிலையிலும் பல பிறவிகள் எனப் படிப்படியாகத் தாண்டுபவர்களும் உண்டு. முதல் நிலையையே தாண்டாமல் பிறவி மேல் பிறவியாக எடுத்துக் கொண்டே இருப்பவர்களும் உண்டு.

இந்த ஏழு நிலைகளைத்தான் ஏழு வானங்களாகச் சித்தர்கள் குறிப்பிடுகின்றனர். காரணம், அவர்கள் பல பிறவிகள் எடுத்தும் முக்தியை எட்ட முடிவதில்லை. அதனால் ஒரே பிறவியில் முழு மூச்சாக முயன்று ஏழு நிலைகளையும் தாண்டுவார்கள். அதனால் ஒவ்வொரு நிலையைக் கடக்கும்போதும் ஏற்படும் அனுபவங்கள் அவர்களுக்கு நன்கு தெரியும்.

விஞ்ஞான ரீதியாக வானம் என்ற ஒன்றே கிடையாது. சூரிய ஒளி வாயு மண்டலத்தினூடாக வரும்போது இதர நிறங்கள்

வடிகட்டப்பட்டு நீல நிறம் மட்டும் தெரிவதால் வானம் நீலப் போர்வை போர்த்திக் கொண்டதுபோல் காணப்படுகிறது.

அதனால் "கடவுள் ஏழு வானங்களுக்கு அப்பால் உள்ளார்" என்று புராணங்கள் கூறுவதைப் பகுத்தறிவாளர்கள் கேலி செய்வார்கள்.

உண்மையில், சித்தர்கள் கூறுவது இந்த வானம் அல்ல. சாதாரணமாக நாம் கண்களால் பார்க்கும்போது சுற்றிலும் உள்ள காட்சிகள் வேறு. அதுவே கஞ்சா புகைத்தால் அல்லது பெதடின் ஊசி போட்டுக்கொண்டால் அப்போது அவன் காணும் காட்சி களே வேறு. அப்போது அவனது உடலில் பல ரசாயனங்கள் சுரக்கின்றன. இதயம், மூளை போன்றவை வேகமாக இயங்க ஆரம்பிக்கின்றன. அப்போது அவன் காணும் உலகமே வேறு.

மூலாதாரத்திலிருந்து சுவாதிஷ்டானத்துக்கு குண்டலினி நகர்ந்தால் அவன் பார்க்கும் காட்சிகள், இயங்கும் தளம் இவையெல்லாமே வேறாக இருக்கும். ரிமோட் கண்ட்ரோல் பட்டனைத் தட்டினால் தொலைக்காட்சியில் அலைவரிசைகள் மாறுவதுபோன்று காட்சிகளே இங்கு மாறும். இதனைத்தான் சித்தர்கள் தங்கள் மொழியில் அவன் இரண்டாவது வானத்தை எட்டி விட்டான் என்கிறார்கள்.

இவ்வாறு ஒவ்வொரு ஆதார சக்கரத்தை எட்டும்போதும் அவன் ஒவ்வொரு வானத்தைக் கடக்கிறான். கடைசியாக சகஸ்ராரம் என்பது ஏழாவது வானம். அந்த இடத்தை குண்டலினி எட்டும்போது அவன் பரம்பொருளுடன் கலக்கிறான். அங்கு பரமாத்மாவுடன் ஜீவாத்மா கலக்கிறது.

அதாவது ஜீவாத்மா என்பது அவனது உடலில் மூலாதாரத்தில் உள்ளது. பரமாத்ம நிலை அவனுக்குள்ளேயே அடையும் விதத்தில் அமைக்கப்பட்டுள்ளது. தன்னைக் கண்டறியாமல், தன்னுள்ளே தேடாமல் வெளியே எவ்வளவு தேடினும் பலன் கிடைக்காது.

சித்தர்களின் கணக்கின்படி பார்த்தால் ஆதிசங்கரர், இயேசு, முகமது நபி, மகாவீரர், புத்தர் என எல்லோருமே சித்த புருஷர்கள்தான்.

ஆதிசங்கரர் நர்மதா குகையில் தவம் இருந்து தனது உடலின் ஜீவாத்மாவைக் கண்டுணர்ந்து அதை நெற்றிக்கு உயர்த்தினார். அதனால் அவர் முக்தியையே அத்வைத நிலை என்றார்.

"த்வித" என்றால் இரண்டு. அத்வித என்றால் இரண்டல்லாதது. தான் என்ற உணர்வு இருக்கும்போது நீ என்பதும் தானே வரும். இந்த நிலையில் நான் என்பதே அற்றுப்போய் நான், நீ எல்லாம் ஒன்றாகிவிடுகிறது. இதை பரமாத்மாவில் ஒடுங்கிய நிலை எனலாம்.

பைபிளில் 12 வயது வரையிலான ஏசுவின் வாழ்க்கை கூறப்படுகிறது. அதன் பின் 30 வது வயதில் அவர் நாசரேத் நகரில் காணப்படுகிறார். இடையில் 15 ஆண்டுகள் அவர் எங்கே இருந்தார் என்பது கூறப்படவில்லை. இந்த இடைக்காலத்தில்தான் அவருள் இந்த ஆன்ம மலர்ச்சி ஏற்பட்டிருக்கவேண்டும் என்பது யோக முறையைப் பின்பற்றுவோரின் கணிப்பு.

முகமது நபி மவுண்ட் ஆஃப் ராக் எனப்படும் பாறை மீது அமைதியாக அமர்ந்துகொண்டிருப்பார். ஒரு நாள் அவர் முன்பு இறை தூதர் தோன்றி "ஓதுவீராக" என்று குர்ஆனை போதித்தாராம்.

ஆக அந்தப் பாறை மீது தினமும் அவர் பிராணயாமம் பயின்றிருக்க வேண்டும் என்கின்றனர் யோக முறையினர்.

புத்தர் கடைசியாக போதி மரத்தடியில் ஞானம் பெற்றார் என்கிறது பௌத்தம். அந்த மரத்தடி அவருக்கு யோகத்தின் உச்சத்தை எட்ட உதவியுள்ளது என்பது இவர்களின் கருத்து.

இடகலை, பிங்கலை, சுழுமுனை, சரஸ்வதி, லக்ஷ்மி, மேதா ஆகிய நாடிகள் நெற்றியில் உள்ள ஆக்ஞை சக்கரத்துடன் தொடர்புடையவை.

அண்டம் என்னும் பிரபஞ்சம் இயங்குவது போல் பிண்டம் என்னும் மனிதனும் இயங்கியபடி இருக்கிறான். காலம் முடியும்போது அவை ஒன்றினுள் ஒன்று மறையும்.

மகா பிரளயம் ஏற்பட்டு எப்படி பஞ்ச பூத சக்திகள் ஒன்றினுள் ஒன்றாக ஒடுங்கியபடி செல்லுமோ, அதேபோல் மனிதனிலும் பஞ்சபூத சக்திகள் ஒன்றினுள் ஒன்று மறையத் தொடங்கும்.

பிரளயத்தின்போது நிலமானது நீரில் மறையும். பிறகு, நீர் நெருப்பிலும், நெருப்பு காற்றிலும், காற்று ஆகாயத்திலும் மறையும். அதன்பின் ஆகாயமும் பரப்பிரும்மத்தில் ஒடுங்கும் என்கின்றன வேதங்கள்.

தொடக்கத்தில் பரப்பிரும்மம் இருந்தது. அதிலிருந்து ஆகாயம் வந்தது. ஆகாயத்திலிருந்து காற்றும், காற்றிலிருந்து நெருப்பும், நெருப்பிலிருந்து நீரும், நீரில் இருந்து நிலமும் வந்தன. நிலத்திலிருந்து உயிர்கள் வந்தன. இதே வரிசைக் கிரமப்படி கீழிருந்து மேலாக அவை ஒடுங்கி மறையும்.

சித்தர் யோக மரபில் உடலின் ஆறு ஆதாரங்களில் மூலாதாரம் நிலம். வாதிஷ்டானம் நீர். மணிபூரகம் நெருப்பு. அநாகதம் காற்று. விசுத்தி ஆகாயம். ஆக்ஞைதான் மனம்.

குண்டலினி மூலாதாரத்தில் உள்ளது. அங்கிருந்து மேல் நோக்கி எழும்போது நிலம் நீரில் ஒடுங்கும். இப்போது நிலம் இல்லை. அடுத்து குண்டலினி மேலும் உயர்ந்து மணிபூரகத்தை அடையும். அப்போது நீரானது நெருப்பில் ஒடுங்கும். இப்போது நிலம், நீர் இரண்டுமே கிடையாது.

அடுத்து குண்டலினி அநாகதத்தை அடையும்போது நெருப்பு காற்றில் ஒடுங்கும். இப்போது நிலம், நீர், நெருப்பு மூன்றும் கிடையாது.

அநாகதத்தில் இருந்து குண்டலினி உயர்ந்து விசுத்தியை அடையும்போது காற்று ஆகாயத்தில் ஒடுங்கும். இப்போது நிலம், நீர், நெருப்பு, காற்று நான்கும் இல்லை.

கடைசியாக குண்டலினி சக்தி புருவ மத்தியில் உள்ள ஆக்ஞா பீடத்தை எட்டும்போது ஆகாயமும் ஒடுங்கும். இப்போது பஞ்ச பூதங்களும் இல்லை. மனம் மட்டுமே எஞ்சி நிற்கும். இறுதி நிலையான சகஸ்ராரம் என்ற நிலையை எட்டும்போது மனம் என்பதும் மறைந்து பரப்பிரும்மத்தில் ஒடுங்கும்.

இவ்வாறு ஆறு நிலைகளில் படிப்படியாக உயர்ந்து, ஏழாவது நிலையை எட்டுவதே ஏழு கடல்களைக் கடப்பது, ஏழு மலைகளைக் கடப்பது, ஏழு உலகங்களைத் தாண்டுவது, ஏழு வானங்களைக் கடப்பது என்கின்றன ஆகம நூல்கள்.

விசுவாசத்தை வலியுறுத்தும் பைபிளில்கூட யோவான் மூன்றாவது வானம்வரை எடுத்துக்கொள்ளப்பட்டான் என்று கூறப்பட்டுள்ளது. அங்கு யோவான் எனப்படும் புனித ஜான் "எடுத்துக் கொள்ளப்பட்டார்" என்றுதான் கூறப்பட்டுள்ளது.- அவராகச் செல்லவில்லை. ஏதோ ஒரு சக்தி அவரது அந்த உயர்வுக்கு உறுதுணை செய்திருக்கிறது.

முகமது நபி ஐந்தாவது வானம்வரை சென்று அல்லாவைக் கண்டார் என்கின்றன அந்த மதத்தின் கதைகள். மூலாதாரத்தை அடுத்த இரண்டும் ஏறக்குறைய ஒன்று போன்றவை. அதற்கடுத்த இரண்டும் ஒன்று போன்றவை என்பதால் இரண்டிரண்டு படிகளாகக் கடந்தார் என்று கருதலாம் என்பது யோக மரபினர் தரும் விளக்கம்.

புத்தர் ஏழாவது வானத்தை எட்டியபோது சொர்க்கத்தின் கதவுகளைத் திறந்துகொண்டு வந்து அவரைத் தேவர்கள் எதிர்கொண்டழைத்தனர் என்கிறது தம்மபதம்.

மூச்சை அடக்கிப் படிப்படியாக மேல்நோக்கி குண்டலினியை உயர்த்துவது குறித்து சித்தர்கள் பலரும் எண்ணற்ற பாடல்களைப் பாடியுள்ளனர். முன் அத்தியாயங்களில் குறிப்பிட்டதுபோல்,

"உருத்தரித்த நாபியுள் ஒடுங்கி நின்ற வாயுவை
கருத்தினுள் இருத்தி கபாலம் ஏற்ற வல்லீரேல்..."

என்ற சிவ வாக்கியரின் பாடல் மூலமாக ஞானம் பெறுதல், மோட்சம் அடைதல் எதுவாயினும் நாபி எனப்படும் அடிவயிற்றில் ஒடுங்கி உள்ள பிராணனை நெற்றிக்கு ஏற்றுவதுதான் அதற்கான முறை என்பதை அறியலாம்.

விஞ்ஞான ரீதியாகவும் ஒரு கருத்து உண்டு. மனிதன் செயல்படுவது மூளையால்தான். பிராண வாயு இன்றி மூளை

இயங்காது. ஆகவேதான் நாம் இடைவிடாமல் சுவாசித்தபடி இருக்கிறோம். இருக்கவும் வேண்டியிருக்கிறது. ஆனால் நாம் சுவாசிப்பதன் மூலம் மூளையை இயங்க வைக்கிறோமே தவிர, மூளையை யாரும் முழுமையாகப் பயன்படுத்துவதே இல்லை.

நமது மூளையில் 200 கோடி செல்கள் இருக்கின்றன. அவற்றில் நாம் செய்யும் எல்லாக் காரியங்களையும் உறக்கம், உத்தி யோகம், சிரிப்பு, அழுகை, படித்தல், நடத்தல் உட்பட எல்லா வேலைகளையும் 3000 செல்கள்தான் கவனித்துக் கொள்கின்றன. மீதமுள்ள அனைத்து செல்களும் தூக்கத்திலேயே இருக்கின்றன. மிகப்பெரிய மேதைகள்கூட அதிகபட்சமாக பத்தாயிரம் செல்களை மட்டுமே பயன்படுத்துகின்றனர்.

மூளையின் எல்லா செல்களையும் பயன்படுத்த என்ன வழி? இதற்கான ஒரே வழி பிராணாயாமம்தான்.

தட்டுங்கள் திறக்கப்படும் என்று ஏசுநாதர் சொன்னது இதுதான். "பரலோக ராஜ்யம் சமீபத்தில் உள்ளது" என்றாரே அது இதுதான். கபாலத்தில் மூளைக்கும் நெற்றிக்கும் நடுவே கழுத்துப்புறம் ஒரு சிறு கதவு உண்டு. மூச்சுக் காற்றால் உந்தி, உந்தி அதைத் திறக்கவேண்டும். அவ்வாறு திறந்தால் அங்கு உறங்கும் செல்கள் அனைத்தும் புலு, புலுவென்று எழ ஆரம்பிக்கும். இதை ஆயிரம் இதழ் கொண்ட தாமரை மலர்வது போல் கற்பனை செய்து சகஸ்ராரம் என்று பெயரிட்டனர். (வடமொழியில் சகஸ்ரம் என்றால் ஆயிரத்தெட்டு என்று பொருள். இறைவனின் 1008 திருநாமங்களைச் சொல்லி அர்ச்சனை செய்வதை சகஸ்ரநாம அர்ச்சனை என்பார்கள்.)

அவ்வாறு எல்லா செல்களும் எழும்போது மண்டைக்குள் நதம், நதம் என்று சப்தங்கள் கேட்குமாம். இதையே மண்டைக்குள் சிவன் தோன்றி நடனமாடுவதாக சிவயோக நூல்கள் கூறுகின்றன.

"அஞ்சல் அஞ்சல் என்று நாதன்

அம்பலத்துள் ஆடுமே"

என்று சிவவாக்கியர் கூறுவது இதையேதான் என்கின்றனர் யோக வழிபாட்டு முறையினர்.

யோக வாசிஷ்டம், கருடபுராணம், தாந்திரீக மரபு நூல்கள் எல்லாமே இறப்பு முதல் பிறப்பு வரை நிகழ்வனவற்றைத் துல்லியமாக விவரிக்கின்றன. "உன் பிறப்புக்கு யாரும் காரணமில்லை. நீயேதான் காரணம்" என்கின்றன அவை உறுதியாக. பிறப்புக்குக் காரணம் அஞ்ஞானம் என்கின்றனர்

சித்தர்கள். ஆசை என்கிறார் புத்தர். கர்மவினை என்கிறது இந்து மதம். "உன் மீட்சிக்கும் யாரும் காரணமில்லை. அதற்கும் நீயேதான் காரணம்" என்கின்றன ஆகமங்கள் அதே உறுதியுடன்.

விசுவாசியுங்கள் என்கின்றனர் சிலர். வழிபடுங்கள் என்கின்றனர் சிலர். நீங்களாக முயலுங்கள் என்கின்றனர் வேறு சிலர். எந்த வழியாயினும் முழுமூச்சாக முழு நம்பிக்கையுடன் முனைபவன் உறுதியாகத் தடைகளிலிருந்து விடுபடுகிறான்.

கடந்த நூற்றாண்டில்தான் குழந்தை பிறப்பு பற்றி அறிவியல் ஆராய முற்பட்டது.

அதிலும்கூட டாக்டர் ஜான் மார்ல் தம்பதிகள் உடலுறவு பற்றி ஆராய்ந்து கூறிய பின்பே மேலை நாட்டில் இதுகுறித்த விழிப்புணர்வு ஏற்பட்டது. நமது புராணங்கள் தம்பதிகள் எந்த நாளில் கூடினால் எத்தகைய குழந்தை பிறக்கும் என்பது முதல் விளக்கிக் கூறியுள்ளனர்.

பெண்கள் மாதவிலக்கான ஆறாம் நாள் முதல் பதினெட்டாம் நாள்வரை உள்ள இரட்டைப்படை நாட்களில் ஆறாம்நாள், எட்டாம் நாள், பத்தாம் நாள் இப்படி வரும் இரட்டைப்படை நாட்களான ஏழு நாட்களில் இரவில் சேர்ந்தால் ஆண் குழந்தை பிறக்கும். மாதவிலக்கான 4ஆம்நாள் முதல் எட்டாம் நாளுக்குள்ளேயே கர்ப்பம் தரிக்கும். ஐந்தாம் நாள் பெண்கள் பாயசம் உள்ளிட்ட இனிப்பு வகைகளை உண்ண வேண்டும். கார உணவுகள் கூடாது. சுக்கலம் வீரியமாக இருந்தால் ஆணும், சுரோணிதம் வீரியமாக இருந்தால் பெண்ணும், இரண்டும் சமமாக இருந்தால் அலியும் பிறக்கும். கருத்தரித்தால் தம்பதிகள் கூடிய ஐந்தாம்நாள் கருப்பையில் ஒரு குமிழி உண்டாகும். பதினான்கு நாட்களில் அது தசையால் சிறிது பெருக்கும். 20ம் நாளில் மேலும் சிறிது தசை உண்டாகும். ஒரு மாதத்தில் அதனிடம் பஞ்சபூத சேர்க்கை உண்டாகும். இரண்டாம் மாதம் தோல் உண்டாகும். மூன்றாம் மாதம் நரம்புகளும் நான்காம் மாதம் மயிரும் புறவடிவமும் உண்டாகும். ஐந்தாம் மாதம் காதுகளும் மூக்கும் மார்பும் தோன்றும். ஆறாம் மாதம் கழுத்தும் சிரமும் பற்களும் ஏற்படும். ஏழாம் மாதம் லிங்கக் குறி உண்டாகும். எட்டாம் மாதம் எல்லா அவயவங்களும் உண்டாகி ஜீவனும் பிரவேசித்துவிடும். ஒன்பதாம் மாதத்தில் ஜீவன் சுழி முனை எனப்படும் சுழுமுனை என்ற நாடியின் மூலத்திலிருந்து பூர்வஜென்ம கர்மங்களை நினைத்து தனக்கு மீண்டும் பிறவி ஏற்பட்டதே என்ற துக்கத்துடன் பத்தாம் மாதம் பிறக்கிறது.

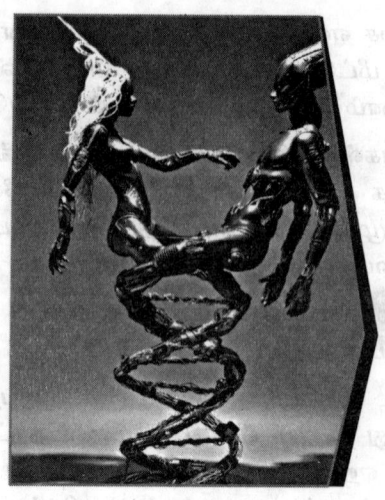

பஞ்ச பூதங்களான உடல் ஐம்புலன்கள், பத்து நாடிகளால் அலங்கரிக்கப்பட்டு பத்து வாயுக்கள் சேர்ந்ததாகும். முன்பே கூறியதுபோல் சுக்லம், எலும்பு, நீர், ரோமம், ரத்தம் உள்ளிட்ட 6 கோசங்களால் ஆன இந்த உடலானது தோல், எலும்பு, மயிர், நகம், மாமிசம் (சதை) ஆகியவற்றை மண்ணிடமிருந்தும், எச்சில், சிறுநீர், சுக்கிலம், மண்ணீர், புன்னீர் ஆகியவற்றை நீரிலிருந்தும், பசி, தாகம், நித்திரை, சோம்பல், ஒளி ஆகியவற்றை நெருப்பிலிருந்தும், இச்சை, கோபம், நாணம், பயம், மோகம், சலனம், ஓடுதல், சுழற்சி, கை, கால்களை மடக்கி நீட்டுதல் முதலியவற்றை வாயுவிலிருந்தும், சப்தம், எண்ணம், கேள்வி, கம்பீரத்தின் மூலமான காம்பிர்யம், சக்தி ஆகியவற்றை ஆகாயத்திலிருந்தும் பெற்றுள்ளது.

அண்டத்தின் பஞ்ச பூதங்கள் இவ்வாறு பிண்டத்திலும் அடங்கியுள்ளன. வயிற்றில் அக்னியும் அதற்கு மேல் நீரும் அந்தப் புனலின்மேல் அன்னமும் உள்ளன. அந்த அக்னியை வாயுவானது ஊதி விருத்தி அடையச் செய்கிறது. சரீரம் முழுவதும் மூன்றரைக் கோடிக்கு மேற்பட்ட ரோமங்களும், 32 பற்களும், 20 நகங்களும், ஆயிரம் பலம் (பலம் என்பது அந்தக் கால அளவை) இறைச்சியும், நூறு பலம் ரத்தமும், பத்து பலம் மேதஸ், பத்து பலம் தொக்கு, 12 பலம் மஜ்ஜை, மூன்று பலம் முக்கிய ரத்தம், கபமும், மலமும், சிறுநீரும் முடிவாக அமைந்துள்ளன.

அண்டத்தின் உலகங்கள் பிண்டத்தில் உள்ளதாக உருவகித்து, உள்ளங்கால் அதல லோகம் என்றும், கணுக்கால் விதலலோகம்,

முழங்கால்தான் சுதலம், அதற்கு மேல் உள்ள பகுதி மஹாதலம், ஊறு தலாநலம், குதம் ரசாதலம், இடை பாதாளம் என உடலின் கீழ்ப்பகுதி ஏழு கீழ் லோகங்கள் என்கிறது தாந்த்திரீக சாஸ்திரம். நாபிப்பகுதி பூலோகம், இதயம் சுவர்க்கலோகம், தோள் மகர் லோகம், முகம் ஜன லோகம், நெற்றி தபலோகம், சிரம்சத்ய லோகம் ஆகும்.

திரிகோணம் மேருகிரி, கீழ்க்கோணம் மந்தரமலை, அந்தக் கோணத்தின் வலப்புறம் கைலாயம், இடப்புறம் இமாசலம், மேற்கே நிஷேபமுக பர்வதம், தெற்கே கந்தமாதனமலை, இடது உள்ளங்கை ரேகை வருண பர்வதம் என்றும் வழங்கப்படும். எலும்பே நாவலயந்தீவு, மேதஸ் சாவகத்தீவு, தசை சூசைத்தீவு, நரம்பு கிரௌஞ்சத்தீவு, தொக்கு சான்மலித் தீவு, ரோமத்திரள் பிலட்சத்தீவு ஆகும்.

ஏழு கடல்களில் சிறுநீர் உப்புக்கடல், நீர் பாற்கடல், கபம் சுராசிந்து, மஜ்ஜை நெய்க்கடல், உமிழ்நீர் கருப்பஞ்சாற்றுக் கடல், ரத்தம் தயிர்க்கடல், வாயில் உண்டாகும் இனிய புனல் சுத்தோதக சிந்து ஆகும்.

உடலில் இருசக்கரங்கள் உள்ளன. அதில் நாதசக்கரத்தில் சூரியனும், பிந்து சக்கரத்தில் சந்திரனும் உள்ளனர். கண்களில் செவ்வாயும், இதயத்தில் புதனும், நாவில் குருவும், சுக்கிலத்தில் சுக்கிரனும், நாபியில் சனியும், முகத்தில் ராகுவும், காலில் கேதுவும் உள்ளனர்.

பதினான்கு உலகங்களும், ஏழு மலைகளும், ஏழு கடல்களும், ஏழு தீவுகளும், ஒன்பது கிரகங்களும் இவ்வாறு மனித உடலில் குடி கொண்டிருப்பதாலேயே பிண்டத்தில் மறைந்தது அண்டம் என்ற சொல் உண்டானது.

மனித உடலின் ஆறு சக்கரங்கள் குறித்துக் கண்டறிந்த சித்தர்கள் எண்ணற்ற பொருள் விளங்காத பாடல்களில், அவற்றை நுண் பொருளாக மறைத்துக் கூறியுள்ளனர்.

இந்த ஆதார சக்கரங்கள் ஜீவனானது ஒவ்வொரு சக்கரமாகக் கடக்கும்போதும் சாதகனுக்கு இடம், பொருள், ஏவல் எல்லாம் குழம்பும். பலர் பித்தர்களாகிவிடுவது சாதாரணமாக நடக்கும். வழுக்கலான மலைமீது ஏறுபவன் எப்படி சறுக்கி உருண்டு விழுவதற்கு வாய்ப்புகள் அதிகமோ அதுபோல், இந்த நிலையில், தவறுவதற்கு எண்ணற்ற வாய்ப்புகள் உள்ளன.

அதனால்தான் இந்தப் பாதையில் வேகமோ, படபடப்போ, ஆவேசமோ கூடாது. எவ்வளவுக்கெவ்வளவு ஆற அமர முயல்கிறோமோ அவ்வளவுக்கவ்வளவு நல்லது.

இதனாலேயே இது மாதிரி ஆத்மசாதனைகளில் ஈடுபட்ட ஞானிகள் பலரும் மக்களுடன் வசிக்காமல் மலை, காடு, வெட்டவெளி என ஆளில்லாத அத்துவானப் பகுதிகளை நாடினார்கள்.

சித்தர்களின் கருத்துப்படி முதல் நிலையான மூலாதாரத்தில் இருந்து நகர்வதே கடினம். அப்படி குண்டலினியானது சுருண்ட நிலையிலிருந்து பிரிந்து நகர்ந்து விட்டாலே மனத்துக்குள் பெரும் ஆயாசம் ஏற்படும். மனமானது பரம நிம்மதியாக ஓய்வெடுக்கும்.

நிஜ வாழ்வில் நாம் தூங்கும் போதுகூட நமது உடல்தான் ஓய்வெடுக்கிறதே தவிர மனம் ஓய்வதில்லை. அப்படிப்பட்ட மனம் ஓய்வெடுக்கும்போது ஒரு பரம நிம்மதி, மாபெரும் அமைதி தோன்றும். யோகம் பயிலும் பலர் இதையே சொர்க்கானுபவமாக எண்ணி தமக்குள் இன்புற்று இந்த அமைதியில் ஒன்றிவிடுவர்.

மூலாதாரத்தை தாண்டி இரண்டாவது சக்கரத்தை குண்டலினி அடைந்தால் அந்த நிலையில் ஏற்படும் பேரமைதியை விவரிக்க வார்த்தைகளே கிடையாது. சமாதி நிலையில் ஆழ்ந்த சித்தர்கள் பலரும் இந்த இரண்டாம் நிலையையே மோட்ச உலகம் என்பதாகக் கருதி, அதிலேயே ஆழ்ந்து விட்டவர்கள்தான் என்கிறது யோக மரபு. அந்த ஸ்தானத்தில் மனம் ஒடுங்கி விடுவதால், மனம் இன்றி உடல் செயலற்று விடும். அவர் இறந்து விட்டதாக

எண்ணி மக்கள் அவரைப் புதைத்து சமாதிக் கோயில் எழுப்பி விடுவார்கள். இதில் நிஜமாகவே உடல் மண்ணில் புதையுண்டு மரணம் சம்பவித்துவிடும்.

இறந்த பின்னரே அது நல்ல முக்தி என்று அந்த மனம் உணரும். எனினும் எட்டிய இரண்டாவது நிலையிலேயே அடுத்த பிறவியை ஏற்கும்.

இவ்வாறு மயக்கங்களுக்கு ஆட்படாது, உறுதியாக ஆறு சக்கரங்களையும் தாண்டி ஏழாவது சஹஸ்ரதளத்தை எட்டியவர் முற்றிலுமாக பிறவிக்கடலைக் கடப்பதுடன் எல்லாப் படைப்புகளுக்கும் முன்பு இருந்த வெட்ட வெளியில் கலந்து விடுகிறார்.

அவ்வாறு கலந்தவர் யார் என்பது வெறும் கதைகளாக மட்டும்தான் உள்ளது. ஆதிசங்கரர் கலந்தார், ராகவேந்திரர் கலந்தார், குருநானக் கலந்தார் என்று அவரவர்களின் ஆதரவாளர் கூறுகின்றனர்.

"எல்லோராலும் பரம்பொருளில் கலக்க முடியும். ஆனால் எவருமே கலந்தவர் இல்லை" என்றும் சிலர் கூறுகின்றனர். தோட்டத்தில் எவ்வளவுதான் தலைகீழாகக் கொத்தினாலும், ஒரே ஒரு விதை எங்கோ ஒரு மூலையில் மிச்சமிருந்தால் ஒரு மழை பெய்ததும் மறுபடியும் தோட்டம் முழுவதும் புல் மண்டிவிடும். அதுபோல் எவ்வளவுதான் சுத்தத்திலும் சுத்தமாக எல்லாவற்றையும் துறந்து, வடிகட்டிய துறவுநிலையை அடைந்தவர் என்றாலும் அவரது மனத்தின் ஆழத்தின் ஆழத்தில் ஒரே ஒரு வேண்டாத எண்ணம் மீதி இருந்தாலும், அது அவரை மீண்டும் பூமிக்கு இழுத்து வந்துவிடும். மறுபடி முதலிலிருந்து தொடங்கி பிறவிச் சக்கரம் சுழல ஆரம்பித்து, பிறப்பும் இறப்புமாக அவர் கதை நீண்டு கொண்டே செல்லும்.

புறத்தே ஒரு கடவுள் இருப்பதாகக் கருதினால் அகத்தில் நான் என்ற எண்ணம் தங்கி விடும். "அவர் கடவுள்; நான் பக்தன்" என்பதே மனம் என்பதை மேலும் உறுதி செய்து பிணைத்து விடும். அதனாலேயே என் உள்ளே இருப்பது கடவுள். எனக்கு வெளியே இருப்பதும் கடவுள். எல்லாமே கடவுளின் பல்வேறு தோற்றங்களே என்கின்றன உபநிடதங்கள்.

இதையே ஒற்றை வரியில் "அஹம் பிரம்மாஸ்மி" என்கின்றன.

மரணம் பற்றி கருடபுராணத்தில் ஒரு விளக்கம் கூறப் பட்டுள்ளது.

"பூர்வ கர்ம வினையால் வரும் இந்த சரீரத்தை எவருடையது என்று கூறுவது? வீணே சுமந்து திரியும் ஜீவனுடையதா? அன்ன வஸ்திரம் அளிக்கும் தலைவனுடையதா? கர்ப்பத்தை உண்டாக்கிய தந்தையுடையதா? பத்து மாதம் சுமந்து பெற்ற தாயினுடையதா? தாயை ஈன்ற மாதா மகனுடையதா? நத்தையைப் பெற்ற பிதாமகனுடையதா? தொழில் தந்து கூலி தரும் எஜமானனுடையதா? சுட்டு சாம்பலாக்கும் அக்னியினுடையதா? இழுத்து, பிய்த்து தின்னும் நரியினுடையதா? உண்டு நெளியும் புழுக்களுக்குரியதா? இவர்கள் எவருடையதும் அல்ல என்பதை உணர்ந்து சரீரத்தில் ஆசை வைக்காது நற்கருமங்களைச் செய்ய வேண்டாமா?"

எப்படித் தொடங்குகிறது என்றறியாதபடி கருவில் உருவாகி, எப்படி முடியும் என எதிர்பாராதபடி பிரியும் இந்த உயிருக்கு எதுவும் சாசுவதமல்ல என்று உணர்வதுதான் தன்னை அறியும் ஒரே வழி என்கின்றனர் சித்தர்கள்.

மற்ற எல்லாப் பாதைகளிலும் வெறும் கதைகளும், நம்பிக்கைகளும் மட்டுமே உள்ளன. யோக சாதனை முறையில் மட்டுமே எந்த நம்பிக்கைக்கும் இடமில்லை. அங்கு பின்பற்ற வேண்டிய மார்க்கமோ, ஏற்க வேண்டிய கோட்பாடுகள், முறைகளோ எதுவும் கிடையாது. அவரவரும் தாமே இறங்கி மூச்ச டக்கி, சாதகம் செய்ய முயற்சிப்பதுதான் இங்குள்ள ஒரே வழி.

மரணம் என்பது முடிந்த முடிவல்ல என்று எல்லா மார்க்கங்களும் விளக்கும்போது, சித்த யோக மரபு மட்டும், மரணம் என்பது காலப்பிரமாணத்தின்படி தானே வருமானால் கண்டிப்பாக அத்துடன்

முடியாமல் கர்மவினை வழி பிறவிகள் தொடரும். நாமாக முன்வந்து பிராணயோகமுறை பயிலும்போது மனம் என்பது உதறப்பட்டு ஆத்மாவானது வெறுமையில் கலந்து விடும். எனவே முக்திக்கு ஒரே வழி யோக வழியில் நிற்றலே என்கிறது.

சரீரம் பெற்றவர்கள் சிந்தனை, செயல் இரண்டையும் விட முடியாது. உலகம் இந்த இரண்டினாலும்தான் நிலைப்படுகிறது. அறிவு என்பது சிந்தனை. அனுபவம் என்பது ஞானம். அறிவாகிய சிந்தனை இல்லாதபோது ஒருவன் எது சரி, எது தவறு என உணராமல் திரும்பத் திரும்ப ஒன்றையே செய்வான். அனுபவமாகிய செயல் இல்லையேல் ஒருவன் என்ன சிந்தித்தாலும் பலனில்லை.

எனவே, சிந்தனை, செயல் என்ற இரண்டும் இணைவதால் ஏற்படுவதே ஞானம். அனுபவமும் அறிவும், இணைந்ததை கர்மயோகம் என்பர். நன்கு அனுபவித்து, அதன்பின் இவற்றில் ஒன்றுமே இல்லை என்ற ஞானம் ஏற்படும்போது, அடுத்த நிலைக்கு தானே நகர மனம் ஆயத்தமாகும். அவ்வாறன்றி இன்னும் கொஞ்சம் அனுபவிக்கவேண்டும் என்ற இச்சை உண்டாகும்போது அது மீண்டும் பிறவி எடுக்கத் தயாராகும்.

"நீ எதை விட்டு விலக நினைக்கிறாயோ, எதனுடன் இணைய எண்ணுகிறாயோ, அந்த இரண்டும் உன்னிடமே உள்ளன" என்கிறது தம்மபதம்.

அனுபவ ஞானம் மூலம் எதிலும் ஒன்றுமே இல்லை என்று உணர்பவன் பற்றற்று கடமைகளைப் புரிவான். அந்த வழியே கர்மயோகம். அத்தகையவன் எந்த நிலையில், எப்படி இருந்தாலும், அவனைக் கர்மவினைகள் அண்டுவதில்லை என்பதால், அவனது மரணமே அவனுக்கு முக்திக்கான சாவியை வழங்கி விடுகிறது.

ஒரு மனிதன் எவ்வளவுதான் விவரித்தாலும் விவரிக்க முடியாததாக நீள்வது மரணம் மட்டுமே. ஏனெனில் அது ஒரு பக்கக் கதவை மட்டுமே உடையது. அந்தக் கதவைத் திறந்து கொண்டு அதன் உள்ளே பிரவேசிக்க முடியும். ஆனால் அங்கிருந்து மீண்டும் திரும்பிவர இயலாது.

மரணத்தைப்பற்றி பிரபல எழுத்தாளர் சார்லஸ் டிக்கன்ஸ் சில வார்த்தைகள் கூறினார். அப்போது அவர் மரணத் தருவாயில் இருந்தார். அவர் சொன்னார்: "என் வாழ்க்கையில் எத்தனையோ அற்புதமான அனுபவங்களை நான் அடைந்திருக்கிறேன். அவை எல்லாவற்றையும்விட அதிசயமான ஒரு அனுபவத்தை இப்போது நான் அடையப் போகிறேன். ஆனால் அதைத் திரும்பி வந்து என்னால் கூற இயலாது."

இறந்தபின் மனிதன் ஆவியாக அலைகிறான் என்பது உலகெங்கும் கொடி கட்டிப் பறக்கும் ஒரு நம்பிக்கை. இதில் நல்ல ஆவிகளும் உண்டு. கெட்ட ஆவிகளும் உண்டு. அதைப்பற்றி இந்த நூலில் விவரிக்காததன் காரணமே ஆவி என்று தொடங்கினால் பின்னோடு, பேய், ரத்தக்காட்டேரி என்றெல்லாம் நோக்கம் திசை மாறிவிடும்.

ஆவிகளை எவரும் நல்ல வெளிச்சத்தில் கண்டதில்லை. அதேபோல உறக்கமும் விழிப்பும் அரைகுறையாகக் கலந்த, ஒரு மாதிரியான டிரான்ஸ் (Trans) என்னும் மயக்க நிலையில்தான் பலரும் இத்தகைய வடிவங்களைக் கண்டுள்ளனர்.

உடம்பு ஆழ்ந்த உறக்கத்தில் இருக்க, மனமானது இத்தகைய உருவங்கள் (அல்லது அருவங்கள்) வருவதை உணரும். இதுகுறித்து ஆராய்ந்த பலரும் இது மனத்தின் சூட்சும வடிவம் என்றும் இதை மனம் மூலமாக மட்டுமே அறிய முடியும் என்றும் கூறுகின்றனர்.

இந்த மனமும் ஆத்மாவும் ஒன்றாக இணைந்துதான் எப்போதுமே உடலை விட்டு வெளியேறுகின்றன. அதனாலேயே மனமானது ஆத்மாவின் மறுபிறவிக்குக் காரணமாகிறது. மனத்தை உதறிவிட்டு, ஆத்மா மட்டும் வெளியேறினால் மட்டுமே அத்தகைய பிறப்பற்ற முக்திநிலை சாத்தியம் என்கின்றன யோக சாஸ்திர நூல்கள்.

மரணம் என்பது மனிதனின் உடல், மனம் ஆகியவை அடைந்த அனுபவங்களின் தணிக்கை நிலை. அதில் நேர் செய்யப்படாத கணக்குகளை சரி செய்ய, எடுத்தவற்றைக் கொடுக்க, கொடுத்தவற்றை எடுக்க வேறொரு பிறவி அவசியமாகிறது. எடுப்பது, கொடுப்பது, இழத்தல், பெறுதல், மகிழ்வு, துயரம் போன்றவை இன்றி செயல்கள் எங்கே உள்ளதோ அங்கே மனம் என்பதற்குத் தேவை இல்லாமல் போகிறது.

மரணம் என்பது நெருங்கும் அந்த விநாடியில் மட்டும்தான் பயம் அளிக்கக்கூடியதாயிருக்கிறது. காரணம் அதற்கு முன் அந்த அனுபவம் ஏற்பட்டதில்லை. புதிதாகப் பெற்றோரைப் பிரிந்து பள்ளிக்குச் செல்லும் குழந்தை போல், வளர்ந்த வீட்டைத் துறந்து மாமியார் வீடு செல்லும் மணப்பெண் போல் மனம் நடுங்குகிறது. கதறுகிறது. ஆனால் மரணத்தை சந்தித்துவிட்டால் அதன் பின்னர் விடுதலையான உயிர்கள் மீண்டும் திரும்ப விரும்புவதே இல்லை என்கின்றன ஆகமங்கள்.

இறந்த பின்னர் மீண்டும் உயிர்ப்பிக்கப்பட்ட ஒருவன், "என்னை ஏன் கஷ்டப்படுத்துகிறீர்கள்? நான் மிகவும் சந்தோஷமாக இருக்கிறேன். என்னை மறுபடியும் இங்கு இழுக்காதீர்கள்" என்று கேட்டுக் கொண்டு மீண்டும் மரித்துப் போனதாக ஒரு கதைகூட உண்டு.

வாழ்க்கை என்பது அறிவும் அனுபவமும் இணைந்த ஞானம். அந்த ஞானத்தை பூமியில் பிறக்காமல் ஜீவன் ஒருபோதும் பெற முடியாது. அமெரிக்கா என்பதை எப்படி ஒருவன் நேரில் பார்க்காமல் புத்தகங்களால் மட்டும் தெரிந்து கொள்ள முடியாதோ, அதுபோல் ஜீவனானது பூமியில் பிறக்காமல் வாழ்க்கை அனுபவத்தை அடைய முடியாது.

அனுபவம் அடைந்த ஜீவன் மரணமடையும்போது, தான் விட்டுச் செல்லும் பணிகளை, தனது கர்மாவை சுமப்பதற்கென்றே புத்திரர்களை உண்டாக்குகிறது. அதனாலேயே கன்னி கழியாமல் யாரும், அது ஆணாயினும் சரி, பெண்ணாயினும் சரி எமனிடம் செல்ல முடியாது என்று புராணங்கள் கூறுகின்றன.

சொர்க்கத்தில் இடம்பெற மனிதர்கள் துடியாய்த் துடிக்கின்றனர் என்றால் பூமியில் இடம்பெற தேவர்களும் அதேபோல் துடியாய்த் துடிப்பார்களாம். அப்சர கன்னிகையான ஒரு தேவலோக மங்கை பூமியில் உள்ள ஒரு மானிடனின் அழகைக்கண்டு சலனப்பட்டாளாம். சினமடைந்த தேவர்கள் அவளை மானிடப் பெண்ணாகும்படி சபித்தனராம். தேவத்தன்மை இழந்த அவள் பூமிக்கு வந்து அந்த மானிடனையே மணந்து கொண்டு வாழ்ந்தாளாம். சில ஆண்டுகள் சென்ற பின்னர் தேவர்கள் வந்து, "உன் சாபம் தீர்ந்து விட்டது. இனி நீ எங்களுடன் வரலாம். புறப்படு" என்றனராம். அதற்கு அவள், "என்னை மன்னியுங்கள். சலனமற்ற அமர வாழ்வு எனக்கு வேண்டாம். கணவனுடனும், குழந்தைகளுடனும் வாழும் இந்த வாழ்க்கை எனக்கு மிகுந்த

மகிழ்ச்சியைத் தருகிறது. சலிப்பு தரும் சொர்க்கம் எனக்கு வேண்டாம்" என்றாளாம்.

மரணமடைந்தவர்கள் தெய்வத்தன்மை பெற்று விடுகின்றனர் என்ற கருத்து பலமாக உள்ளதாலேயே இறந்தவர்களை "அமரரானார்", "திருநாட்டுக்கு எழுந்தருளினார்", "சிவபதம் சேர்ந்தார்" என்பன போன்ற அடைமொழிகளால் குறிப்பிடுகின்றனர். இறந்தவர், மேல் உலகில் ஏதோ ஒரு இடத்தில் இருக்கலாம். அங்கு நம்மைவிட சக்தி படைத்தவர்கள் இருக்கவேண்டும். அது கடவுளோ, தேவதையோ, அமரர்களோ, யாராயிருப்பினும் அவர்களிடம் இவர்கள் நமக்காகப் பரிந்து பேச வேண்டும். அதற்காகவே இறந்தவர்களைப் போற்றுவது, அவர்கள் நினைவைக் கொண்டாடுவது என்பன போன்ற வழக்கங்கள் ஏற்பட்டன.

எங்கிருந்தோ இந்த பூமிக்கு நாம் வந்திருந்தோமெனினும், மீண்டும் அங்கு திரும்பவும் நாம் போய்த்தான் ஆக வேண்டும். ஆனால் அதேசமயம், இங்கிருந்து எங்கோ ஓரிடத்துக்கு நாம் போகிறோம் எனில் மீண்டும் இங்கு நாம் வந்துதானே ஆக வேண்டும்?

அலுவலகத்தில் என்னதான் நாள் முழுதும் வேலை செய்து கொண்டிருந்தாலும் இரவானால் வீட்டுக்குத் திரும்பித்தானே தீர வேண்டும்? அதுபோல் என்னதான் வீட்டில் நிம்மதியாக ஓய்வெடுத்துக் கொண்டிருந்தாலும் மறுநாள் அலுவலகத்துக்குச் சென்றுதானே தீர வேண்டும்?

பூமியை வீடு என்று நாம் கருதினால் மரணத்துக்குப் பின் நாம் செல்லுமிடமென்பது நம் அலுவலகம் மாதிரி. அல்லது அந்த இடம்தான் நம் வீடு எனில் இந்த பூமி வாழ்க்கை என்பது அலுவலகம் மாதிரி. அலுவலகத்தை சிறப்பாக வைத்துக்கொள்ளும் ஒருவன் வீட்டைக் குப்பைக் கூளமாக வைத்திருப்பானா? அல்லது வீட்டை நன்றாக வைத்திருக்கும் ஒருவன் அலுவலகத்தைக் குப்பையாக வைத்திருப்பானா?

ஒரு மேசையின் நான்கு கால்களும், மேல் பலகையும் சரியாக, கச்சிதமாக இழைக்கப்பட்டிருந்தால் அடுத்து அவை பொருத்தப்படும்போது கச்சிதமானதொரு மேசையானது உருவாகும். உடல், மனம், எண்ணங்கள், சொல், செயல் எல்லாம் சரிவர அமையும்போது, இவற்றால் வரக்கூடிய மறுமை மட்டும் சரிவர அமையாமலா போகும்?

"கடமையைச் செய்; பலனில் பற்று வைக்காதே" என்று சொல்லும் கீதாசார்யனை பின்பற்றும் கர்மயோகிகள் இந்த வழியைப் பின்பற்றுகின்றனர்.

பக்தி வழியைப் பின்பற்றுபவர்களோ பேருந்தின் ஓட்டுநர் மீது முழு நம்பிக்கை வைத்துவிட்டு நிம்மதியாகத் தூங்கும் பயணிகள் போல், தாங்கள் பின்பற்றும் கடவுள் அல்லது மார்க்கத்தின் மீது முழு நம்பிக்கை வைத்து விட்டு வாழ்க்கைப் பயணத்தைக் கவலையற்றுக் கழிக்கின்றனர்.

ஒவ்வொரு ஆன்மாவும் குறிப்பிட்ட செயலுக்காகப் பூமியை அடைகிறது. அது முடிந்தபின் அது இங்கு வந்த நோக்கம் தீர்ந்துவிடுகிறது. அதன்பின் அது இங்கே தனக்கு வேலை இல்லை என்று புறப்பட்டு விடுகிறது. பழத்தில் விதையுடன் கூடிய இனிப்பான சதை இருக்கும். விலங்குகள் பழத்தைத் தின்று விட்டுக் கொட்டையை எங்காவது ஓரிடத்தில் துப்பும். அது அங்கே முளைக்கும். அந்த விதை முளைக்க ஏதுவாக தொலைவில் எங்காவது கொண்டுபோய்ப் போட அந்த விலங்குகளுக்கு அளிக்கப்படும் கூலியே இனிப்பான அந்தச் சதை.

இவ்வாறு இயற்கையின் நோக்கம் ஜீவன்கள் பல்கிப் பெருக வேண்டும் என்பதாகவே உள்ளது. அதேநேரம், பழங்களில் உள்ள ஒவ்வொரு விதையும் இப்படி விதைக்கப்பட்டு மரமானால் சில ஆண்டுகளில் நடக்கவே இடமில்லாதபடி உலகம் மரங்களால் நிறைந்து விடும். காற்றில் சூரியனே தெரியாதபடி பூச்சிகளாக மண்டி விடும். கடல் நீர் தெரியாத அளவுக்கு மீன்களால் கடல் நிரம்பி வழியும்.

ஆனால் இயற்கையில் ஒரு சமநிலை உள்ளது. அவை ஒன்றையொன்று விழுங்கி தங்களை சமன் செய்து கொள்கின்றன. இதை உணவுச் சங்கிலி என்கிறோம். இதன்படி எதுவும் முற்றிலுமாக அழியாது. அதே நேரம், எதுவும் ஒரேயடியாக இல்லாமலும் போகாது.

இந்த மாபெரும் சங்கிலியில் மனிதன் எந்த ஜீவனுக்கும் பிரியமான தொரு உணவு அல்ல. அவை அவனைப் பொருட்படுத்துவதே இல்லை. அதே நேரம் அவனுக்கு அவை உணவாகின்றன. இதன்மூலம் ஒன்றிலிருந்து ஒன்றாக வடிகட்டப்பட்டு உருவான ஜீவன்களில் மனிதன் மட்டுமே இப்போதைக்கு உன்னத ஜீவனாக உள்ளான்.

மனிதனைவிட உயர்ந்த ஜீவன் இந்த உலகில் இல்லை. இதற்கு அடுத்த நிலை என்றால் அது தேவ நிலைதான். இந்த இரு நிலைகளுக்கும் இடையே உள்ள இடைவெளிதான் மரணம். இதைக் கடந்தால் மட்டுமே மனிதனால் தனது அடுத்த பரிணாமத்தை எட்ட முடியும். அப்படி அதைக் கடக்க வேண்டுமானால் அதுபற்றி

அவன் அறிய வேண்டும். அப்படி அறிதல் என்பது மனத்துக்கு மட்டுமே சாத்தியமானதொரு விஷயம்.

என்றோ நடக்கும் சர்வதேசப் போட்டிகளுக்காகப் பல ஆண்டுகள் தினமும் இடைவிடாது பயிற்சி செய்பவன்தானே அந்தப் போட்டியில் வெல்வான்? அது என்னவோ ஒருநாள் மட்டும் நடைபெறும் போட்டிதான். ஆனால் அதற்காக அவன் எடுத்துக் கொள்ளும் பயிற்சிகள் உடலளவிலும் மனத்தளவிலும் அவனைத் தயார்ப்படுத்துகின்றன.

அதுபோல் மரணம் என்பது அஞ்சத்தக்கதல்ல, அது நமக்கு எதிரி அல்ல, அழிவு சக்தி அல்ல என்று உணர்ந்து, அதைப் பற்றிச் சிந்தித்து, அதுபற்றிப் படித்து, மனத்தளவில் இயல்பாக அதை எதிர்கொள்ளக் காத்திருப்பவன்தான் இதைத் தாண்ட முடியும் என்கின்றனர் யோகிகள்.

பிறப்பு ஓர் அனுபவம். வாழ்வு என்பது இன்னுமோர் அழகான அனுபவம். மரணமும் ஓர் அனுபவமே. நம் பிறப்பு அனுபவம் பற்றி நமக்கு இப்போது நினைவில் இல்லை. இப்போதைய அனுபவங்கள் மரணத்தில் நமக்கு நினைவில் இருக்காது. மரண அனுபவம் அதற்கடுத்த நிலையில் நமக்கு நினைவில் இருக்காது.

காரணம், நாம் உடலால் வாழ்கிறோம். "உடலே நான்" என்ற உணர்வுடன் உடம்பின் பசி, தாகம், துக்கம், தூக்கம், கோபம், இன்பம் ஆகியவற்றை மட்டும் செயல்படுத்திக் கொண்டிருக்கிறோம்.

உடலை விட்டு மனத்துக்கு முக்கியத்துவம் அளிக்கும்போது எப்படி உடலைக் கவனமாகக் குளிக்க வைத்து, உடுத்த வைத்து, உணவளித்து, உடற்பயிற்சிகள் செய்து கட்டாக வைத்திருக்கிறோமோ அப்படி மனத்தைப் பளிச்சென துடைத்து, மெருகூட்டி பயிற்சி அளித்து அதைப் பலமாக வைத்திருப்போம். அப்போது மனம் தோழமை உணர்வுடன் பிறப்பு முதல் நமக்கு நேர்ந்த அனைத்தையும் பற்றி எடுத்துரைக்கும். (மனத்துடன் பேசும் வல்லமை பெற்ற யோகிகள்தான் தங்களது முற்பிறவியைக்கூடத் தெளிவாகக் கண்டனராம். அவர்களில் ஒருவர் தன் அடுத்த பிறவி பற்றி தன் மனத்திடம் கேட்க, அவரது மனம் அவரிடம், "நீ எப்போது எல்லாவற்றையும் பற்றி உணர்ந்து கொண்டு விட்டாயோ அதன் பிறகு இன்னொரு பிறவிக்கு எங்கே நீ இடம் தரப் போகிறாய்?" என்று கேட்டதாம்.)

"உடலே நான்" என்றிருப்பவன் சராசரி மனிதனாக ஆசா, பாசங்களில் சிக்கி மீண்டும், மீண்டும் பிறக்கிறான். உடம்பைத் தாண்டியவன் "மனமே நான்" என்று கருதுகிறான். இந்த

மனத்தையும் கடந்தவன் மட்டும் "உடலும் நானல்ல, மனமும் நானல்ல" என்று உணர்ந்து முற்றுப்பெறாத தேடல் என்ற பாதையில் விரைகிறான். அவன் மட்டுமே இறுதியில் தன்னுள் உள்ளதைக் கண்டுகொண்டு அதனுள் நிலைப்படுகிறான்.

கவிஞர் கண்ணதாசன் ஒரு பாடலில் கூறுகிறார்.

"பிறப்பென்றால் என்னவென்று இறைவனைக் கேட்டேன்;
அதற்கு அவன் "பிறந்து பார்" என்று பதிலுரைத்தான்.
இறப்பென்றால் என்னவென்று அவனிடம் கேட்டேன்
அதற்கு அவன் "இறந்து பார்" என்று பதிலுரைத்தான்

மனையாள் சுகம் என்றால் என்னவென்று கேட்டேன்
அதற்கு அவன் "மணந்து பார்" என்று பதிலளித்தான்.
"எல்லாமே அனுபவம் என்றால் நீ எதற்கு? என்றேன்"
அதற்கு அவனோ "அந்த அனுபவமே நான் என்றான்"

அனுபவம்தான் இறைவன். அனுபவங்களிலேயே அற்புதமான அனுபவம் பிறப்பு. அதனாலேயே "அரிது அரிது மானிடராய்ப் பிறத்தல் அரிது" என்றார் ஔவையார். அதனிலும் அற்புதமானதொரு அனுபவம் மரணம். அதைக் கண்டு நாம் ஏன் அஞ்ச வேண்டும்? ஒவ்வொருவருக்கும் கண்டிப்பாக ஏற்படப்போகிற அனுபவம் அது. அப்படியிருக்க அதை சரிவர உணர்ந்து ஏன் நம்மை அதற்காக செம்மை செய்து கொள்ளக்கூடாது.

"காலமே! கனவு என்னும்
கவிதை தன்னை வாழ்நாளில்
ஓர் முறை பாடியே
உறங்கிடுவேன் உன் மடியில்"

என்ற கவிஞர் கண்ணதாசனின் கவிதை வரிகள் மரணம் என்பது காலத்தின் மடியில் தலைவைத்துத் தூங்குவது போன்றது என்ற பொருளில் அமைந்துள்ளது.

இயற்கை ஓர் அதிமானுடனுக்காகக் காத்திருக்கிறது. வியாசர் முதல் அரவிந்தர் வரை... சாக்ரடீஸ் முதல் நீட்ஷே வரை அதுபற்றிக் கனவு கண்டிருக்கிறார்கள். நிறைய பேசியிருக்கிறார்கள்.

ஆதிகால மனிதன் கண்ணுக்கெட்டிய தூரம் வரைக் காட்சியளித்த கடலைக்கண்டு திகைத்து நின்றான். இதற்கு "அப்பால் என்ன இருக்கும்?" என்று கற்பனை செய்தான். அவர்களில் ஒருவன் துணிந்து ஒரு மரத்தண்டின் மீது ஏறி, அதன் எல்லையைக் காணும் நோக்கத்துடன் பயணித்தான். அந்தத் தேடல் வேட்கையின் பயனாக மனித குலம் கடலை வென்றுவிட்டது.

எல்லையற்ற ஆகாயத்தைக் கண்டும் மனிதன் முதலில் பயந்தான். நிலவைக் கண்டு ஏங்கினான். ஒருவன் துணிந்து சிறு ராக்கெட் செய்தான். பயணித்தான். அதை வெற்றிகொண்டான். இன்று, மனிதனின் குடியிருப்பாகி விட்டது நிலவு.

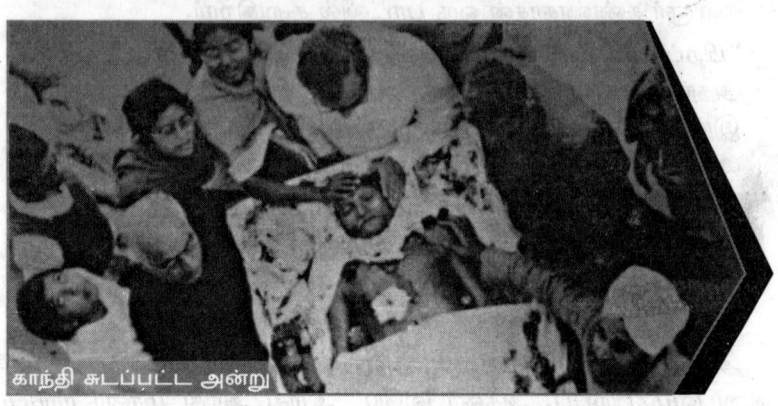

காந்தி சுடப்பட்ட அன்று

இப்போதைய நிலையில் மனிதனின் வாழ்க்கையின் முடிவில் இருப்பது மரணம் என்னும் இருண்ட, கரிய பள்ளம். இது கடலைவிடப் பெரியது. ஆகாயம் போல் பரந்து கிடப்பது. ஆனால் பெரிய கடலைச் சிறிய மரப் படகின் துணையுடன் சுலபமாகக் கடப்பதுபோல், அகண்ட விண்வெளியை குட்டி ராக்கெட் தாவிப் பாய்ந்து கடப்பதுபோல், ஏதேனும் ஒரு முயற்சி சட்டென்று வாழ்வுக்கும் மரணத்துக்கும் இடையிலான மெல்லிய கோட்டைத் தகர்க்கும். அப்போது இயல்பாக நம்மால் மரணம் என்ற எல்லையைக் கடக்க இயலும்.

"களைத்திருந்தாலும், களைப்பின்றி இருந்தாலும்
ஓ, மனிதனே! ஓய்வு எடுக்காதே:
நிலைத்த உன் தனிப் போராட்டத்தை நிறுத்தாதே
நில்லாமல் செல், ஓய்வெடுக்காதே;
புவனம் இருள்தான், அதன் மீது நீ ஒளியை
செலுத்து. சுற்றிலுமாய் எங்கும்
குவிந்துள்ள இருளை அகற்று, ஓ மனிதா!
வாழ்க்கை உன்னைக் கைவிட்டாலும் ஓய்வெடுக்காதே!

(காந்திஜி சுடப்பட்ட அன்று அவரிடம் பேத்தி மனுபென் காந்தி "எந்தப் பிரார்த்தனையை பாடவேண்டும்?" என்று கேட்டுப் பாடிய பாடல்.)